കേരളീയ നവോത്ഥാനത്തിന്റെ ചരിത്രവും വർത്തമാനവും

Keraleeyanavodhanathinte
Charithravum Varthamanavum
Study

K E N

CHINTHA PUBLISHERS
Thiruvananthapuram

First Chintha Edition
June 2016

Second Edition
February 2017

Third Edition
July 2018

Second Impression
February 2022

Published & Typesetting
Chintha Publishers, Thiruvananthapuram

Printed at
Repro India Ltd. Mumbai

Cover Design
Ambish

ISBN : 978-93-86112-31-6

CR - 1889 / 5931

₹ 310

Email: chinthapublishers@gmail.com
Website: www.chinthapublishers.com

A version is available at National Libraries
Kolkata, Mumbai, Chennai and Delhi

Distribution
DESHABHIMANI BOOKHOUSE
H O Thiruvananthapuram 695035

Branch
Head Office Kunnukuzhi • Statue Thiruvananthapuram
KSRTC Bus Terminal Thampanoor • Saphalyam Complex Thiruvananthapuram
KSRTC Bus Station Alappuzha • KSRTC Bus Station Ernakulam
Machingal Lane Thrissur • IG Road Kozhikode
Mavoor Road Kozhikode • NGO Union Building Kannur
Central Bus Terminal Complex Thavakkara Kannur

കേരളീയ നവോത്ഥാനത്തിന്റെ ചരിത്രവും വർത്തമാനവും

കെ ഇ എൻ

ചിന്ത പബ്ലിഷേഴ്സ്
തിരുവനന്തപുരം-695 035
വില : ₹ 310

കെ ഇ എൻ

ഇടതുപക്ഷ സാംസ്കാരിക വിമർശകൻ, പ്രഭാഷകൻ, പുരോഗമന കലാസാഹിത്യസംഘത്തിന്റെ സംസ്ഥാനസെക്രട്ടറിമാരിൽ ഒരാൾ. ഫാറൂഖ് കോളേജിൽ മലയാളം അദ്ധ്യാപകനായി വിരമിച്ചു.

കൃതികൾ: *വൈസ്രോയിമാർക്ക് വേണ്ടത് കുരങ്ങു സൂപ്പോ, ഫാസിസത്തിന്റെ അദൃശ്യലോകം, മതരഹിതരുടെ രാഷ്ട്രീയം, മദ്ധ്യവർഗ്ഗത്തിന്റെ ശീർഷാസനങ്ങൾ, അവർ ക്രിസ്ത്യാനികളെ തേടിയെത്തി, വിവാദകാലങ്ങളിലെ ആൾമാറാട്ടം, ഗുജറാത്തിൽനിന്ന് ഒറീസയിലേക്ക്* (രാഷ്ട്രീയ വിമർശനങ്ങൾ), *സ്വർഗ്ഗം നരകം പരലോകം* (മതവിമർശം) *തീപിടിച്ച ആത്മാവുകൾക്കൊരാമുഖം, കറുപ്പിന്റെ സൗന്ദര്യശാസ്ത്രം, പ്രണയം കവിത സംസ്കാരം, വേർതിരിവ്, സമൂഹം സാഹിത്യം സംസ്കാരം* (സാഹിത്യവിമർശനങ്ങൾ), *മതേതരത്വവും ജനാധിപത്യവും, ഇരകളുടെ മാനിഫെസ്റ്റോ, ശ്മശാനങ്ങൾക്ക് സ്മാരകങ്ങളോട് പറയാനാവാത്തത്, സമരോത്സുകമായ മതേതരത്വം, ഖുത്ബുദീൻ അൻസാരി ചിരിക്കുന്നു, ഗുജറാത്തിൽ സംഭവിച്ചത്, കാക്കഫോണികൾക്കും ഒരു കാലമുണ്ട്, സംഭവിച്ചത് ഇത്രയുമല്ല* (സാംസ്കാരിക വിമർശനങ്ങൾ), *കെ ഇ എന്നിന്റെ തെരഞ്ഞെടുത്ത പ്രബന്ധങ്ങൾ, നാലാംലോകത്തിന്റെ രാഷ്ട്രീയം, അമൃതാനന്ദമയിയുടെ രാഷ്ട്രീയം, ലൈംഗിക ഉദാരീകരണത്തിന്റെ രാഷ്ട്രീയം, ഉത്സവങ്ങളുടെ രാഷ്ട്രീയം, അമൃതാനന്ദമയി വിമർശിക്കപ്പെടുന്നു, കെ ടിയുടെ ലോകം, ലാ സിന്ദാബാദ് ലാ ജിഹാദ് മുർദാബാദ്, Amrithananda-mayi the secret agent of Sangh parivar* (എഡിറ്റർ), *ജയിൽക്കുറിപ്പുകൾ, ആരാണു ഭീകരൻ എന്താണ് ഭീകരത* (സഹ എഡിറ്റർ), *ശരിഅത്ത്: മിഥ്യയും യാഥാർത്ഥ്യവും, ഹിന്ദുത്വത്തിന്റെ രാഷ്ട്രീയപരിണാമം* (സഹകർത്താവ്) *കെ ഇ എൻ സംഭാഷണങ്ങൾ* (സമാഹരണം: രാജേഷ് ചിറപ്പാട്, പി എസ് പൂഴനാട്), *സ്വത്വം വർഗ്ഗം മൃദുഹിന്ദുത്വം* ശ്രീനാരായണഗുരുവിന്റെ പേരിലുള്ള ഗുരുദർശന അവാർഡ്, അബുദാബി ശക്തി അവാർഡ്, തായാട്ട് അവാർഡ് എന്നിവ ലഭിച്ചു.

ഭാര്യ : എ പി സബിത

മകൻ : മെനിനോഫ്രൂട്ടൊ

വിലാസം : കൂട്, പി ഒ ഫറോക്ക്
കോഴിക്കോട്-673 631,
ഫോൺ: 9446448814

ഉള്ളടക്കം

ഭാഗം രണ്ട്

കേരളീയനവോത്ഥാനത്തിന്റെ വർത്തമാനം

പ്രസാധകക്കുറിപ്പ്

കേരളത്തിന്റെ നവോത്ഥാന ശ്രമങ്ങൾക്ക് വ്യത്യസ്തമായ മാനങ്ങളുണ്ടായിരുന്നു. ജീവിതത്തിന്റെ സമസ്ത മേഖലയെയും അത് സ്പർശിച്ചു. സാമൂഹികമായ അനാചാരങ്ങളെ അടർത്തിമാറ്റി. പുതിയ കേരളത്തിന്റെ സൃഷ്ടിക്കുവേണ്ടിയുള്ള പോരാട്ടങ്ങളിൽ നവോത്ഥാന പ്രസ്ഥാനങ്ങളും നവോത്ഥാന പ്രതിഭകളും വഹിച്ച പങ്ക് വലുതാണ്.

പുതിയ കാലത്തിന്റെ പരിപ്രേക്ഷ്യത്തിൽ നിന്നുകൊണ്ട് കേരളീയ നവോത്ഥാനത്തിന്റെ ചരിത്രവും വർത്തമാനവും അന്വേഷിക്കുകയാണ് കെ ഇ എൻ. കേരളീയ പൊതുമണ്ഡലത്തിൽ പ്രതിലോമപരമായ ആശയങ്ങൾ തലപൊക്കി തുടങ്ങുന്ന ഇക്കാലത്ത് ഈ പുസ്തകം അതിനെതിരെയുള്ള സാംസ്കാരിക ചെറുത്തുനില്പാവുമെന്ന് ഞങ്ങൾക്കുറപ്പുണ്ട്.

ചിന്ത പബ്ലിഷേഴ്സ്

ഭാഗം ഒന്ന്

കേരളീയനവോത്ഥാനത്തിന്റെ ചരിത്രം

എല്ലാം പോയോ

ഒന്ന്

യൂറോപ്പിനെ കേന്ദ്രീകരിച്ചുള്ള ഒരു കൊളോണിയൽ കാഴ്ചപ്പാടിലാണ് നവോത്ഥാനം മുമ്പ് നിർവ്വചിക്കപ്പെട്ടത്. അതനുസരിച്ച് 'യൂറോപ്പ്' മാത്രം ശരിയും മറ്റെല്ലാം തെറ്റുമായിരുന്നു. അവർ മാത്രം പരിഷ്കൃതരും മറ്റെല്ലാവരും അപരിഷ്കൃതരും ആയിരുന്നു. എന്നാൽ, ഇന്ന് ഒരു വലിയ പരിധിവരെ നവോത്ഥാനത്തിന്റെ യൂറോപ്പ് കേന്ദ്രീകൃതമായ പഴയ നിർവ്വചനം ഭാഗികമായെങ്കിലും ചോദ്യംചെയ്യപ്പെട്ടു കഴിഞ്ഞിട്ടുണ്ട്. റോമിൽ തുടങ്ങി യൂറോപ്പ് വഴി ലോകമാകെ വ്യാപിച്ച വൈജ്ഞാനിക വികാസത്തിന്റെ ഇടർച്ചകളറിയാത്ത കഥയെന്ന മട്ടിൽ ഇന്ന് നവോത്ഥാനത്തെ വിവരിക്കാൻ 'കോളനിഭക്തർ'ക്കുപോലും കഴിയില്ല. ജോർജ് ജെയിംസിന്റെ *സ്റ്റോളൻ ലെഗസി*, മാർട്ടിൻ ബർണലിന്റെ *ബ്ലാക് അഥീന: ദ ആഫ്രോ ഏഷ്യാറ്റിക് റൂട്സ് ഓഫ് ക്ലാസിക് സിവിലൈസേഷൻ* (1987)........മുതൽ ഡോക്ടർ ആരിഫ് അലി കൊളത്തെക്കാടിന്റെ ചിന്ത പബ്ലിഷേഴ്സ് പ്രസാധനം ചെയ്ത, *അറിയപ്പെടാത്ത പൗരസ്ത്യലോകം: മറച്ചുവെക്കപ്പെട്ട സത്യങ്ങൾ* (2010) വരെയുള്ള ഗ്രന്ഥങ്ങളിൽ, ഇതുസംബന്ധിച്ച ധാരാളം വസ്തുതകളും വിവരങ്ങളും വിശകലനങ്ങളുമുണ്ട്. മാർട്ടിൻ ബർണലിനെപ്പോലുള്ളവർ നേരത്തെ വ്യക്തമാക്കിയപോലെ നവോത്ഥാനത്തെ ഒരു 'യൂറോപ്യൻ പ്രതിഭാസം' എന്ന രീതിയിൽ വെട്ടിച്ചുരുക്കുന്നതിന് പകരം 'യൂറോപ്യരല്ലാത്തവർ'ക്കിതിലുള്ള പങ്കിനെക്കുറിച്ചുള്ള ചർച്ചയാണ് ഇന്ന് ഏറെ പ്രസക്തമാകുന്നത്. ഇന്ത്യയെ സംബന്ധിച്ചിടത്തോളം സാമ്രാജ്യത്വത്തെയെന്നപോലെയോ സാംസ്കാരികാർത്ഥത്തിൽ അതിലുമധികമോ ആഭ്യന്തര കൊളോണിയലിസത്തെക്കുറിച്ചുള്ള അന്വേഷണവും അനിവാര്യമാകും.

'ആഭ്യന്തര കൊളോണിയലിസത്തിനെതിരെയുള്ള ശക്തമായ പ്രതികരണം' എന്ന നിലയിലാണ് 1873 ൽ ജ്യോതിബഫൂലെയുടെ നേതൃത്വത്തിൽ സത്യശോധക് സമാജ് നിലവിൽ വന്നത്. ഒരു 'വെളുത്ത' വിദ്യാദേവതയ്ക്കു പകരം, ഒരു കറുത്ത വിദ്യാദേവതയെ ഇന്ത്യയിൽ ആദ്യമായി കണ്ടെത്തിയത് സത്യശോധക് സമാജമാണ്. 'ഞങ്ങളുടെ വിദ്യാദേവത സരസ്വതിയല്ല, സാവിത്രിയാണ്' എന്ന അവരുടെ മുദ്രാവാക്യം സൂക്ഷ്മാർത്ഥത്തിൽ സ്ഫോടനാത്മകമായിരുന്നു. സവർണ്ണമിത്തിനെ ചോരയിറ്റുന്ന ചരിത്രംകൊണ്ടാണവർ ചോദ്യം ചെയ്തത്. തങ്ങളെ സഹായിച്ചത്, തങ്ങൾക്ക് വിദ്യ നല്കുന്നതിന് നേതൃത്വം വഹിച്ചത് സങ്കല്പ വിദ്യാദേവതയായ സരസ്വതിയല്ലെന്നും മറിച്ച്, ജ്യോതിബഫൂലെയുടെ ജീവിതപങ്കാളിയായ സാവിത്രിഫൂലെയാണെന്നും സ്വന്തം അനുഭവം കൊണ്ട് തിരിച്ചറിഞ്ഞതിന്റെ പശ്ചാത്തലത്തിലാണ് മിത്തിലെ 'സരസ്വതി'യെ തള്ളി അവർ ചരിത്രത്തിലെ 'സാവിത്രി'യെ സ്വീകരിച്ചത്. ഇന്ത്യയുടെ 'കറുത്ത അഥീന' ഏതർത്ഥത്തിലും സാവിത്രിഫൂലെയാണ്. ഇന്ത്യയിലും 'ഒരാഫ്രിക്ക'യുണ്ട്. അത് നിസ്സംശയം ഇന്ത്യൻ കീഴാളലോകവുമാണ്(പേജ് 1). ഒരു 'വെളുത്ത' വിദ്യാദേവതയ്ക്ക് പകരം ഒരു 'കറുത്ത' വിദ്യാദേവതയെ സ്വീകരിക്കുന്നതിൽ 'കുഴപ്പം' കാണാത്തവർപോലും, യൂറോകേന്ദ്രിത നവോത്ഥാന കാഴ്ചപ്പാടുകളെ വിമർശിക്കാൻ വീറുകാട്ടുന്നവർപോലും ഇന്ത്യൻ പശ്ചാത്തലത്തിലെ ആഭ്യന്തര കൊളോണിയലിസത്തെയും അതിന്റെ സാംസ്കാരിക മേല്ക്കോയ്മയെയും അതേ വീറോടെ വിമർശിക്കാനുള്ള വീര്യം കാട്ടുന്നില്ല. നവോത്ഥാനം സംബന്ധിച്ച സംവാദങ്ങളിൽവെച്ച് 'സൗകര്യപൂർവ്വം' ഒഴിച്ചുനിർത്തുന്നത് പലപ്പോഴും കീഴാള നവോത്ഥാനധാരകളെയാണെന്നുള്ളത് യാദൃച്ഛികമല്ല. നവോത്ഥാനത്തെ സവർണ്ണമെന്നും അവർണ്ണമെന്നും വിഭജിക്കുന്നത്, വിഭാഗീയതകൾ സൃഷ്ടിക്കലാണെന്ന് ആത്മാർത്ഥമായും വിശ്വസിക്കുന്ന 'ശുദ്ധാത്മാക്കളെ'പ്പോലും ഇന്നും കാണാൻ കഴിയും!

1927 ൽ യോഗക്ഷേമസഭയുടെ പ്രസിദ്ധീകരണമായ *യോഗക്ഷേമ*ത്തിൽ ഇ എം എസ് എഴുതിയ ഒരു പ്രബന്ധത്തിന്റെ തലക്കെട്ട് ഇന്നും പല അർത്ഥത്തിൽ 'കൗതുകം' ജനിപ്പിക്കും. 'നമ്പൂതിരിയും വക്കീൽ പ്രവൃത്തിയും' എന്നാണ് ആ പ്രബന്ധത്തിന്റെ തലക്കെട്ട്! വക്കീലന്മാർ ജീവിതത്തിലുണ്ടാക്കിയ ഓരോരോ മാറ്റങ്ങൾ എടുത്തുപറഞ്ഞ് വിവരിച്ചതിനു ശേഷം, നമ്പൂതിരിമാർ നിർബ്ബന്ധമായും വക്കീൽപ്രവൃത്തി ഏറ്റെടുക്കണമെന്നാണ് ആ പ്രബന്ധത്തിൽ ഇ എം എസ് വാദിക്കുന്നത്. 1928 ൽ എഴുതിയ 'നമ്പൂതിരി സമുദായവും പ്രത്യേകതകളും' എന്ന പ്രബന്ധം യോഗക്ഷേമസഭയ്ക്കകത്ത് ആശയസമരത്തിന് തീവ്രത പകർന്ന പ്രബന്ധമാണ്. ആഢ്യത്വം വലിച്ചെറിയാനാണത് ആഹ്വാനം ചെയ്തത്. ഇതേ ആശയംതന്നെയാണ് പിന്നീടങ്ങോട്ട്, യോഗക്ഷേമസഭയ്ക്കകത്ത് വ്യത്യസ്തരീതിയിൽ കുതറിനിന്നത്. ഇതേ ആശയംതന്നെയാണ് പിന്നീട് മുത്തിരിങ്ങോട് ഭവത്രാതൻ നമ്പൂതിരിപ്പാടിന്റെ *അപ്ഫന്റെ മകൾ* എന്ന

നോവലിൽ 'ആഢ്യത്വമെന്നാൽ അധഃപതനമാണ്' എന്നൊരു താക്കോൽവാക്യമായി കത്തിക്കയറിയത്. ഇന്നും കൊളോണിയൽ സവർണ്ണ അധികാരഘടനയെ ആ കൊച്ചുവാക്യം വല്ലാതെ പ്രകോപിപ്പിക്കുന്നതായാണ് അനുഭവം.

'കുളിക്കാൻ കുളം, ഉണ്ണാൻ ഊട്ടുപുര, ചേക്കേറാൻ മണിയറ'- ഇത്രയുമായാൽ നമ്പൂതിരി പരമസംതൃപ്തനായി. ചതുരംഗം, ശീട്ടുകളി, സമസ്യാപൂരണം, അക്ഷരശ്ലോകമത്സരം, ഓത്തൂട്ട്, എട്ടുവാരം, കൂത്ത്, കൂടിയാട്ടം, ആട്ടക്കഥ, പത്മനാഭസ്വാമീക്ഷേത്രത്തിൽ ഒരു മുറജപവും - അതാണ് പൂർണ്ണബ്രാഹ്മണ്യം.' (വി ടി ധർമ്മനീതിയുടെ ശംഖധ്വനി: സി ആർ കേശവൻവൈദ്യർ, വി ടി ഒരു ഇതിഹാസം സമ്പാദകൻ പാലക്കീഴ്നാരായണൻ) മേൽച്ചൊന്ന 'പൂർണ്ണബ്രാഹ്മണ്യ'ത്തെ പൊളിക്കുന്നതിനാണ് 'നമ്പൂതിരിയുവജന സഖ്യം നേതൃത്വം നല്കിയത്.'

ആഢ്യത്വമെന്നാൽ അധഃപതനമാണെന്ന്, അതിന്റെ സർവ്വസൗകര്യങ്ങളും അനുഭവിക്കുന്ന ജനാധിപത്യവാദികൾക്ക്, സ്വന്തം ജീവിതത്തെ പ്രകാശവത്താകുംവിധം, അരനൂറ്റാണ്ടിനുമുമ്പ് പ്രഖ്യാപിക്കാൻ കഴിഞ്ഞു. എന്നാലിന്നും ആഢ്യത്വത്തെ അപകടപ്പെടുത്തുന്ന പ്രാഥമിക ആശയങ്ങളെപ്പോലും വെച്ചുപൊറുപ്പിക്കാത്ത 'നവയാഥാസ്ഥിതികത്വ'മാണ് മാധ്യമങ്ങളിൽ മേൽക്കൈ സ്ഥാപിക്കുന്നത്.

കേരളത്തിൽ, കീഴാളനവോത്ഥാനം ശക്തമായ ചുവടുവെപ്പുകൾ നടത്തിക്കഴിഞ്ഞ്, പതിറ്റാണ്ടുകൾ പിന്നിട്ടശേഷമാണ്, സവർണ്ണനവോത്ഥാന പ്രസ്ഥാനങ്ങളൊക്കെയും രൂപംകൊണ്ടത്. കേരളത്തെ കീഴ്മേൽ മറിച്ച കീഴാളനവോത്ഥാന സമരങ്ങളുമായി താരതമ്യപ്പെടുത്തിയാൽ വളരെ ചെറിയൊരു കാര്യപരിപാടിയുമായിട്ടാണ് സവർണ്ണ നവോത്ഥാന പ്രസ്ഥാനങ്ങൾ രൂപംകൊണ്ടതെന്ന് മനസ്സിലാക്കാൻ കഴിയും.

സഭയുടെ ലക്ഷ്യം എന്തായിരുന്നു? സഭയുടെ ആദ്യകാലപരിപാടി എന്തെല്ലാമായിരുന്നു? എന്നീ ചോദ്യങ്ങളോട് പ്രതികരിച്ചുകൊണ്ട് വി ടി പറഞ്ഞു:

> താല്ക്കാലിക ലക്ഷ്യം ഊരായ്മവഴക്കുകൾ അവസാനിപ്പിക്കുക, അതുപോലെ കുടിയാന്റെ വീട്ടിൽപോയി തേക്ക് വെട്ടിക്കൊണ്ടുവരുന്നത് വിലക്കിക്കൊണ്ടുള്ള നിയമത്തിൽ പ്രതിഷേധിക്കുക എന്നിവയായിരുന്നു. ജന്മിയുടെ സ്വാധീനം കാണെക്കാണെ കുറഞ്ഞുവരുന്നത് തടയാനും അതിനൊരു നിവാരണമാർഗ്ഗം ആരായാനുമായിരുന്നു കൂടിയാലോചനകൾ അധികവും ഉണ്ടായിരുന്നത്.
>
> യോഗം കൂടുക, പ്രമേയം പാസാക്കുക എന്നതായിരുന്നു ആദ്യകാല പരിപാടി. പിന്നെ ഈശ്വരവിശ്വാസം. ഈശ്വരവിശ്വാസം എന്നാൽ ആത്മീയമായിട്ട് ഒന്നുമില്ല. സാമൂഹ്യക്ഷയം സംഭവിക്കുന്നത് ഈശ്വരാരാധന, പൂജ, സന്ധ്യാവന്ദനം എന്നിവ മുടക്കിയതുകൊണ്ടാവുമോ എന്നൊരു ചിന്ത ഉയർന്നുവന്നു. എല്ലാ ഇല്ലങ്ങളിലും

ഇതൊക്കെ നിലനിർത്തണം എന്നൊരു പ്രമേയം പാസാക്കി. (മുഖാമുഖം: വി ടി ഇവിടെയുണ്ട്)

സാമൂഹികഘടന അഴിച്ചുപണിയുകയെന്ന കാഴ്ചപ്പാട് ആദ്യഘട്ടത്തിൽ യോഗക്ഷേമസഭ മുന്നോട്ടുവെച്ചിരുന്നില്ല. എന്നാൽ ഒന്നാംഘട്ടം പിന്നിട്ട്, 1919 ൽ നമ്പൂതിരി യുവജനസംഘം രൂപംകൊള്ളുന്നതോടുകൂടിയാണ് സാമൂഹികപ്രശ്നങ്ങളിൽ സജീവമായി സംവദിക്കാൻ, അതൊരു പരിധിവരെ സന്നദ്ധമാവുന്നത്. മറ്റൊരു വിധത്തിൽ പറഞ്ഞാൽ, 'കീഴാളനവോത്ഥാനം' സൃഷ്ടിച്ച പലവിധത്തിലുള്ള സമ്മർദ്ദങ്ങളുടെകൂടി സൃഷ്ടിയാണ് 'സവർണ്ണ നവോത്ഥാനം'.

നമ്മുടെ നവോത്ഥാനത്തിന്റെ പ്രധാനപ്പെട്ട രണ്ടു ധാരയും-സവർണ്ണ ധാരയും അവർണ്ണധാരയും- വേറിട്ടുനില്ക്കുകയല്ല, മറിച്ച് അവ പരസ്പരം കൈ കൊടുത്തിട്ടുണ്ട്. പരസ്പരം ആശ്ലേഷിച്ചിട്ടുണ്ട്. എങ്ങനെയാണിത് സാദ്ധ്യമായത് എന്ന ചോദ്യത്തിന്, 'സമര'ത്തിലൂടെ എന്നൊരൊറ്റ ഉത്തരം മാത്രമാണുള്ളത്. കീഴാള സമൂഹങ്ങൾക്ക്, അധികാരവ്യവസ്ഥക്കെതിരെയുള്ള ഒരൊറ്റ സമരത്തിലൂടെ മാറാൻ കഴിയുമ്പോൾ, സവർണ്ണ സമൂഹങ്ങൾക്ക് ഒരേസമയം, ഇരട്ട സമരത്തിലൂടെ കടന്നുപോകാതെ സ്വയം മാറാൻ കഴിയില്ല. കാരണം, 'സവർണ്ണത' സ്വയം ഒരധികാരശക്തിയാണ്. സവർണ്ണത നടത്തേണ്ട 'ഇരട്ടസമര'ത്തെയാണ് ഇ എം എസ് കീഴാളവല്ക്കരണം എന്ന അർത്ഥത്തിൽ 'ഡീക്ലാസിഫിക്കേഷൻ' എന്നു വിളിച്ചത്. മേലാള സമൂഹത്തിൽ ജീവിക്കുന്ന ഒരാൾക്ക്, ക്ലേശകരമായൊരു ആന്തരിക സമരത്തിലൂടെ കടന്നുപോകാതെ കീഴാള സമൂഹങ്ങളുമായി സാംസ്കാരിക ഐക്യം സൂക്ഷ്മാർത്ഥത്തിൽ സാദ്ധ്യമാവുകയില്ല. ഇ എം എസ് ഉപയോഗിച്ച 'ദത്തുപുത്രൻ' എന്ന പ്രയോഗം ഇവിടെയാണ് പ്രസക്തമാകുന്നത്. ഒളിവുജീവിതകാലയളവിലാണ് അതുവരെ തനിക്കന്യമായിരുന്ന കീഴാളജീവിതം പ്രകടമാംവിധം ഇ എം എസ് അനുഭവിക്കുന്നത്. ഇ എം എസും ആ കാലഘട്ടത്തിൽ ജീവിച്ച സവർണ്ണ സമൂഹത്തിലെ ജനാധിത്യവാദികളും അകത്തും പുറത്തും സമരം നയിച്ചാണ് മാറാൻ ശ്രമിച്ചത്. ആഢ്യസമൂഹത്തിന്റെ 'പ്രത്യേകപദവികൾ' ഭാഗികമായെങ്കിലും ഉപേക്ഷിച്ചുകൊണ്ടാണവർ ജനസമൂഹത്തിന്റെ ഭാഗമായി മാറിയത്.

രണ്ട്

പാറശ്ശാലാഹോസ്റ്റലിലെ വിദ്യാർത്ഥികൾക്കു ചിലപ്പോൾ സ്വാമിയുടെ വകയായി ഒരു സദ്യകൊടുക്കാറുണ്ട്. വിവിധ ജാതിമതസ്ഥരായ വിദ്യാർത്ഥികൾ ഒരുമിച്ചിരുന്നാണ് ഭക്ഷണം കഴിക്കുന്നതെന്നു പറയേണ്ടതില്ലല്ലോ. ഒരു തവണ സദ്യക്ക് എന്നെയും ആശ്രമാധികാരികൾ ക്ഷണിച്ചു. അക്കാലത്തെ സ്ഥിതിക്ക്, ഞാൻ

> ക്ഷണം സ്വീകരിക്കുമോ എന്ന് അവർക്ക് സംശയമുണ്ടായിരുന്നു. അന്നു മിശ്രഭോജനം അക്ഷന്തവ്യമായ ആചാരലംഘനമായിട്ടാണ് സവർണ്ണഹിന്ദുക്കൾ കരുതിയിരുന്നത്. ഒരു യാഥാസ്ഥിതിക കുടുംബത്തിൽ ജനിച്ചുവളർന്ന് അതുവരെ ലോകം കാണാത്ത മട്ടിൽ കഴിഞ്ഞുകൂടിയ എനിക്കും അല്പം ശങ്കതോന്നാതിരുന്നില്ല. എങ്കിലും ഒട്ടും മടിക്കാതെ ഞാൻ ഉണ്ണാൻ ചെന്നു. പറയൻ, പുലയൻ, നായർ, ഈഴവൻ, ക്രിസ്ത്യാനി ഇങ്ങനെ ബ്രാഹ്മണരൊഴിച്ചെല്ലാവരും നിരന്നിരുന്ന പന്തിയിൽ സ്വാമി അഗ്രാസനസ്ഥനായി. തൊട്ടടുത്തുതന്നെ എനിക്കും ഇലയിട്ടിരുന്നു. വിളമ്പുതുടങ്ങിയപ്പോൾ അദ്ദേഹം എന്നെനോക്കി തികഞ്ഞ ഗൗരവത്തോടെ 'പോയോ' എന്നുമാത്രം ചോദിച്ചു. എനിക്കൊരു പിടിയും കിട്ടിയില്ല. ഒന്നും മിണ്ടാതെ ഞാൻ അല്പമൊന്നമ്പരന്നു മിഴിച്ചിരുന്നുപോയി. അതുകണ്ട് ഒരു ചെറിയ പുഞ്ചിരിയോടെ അദ്ദേഹം 'എല്ലാം പോയോ' എന്നു വീണ്ടും ചോദിച്ചു. അപ്പോഴേക്കും എന്നിലെങ്ങനെയോ ചോദ്യത്തിന്റെ പൊരുൾ തെളിഞ്ഞു. 'എല്ലാം പോയി സ്വാമി' എന്നു പതിഞ്ഞ സ്വരത്തിൽ ഞാൻ വിനീതനായി അറിയിച്ചു. ജാതിസംബന്ധമായ ശങ്കയും വൈമനസ്യവുമെല്ലാം പോയോ എന്നായിരുന്നു ചോദ്യത്തിലെ ധ്വനി. പാരമ്പര്യത്തിൽ കട്ടപിടിച്ചുകിടക്കുന്ന ജാതിക്കറ തീരെ മാഞ്ഞുപോകുക അന്ന് എളുപ്പമല്ലല്ലോ. എന്റെ ആദ്യത്തെ മിശ്രഭോജനമായിരുന്നു അത്. ശ്രീനാരായണഗുരുവിന്റെ മഹനീയ സന്നിധാനത്തിൽ അന്നു ഞാൻ ആദ്യമായി മനുഷ്യജാതിയെ കണ്ടെത്തി. (സ്മരണ മഞ്ജരി: കുറ്റിപ്പുഴ കൃഷ്ണപിള്ള)

മോര് വാങ്ങാൻ വരുന്നവർ പാത്രവും കാശും പ്ലാവിൻചോട്ടിൽ വെച്ച് മാറിനില്ക്കും. മോരും കിണ്ടിയിൽ വെള്ളവുമായി വരും. കാശിന്റെ മേൽ വെള്ളമൊഴിച്ച് കാശ് ശുദ്ധമാക്കും! ഒരു ദിവസം കേശവൻ കാശ് കൈയിൽ വാങ്ങി. 'അയ്യോ ചേച്ചീ, ഇത് കണ്ടോ', കണ്ടവരെല്ലാം അയ്യോ എന്ന് നിലവിളിച്ചു. 'മോര് കൊടുത്തേച്ച്, മോൻ കൊളത്തിച്ചെന്ന് ഒന്ന് മുങ്ങിപ്പോരണേ' (കാർത്ത്യായനിയമ്മ). 'ചെറുക്കൻ ഇനി വല്ലോരേം കൊന്നേച്ചുവന്നാ, ഈ അമ്മ ചിരിക്ക്യേള്ളൂ'. 'അവൻ കൊച്ചല്ലേ, അവൻ ആ കലം ഒന്നിങ്ങോട്ടെടുത്തോണ്ട് വന്നേന്, ആകാശം പൊട്ടിവീഴൊറ്റെ ചെയ്യോ?' കുഞ്ഞിക്കുട്ടിയമ്മ ദൃഢസ്വരത്തിൽ പറഞ്ഞു: 'പൊട്ടിവീഴും, അയിത്തോം ജാതീം ഇല്ലാണ്ടായാപ്പിന്നെ, ആകാശം പൊട്ടിവീഴാണ്ടിരിക്ക്യോ.' 'വീഴാണെങ്കി, ഞാൻ താങ്ങി നിർത്തിക്കോളാം.' കാർത്ത്യായനിയമ്മ കൂസലില്ലാതെ പറഞ്ഞു. (എതിർപ്പ്: പി കേശവദേവ്).

ഒരിക്കൽ ഒരു യോഗത്തിനുമുമ്പ് അപ്പച്ചൻ മൂന്ന് അടുപ്പുകല്ലുകൾ നാട്ടി. അതിലൊരു വലിയ പാത്രം വെച്ചു. പറയരെ വിളിച്ചു. അതിലേക്ക് വെള്ളമൊഴിക്കാൻ പറഞ്ഞു. പറയർ വെള്ളമൊഴിച്ചു. പുലയരെ വിളിച്ചു.

വെള്ളമൊഴിക്കാൻ പറഞ്ഞു. അവരും വെള്ളമൊഴിച്ചു. അങ്ങനെ ഓരോ ജാതിക്കാരെയും പേർ ചൊല്ലി വിളിച്ചു. അവരോടെല്ലാം വെള്ളമൊഴി ക്കാൻ പറഞ്ഞു. അവരെല്ലാം വെള്ളമൊഴിച്ചു. വീണ്ടും ആദിമുതൽ ഓരോ ജാതിക്കാരെയും പേർചൊല്ലി വിളിച്ചു. അവരവർ ഒഴിച്ചവെള്ളം തിരിച്ചെ ടുക്കാൻ പറഞ്ഞു. അവരെല്ലാം ആകെ കുഴങ്ങിപ്പോയി. അപ്പച്ചൻ അവരെ മത്തങ്ങാത്തലയന്മാർ എന്നും റൊട്ടിത്തലയന്മാർ എന്നും വിളിച്ച് കളി യാക്കി. അന്നുവൈകിട്ടൊരു ഗംഭീരയോഗം നടന്നു. യോഗം കഴിഞ്ഞു. അപ്പച്ചൻ വീണ്ടും അടുപ്പുകല്ലിൽ പാത്രം വെച്ചു. ഓരോജാതിക്കാരെയും പേർചൊല്ലി വിളിച്ചു. ആരും വിളി കേട്ടില്ല. ഓരോ ജാതിക്കാരോടും പാത്ര ത്തിലേക്ക് വെള്ളമൊഴിക്കാൻ പറഞ്ഞു. ആരും ഒഴിച്ചില്ല. അപ്പച്ചൻ ഒരു വരി പാട്ട്പാടി. 'ജാതിവ്യത്യാസം കക്ഷിപിണക്കവും ആകെത്തകർക്കുന്ന പന്തിയിത്.' എല്ലാവരും ഏറ്റുപാടി. (*പ്രത്യക്ഷരക്ഷാദൈവസഭ: ഓർമ്മ പ്പാട്ട് ചരിത്രരേഖകൾ: സമാഹരണവും സംശോധിതക്കുറിപ്പുകളും:* വി വി സ്വാമി, ഇ വി അനിൽ)

മേൽ സൂചിപ്പിച്ച രണ്ട് ചരിത്ര സംഭവങ്ങളും സവർണ്ണാധികാരം സ്വന്തം അന്തസ്സ് ദൃഢപ്പെടുത്താൻ സൃഷ്ടിച്ച "ജാതിസന്ദർഭങ്ങൾ" ആക്രമണ വിധേയമാകുന്നതിന്റെ വ്യത്യസ്താനുഭവങ്ങളാണ് യഥാക്രമം പങ്കുവെക്കുന്നത്. ഒന്നാമത്തേതിൽ ജാതി പതുക്കെ മരിക്കുമ്പോൾ രണ്ടാ മത്തേതിൽ അതിന് പഴയതുപോലെ പ്രതാപത്തോടെ ജീവിക്കാനാ വാതെ വരുംവിധം സന്ദർഭങ്ങൾ മാറുന്നതാണ് ആവിഷ്കൃതമാകുന്നത്.

ദയാനന്ദസരസ്വതി 'സത്യാർത്ഥ'പ്രകാശത്തിൽ ഒരു യജമാന നെയും ഭൃത്യനെയും പരിചയപ്പെടുത്തുന്നുണ്ട്. 'ഹേ ഭൃത്യാ ത്വം സൈന്ധവമാനയ' എന്ന് യജമാനൻ ഭൃത്യനോടു പറയുന്നു. 'സൈന്ധവം' കൊണ്ടുവരാനാണ് ഭൃത്യനോട് യജമാനൻ ആവശ്യപ്പെ ടുന്നത്. എന്നാൽ 'സൈന്ധവ'ത്തിന് 'ഉപ്പ്' എന്നും കുതിര എന്നും അർത്ഥമുണ്ട്. ഭക്ഷണം കഴിക്കുന്ന സമയത്താണെങ്കിൽ ഉപ്പും, യാത്ര യുടെ നേരത്താണെങ്കിൽ കുതിരയെയുമാണ് കൊണ്ടുവരുന്നതെങ്കിൽ ഭൃത്യന് സന്ദർഭജ്ഞാനമുണ്ടെന്നും, അതിന് വിരുദ്ധമായി, ഭക്ഷണസമ യത്ത് കുതിരയെയും യാത്രയുടെ നേരത്ത് ഉപ്പും കൊണ്ടു വന്നാൽ അവൻ വെറും മൂഢനാണെന്നും അദ്ദേഹം വിവരിക്കുന്നു. പ്രത്യക്ഷത്തിൽ ആർക്കും സമ്മതമാവുംവിധമുള്ള ഒരു നിരുപദ്രവകരമായ വിവരണം തന്നെയാണിത്. എന്നാൽ യജമാന-ഭൃത്യ ബന്ധം കീഴ്മേൽ മറിയു ന്നൊരു കാലത്ത്, ഈയൊരു വിവരണം വിണ്ടുകീറും. നിരന്തരം പീഡന മേല്ക്കുന്ന ഭൃത്യൻ സ്വന്തം വിമോചനം സ്വപ്നം കാണാൻ തുടങ്ങു മ്പോൾ, യജമാനന്റെ സൗകര്യം ദൃഢപ്പെടുത്തുന്ന ഒരു സന്ദർഭത്തോട്, ഭൃത്യനെപ്പോഴും 'സഹകരിച്ചുകൊള്ളണമെന്നില്ല'. അവൻ ഭക്ഷണസമ യത്ത് കുതിരയെക്കൊണ്ടുവന്ന് സ്വന്തം പ്രതിഷേധം രേഖപ്പെടുത്തും. അതോടെ യജമാനൻ മൂഢനാകും! കീഴാളർ എല്ലാക്കാലത്തും, അധി കാരത്താൽ നല്കപ്പെട്ട സന്ദർഭങ്ങൾക്കൊത്തവിധം, അധികാരം നിർദ്ദേ

ശിക്കുംവിധം പ്രവർത്തിക്കണമെന്ന് ആഗ്രഹിക്കുന്നവരൊക്കെയും അതോടെ അസ്വസ്ഥരാകും.

നാടുവാഴിത്തത്തിൽ ഏറ്റവുംകൂടുതൽ പീഡനത്തിന് ഇരയായത് അധഃസ്ഥിതരാണ്. നാടുവാഴിത്തത്തിന്റെ സൗകര്യങ്ങൾ അനുഭവിച്ചുകൊണ്ടാണ് സവർണ്ണസമൂഹങ്ങൾ വളർന്നു വന്നത്. സവർണ്ണരിൽ ചിലർ സാമ്പത്തിക പരാധീനതകൾ അനുഭവിച്ചിരുന്നപ്പോൾപോലും പൊതുവിൽ അവർക്ക് സാമൂഹ്യമായ പീഡനങ്ങൾ അനുഭവിക്കേണ്ടി വന്നിട്ടില്ല. പക്ഷേ, അവർണ്ണസമൂഹങ്ങൾ സാമ്പത്തികവും സാമൂഹികവും സാംസ്കാരികവുമായി സമ്പൂർണ്ണമായ അന്യവല്ക്കരണമാണ് അനുഭവിച്ചത്. അന്യവല്ക്കരണത്തിന്റെ ആഴം, ഹൃദയത്തെ പൊള്ളിക്കുംവിധമുള്ള പാട്ടിലൂടെ മലയാളിയെ അസ്വസ്ഥപ്പെടുത്തുംവിധം ആവിഷ്കരിച്ചത് പൊയ്കയിൽ അപ്പച്ചനെന്നറിയപ്പെടുന്ന കുമാരഗുരുവാണ്. കണ്ണീരിൽ കലങ്ങിയ മുലപ്പാലും, കാണാത്ത ചോര കലർന്ന ചോറും ചേർന്നുണ്ടായ വേർപാടിന്റെ നിത്യമുദ്രകൾ ആ പാട്ടുകളിൽനിന്നും ഇന്നും നിലവിളിക്കുന്നു.

മൂന്ന്

നവോത്ഥാനമൂല്യങ്ങൾ സ്വാംശീകരിച്ച ഇരുവിഭാഗങ്ങളും പൊതുവിൽ മാറ്റം ആഗ്രഹിച്ചു. മുതലാളിത്ത ലോകത്തിലേക്ക് കടക്കുന്നതിന്റെ ഭാഗമായി നാടുവാഴിത്തത്തിന്റെ ചില ജീർണ്ണതകൾ തുടച്ചുമാറ്റാനാണ് സവർണ്ണർ ശ്രമിച്ചത്. നമ്പൂതിരി നവോത്ഥാനസംഘടനയായ യോഗക്ഷേമസഭയുടെ കാര്യപരിപാടികളിൽ ഇംഗ്ലീഷ് വിദ്യാഭ്യാസം, സ്ത്രീസ്വാതന്ത്ര്യം, വ്യവസായം തുടങ്ങിയവയ്ക്കായിരുന്നു പ്രാധാന്യം. അവർക്ക് പുതിയ സാമൂഹ്യക്രമത്തിലേക്ക് കടക്കാൻ നാടുവാഴിത്തത്തിന്റെ വിലങ്ങുകൾ പൊട്ടിക്കേണ്ടിയിരുന്നു. പ്രസ്തുത ചങ്ങല പൊട്ടിക്കാനവർ ശ്രമിച്ചത് കൂടുതൽ ഉയരങ്ങളിലേക്കെത്താൻ വേണ്ടിയായിരുന്നു. അധഃസ്ഥിതരെ സംബന്ധിച്ചിടത്തോളം നവോത്ഥാനം പ്രാഥമികമായും നിലനില്പിന്റെ പ്രശ്നമായിരുന്നു. കാരണം, അവരുടെ മനസ്സും ശരീരവും ചങ്ങലകൾക്കിടയിലായിരുന്നു. പ്രാഥമിക അസ്തിത്വമായിരുന്നു അധഃകൃതരുടെ പ്രശ്നം. അഭിവൃദ്ധിയും വളർച്ചയുമായിരുന്നു സവർണ്ണരുടെ പ്രശ്നം. രാജാ റാംമോഹൻ റോയിയുടെ പ്രസ്ഥാനത്തെത്തന്നെ പരിശോധിക്കുക. 'ഭദ്രലോകർ' എന്നാണ് അതിനെ പൊതുവിൽ വിളിച്ചിരുന്നത്. അവരുടെ ലോകം പഴയ ലോകവീക്ഷണത്തിന്റെ കണ്ണിൽ പൂർണ്ണമായും ഭദ്രമായിരുന്നു. ഇടത്തരക്കാരുടെ ലോകമായിരുന്നു അത്. അവർക്കതു കൂടുതൽ മെച്ചപ്പെടുത്തണം. തകർന്നുകൊണ്ടിരിക്കുന്ന നാടുവാഴിത്തത്തിന്റെയും വളർന്നുവരുന്ന മുതലാളിത്തത്തിന്റെയും ഇടയിലുള്ള സാമൂഹ്യവിഭാഗം എന്ന നിലയിലാണ് മദ്ധ്യവർഗ്ഗം നിലവിൽ വന്നത്. അവർ ഒരു പരിധിവരെ സമരോത്സുകരായിരുന്നു. ഇങ്ങനെ

സമരോത്സുകമായൊരു മദ്ധ്യവർഗ്ഗ നേതൃത്വത്തിലാണ് സവർണ്ണനവോത്ഥാനം രൂപംകൊണ്ടത്. അതിന്റെ നേതൃത്വത്തിലും അണികളിലും വൻതോതിൽ അണിനിരന്നത് ഇടത്തരക്കാരായിരുന്നു. കീഴാളനവോത്ഥാനപ്രസ്ഥാനങ്ങൾക്ക് കീഴിൽ അണിനിരന്നവർ പരിപൂർണ്ണമായും അടിത്തട്ടിലുള്ള ജനതയായിരുന്നു. അതിന്റെ നേതൃത്വം അധഃസ്ഥിതർക്കിടയിൽനിന്നുതന്നെ കൊളോണിയൽ വിദ്യാഭ്യാസത്തിന്റെ ഭാഗമായി ഉയർന്നുവന്ന ഇടത്തരക്കാർക്കായിരുന്നു. ഇംഗ്ലീഷുകാർ ഇവിടെ വന്നില്ലായിരുന്നെങ്കിൽ ഇന്ത്യയിലെ അധഃസ്ഥിതർക്കിടയിൽനിന്ന് ഇത്രവേഗം ഒരു നവോത്ഥാനപ്രസ്ഥാനം ഉണ്ടാകുമായിരുന്നോ എന്നത് ഇന്നും സംശയാസ്പദമാണ്. ഇംഗ്ലീഷുകാർ വന്നതിനുശേഷമാണ് കൊളോണിയൽ ആധുനികതയ്ക്കനുസൃതമായ വിദ്യാഭ്യാസവും നിയമവും പട്ടാളവുമുണ്ടായത്.

ഇങ്ങനെ ബ്രിട്ടീഷ് ആഗമനത്തിനുശേഷം ഉയർന്നുവന്ന പുതിയ തൊഴിലുകളിലേക്ക് പ്രവേശനം ലഭിച്ച അധഃസ്ഥിതരാണ് കീഴാള നവോത്ഥാനത്തിന്റെ ഊർജ്ജത്തിന്റെ ഉറവിടമായി മാറിയത്. അധഃസ്ഥിത നവോത്ഥാനവും മേലാളനവോത്ഥാനവും നാടുവാഴിത്തത്തിനെതിരാണ് എന്ന അർത്ഥത്തിൽ ബൃഹത്തായ നവോത്ഥാനത്തിന്റെ ഭാഗമാണ്. എന്നാൽ നവോത്ഥാനത്തെക്കുറിച്ചുള്ള നമ്മുടെ അന്വേഷണങ്ങളിൽ ഈ വിരുദ്ധധാരകളുടെ വൈരുദ്ധ്യാത്മകമായ വ്യാകരണം വികസിപ്പിക്കപ്പെട്ടിട്ടില്ല. സവർണ്ണനവോത്ഥാനത്തിന്റെ മാതൃകയിലേക്ക് കീഴാളനവോത്ഥാനം വെട്ടിച്ചുരുക്കപ്പെടുകയാണുണ്ടായത്. അതായത്, സവർണ്ണനവോത്ഥാനത്തിനു വിധേയപ്പെട്ടുകൊണ്ടാണ് കീഴാളനവോത്ഥാനത്തെക്കുറിച്ചുള്ള അന്വേഷണങ്ങളത്രയും മുന്നോട്ടു പോയത്. രണ്ടിന്റെയും പശ്ചാത്തലം രണ്ടായതുകൊണ്ടും നയപരിപാടികൾ വ്യത്യസ്തമായതുകൊണ്ടും രണ്ടും രണ്ടായിത്തന്നെ വിശദീകരിക്കപ്പെടേണ്ടതുണ്ടായിരുന്നു. ഒരു പ്രത്യേക ചരിത്രസന്ദർഭത്തിൽ ഉയർന്നുവന്നത് എന്ന അർത്ഥത്തിൽ അവ തമ്മിലുള്ള ബന്ധത്തെ ഉയർന്ന ഒരു തലത്തിൽവെച്ച് പിന്നീട് കണ്ടെത്തുകയും ചെയ്യേണ്ടതുണ്ടായിരുന്നു.

അദ്ധ്വാനത്തെ കേന്ദ്രമാക്കി വളർന്നുവന്നതായിരുന്നു അധഃസ്ഥിത നവോത്ഥാനം. ഇന്നത്തെപ്പോലുള്ള സിദ്ധാന്തങ്ങളൊന്നും രൂപപ്പെട്ടിട്ടില്ലാത്തതുകൊണ്ടും സിദ്ധാന്തത്തിന്റെ ലോകത്തേക്ക് അധഃസ്ഥിതർക്ക് കടന്നുവരാൻ ചരിത്രപരമായ കാരണങ്ങൾകൊണ്ടു തന്നെ കഴിയാതെ പോയതുകൊണ്ടും കീഴാളനവോത്ഥാനത്തെ ഒരു സമ്പൂർണ്ണ സൈദ്ധാന്തിക പദ്ധതിയായി ആവിഷ്കരിക്കാൻ അന്നതിന് നേതൃത്വം നല്കിയവർക്ക് കഴിഞ്ഞില്ല. അതുകൊണ്ടുതന്നെ അവരുടെ സിദ്ധാന്തം പ്രയോഗത്തിലൂടെയാണ് പ്രവർത്തിച്ചത്. ഉദാഹരണത്തിന് അയ്യങ്കാളിയും കൂട്ടരും വഴിനടക്കാൻ അവകാശമില്ലാത്ത വഴിയിലൂടെ നടക്കുകയും തടയാൻ വരുന്നവരെ അവിടെവെച്ച് നേരിടുകയുമാണ് ചെയ്തത്. സവർണ്ണ നവോത്ഥാനം വളരെക്കാലത്തെ ആശയപ്രചാരണത്തിലൂടെയാണ്

പതുക്കെ പ്രയോഗത്തിലേക്കു വന്നതെങ്കിൽ, അവർണ്ണ നവോത്ഥാനം പ്രയോഗത്തിലൂടെ ആശയത്തിന്റെ ലോകം തുറക്കുകയായിരുന്നു.

നാല്

നവോത്ഥാനത്തിന്റെ പശ്ചാത്തലം നാടുവാഴിത്തത്തിൽനിന്ന് മുതലാളിത്തത്തിലേക്കുള്ള പരിവർത്തനമാണ്. ഇവിടെ സ്വതന്ത്രമുതലാളിത്തം വളർന്നുവരുന്നത് തടയുകയാണ് കൊളോണിയൽ ആധിപത്യം ചെയ്തത്. സ്വതന്ത്രമുതലാളിത്ത രൂപീകരണത്തിന്റെ നേരിയ ചലനങ്ങൾ മുഗൾ കാലഘട്ടത്തിൽത്തന്നെ ഇന്ത്യയിൽ ആരംഭിച്ചിരുന്നു. അതിന്റെ ഭാഗമായി ജാതിയുടെയും മതത്തിന്റെയും മണ്ഡലത്തിൽ ചെറിയ ചെറിയ പ്രതിരോധങ്ങളും രൂപപ്പെട്ടു. ബ്രിട്ടീഷുകാരുടെ കാലത്തെ പ്രതികരണങ്ങൾ ഇവയിൽനിന്നും വ്യത്യസ്തമായിരുന്നു. അതിന്റെ വൈരുദ്ധ്യാത്മകതയാണ് യഥാർത്ഥത്തിൽ 'ബ്രിട്ടീഷുകാരാണ് നമുക്ക് സന്ന്യാസം തന്നത്' എന്ന ഗുരുവിന്റെ പ്രസ്താവനയിൽ ഉള്ളത്. ബ്രിട്ടീഷുകാർ ഇല്ലായിരുന്നുവെങ്കിൽ അധഃസ്ഥിതന്റെ അവസ്ഥ എന്താകുമായിരുന്നു എന്നൊരു ഉൽക്കണ്ഠ അതിലുണ്ട്. അധഃസ്ഥിതർക്ക് അനുകൂലമായിരുന്നു ബ്രിട്ടീഷ് നിലപാടുകൾ എന്നോ അവർ അധഃസ്ഥിതരെ വളർത്തിയെന്നോ അതിന് അർത്ഥമില്ല. മറിച്ച്, നാടുവാഴിത്തത്തിന്റെ കെട്ടുപാടുകൾ അതേപോലെ നിലനിർത്തിക്കൊണ്ട് സാമ്രാജ്യത്വത്തിനു വളരാൻ കഴിയുമായിരുന്നില്ല. ഉദാഹരണമായി, കൃഷിയുടെ മുതലാളിത്തവല്ക്കരണം: അതിന്റെ ഭാഗമായാണ് തോട്ടം കൃഷിയുണ്ടായത്. തോട്ടങ്ങൾ ബ്രിട്ടീഷുകാരുടെ ഏറ്റവും വലിയ മൂലധന നിക്ഷേപകേന്ദ്രങ്ങളായിരുന്നു. തോട്ടങ്ങളിലേക്കുള്ള തൊഴിലാളികളുടെ ലഭ്യതയ്ക്ക് ജാതിവ്യവസ്ഥ തടസ്സമായിരുന്നു. കുലത്തൊഴിലാണ് ജാതിവ്യവസ്ഥയുടെ ഒരു പ്രത്യേകത. ജന്മിമാരുടെയും തമ്പുരാക്കന്മാരുടെയും കീഴിൽ അധഃസ്ഥിതരായ തൊഴിലാളികൾ വീതം വയ്ക്കപ്പെട്ടു കിടക്കുകയുമായിരുന്നു. വസ്തു കൈമാറുമ്പോൾ കുടിയാനും വില്ക്കപ്പെട്ടിരുന്നു. ഭൂമിക്കൊപ്പം കൈമാറ്റം ചെയ്യപ്പെടാനുള്ള ഒരു ചരക്കുമാത്രമായിരുന്നു കുടിയാൻ. കാർഷികമേഖലയിലെ അടിമത്തം അവസാനിപ്പിക്കാതെ തോട്ടം മേഖലയിൽ ആവശ്യമുള്ളത്രയും തൊഴിലാളികളെ കിട്ടുമായിരുന്നില്ല. ജാതിവ്യവസ്ഥയിൽ ചെറിയ മാറ്റങ്ങൾ ഉണ്ടാവേണ്ടത് ബ്രിട്ടീഷുകാരുടെ ആവശ്യമായിരുന്നു. അങ്ങനെയാണ് 1847 ൽ, ബ്രിട്ടീഷുകാർ അടിമത്തം അവസാനിപ്പിച്ചത്. കൃഷി നശിക്കുമെന്നാണ് അന്ന് ജന്മിമാർ പറഞ്ഞത്. നാടുവാഴിത്തത്തിന്റെ അവസ്ഥയിൽ 'നാടുവാഴിത്ത കൃഷി'യെ സംബന്ധിച്ചിടത്തോളം അതു ശരിയുമായിരുന്നു. എന്നാൽ നാടുവാഴിത്തകൃഷി നിലനിർത്തുകയായിരുന്നില്ല, മുതലാളിത്തകൃഷിയിലേക്ക് ജന്മിയുടെ 'കുടിയാന്മാരെ' പറിച്ചെറിയുകയായിരുന്നു ബ്രിട്ടീഷുകാരുടെ ലക്ഷ്യം. ഇങ്ങനെ പരിമിതമായ രീതിയിലാണെങ്കിലും കൊളോ

ണിയൽ ശക്തികൾക്ക് നാടുവാഴിത്ത ഉല്പാദനബന്ധങ്ങളുമായി ഏറ്റു മുട്ടേണ്ടി വന്നിട്ടുണ്ട്. അതിലൂടെ നിലവിൽ വന്ന അന്തരീക്ഷമാണ് അധഃസ്ഥിതർക്ക് പുതിയ ചില സൗകര്യങ്ങൾ ഉണ്ടാക്കിക്കൊടുത്തത്.

അഞ്ച്

വിപ്ലവത്തിന്റെ സത്ത അധിനിവേശവിരുദ്ധ ചിന്തകനായ ഫ്രാൻസ് ഫാനന്റെ കാഴ്ചപ്പാടനുസരിച്ച് അപ്പത്തിനുവേണ്ടി മാത്രമുള്ള സമരമല്ല, മറിച്ച് മനുഷ്യന്റെ ആത്മാഭിമാനം ഉയർത്തിപ്പിടിക്കാനുള്ള സമരമാണ്. തീർച്ചയായും ഇതിൽ അപ്പവും ഉൾപ്പെടും എന്നദ്ദേഹം വ്യക്തമാക്കുന്നുണ്ട്. നീതിയാണ് സൂക്ഷ്മാർത്ഥത്തിൽ വിമോചനപ്രവർത്തനത്തിന്റെ ന്യൂക്ലിയസ്. അതുകൊണ്ടാണ് 'മുതലാളി കാരുണ്യം വെച്ചുനീട്ടി/തൊഴിലാളി നീതിക്കായങ്കംവെട്ടി' എന്ന് മുന്നേതന്നെ ഇടശ്ശേരി പാടിയത്. മനുഷ്യന്റെ വിശപ്പും ദാഹവും മുതലാളിമാരുടെ കാരുണ്യംകൊണ്ടോ കഞ്ഞിപ്പാർച്ചകൊണ്ടോ പരിഹരിക്കപ്പെടേണ്ട പ്രശ്നങ്ങളല്ല. കുപ്പക്കുഴിയിൽനിന്ന് ജന്തുക്കളെപ്പോലെ ആരോ വലിച്ചെറിയുന്ന അവശിഷ്ടങ്ങൾ തിന്നേണ്ടിവരുന്ന മനുഷ്യന്റെ അവസ്ഥ എന്തുമാത്രം സങ്കടകരമാണ്. 'വിശപ്പ്' ഒരു രാഷ്ട്രീയപ്രശ്നമായി മാറുന്ന 'പ്രശ്നപരിസരം' ഇതാണ്. അതുകൊണ്ടാണ് 'അപ്പമോ, ആശയമോ, ശിരസ്സോ, വയറോ' എന്ന പ്രശ്നത്തെ യാന്ത്രികമായി സമീപിക്കുന്ന കാഴ്ചപ്പാടുകളോട് ജനാധിപത്യവാദികൾ കലഹിക്കുന്നത്.

എന്നാൽ 'നീതി ജനങ്ങളുടെ അപ്പമാണ്' എന്ന് പ്രഖ്യാപിച്ചപ്പോൾ ബ്രഹ്ത് ശിരസ്സ്, വയർ ദ്വന്ദ്വത്തെ വൈരുദ്ധ്യാത്മകമായി മറികടക്കുകയായിരുന്നു. സത്യത്തിൽ കേരളത്തിലെ കീഴാളർ നടത്തിയ ഓരോ സമരവും അവരുടെ ആത്മാഭിമാനവും അതോടൊപ്പം മനുഷ്യരാശിയുടെ അന്തസ്സും ആവിഷ്കരിക്കാനുള്ള സമരങ്ങളായിരുന്നു. കേരളീയ നവോത്ഥാനത്തിന്റെ അതിബൃഹത്തായ ചരിത്രം സംഗ്രഹിക്കുക പ്രയാസമാണ്. രീതിശാസ്ത്രപരമായിത്തന്നെ ഇപ്പോൾ നിലവിലുള്ള അവസ്ഥ, പൊളിച്ചെഴുതപ്പെടേണ്ടതുണ്ട്. ഏറ്റവും ചുരുങ്ങിയത്, ആറ് സവിശേഷ സാമൂഹ്യ വിഭാഗങ്ങളെങ്കിലും കേരളത്തിൽ സജീവമാണ്. ആദിവാസികൾ, ദളിതർ, ക്രിസ്ത്യൻ, മുസ്ലീം, സവർണ്ണർ, മതരഹിതർ എന്നിങ്ങനെ ഒരു സാമൂഹ്യ വിഭജനം നവോത്ഥാന വിശകലനങ്ങളിൽ അനിവാര്യമാണ്. എല്ലാ വിഭാഗങ്ങളെയും പൊതുവായി ബാധിക്കുന്ന പ്രശ്നങ്ങളെയും, സവിശേഷ പ്രശ്നങ്ങളെയും വേർതിരിച്ച് അപഗ്രഥിക്കേണ്ടതുണ്ട്. ഒന്നിനെയും മറ്റൊന്നിലേക്ക് വെട്ടിച്ചുരുക്കാനാവാത്തവിധം ഓരോന്നും സങ്കീർണ്ണമാണ്. അതുകൊണ്ടുതന്നെ നവോത്ഥാനത്തിന് 'ഒരൊറ്റ മാതൃക' അസാദ്ധ്യമാക്കും വിധമുള്ള 'മുഖ്യമാതൃകാ സങ്കല്പനം' തിരസ്കരിക്കപ്പെടേണ്ടതുണ്ട്. അങ്ങനെ നോക്കുമ്പോൾ ഒരു കാര്യത്തിലും പല വിഭാഗത്തിൽപ്പെട്ടവരുടെ ഐക്യത്തെപ്പോലും പ്രചോദിപ്പിക്കുന്നത്

വ്യത്യസ്ത തത്ത്വങ്ങളാണെന്ന് തിരിച്ചറിയാൻ കഴിയും. 1852 ൽ തന്നെ മമ്പുറം തങ്ങൾ ആചാരഭാഷയെ വെല്ലുവിളിക്കുന്നുണ്ട്. 'തിരുമേനി' എന്നു വിളിക്കരുതെന്നും ആരുടെയും ഉച്ഛിഷ്ടം ഭക്ഷിക്കരുതെന്നും മറ്റുമുള്ള അദ്ദേഹത്തിന്റെ പ്രഖ്യാപനത്തിനടിസ്ഥാനം 'ഇസ്ലാംമതം' ഉയർത്തിപ്പിടിക്കുന്ന 'തൗഹീദീൽ' (ഏകദൈവവിശ്വാസത്തിൽ) കണ്ടെത്താൻ കഴിയും. 'പടച്ചതമ്പുരാനല്ലാതെ' വേറൊരു 'തമ്പുരാനുമില്ല' എന്ന് മതതത്ത്വം തന്നെയാണ്, ഒരു സവിശേഷ സാമൂഹ്യ സന്ദർഭത്തിൽ മമ്പുറം തങ്ങൾ അമർത്തി പറഞ്ഞത്. എന്നാൽ, ഇതേകാര്യം, 1929 ൽ നമ്പൂതിരി യുവജനസഖ്യം പ്രഖ്യാപിക്കുന്നത് ഏതെങ്കിലും മതതത്ത്വങ്ങളുടെ അടിസ്ഥാനത്തിലല്ല മറിച്ച് ആധുനിക ജനാധിപത്യ കാഴ്ചപ്പാടിന്റെ ഭാഗമായാണ്. 1938 ൽ കർഷകസംഘ്യം 'ആചാര'ഭാഷയെന്ന 'അടിമഭാഷ'ക്കെതിരെ പ്രതികരിക്കാൻ ആഹ്വാനം ചെയ്തത്, 'വർഗ്ഗകാഴ്ചപ്പാടിന്റെ' അടിസ്ഥാനത്തിലാണ്. അടിമത്തത്തിന്റെ അവശിഷ്ടങ്ങളെ 'ത്യജിക്കുന്നതിൽ' പരസ്പരം ഐക്യപ്പെടുമ്പോഴും അവർ പ്രചോദനം കൊള്ളുന്നത് വ്യത്യസ്ത കാഴ്ചപ്പാടുകളിൽനിന്നാണ്. *കേരളീയ നവോത്ഥാനത്തിന്റെ ചരിത്രവും വർത്തമാനവുമെന്ന* ഈ പുസ്തകത്തിൽ, പ്രധാനമായും സവർണ്ണനവോത്ഥാനത്തിന്റെ അതിർത്തികൾ അടയാളപ്പെടുത്താനാണ് ശ്രമിക്കുന്നത്. അതുകൊണ്ടുതന്നെ പ്രസ്തുതപഠനം ആവശ്യമാക്കുംവിധം, 'അവർണ്ണനവോത്ഥാനത്തെ' പരാമർശിക്കുക മാത്രമാണ് ചെയ്യുന്നത്. ആദിവാസി- മുസ്ലീം- ക്രിസ്ത്യൻ നവോത്ഥാനത്തെക്കുറിച്ച് അതുകൊണ്ടുതന്നെ ഇതിൽ കാര്യമായ വിവരണങ്ങളൊന്നും നല്കിയിട്ടില്ല. അവർണ്ണനവോത്ഥാന നായകരിൽത്തന്നെ മുഴുവൻ പേരെയും പരാമർശിച്ചിട്ടില്ല. വൈകുണ്ഡം സ്വാമികൾ, ശ്രീനാരായണഗുരുദേവൻ, ശ്രീകുമാരഗുരുദേവൻ, ചട്ടമ്പി സ്വാമികൾ, അയ്യങ്കാളി, ഡോ. വി വി വേലുക്കുട്ടി അരയൻ എന്നിവരെക്കുറിച്ച് പ്രാഥമിക വിവരങ്ങൾ മാത്രമാണ് ആദ്യഭാഗത്ത് ഉൾപ്പെടുത്തിയിട്ടുള്ളത്. (ഒരു കൊള്ളിയാൻപോലെ കേരളീയ നവോത്ഥാനത്തിന്റെ മേഘാവൃതമായ ആകാശത്തെ പ്രകാശവത്താക്കിയ ആറാട്ടുപുഴ വേലായുധപ്പണിക്കർ (1825-1874) നവോത്ഥാന പ്രവർത്തനം കാരണമായി വധിക്കപ്പെട്ട കേരളത്തിന്റെ ഒരേയൊരു നവോത്ഥാന നായകനാണ്. ശ്രീനാരായണഗുരുവിന് മുമ്പുതന്നെ അദ്ദേഹം അധഃസ്ഥിതർക്കുവേണ്ടി, 'ശിവക്ഷേത്രം' പണിതു. ആഢ്യകലയായ 'കഥകളി'യെ കീഴാള സമൂഹത്തിലേക്ക് കൊണ്ടുവന്നു. ഈഴവ സ്ത്രീകൾക്ക് മൂക്കുത്തി അണിയാനുള്ള അവകാശം സ്ഥാപിക്കാനുള്ള സമരത്തിന് നേതൃത്വം നല്കി. ആറാട്ടുപുഴ വേലായുധപ്പണിക്കരെക്കുറിച്ച് നാമമാത്ര പരാമർശങ്ങളെങ്കിലും ലഭ്യമാണ്. എന്നാൽ, അച്ചടിമഷി പുരളാതെ പോയ നിരവധി 'തിരസ്കൃത പ്രതിഭ'കൾ ഇപ്പോഴും തിരിച്ചറിയപ്പെടാതെ ഇരിക്കുന്നുണ്ടാവും.

'തിരുവിതാംകൂർ പൗരസമത്വവാദ പ്രസ്ഥാനത്തിന്റെ പിതാവ്' എന്ന വിശേഷിപ്പിക്കപ്പെട്ട വൈകുണ്ഠം സ്വാമി (1809-1851), 1836 ൽ 'സമതാ

സമാജം' സ്ഥാപിച്ചു. ഇക്കാലത്തു തന്നെയാണ് കമ്യൂണിസ്റ്റ് ലീഗിന്റെ മുൻഗാമിയായി കണക്കാക്കപ്പെടുന്ന 'സമന്മാരുടെ ലീഗും' രൂപീകരിക്കപ്പെടുന്നതെന്നുള്ളത് യാദൃച്ഛികമാവാം. പക്ഷേ, രണ്ടും സമത്വത്തെയും സാഹോദര്യത്തെയുമാണ് ഉയർത്തിപ്പിടിച്ചത്. 'തലയിൽ കെട്ടിന്' ആത്മാഭിമാനമുയർത്തുന്ന ഒരനുഷ്ഠാനപദവി നല്കിയത് വൈകുണ്ഠം സ്വാമിയാണ്. 1822 മുതൽ ആരംഭിച്ച കേരളീയ സ്ത്രീമുന്നേറ്റ ചരിത്രത്തിന്റെ ഒരാദ്യഗംഭീര ചുവടുവെപ്പെന്ന് തിരിച്ചറിഞ്ഞ 'ചാന്നാർ സ്ത്രീകളുടെ' സമരത്തിന് പ്രചോദനമായത്, വൈകുണ്ഠം സ്വാമികളുടെ പ്രവർത്തനങ്ങളാണ്. വൃക്ഷക്കരം, തലക്കരം തുടങ്ങിയ ജനവിരുദ്ധ നികുതികൾക്കെതിരെ സമരം ചെയ്ത് അദ്ദേഹം ജയിൽ ശിക്ഷ അനുഭവിച്ചു. 1837 ൽ ശുചീന്ദ്രക്ഷേത്ര നിയമം ലംഘിച്ച അദ്ദേഹം, 1851 ൽ സ്വാമിത്തോപ്പ് ക്ഷേത്രത്തിൽ കണ്ണാടി പ്രതിഷ്ഠിച്ചു.

ശ്രീ കുമാരഗുരുദേവൻ(1878-1938) കേരളീയ നവോത്ഥാന ചരിത്രത്തിലെ ഒരു ധീരവിസ്മയ സാന്നിദ്ധ്യമാണ്. അത്രമേൽ അടിച്ചമർത്തപ്പെട്ട ഒരു പീഡിത സമൂഹത്തിന്റെ 'ഭൗതിക-ആത്മീയ' വിമോചകൻ എന്ന അർത്ഥത്തിൽ, കേരളീയ നവോത്ഥാനചരിത്രത്തിൽ അദ്വിതീയമായൊരു സ്ഥാനം എന്നും അദ്ദേഹത്തിനുണ്ടായിരിക്കും. ബൈബിൾ കത്തിക്കുകയും, സ്വയം ദൈവമെന്ന് പ്രഖ്യാപിക്കുകയും ചെയ്തൊരു കീഴാള നവോത്ഥാനപ്രസ്ഥാനത്തെ, ക്രിസ്തുമതത്തിന്റേയോ ഹിന്ദുമതത്തിന്റേയോ ഭാഗമായി ചുരുക്കാനാവില്ല. 'ഹിന്ദുമതത്തിൻ പുറവഴിയേ നമ്മൾ/ അനാഥരെന്നപോൽ സഞ്ചരിച്ചു/ ക്രിസ്തുമതത്തിൻ പുറവഴിയേ നമ്മൾ/ അനാഥരെന്നപോൽ സഞ്ചരിച്ചു/ ഹിന്ദുമതത്തിലും ചേർത്തില്ലല്ലോ നമ്മെ/ ക്രിസ്തുമതത്തിലും ചേർത്തില്ലല്ലോ നമ്മെ. (കുമാരഗുരുദേവൻ)'. ഇത്തരമൊരവസ്ഥയിൽ, അടിമജനതയുടെ ഭൗതികവും ആത്മീയവുമായ ഒരു സ്വതന്ത്രപ്രസ്ഥാനം എന്ന നിലയിലാണ്, പരോക്ഷ 'മോക്ഷ'ത്തെ തള്ളി അരക്ഷിതത്വമനുഭവിക്കുന്ന ഒരു ജനതയുടെ 'പ്രത്യക്ഷരക്ഷ' പ്രഖ്യാപിച്ചുകൊണ്ട് പി ആർ ഡി എസ് പിറക്കുന്നത്.

ഒരു സ്വതന്ത്ര കീഴാളപ്രക്ഷോഭ ആത്മീയപ്രസ്ഥാനം എന്ന നിലയിലാണ്, പി ആർ ഡി എസ് എന്ന ചുരുക്കപ്പേരിലറിയപ്പെടുന്ന 'പ്രത്യക്ഷരക്ഷാദൈവസഭ' തുടക്കംമുതൽതന്നെ പ്രസക്തമാകുന്നത്. ക്രിസ്തുമതവുമായി ചേർന്നുനിന്ന 'പൊയ്കയിൽ യോഹന്നാൻ' അപ്പനില്ലാത്തവരുടെ 'അപ്പനും', കുമാരഗുരുദേവനുമായി മാറിയത്, കേരളചരിത്രത്തിലെ അഭൂതപൂർവ്വമായ ഒരാത്മീയ ഗറില്ലാസമരത്തിന് ശേഷമാണ്. 1910 ൽ ഒരു കോടതിവിചാരണയ്ക്കിടയിൽ യാദൃച്ഛികമായി പരസ്യമാക്കപ്പെട്ട 'പ്രത്യക്ഷരക്ഷാസഭ' എന്ന പേര് സത്യത്തിൽ 1905 മുതൽ പൊയ്കയിൽ അപ്പച്ചൻ ആരംഭിച്ച 'സഞ്ചാരപ്രസംഗത്തിൽ' അവതരിപ്പിച്ച ആശയങ്ങളുടെ, അനിവാര്യമായ പൂർത്തീകരണം എന്ന നിലയിൽ ഇന്ന് നമുക്ക് തിരിച്ചറിയാൻ കഴിയും. പാട്ടുകൊണ്ട്, പ്രായോഗികാർത്ഥത്തിൽ കേരളത്തിൽ ചൂട്ട് കെട്ടിയ ഒരാദ്യപ്രക്ഷോഭ പ്രതിഭയാണ് കുമാര

ഗുരു. മറ്റൊരു നവോത്ഥാന നായകനുമില്ലാത്തവിധം, നിരവധി പ്രത്യേകതകൾ കുമാരഗുരുദേവന്റെ ചരിത്രത്തിൽനിന്നും കണ്ടെടുക്കപ്പെട്ടിട്ടുണ്ട്. കൊമരൻ, കുമാരൻ, യോഹന്നാൻ, പൊയ്കയിൽ ഉപദേശി അപ്പച്ചൻ തുടങ്ങി പന്ത്രണ്ടോളം പേരുകൾ അദ്ദേഹത്തിനുണ്ടായിരുന്നു!

ഒന്നാംലോകമഹായുദ്ധ പശ്ചാത്തലത്തിൽ, 'സമാധാനം, സമാധാനം, ലോകത്തിന് സമാധാനം' എന്ന സാമ്രാജ്യത്വവിരുദ്ധ പ്രചാരണം സംഘടിപ്പിച്ചതിന്റെ പേരിലാണദ്ദേഹം, ജർമ്മൻചാരൻ എന്ന് മുദ്രചാർത്തപ്പെട്ട് തടവിലായത്. കുമാരഗുരുദേവന്റെ നേതൃത്വത്തിൽ നടന്ന, 'മാരങ്കുളം സമാധാനജാഥ' കേരളത്തിൽനടന്ന ആദ്യത്തെ സാർവ്വദേശീയ മാനമുള്ള 'സാമ്രാജ്യത്വവിരുദ്ധ' പ്രതികരണമായിരിക്കണം. 'രക്ഷ പ്രത്യക്ഷമാവണം' എന്ന നിലപാടും, 'അടിമവിഷയം' എന്നൊരു സവിശേഷ സൈദ്ധാന്തിക സംവർഗ്ഗത്തിന് രൂപംനല്കിയതും, സാമൂഹ്യപ്രവർത്തനം സ്വന്തം അദ്ധ്വാനത്തെ ആശ്രയിച്ച് നിർവ്വഹിക്കണമെന്ന നിലപാടും, നിലവിലുള്ള 'ചരിത്രം' കീഴാള തിരസ്കാരത്തിന്റെ ചരിത്രമാണെന്ന തിരിച്ചറിവും, കേരളീയനവോത്ഥാനത്തിന് അദ്ദേഹം നല്കിയ സംഭാവനകളാണ്. 'കാണുന്നില്ലൊരക്ഷരവും/ എന്റെ വംശത്തെപ്പറ്റി/ കാണുന്നുണ്ടനേക വംശത്തിൻ/ ചരിത്രങ്ങൾ' എന്ന കുമാരഗുരുദേവന്റെ കണ്ടെത്തൽ കീഴാളവായനയുടെ ഒരാദ്യ 'കേരളീയ മാനിഫെസ്റ്റോ'യാണ്.

കീഴാളനവോത്ഥാന നായകരുടെ 'ദൈവ' ആവിഷ്കാരവും സവർണ്ണരുടെ ദൈവാധികാര പ്രഖ്യാപനങ്ങളും ഒന്നായിക്കാണുന്നത് ശരിയല്ല. അതുപോലെതന്നെ സവർണ്ണ അന്ധവിശ്വാസത്തെയും അവർണ്ണ അന്ധവിശ്വാസത്തെയും ഒരേ മാനദണ്ഡം മാത്രംവെച്ച് അപഗ്രഥിക്കുന്നതും ഉചിതമല്ല. അന്ധവിശ്വാസങ്ങൾ, അന്ധവിശ്വാസങ്ങൾ തന്നെയാണ്. എന്നാൽ, സവർണ്ണ-അവർണ്ണ അന്ധവിശ്വാസങ്ങൾ, രണ്ടുതരത്തിലുള്ള ഫലങ്ങളാണ് പൊതുവിൽ സമൂഹത്തിൽ സൃഷ്ടിക്കുന്നത്. അവർണ്ണ അന്ധവിശ്വാസം അടിച്ചമർത്തപ്പെട്ടവരുടെ അതിജീവനമാണ് ലക്ഷ്യം വെക്കുന്നതെങ്കിൽ, സവർണ്ണ അന്ധവിശ്വാസം, സ്വന്തം ആധിപത്യം ഉറപ്പിക്കാനുദ്ദേശിച്ചുള്ളതാണ്. ആദ്യത്തേത് നിസ്സഹായരായ ജനതയുടെ ഇച്ഛാശക്തി വർദ്ധിപ്പിക്കാൻ സാങ്കല്പികമായി ശ്രമിക്കുമ്പോൾ, രണ്ടാമത്തേത് സ്വന്തം അധികാരം അടിച്ചേല്പിക്കുന്നതിന്റെ സംഘടിതഭാഗമായി കീഴാളജനതയുടെ ഇച്ഛാശക്തി തകർക്കുകയാണ് ചെയ്യുന്നത്. മന്ത്രവാദത്തിന് പട്ടിണി മാറ്റാൻ കഴിയുമെങ്കിൽ, മലം തിന്നുപോലും അത് പഠിക്കാൻ താൻ തയ്യാറാണെന്ന് *ഉചല്യ* എന്ന കീഴാള നോവലിലെ ഒരു കഥാപാത്രം പറയുമ്പോൾ, ഛെ, മലം തിന്നുകയോ എന്നുപറഞ്ഞ് ജാള്യപ്പെടുകയല്ല, മറിച്ച് ഒരു ജനതയുടെ ദൈന്യപൂർണ്ണമായ ജീവിതാവസ്ഥയെ തിരിച്ചറിയുകയാണ് നാം വേണ്ടത്! എന്നാൽ വായുവിൽനിന്ന് എന്തും സൃഷ്ടിക്കുമെന്ന അവകാശവാദങ്ങൾക്ക് ഒരുവിധ എക്സ്ക്യൂസുകളും കിട്ടുകയില്ല. 'ഒരു യോഗിയുടെ ആത്മകഥ'യിൽ, പരമഹംസ യോഗാനന്ദർ (വായുവിൽനിന്ന് വസ്തുക്കൾ സൃഷ്ടിച്ചെടുക്കാൻ കഴി

വുള്ള) ഒരു ഗന്ധബാബയെ പരിചയപ്പെടുത്തുന്നുണ്ട്. മധുരനാരങ്ങ കിട്ടാത്ത ഒരു സീസണിൽ താനദ്ദേഹത്തോട് 'മധുരനാരങ്ങ' സൃഷ്ടിക്കാൻ ആവശ്യപ്പെട്ടതും, അതദ്ദേഹം അത്ഭുതകരമായി നിർവ്വഹിച്ചുകൊടുത്തതും അദ്ദേഹം ഇങ്ങനെ രേഖപ്പെടുത്തിയിരിക്കുന്നു. 'എല്ലാ വാഴയിലയിലും വിളമ്പിയിരുന്ന 'പൂരി' ഉടനെ ഉരുണ്ടുവീർത്തു. ഓരോ അപ്പത്തിനുമുള്ളിൽ തൊലികളഞ്ഞ ഒരു മധുരനാരങ്ങയുണ്ടായിരുന്നു. അല്പം ആശങ്കയോടെ ഞാൻ എന്റെ നാരങ്ങയിൽ കടിച്ചു. പക്ഷേ, അത് ഏറ്റവും സ്വാദിഷ്ടമായിരുന്നു. ഗന്ധബാബ ഈ അത്ഭുതങ്ങൾ എങ്ങനെ കാട്ടിയെന്ന് വർഷങ്ങൾക്കു ശേഷം ആത്മസാക്ഷാൽക്കാരം കൊണ്ട് ഞാൻ മനസ്സിലാക്കി. കഷ്ടം! ലോകത്തിലെ പട്ടിണിപ്പാവങ്ങളായ ജനസമൂഹങ്ങൾക്ക് ഈ വിദ്യ അപ്രാപ്യവുമാണ്.

ഗന്ധബാബ എന്ന യോഗി ഇവിടെ പ്രകടിപ്പിച്ചതായി പരമഹംസ യോഗാനന്ദൻ സാക്ഷ്യപ്പെടുത്തുന്ന അത്ഭുതവും, അതിനോടുള്ള അദ്ദേഹത്തിന്റെ പ്രതികരണവും ഒരുതരം ആത്മീയ അധികാരപ്രയോഗമാണ്. പട്ടിണിപ്പാവങ്ങൾക്ക് ഈ വിദ്യ അപ്രാപ്യമാണ് എന്ന പ്രസ്താവന പ്രത്യക്ഷത്തിൽ നിരുപദ്രവകരമാണെങ്കിലും അതവരുടെ ഇച്ഛാശക്തിയെ ഇടിക്കുവാൻ ഇട വരുത്തുന്നതാണ്. എന്നാൽ മീനൊന്നും എത്ര കാത്തിരുന്നിട്ടും വലയിൽ വീഴുന്നില്ലെങ്കിൽ, സ്വയം മത്സ്യമായി നടിച്ച് വലയിൽ ചെന്ന് വീണാൽ പിന്നീട് മത്സ്യം വലയിൽ കുടുങ്ങുമെന്ന് കരുതുന്ന ന്യൂഗിനിയിലെ മത്സ്യത്തൊഴിലാളികളുടെ 'അന്ധവിശ്വാസം' ആർക്കും ഒരപകടവും ഉണ്ടാക്കാത്തതും, ആരുടെയും ഇച്ഛാശക്തിയെ ഇടിച്ചുതാഴ്ത്താത്തതും സ്വന്തം പ്രതീക്ഷയ്ക്ക് ശക്തി പകരുന്നതുമാണ്. ആദിവാസി സമൂഹങ്ങൾക്കിടയിലെ നവോത്ഥാനനായകൻ എന്ന നിലയിൽ 'കാളൻമൂപ്പൻ' 'ഗദ്ദിക' എന്ന ആചാരം നിർവ്വഹിക്കുമ്പോഴും നിസ്സഹായരായ മനുഷ്യരുടെ ഇച്ഛാശക്തിയെ ശക്തിപ്പെടുത്തുംവിധമുള്ള ഒരതിജീവനപ്രവർത്തനമാണ് നടക്കുന്നത്. പറഞ്ഞുവരുന്നത് കീഴാളമനുഷ്യരെ പുഴുക്കളാക്കിയ സവർണ്ണാധിപത്യത്തിനെതിരെയുള്ള പ്രതിഷേധമായി രൂപംകൊണ്ടതെന്ന് കരുതാവുന്ന നിരവധി കീഴാളവിശ്വാസ പ്രയോഗങ്ങളെ യുക്തി/ അയുക്തി എന്ന സാമാന്യ വിഭജനത്തിൽ മാത്രം ചുരുക്കാതെ, സവിശേഷമായ കീഴാളജീവിതാവസ്ഥയിലേക്ക് തുറന്നുവെക്കേണ്ടതുണ്ടെന്ന് വ്യക്തമാക്കാനാണ്. 'മുടിചൂടും പെരുമാൾ' എന്ന് സ്വന്തം രക്ഷിതാക്കളിട്ട പേരുപോലും, കേരളീയനവോത്ഥാന ചരിത്രത്തിലെ നിറസാന്നിദ്ധ്യമായി വളർന്ന 'വൈകുണ്ഠം സ്വാമികൾക്ക്' (1809–1851) നിലനിർത്താനായില്ല. സവർണ്ണസമ്മർദ്ദം നിമിത്തം അങ്ങനെയാണ് മുടിചൂടും പെരുമാൾ വെറും 'മുത്തുക്കുട്ടി' മാത്രമായിത്തീർന്നത്. എന്നാൽ ആ മുത്തുക്കുട്ടി പിന്നീട് ദൈവമായി സ്വയം പ്രഖ്യാപിക്കുകയാണുണ്ടായത്. അതിലെ 'ആത്മീയ വിവക്ഷകൾ' മാറ്റിവെച്ചാൽ അത് സവർണ്ണതക്കെതിരെയുള്ള ഒരു കീഴാള സാമൂഹ്യപ്രതിരോധമായിരുന്നു എന്ന് തിരിച്ചറിയാൻ പ്രയാസമില്ല. പൊയ്കയിൽ അപ്പച്ചൻ എന്ന കുമാര

ഗുരുദേവന്റെ ദൈവപ്രഖ്യാപനവും, ഇതുപോലെ ഒരു കീഴാളപ്രതിരോധമാണ്. എല്ലാ അർത്ഥത്തിലും മുറിച്ചെറിയപ്പെട്ടൊരു ജനതയുടെ സാമൂഹികമെന്നപോലെ പ്രാപഞ്ചികാവകാശം കൂടിയാണ് അതുവഴി സ്ഥാപിക്കപ്പെട്ടത്.

'ആദാമിന്റെ പാപത്തിൽനിന്ന് മോചിപ്പിക്കുന്നതിനുവേണ്ടിയാണ് ദൈവം രണ്ടായിരംകൊല്ലങ്ങൾക്കുമുമ്പ് ക്രിസ്തുവായി അവതരിച്ചത്. അടിമത്തത്തിൽനിന്ന് മോചിപ്പിക്കാൻ ദൈവം യോഹന്നാനായി. സ്വർഗ്ഗം ഇപ്പോൾ കന്നുകാലികളെ ഇറക്കിവിട്ട ശൂന്യമായ തൊഴുത്തുപോലെയാണ്. ഇനി എല്ലാം യോഹന്നാനോട് അപേക്ഷിച്ചാൽ മതിയാകും'. ഒരർത്ഥത്തിലിത്, ക്രിസ്തുമതത്തോട് ചേർന്നുനിന്ന് യോഹന്നാൻ എന്ന കുമാരഗുരു നിർവ്വഹിച്ച പ്രച്ഛന്ന ആദ്ധ്യാത്മിക പ്രവർത്തനത്തിന്റെ ഒന്നാം ഘട്ടം അവസാനിപ്പിച്ച്, ഒരു സ്വതന്ത്ര രണ്ടാംഘട്ടം ആരംഭിക്കുന്നതിന്റെ ഭാഗമായി കാണാവുന്നതാണ്. ഇതിന് ഇന്നത്തെ 'ആൾദൈവ'ങ്ങളുമായി ഒരു ബന്ധവുമില്ല. ആദ്ധ്യാത്മിക തത്ത്വചിന്ത പ്രപഞ്ചപ്പൊരുൾ ആയി തിരിച്ചറിയുന്ന ദൈവസങ്കല്പവുമായി ഈയൊരു പ്രഖ്യാപനം താദാത്മ്യപ്പെടുന്നതായും തോന്നുന്നില്ല. സവർണ്ണാധികാരത്തിനെതിരെ നിർവ്വഹിക്കപ്പെട്ട, ബദൽ കീഴാള ആത്മീയപ്രയോഗം എന്ന അർത്ഥത്തിലാണ് 'കീഴാളദൈവപ്രഖ്യാപനങ്ങൾ' പ്രസക്തമാവുന്നത്. സങ്കടപ്പെടാനും അപേക്ഷിക്കാനും മാത്രം ആജീവനാന്തം വിധിക്കപ്പെട്ട ഒരു അധഃസ്ഥിത പശ്ചാത്തലത്തിൽനിന്ന് നോക്കുമ്പോഴാണ്, ".....ഇനിയെല്ലാം യോഹന്നാനോട് അപേക്ഷിച്ചാൽ മതിയാകും" എന്ന കുമാരഗുരുവിന്റെ ദൈവപ്രഖ്യാപനത്തിലെ സാമൂഹ്യവിപ്ലവമൂല്യം സ്വയം വ്യക്തമാകുന്നത്.

പാവങ്ങളുടെ പക്ഷത്ത് നില്ക്കുന്നവനാണ് ദൈവം എന്ന മൗലികാശയമാണ്, കുമാരഗുരുദേവന്റെ കാഴ്ചപ്പാടിന്റെ കേന്ദ്രമായിരിക്കുന്നത്. മനുഷ്യദൈന്യതകൾ കാണുമ്പോൾ, സ്വർഗ്ഗത്തിലിരുന്ന് കരയുന്ന ഒരു ദൈവത്തെയാണ് കുമാരഗുരു ഒരു പാട്ടിൽ പരിചയപ്പെടുത്തുന്നത്. 'സ്വർഗ്ഗമാം തന്നിലിരുന്നുകൊണ്ട്/ എന്റെ കണ്ണുനീർകണ്ട് കരഞ്ഞവനെ' എന്ന ദൈവവിവരണം ആവിഷ്കരിക്കുന്നത് അടിമത്താനുഭവത്തിന്റെ തീവ്രതയാണ്. 'എന്തുകൊണ്ടോ ശൗരി കണ്ണുനീരണിഞ്ഞു, ധീരനായ ചെന്താമരക്കണ്ണനുണ്ടോ കരഞ്ഞിട്ടുള്ളു' എന്ന തരത്തിലുള്ള യാതൊരു സന്ദേഹവുമില്ലാതെ തന്നെ കരയുന്നൊരു ദൈവത്തെയാണ് അടിമജീവിതം നേരിടുന്ന ക്രൂരാനുഭവങ്ങൾക്കിടയിൽനിന്നും കുമാരഗുരുദേവൻ കണ്ടെടുത്തിരിക്കുന്നത്. ദശാവതാരകഥകളിലൊന്നും കാണാത്തവിധം, ഒരുപക്ഷേ, ദൈവം പീഡിതനും അസ്വതന്ത്രനുമായ 'അടിമയായി' പ്രത്യക്ഷപ്പെടുന്നതും, കുമാരഗുരുദേവന്റെ ഇതേ പാട്ടിലാണ്. 'ഞാൻ അന്യനായ് വലയുന്നതിനെ കണ്ട്/ സ്വർഗ്ഗത്തിൽ നിന്നിറങ്ങി, എൻ/ അടിമശരീരമൊരുടുപ്പായി ധരിച്ചുകൊണ്ട്/ ഇറങ്ങി ഭൂവിടത്തിൽ.....' എന്നുള്ളത് അസാധാരണമായൊരു ദൈവസാക്ഷ്യമാണ് പങ്കുവെക്കുന്നത്. സർവ്വമതങ്ങളും, മതരഹിതമാനുഷികത തത്ത്വചിന്തകളും അതിന്റെ അഗാധ

തയിലും, ഔന്നത്യത്തിലും പങ്കുവെക്കുന്ന പീഡിതപക്ഷാഭിമുഖ്യമാണ് കുമാരഗുരുദേവൻ പങ്കുവെക്കുന്നത്. എന്നാൽ മറ്റാരും നേർക്കുനേർ അനുഭവിച്ചിട്ടില്ലാത്ത പ്രത്യക്ഷാനുഭവത്തിന്റെ മുറിവുകളാണ്, ഈയൊരു അടിമദൈവാവിഷ്കാരത്തെ വ്യത്യസ്തമാക്കുന്നത്. മനുഷ്യരുടെ ക്രൂരതയും, മൃഗങ്ങളും പക്ഷികളും മരങ്ങളുമടങ്ങുന്ന മനുഷ്യേതര പ്രകൃതിയുടെ കാരുണ്യവും, കേരളീയനവോത്ഥാന ചരിത്രത്തിൽ, കുമാരഗുരുദേവന്റെ ഉള്ള് പൊള്ളിയ പാട്ടുകളിൽ മാത്രമാണ് അതിന്റെ തീവ്ര പിടച്ചിലോടെ നമുക്ക് കാണാൻ കഴിയുന്നത്. കാളയെ കൊന്നുതിന്നരുതെന്ന കുമാരഗുരുവിന്റെ കാഴ്ചപ്പാടിന് അസാധാരണമായൊരു മാനം ലഭിക്കുന്നത്, അടിമാനുഭവത്തിന്റെ വേറിട്ട പശ്ചാത്തലത്തിലാണ്. ഉടമകൾ ക്രൂരമായി അടിമകളെ പീഡിപ്പിച്ചപ്പോൾ, അവരുടെ നിലവിളി അനാഥമാകുമ്പോൾ, നിസ്സഹായമായ നോട്ടംകൊണ്ട് സാന്ത്വനം നല്കാൻ അടിമകൾക്കൊപ്പം അന്നുണ്ടായിരുന്നത് കാളകളും പോത്തുകളുമായിരുന്നു. മനുഷ്യർ ഉപേക്ഷിച്ചവരെ, മരങ്ങളും, മൃഗങ്ങളും, പക്ഷികളും സഹായിക്കുന്നതിന്റെ ഹൃദ്യമായ ആവിഷ്കാരങ്ങൾക്കു പിറകിലുള്ളത് അടിമാനുഭവത്തിന്റെ വിവരണവിധേയമല്ലാത്ത പീഡനങ്ങളാണ്. അപ്പനിൽനിന്നും അമ്മയിൽനിന്നും, സ്വന്തം മണ്ണിൽനിന്നും, ദൈവത്തിൽനിന്നും, പേരിൽനിന്നും വേർപിരിക്കപ്പെട്ടവരുടെ ജീവിതവേദനകളറിയണമെങ്കിൽ നമ്മളിനിയും കുമാരഗുരുദേവന്റെ പാട്ടുകൾ വീണ്ടും തുറക്കണം. ജനകീയ സാഹിത്യത്തിന്റെ സമരോത്സുകപ്രയോഗമായി മാറിയ മലയാളസാഹിത്യത്തിലെ ആദ്യപാട്ടുകൾ ആവിഷ്കരിച്ചത്, കുമാരഗുരുവാണ്.

ആറ്

അയ്യങ്കാളി (1863- 1941) ഏതർത്ഥത്തിലും 'കേരളത്തിന്റെ സ്പാർട്ടക്കസ്' എന്ന വിശേഷണം അർഹിക്കുന്നു. 1907 ൽ അദ്ദേഹം രൂപം നല്കിയ 'സാധുജനപരിപാലന'സംഘം, കീഴാള നവോത്ഥാനപ്രസ്ഥാന ചരിത്രത്തിലെ, ആദ്യത്തെ സംഘടിത കർഷക തൊഴിലാളി സമരം ഒന്നുകൊണ്ടുമാത്രം അദ്ദേഹം എന്നും സ്മരിക്കപ്പെടും. അധഃസ്ഥിതരുടെ വിദ്യാഭ്യാസം സർക്കാർ അനുവദിച്ചിട്ടും,അതിനെ തടസ്സപ്പെടുത്തിയ സവർണ്ണർക്കെതിരെ ഒരു വർഷം നീണ്ടുനിന്ന സമരമാണ്, തൊഴിലാളികർഷക കർഷകത്തൊഴിലാളി സംഘടനകൾ രൂപംകൊണ്ടിട്ടില്ലാത്തൊരു കാലത്ത് അദ്ദേഹം സംഘടിപ്പിച്ചത്. അദ്ദേഹം ഒരൊറ്റ കൃതിയും രചിച്ചിട്ടില്ല. 'ഒന്നടിച്ചാൽ തിരിച്ചു രണ്ടടി' എന്ന മുദ്രാവാക്യം 'സാമൂഹ്യനീതി' സാക്ഷാൽക്കരിക്കാൻ വേണ്ടി നടപ്പിലാക്കുന്നതിനാണ് അദ്ദേഹം പ്രാധാന്യം നല്കിയത്. 'കാലുമടക്കിയുള്ള' കാളിയുടെ 'അടി' ഏറെ പ്രസിദ്ധി നേടിയിരുന്നു. നിരോധിക്കപ്പെട്ട വഴികളിലൂടെ നടന്നും തടഞ്ഞവരോട് എതിരിട്ടുമാണ്, അന്ന്, 'കീഴാള നവോത്ഥാനം' നിലനിന്നത്.

1889 ൽ നടത്തിയ സഞ്ചാര സ്വാതന്ത്ര്യജാഥയെത്തുടർന്ന് പലസ്ഥലത്തും 'ലഹളകൾ'തന്നെ പൊട്ടിപ്പുറപ്പെട്ടു. 1893 മുതൽ അയ്യങ്കാളിയുടെ 'വില്ലുവണ്ടി' സമരനേതൃത്വമേറ്റെടുത്തു. കേരളത്തിലെ ആദ്യത്തെ 'സമരവാഹനം' അയ്യങ്കാളിയുടെ ആ 'കാളവണ്ടി'യാണ്. 'കേരളത്തനിമ' ആവിഷ്കരിക്കാൻ ചുമരിൽ തൂക്കിയിടേണ്ടത് കഥകളിത്തലയല്ല, അയ്യങ്കാളിയുടെ 'കാളവണ്ടി'യുടെ കൊച്ചുരൂപമാണ് (പേജ് 8). അയ്യങ്കാളി ആ വില്ലുവണ്ടി ഓടിച്ച ആ വഴികളെല്ലാം സ്വാതന്ത്ര്യത്തിന്റെ 'വിശുദ്ധ'സ്ഥലമായി സത്യത്തിൽ നാം അടയാളപ്പെടുത്തേണ്ടതാണ്. പഴയ പ്രതാപികളായ രാജാക്കന്മാരുടെ അധിനിവേശ 'യാഗാശ്വ'ങ്ങളെയോർത്ത് കോരിത്തരിക്കുന്നതിനു പകരം ആ വില്ലുവണ്ടിയിൽ നിന്നും വീര്യമാർജ്ജിക്കുകയാണ് ഇന്ന് നാം വേണ്ടത്. 'നിഷേധി', 'ധിക്കാരി' എന്ന് യാഥാസ്ഥിതികർ വിളിച്ചപ്പോൾ; കീഴാളസമൂഹം അദ്ദേഹത്തെ സ്നേഹബഹുമാനപൂർവ്വം വിളിച്ചത് 'ഊർപിള്ള, മൂത്തപിള്ള' എന്നിങ്ങനെയാണ്. 'കാലംകൊണ്ടുണ്ടാവുന്ന മാറ്റം' ഒരു ചരിത്രകാരൻ മുമ്പ് അടയാളപ്പെടുത്തിയത്, 'അയ്യങ്കാളിയെ സാക്ഷിയാക്കിയാണ്!' 'തിരുവിതാംകൂർ ശ്രീമൂലം പ്രതിനിധിസഭയിൽ ഒരു പുലയനൊരുമിച്ച് ഒരു നമ്പൂതിരി ഇരിക്കുന്ന അവസ്ഥ വിചാരിക്കുമ്പോൾ കാലംകൊണ്ടുണ്ടാവുന്ന മാറ്റങ്ങൾ എത്രത്തോളമുണ്ടാവാമെന്ന് ബോദ്ധ്യപ്പെടാം.'(*കൊച്ചി രാജ്യചരിത്രം*: കെ പി പത്മനാഭമേനോൻ).

കീഴാളസ്ത്രീകൾ സ്വന്തം ശരീരത്തിൽ ധരിച്ചിരുന്ന 'കല്ലയും മാലയും' 'അറുക്കൽ സമരം' അയ്യങ്കാളിയുടെ നേതൃത്വത്തിൽ 1915 ന് കൊല്ലം പെരിനാട്ടിലാണ് നടന്നത്. *മിതവാദി*യിൽ 1916 ൽ വാർത്ത വന്നത് ഇങ്ങനെ: 'കല്ലയും മാലയും ഉപേക്ഷിച്ചതിന് ചെവി അറുത്തു.' അന്നത്തെ കീഴാള സമൂഹത്തിന്റെ അവസ്ഥ മനസ്സിലാക്കാൻ, 1937 ൽ ഗാന്ധിയുമായുള്ള 'കൂടിക്കാഴ്ച'യിൽ അയ്യങ്കാളി പങ്കുവെച്ച ആ ചരിത്രപ്രസിദ്ധമായ സ്വപ്നംമാത്രം ഓർത്താൻ മതിയാകും. 'എന്റെ സമുദായത്തിൽ പത്ത് ബി എ ക്കാരെക്കണ്ട് മരിക്കണം'. ഒരുപക്ഷേ, പഠിച്ച കീഴാളർക്ക് പി വേലായുധൻ മുതൽ പൽപ്പു വരെയുള്ളവർക്ക്, ജാതി പീഡനം നിമിത്തം കേരളം വിട്ടുപോകേണ്ടി വന്നതുകൂടി അപ്പോൾ അയ്യങ്കാളി ഓർത്തിട്ടുണ്ടാവുമോ?

'നാരായണഗുരു സംബന്ധിയായി 1500ലേറെ ഗ്രന്ഥങ്ങളും, 30000 ലേഖനങ്ങളും അമ്പതോളം ഗവേഷണ പഠനങ്ങളും വിവിധ ഭാഷകളിൽ വന്നിട്ടുണ്ട്. മാർക്സിന്റെ 'മൂലധനം' 'കമ്യൂണിസ്റ്റ് മാനിഫെസ്റ്റോ' ഉൾപ്പെടെ പല കൃതികളും ഗുരു ശ്രദ്ധിച്ചതായി രേഖപ്പെടുത്തിയിട്ടുണ്ട്. മാർക്സിന്റെ കൃതികൾ പൂർണ്ണമായി ശ്രദ്ധിച്ചശേഷം ഗുരു ഇങ്ങനെ പ്രതികരിച്ചതായി കേട്ടിട്ടുണ്ട്, ഏറെനേരം വിദൂരതയിൽ നോക്കിനിന്ന ശേഷം ഗുരു പറഞ്ഞു: നാമും പറഞ്ഞുപോരുന്നതിതാണല്ലോ. ഈ ലക്ഷ്യവും സ്വപ്നവുമാണ് നമുക്കുള്ളത്.' (*നാരായണഗുരുചിന്ത, ഗാരി ഡേവിഡ് വരെ*: ഡോ. പി വി ഉണ്ണികൃഷ്ണൻ). ഗുരു നിർവ്വഹിച്ച 1888 ലെ

ശിവപ്രതിഷ്ഠ ജാതിവ്യവസ്ഥയുടെ ശിരസ്സ് തകർത്ത സാംസ്കാരിക സ്ഫോടനമായിരുന്നു. 1916 ൽ നാം എന്നെന്നേക്കുമായി ജാതിമതങ്ങൾ വിട്ടിരിക്കുന്നു എന്ന പ്രഖ്യാപനം സത്യത്തിൽ നവോത്ഥാനചരിത്രത്തിലെ വൻ ചുവടുവെപ്പുകളിലൊന്നായി തിരിച്ചറിയപ്പെട്ടു കഴിഞ്ഞതാണ്. 1920 ൽ 'മദ്യം വിഷമാണ്, അത് ഉണ്ടാക്കരുത്, വില്ക്കരുത്, കൊടുക്കരുത്, കുടിക്കരുത്' എന്ന പ്രഖ്യാപനം നടത്തി. 1922 ൽ ടാഗോർ ശിവഗിരി സന്ദർശിച്ചപ്പോൾ, 'തെങ്ങിന്റെ പൊങ്ങ് നല്കി സ്വീകരിച്ചത് ശ്രദ്ധേയമാണ്. 1904 ൽത്തന്നെ കാർഷിക വ്യാവസായിക പ്രദർശനത്തിന് അദ്ദേഹം ഊർജ്ജം നല്കുകയുണ്ടായി. 1925 ൽ ശിവഗിരിയിൽവെച്ച് ഗാന്ധിയുമായുള്ള കൂടിക്കാഴ്ചയിൽ ജാതി-മതപ്രശ്നങ്ങളിൽ മതനിരപേക്ഷ നിലപാടിൽനിന്ന് നോക്കുമ്പോൾ ഗാന്ധിയേക്കാൾ എത്രയോ മുമ്പിലാണ് താനെന്ന് അദ്ദേഹം സ്വയം പങ്കുവെച്ച ആശയങ്ങൾകൊണ്ട് വ്യക്തമാക്കി.

ഗൗരവമായ 'താത്ത്വികപ്രശ്ന'ങ്ങളെ ചിലപ്പോൾ ചെറുനർമ്മങ്ങൾ കൊണ്ട് നേരിട്ടു. 'മക്കത്തായമോ മരുമത്തായമോ' ഏതാണ് നല്ലതെന്ന ചോദ്യത്തിന് 'അയൽപക്കത്തായം' എന്ന് ഗുരു നല്കിയ അർത്ഥപൂർണ്ണമായ മറുപടി എത്ര സൂക്ഷ്മമമാണ്. 'വായിൽ പല്ലില്ലാത്ത ഒരാൾ 'മുത്തപ്പൻ തുള്ളൽ' നടത്തിക്കൊണ്ടിരിക്കുകയായിരുന്നു. ഗുരു ഒന്ന് മന്ദഹസിച്ചു. 'എന്താ പരിഹസിക്കുകയാണോ? ശക്തി കാണണോ?' എന്നായി മുത്തപ്പൻ. 'ആ വായിൽ പല്ലൊന്ന് കണ്ടാൽ കൊള്ളാം.' ഗുരുവിന്റെ മറുപടി. കാണികളും മുത്തപ്പനും പൊട്ടിച്ചിരിച്ചുപോയി.'(*വിശ്വദീപം: ശ്രീനാരായണഗുരുവിന്റെ ജീവിതവും ദർശനവും*). തനിക്ക് 'സ്മാരകം' നിർമ്മിക്കുന്നതിനെ നിരുത്സാഹപ്പെടുത്തുകയാണ് ഗുരു ചെയ്തത്. 'സ്മാരകമോ, നമുക്കോ, കൊള്ളാമല്ലോ, ഒരു പുന്നമരം നട്ടു വളർത്തണം.' അതായിരുന്നു അക്കാര്യത്തിലുള്ള അദ്ദേഹത്തിന്റെ പ്രതികരണം!

ശ്രീ നാരായണഗുരു പിന്തുടർന്നുപോന്ന സംവാദമനസ്സ് ജനാധിപത്യത്തിന്, സംസ്കാരത്തിനുള്ള വലിയ സംഭാവനകളിൽ ഒന്നാണ്. വിദ്യാഭ്യാസ-തൊഴിൽ മണ്ഡലങ്ങളിൽ നിലനിന്ന അവഗണനക്കെതിരെ നിരന്തരം പൊരുതിയ ഡോ. പൽപ്പുവും 'ഒരു ജാതി, ഒരു മതം, ഒരു ദൈവം' എന്ന ആദ്ധ്യാത്മിക കാഴ്ചപ്പാട് മുന്നോട്ടുവെച്ച ശ്രീനാരായണഗുരുവും 'ജാതി വേണ്ട, മതം വേണ്ട, ദൈവം വേണ്ട' എന്ന ഭൗതിക സമീപനം ഉയർത്തിപ്പിടിച്ച സഹോദരനയ്യപ്പനും, സവർണ്ണപീഡനത്തിൽനിന്ന് രക്ഷപ്പെടാനുള്ള മാർഗ്ഗം മതപരിവർത്തനമാണ് എന്ന് വാദിച്ച സി വി കുഞ്ഞിരാമനും, ഒരു സമുദായത്തെ സംബന്ധിച്ചിടത്തോളം മതപരിവർത്തനം ഒരു മോചനമാർഗ്ഗമാകുന്നില്ലെന്ന് വാദിച്ച കുമാരനാശാനും, മതം മാറുകയല്ല, മറിച്ച് ഈഴവർ ഒരു 'സ്വതന്ത്രസമുദായ'മായിതീരുകയുമാണ് വേണ്ടതെന്ന് വാദിച്ച ഇ മാധവനും, ദേശീയ പ്രസ്ഥാനത്തിലുറച്ചുനിന്ന് സവർണ്ണവിരുദ്ധ പ്രക്ഷോഭണങ്ങളിൽ നേതൃത്വപരമായ പങ്കുവഹിച്ച ടി കെ മാധവനും, 'നശിച്ച കേരളം പുഴുത്ത ഭാരതം' എന്ന് ഹൃദയവേദന

യോടെ പാടിയ പള്ളത്ത് രാമനും, കാറൽമാർക്സിനെ 'ഭഗവാൻ മാർക്സ്' എന്ന് വിശേഷിപ്പിച്ച സി കേശവനുൾപ്പെടെ സാമൂഹ്യപരിവർത്തനത്തെ സംബന്ധിച്ച വിശദാംശങ്ങളിൽ മാത്രമല്ല, മൗലികനിലപാടുകളിൽപ്പോലും ഭിന്നിപ്പുള്ളവരെ, അധഃസ്ഥിത വിമോചനം എന്ന മഹത്തായ മുദ്രാവാക്യത്തിന്റെ കീഴിൽ ഐക്യപ്പെടുത്താൻ കഴിഞ്ഞു എന്നതാണ് ശ്രീനാരായണപ്രസ്ഥാനത്തിന്റെ ഗംഭീരമായ ചരിത്രവിജയം.

ഏഴ്

ബ്രാഹ്മണാധികാരത്തിന്റെ ജ്ഞാനകുത്തക പൊളിക്കാൻ കേരളത്തിൽ ധൈഷണിക നേതൃത്വം നല്കിയത് ചട്ടമ്പിസ്വാമികളാണ്. ജാതിവിവേചനത്തിന്റെ മതിലുകൾ മറിച്ചിടുന്നതിന് സഹായകമായ 'ആശയപരിസരം' സൃഷ്ടിക്കുന്നതിൽ അദ്ദേഹത്തിന്റെ *വേദാധികാര നിരൂപണം*, *പ്രാചീനമലയാളം* എന്നീ കൃതികൾ സുപ്രധാന പങ്കുവഹിച്ചു. ബാദരായണന്റെ ബ്രഹ്മസൂത്രത്തിലെ അപശൂദ്രാധികരണത്തിന് ശങ്കരാചാര്യർ എഴുതിയ ഭാഷ്യത്തിന്റെ യുക്തിയെ വെല്ലുവിളിക്കുകയും സ്ത്രീക്കും ശൂദ്രർക്കും വേദാധികാരമില്ലെന്ന വാദം അദ്ദേഹം പൊളിക്കുകയും ചെയ്തു. കേരളം പരശുരാമസൃഷ്ടിയാണെന്ന മിത്തിനെ *പ്രാചീനമലയാളം* എന്ന കൃതിയിലൂടെ അദ്ദേഹം തകർത്തു. അദ്ദേഹത്തിന്റെ *ക്രിസ്തുമത നിരൂപണം* എന്ന കൃതി 'നവോത്ഥാനമൂല്യങ്ങൾ സാദ്ധ്യമാക്കിയ' സംവാദത്തിന്റെ മികച്ചൊരു മാതൃകയാണ്. ക്രിസ്തുമതത്ത്വങ്ങൾ സംഗ്രഹിക്കുന്ന 'ക്രിസ്തുമതസാരം' എന്ന ഭാഗമാണ് അതിൽ ആദ്യം നല്കിയിരിക്കുന്നത്. പിന്നീട് അതിനോടുള്ള സ്വന്തം വിമർശനമാണ് ക്രിസ്തുമതച്ഛേദനം എന്ന ഭാഗത്ത് അവതരിപ്പിച്ചിരിക്കുന്നത്. ആര്യസമാജിന്റെ സ്ഥാപകനായ സ്വാമി ദയാനന്ദസരസ്വതിയുടെ പ്രശസ്തമായ 'സത്യാർത്ഥപ്രകാശിലെ' ക്രിസ്തുമത വിമർശനവുമായി താരതമ്യപ്പെടുത്തുമ്പോൾ; ചട്ടമ്പിസ്വാമിയുടെ ഔന്നത്യം സ്വയം വ്യക്തമാകും. മഹത്വത്തിന്റെ കൊടുമുടിയിൽ കാലുകുത്തിയ ക്രിസ്തുദേവനെ വിവരമില്ലാത്ത വെറുമൊരു ആശാരിചെക്കൻ, മൂക്കില്ലാ രാജ്യത്തെ മുറിമൂക്കൻ രാജാവ് എന്നിങ്ങനെയാണ് 'സത്യാർത്ഥപ്രകാശി'ൽ പരാമർശിച്ചിരിക്കുന്നത്. എന്നാൽ ചട്ടമ്പിസ്വാമി ഏതൊരു സംവാദത്തിലും അനിവാര്യമായും ഉയർത്തിപ്പിടിക്കേണ്ട പ്രതിപക്ഷബഹുമാനം സൂക്ഷിച്ചതുകൊണ്ടാണ് വിട്ടുവീഴ്ചയില്ലാതെതന്നെ ക്രിസ്തുമത വിമർശനം നിർവ്വഹിച്ചിരിക്കുന്നത്.

സംസ്കൃതവും വേദവും വേദാന്തവുമൊക്കെ ബ്രാഹ്മണരുടെ കുത്തകയാക്കി വെക്കുകയും അതിനു ശാസ്ത്രസമ്മതിയുണ്ടെന്ന് വരുത്തിതീർക്കാൻ ശ്രമിക്കുകയും ചെയ്ത ആദിശങ്കരാചാര്യരെപ്പോലും യുക്തിയുക്തം ചോദ്യം ചെയ്യാൻ ചട്ടമ്പിസ്വാമികൾക്ക് കഴിഞ്ഞത് നായന്മാരുടെ അവകാശബോധത്തെയും ആത്മാഭിമാനത്തെയും തട്ടിയുണർത്തി.

കേരളം പരശുരാമന്റെ സൃഷ്ടിയാണെന്നും ബ്രാഹ്മണർക്ക് സംഭാവന കിട്ടിയതാണെന്നും മറ്റുമുള്ള കേവലം ഐതിഹ്യാധിഷ്ഠിതമായ അവകാശവാദത്തെ ചട്ടമ്പിസ്വാമികൾ പൊളിച്ചുകളഞ്ഞതും നിസ്സാരകാര്യമായിരുന്നില്ല. പ്രത്യക്ഷമായിട്ടല്ലെങ്കിലും ചട്ടമ്പിസ്വാമികളുടെ ആശയദാർഢ്യംകൊണ്ടാണ് സവർണ്ണരിലെ ഏറ്റവും താഴെയ്ക്കിടയിൽ വെറും ഭൃത്യന്മാരായി കിടന്നിരുന്ന നായന്മാർക്ക് ഉണർന്നെഴുന്നേല്ക്കാൻ കഴിഞ്ഞത്. (*ചട്ടമ്പിസ്വാമികൾ ജീവിതവും കൃതികളും* ഡോ. കെ മഹേശ്വരൻനായർ) അംബേദ്കറുടെ വേദവിമർശനങ്ങളെ ഓർമ്മിപ്പിക്കുന്ന ഒരു വാക്യം ചട്ടമ്പിസ്വാമികളുടെ *പ്രാചീനമലയാള*ത്തിൽനിന്നും കണ്ടെടുക്കാൻ കഴിയും. ഒരു ബ്രാഹ്മണപണ്ഡിതന് വേദങ്ങളോട് തോന്നുന്ന ആഭിമുഖ്യം ഒരു അബ്രാഹ്മണ പണ്ഡിതന് വേദങ്ങളോട് തോന്നേണ്ട കാര്യമില്ലെന്നാണ് അംബേദ്കർ പറഞ്ഞതെങ്കിൽ; ബ്രാഹ്മണരും ശൂദ്രരും തമ്മിലുള്ള സേവ്യസേവക ബന്ധം ബ്രാഹ്മണർ എഴുതിവെച്ചിട്ടുള്ള പ്രമാണങ്ങളിൽ കാണുന്നുണ്ടെന്നല്ലാതെ പരമ്പരയായി നടന്നുവരുന്ന നടപടികളെ നോക്കുമ്പോൾ അതു കാണുന്നില്ല എന്നാണ് ചട്ടമ്പിസ്വാമികളും പറയുന്നത്!

ഡോ. വി വി വേലുക്കുട്ടി അരയൻ(1894-1969) യുക്തിവാദിയും കമ്യൂണിസ്റ്റും തൊഴിലാളി നേതാവും കവിയും സാഹിത്യ വിമർശകനും പത്രപ്രവർത്തകനും, ഭിഷഗ്വരനുമെല്ലാമായ നവോത്ഥാന പ്രതിഭയാണ്. ഗാന്ധിയനായി തുടങ്ങി കമ്യൂണിസ്റ്റായി മാറിയ കേരളത്തിലെ ഒരേയൊരു നവോത്ഥാനപ്രതിഭയെന്ന നിലയിൽ അദ്ദേഹം വേറിട്ടു നില്ക്കുന്നു. 1916 ൽ അരയവംശ പരിപാലനയോഗവും, 1917 ൽ *അരയൻ* പത്രവും അദ്ദേഹത്തിന്റെ നേതൃത്വത്തിലാണ് ആരംഭിച്ചത്. സാമൂഹ്യ പരിഷ്കർത്താവായ മിതവാദി സി കൃഷ്ണന്റെ അഭിപ്രായത്തിൽ കേരളത്തിന്റെ സാമൂഹ്യ ചരിത്രത്തിൽ നിർണ്ണായക സ്വാധീനം ചെലുത്തിയ മൂന്ന് പ്രസ്ഥാനങ്ങളിൽ ഒന്നാമത്തേത്, വർക്കലയിലെ ശിവഗിരി പ്രസ്ഥാനവും രണ്ടാമത്തേത് ആലത്തൂർ ശിവയോഗി ആരംഭിച്ച പ്രസ്ഥാനവും മൂന്നാമത്തേത് വേലുക്കുട്ടി അരയന്റെ നേതൃത്വത്തിൽ പുറത്തുവന്ന *അരയൻ* പത്രവുമാണ്. അരയർ മത്സ്യം പിടിക്കുന്നവരാകയാൽ, അവർക്ക് ക്ഷേത്രപ്രവേശനം അനുവദിക്കാൻ പാടില്ല എന്ന സവർണ്ണവാദത്തെ അദ്ദേഹം നേരിട്ടത് മത്സ്യം ഹിന്ദുമതത്തിന്റെ അവിഭാജ്യഭാഗമാണെന്ന് യുക്തിപൂർവ്വം സ്ഥാപിച്ചുകൊണ്ടാണ്.

ലാന്റ് റെക്ലമേഷൻ സ്കീം എന്ന കടലാക്രമണ പ്രതിരോധപദ്ധതി അരനൂറ്റാണ്ടിനും മുമ്പേ സർക്കാരിനുമുമ്പിൽ വേലുക്കുട്ടി അരയൻ സമർപ്പിച്ചിരുന്നു എന്നും അത് നടപ്പിലാക്കിയിരുന്നെങ്കിൽ ഒരു പരിധിവരെ കടലാക്രമണങ്ങളെ തടുത്തുനിർത്താൻ കഴിയുമായിരുന്നുവെന്നും ഇന്ന് നാം തിരിച്ചറിയേണ്ടതുണ്ട്. അധഃസ്ഥിതരോടുള്ള ക്ഷേത്രം ഭാരവാഹികളുടെ വിവേചനങ്ങൾക്കെതിരെ, 1919 മുതൽ 'ക്ഷേത്രത്യാഗം' എന്ന അസാധാരണ സമരപരിപാടിക്ക് അദ്ദേഹം നേതൃത്വം നല്കി.

ക്ഷേത്രോത്സവങ്ങളിൽനിന്ന് ബോധപൂർവ്വം വിട്ടുനിന്നുള്ള പ്രതിഷേധമാണ് അദ്ദേഹം സംഘടിപ്പിച്ചത്.

മത്സ്യംതന്നെയാണ് ഹിന്ദുമതത്തിന്റെ മനസ്സും മസ്തിഷ്കവുമെന്ന് യുക്തിയുക്തം സ്ഥാപിച്ചുകൊണ്ട് ഡോ. വി വി വേലുക്കുട്ടി അരയൻ നിർവ്വഹിച്ച പ്രഭാഷണം, കേരളീയ നവോത്ഥാനചരിത്രത്തിലെ ഏതർത്ഥത്തിലും വേറിട്ടൊരദ്ധ്യായമാണ്. അദ്ദേഹം പറഞ്ഞു:(പേജ് 9)വിഷ്ണു ആദ്യം ശ്രാകമത്സ്യമായിട്ടവതരിച്ചു. അപ്പോൾ മത്സ്യരൂപായ നമഃ എന്നു പറഞ്ഞു ദൈവത്തെ സ്തുതിച്ചു. രണ്ടാമത്, ആമയായിട്ടവതരിച്ചു. അപ്പോൾ കൂർമ്മരൂപായ നമഃ എന്നു വാഴ്ത്തി. പിന്നീട് പന്നിമത്സ്യമായിട്ടവതരിച്ചു. അപ്പോൾ വരാഹരൂപായ നമഃ എന്നുപറഞ്ഞു നമസ്കാരം തുടങ്ങി. വിഷ്ണു കർണ്ണഭൂഷണമായി കാതിൽ മീൻ-അല്ല- ജലപുഷ്പം കെട്ടിത്തൂക്കി. അപ്പോൾ മത്സ്യകുണ്ഡലായ നമഃ എന്നു വാഴ്ത്തി. അദ്ദേഹം കടൽപാമ്പിന്റെ പുറത്തു കിടന്നു. അപ്പോൾ അനന്തശായിൻ നമഃ എന്നിങ്ങനെ തുടങ്ങി നമസ്കാര പരിപാടി. അദ്ദേഹം കോടികോടി മത്സ്യങ്ങൾ സദാ തട്ടിമുട്ടി സഞ്ചരിച്ചുകൊണ്ടിരുന്ന കടലിൽ തന്നെയാണു താമസിച്ചിരുന്നത്. ഇങ്ങനെ മത്സ്യമായി അവതരിക്കുന്നതിനും മത്സ്യങ്ങളുമൊത്തു ജീവിക്കുന്നതിനും മത്സ്യം സ്വർണ്ണത്തിനു പകരം ഭൂഷണമായി അണിയുന്നതിനും കുറവുതോന്നാത്ത ദൈവമാണ് വിഷ്ണു.

ശില്പമായൊരു മത്സ്യമായതും നീയല്ലോ ഹരിഗോവിന്ദ
ആമയായ് മുതുകിൽ ധരിച്ചതും നീയല്ലോ ഹരിഗോവിന്ദ
സൂകരാകൃതിവേഷമായതും നീയല്ലോ ഹരിഗോവിന്ദ

എന്നിങ്ങനെ ആ അവതാരമാഹാത്മ്യങ്ങൾ കീർത്തിക്കുന്നതിനു കുറവുതോന്നാത്തവരാണ് എല്ലാ സവർണ്ണ ഹിന്ദുക്കളും. വിഷ്ണുവിന്റെ ആയുധങ്ങളിലൊന്ന് ശംഖമത്സ്യമാണ്.

വിഷ്ണു, കൃഷ്ണദ്വൈപായനൻ എന്ന അപരാഭിധാനത്തോടുകൂടി ശ്രീ വേദവ്യാസനായി അവതരിച്ചു. തുമ്പും തുരാലുമില്ലാതെ കിടന്ന വേദങ്ങളും പുരാണങ്ങളും പകുത്തു ഹിന്ദുമതത്തിന് ഓജസ്സും തേജസ്സും വരുത്തിയ കഥ എല്ലാവരും വിശ്വസിക്കുന്നുണ്ട്. ആ വേദവ്യാസന്റെ മാതാവായ സത്യവതിയുടെ ജനനം ഒരു മത്സ്യത്തിൽ നിന്നായിരുന്നെന്ന് *ഭാരത*ത്തിൽ കാണുന്നു. *ഭാരത*ത്തിന്റെ പുറകേപോയാൽ ആ മത്സ്യം മനുഷ്യശിശുവിനെ വയറ്റിൽ ധരിച്ചുകൊണ്ട് കടലിൽ കിടന്ന ആ സന്ദർഭത്തെക്കുറിച്ചു നമുക്ക് വലിയ ആശങ്കകളും ഉൽക്കണ്ഠകളും ഉണ്ടാകാതെ ഇരിക്കുന്നില്ല. കടലിൽ മത്സ്യത്തിനു ജീവിക്കുവാൻ തക്കവണ്ണം പ്രാണവായു ലഭിക്കുന്നുണ്ട്.

എന്നാൽ ആ കടലിനെ പേറ്റില്ലമാക്കി ഭാരതത്തിലെ മത്സ്യം തന്റെ വയറ്റിൽക്കിടന്ന മനുഷ്യശിശുക്കളെ പ്രസവിച്ചിരുന്നെങ്കിലുണ്ടാവുന്ന അവസ്ഥ എന്തായിരുന്നു എന്നാലോചിച്ചു നോക്കുക! അവയ്ക്കു ശ്വസിക്കുന്നതിനു കടലിൽ പ്രാണവായു ഉണ്ടോ? സ്തന്യപാനം ചെയ്യുന്നതിനു

മത്സ്യമാതാവിനു സ്തനങ്ങളുണ്ടോ? ഈ നിലയിൽ കടലിൽ പ്രസവം നടന്നെങ്കിൽ മത്സ്യരാജാവും ശന്തനുവിന്റെ പട്ടമഹിഷിയായ സത്യവതിയും നഷ്ടമായേനെ. എങ്കിൽ വേദവ്യാസൻ ജനിക്കാതെ പോയേനെ. വേദങ്ങൾ പകുക്കാതെ പോയേനെ. പാണ്ഡവരും നൂറ്റുപേരും ജനിക്കാതെ പോയേനെ. പുരാണങ്ങൾ എഴുതാതെ പോയേനെ. ഭാരതയുദ്ധം നടക്കാതെ പോയേനെ. എങ്കിൽ ശ്രീകൃഷ്ണൻ അർജ്ജുനനു ഗീതയെ ഉപദേശിക്കയില്ലായിരുന്നു. എങ്കിൽ വിവേകാനന്ദസ്വാമികൾ ഗീതാമാഹാത്മ്യത്തെപ്പറ്റി അമേരിക്കയിൽ പ്രസംഗിക്കാനും വേദാന്തമതത്തിൽ അമേരിക്കക്കാർക്കു വിശ്വാസം ജനിക്കാനും, ആനിബസന്റുമദാമ്മ ഇവിടെ പാഞ്ഞെത്താനും, തിയോസഫിക്കൽ സൊസൈറ്റിയും തിയോസഫിക്കൽ കോളേജും സ്ഥാപിക്കാനും *ഗീത*യുടെ വ്യാഖ്യാനം ഇംഗ്ലീഷിൽ എഴുതാനും, അത് 254 പുറമുള്ള ഒരു പോക്കറ്റുബുക്കായി അച്ചടിച്ചു മദ്രാസിലെ നടേശൻ കമ്പനി പ്രസിദ്ധം ചെയ്വാനും സാധിക്കയില്ലായിരുന്നു. ഇവയ്ക്കൊക്കെ കാരണം ഒരു മീനും മീൻപിടിത്തക്കാരനുമായിരുന്നു. ഇങ്ങനെ മീനിൽനിന്നും മീൻപിടിത്തക്കാരനിൽനിന്നും ഭാരതവും ഹിന്ദുമതവും വളർന്നു പ്രശോഭിച്ചതാണ്. ഇങ്ങനെയുണ്ടായ ഹിന്ദുമത്തിന്റെ പേരിൽ മീൻമയനായ വിഷ്ണുഭഗവാനെ പ്രതിഷ്ഠിച്ചിട്ടുള്ള ക്ഷേത്രങ്ങളിൽ ഇന്നു അരയന്മാർ പ്രവേശനാർഹരല്ലെന്നു പറയുന്നവരുടെ അജ്ഞതയെപ്പറ്റി അനുശോചിക്കയേ നിവൃത്തിയുള്ളൂ.

ഉത്തരഭാരതത്തിൽ വിശേഷിച്ചു ബംഗാളിൽ ഉള്ള ബ്രാഹ്മണർ മത്സ്യഭോജികളാകുന്നു. അവിടങ്ങളിലെ ബ്രാഹ്മണർക്കും കേരളത്തിലെ ബ്രാഹ്മണർക്കും പ്രത്യേകം പ്രത്യേകം ഹിന്ദുമതങ്ങളുണ്ടോ എന്നെനിക്കറിഞ്ഞുകൂടാ. എങ്കിലും നടന്നുവരുന്ന മതാനുഷ്ഠാനരീതിയാണ് ഞാൻ പറയാൻ പോകുന്നത്. അവിടങ്ങളിലെ ക്ഷേത്രങ്ങളിൽ മീൻ ഒരു വിശുദ്ധവസ്തുവായി നിവേദിക്കകൂടി ചെയ്യുന്നുണ്ട്. ഗോവാ മുതലായ ദേശങ്ങളിൽ നിവേദിക്കുന്ന പടച്ചോറിന്റെ മദ്ധ്യത്ത് ഒരു കഷണം കഴുകി ശുദ്ധിയാക്കിയ പച്ചമീൻ കുത്തി നിർത്താറുണ്ട്. അങ്ങനെ ചെയ്യുന്നത് കർമ്മപരിശുദ്ധിക്കായിട്ടാണത്രെ. അവിടങ്ങളിൽ ജലപുഷ്പം ഒരു വിശുദ്ധഭക്ഷണസാധനവും, ക്ഷേത്രങ്ങളിൽ നിവേദിക്കുന്ന പരിശുദ്ധ വസ്തുവുമാണ്. ഇവിടെ അതു പിടിക്കുന്നവർപോലും വർജ്ജനീയന്മാർ! നോക്കുക ഹിന്ദുമതത്തിന്റെ പേരിൽ ചിലർ കേരളത്തിൽ കാട്ടിക്കൂട്ടുന്ന സ്വാർത്ഥക്കസർത്തുക്കൾ.

കേരളത്തിലെ സവർണ്ണ-സർക്കാർ ക്ഷേത്രങ്ങളിൽ മീൻ പിടിക്കുന്ന അരയന്മാർക്കു പ്രവേശനം ലഭിച്ചില്ലെങ്കിലും അവർ പിടിക്കുന്ന മീനിനു പണ്ടേ തന്നെ പ്രവേശനം ലഭിച്ചിട്ടുണ്ട്. മലബാറിൽ ചാത്തമംഗലത്തപ്പന്റെ ക്ഷേത്രത്തിൽ നാറാണത്തുസിദ്ധൻ മത്സ്യക്കോമ്പൽ നിവേദിക്കുന്ന കഥ ആർക്കും മാച്ചുകളയാൻ വയ്യാത്തതാണല്ലോ. കുമാരകോവിലിലെ മത്സ്യക്കാവടിയഭിഷേകവും ഓർക്കേണ്ടതാണ്. (*മത്സ്യവും മതവും*).

1935 ൽ ആലപ്പുഴ ശ്രീരാമകൃഷ്ണ മഠത്തിന്റെ ആഭിമുഖ്യത്തിൽ നടന്ന മതസമ്മേളനത്തിൽ അരയസമൂഹത്തിന്റെ മതസ്വാതന്ത്ര്യത്തിനു വേണ്ടി, 'മതവും ഞാനും തമ്മിൽ ഒരു ബന്ധവുമില്ലെന്ന്' തുറന്നു പറഞ്ഞുകൊണ്ടാണ് വേലുക്കുട്ടി അരയൻ മുകളിൽ പ്രതിപാദിച്ച തരത്തിലുള്ള മതാത്മകവും മതേതരവുമായ യുക്തികൾ അവതരിപ്പിച്ചത്. *മത്സ്യവും മതവും അഥവാ അരയന്മാരുടെ ക്ഷേത്രപ്രവേശനവും* എന്ന പേരിൽ വി വി വേലുക്കുട്ടി അരയൻ ചെയ്ത അദ്ധ്യക്ഷപ്രസംഗം ഒരു ലഘു പുസ്തകമായി കരുനാഗപ്പള്ളിയിലെ വി വി ബുക്ക് ഡിപ്പോ പ്രസിദ്ധീകരിച്ചിട്ടുണ്ട്. ക്ഷേത്രപ്രവേശനം സ്വന്തം നിലയിൽ എനിക്കാവശ്യമില്ലെന്ന് കൃത്യമാംവിധം വ്യക്തമാക്കിക്കൊണ്ടാണ് അദ്ദേഹം സ്വന്തം നിലപാടുകൾ അവതരിപ്പിച്ചത്.

പച്ചക്കറികേന്ദ്രിതമായ ഭക്ഷണശീലത്തെയല്ല, പച്ചക്കറിയേതര ഭക്ഷണത്തെ പുച്ഛിക്കുന്ന മേല്ക്കോയ്മാ മനോഭാവത്തെയാണ് അരയൻ ചോദ്യം ചെയ്തത്. ആർക്കും സ്വന്തം അഭിരുചിക്കനുസരിച്ച് ഭക്ഷണം കഴിക്കാനുള്ള പ്രാഥമികാവകാശത്തിന് വേണ്ടിയാണദ്ദേഹം പൊരുതിയത്. പച്ചക്കറിഭക്ഷണം പവിത്രവും, മത്സ്യമാംസഭക്ഷണം മ്ലേഛവുമാണെന്ന, വിഭജനത്തെയാണദ്ദേഹം വെല്ലുവിളിച്ചത്. ഹിന്ദുദൈവങ്ങൾ 'പച്ചക്കറിയന്മാരും' മറ്റുള്ളദൈവങ്ങൾ മാംസമത്സ്യക്കറിയന്മാരുമാണെന്ന 'മിഥ്യ'യെയാണദ്ദേഹം തുറന്നു കാട്ടിയത്. ശ്രീരാമൻ മുതൽ ശ്രീകൃഷ്ണൻ വരെയുള്ളവർ, മാംസവും മത്സ്യവും ഭക്ഷിച്ചിരുന്നു എന്നും, എന്നാൽ അവരെ പൂജിക്കുന്ന ക്ഷേത്രത്തിൽ 'മത്സ്യം പിടിക്കുന്നതിനാൽ' അരയർക്ക് പ്രവേശനം നല്കാൻ പാടില്ലെന്ന് വാദിക്കുകയും ചെയ്യുന്നതിലെ പൊള്ളത്തരമാണദ്ദേഹം പൊളിച്ചുകാട്ടിയത്. മുപ്പതുകളിലെ കേരളത്തെ പിടിച്ചുകുലുക്കിയ ഇ മാധവന്റെ 'സ്വതന്ത്രസമുദായം' എന്ന പുസ്തകത്തെ ഓർമ്മിപ്പിക്കുംവിധം പ്രക്ഷോഭജനകമായ ആശയങ്ങളാണ് *മത്സ്യവും മതവും* എന്ന ലഘുഗ്രന്ഥത്തിലും ഉള്ളടങ്ങിയിട്ടുള്ളത്. പ്രസ്തുത കൃതി ഏതർത്ഥത്തിലും കീഴാളനവോത്ഥാനത്തിന്റെ മാനിഫെസ്റ്റോ എന്ന വിശേഷണത്തിന് അർഹമാണ്. വൈദിക കാഴ്ചപ്പാടിനെ കീഴ്മേൽ മറിക്കുന്ന കറുത്ത വിമോചന ദൈവശാസ്ത്രത്തിന്റെ കനലുകൾതന്നെയാണ് ഈ കൃതിയിൽ ചിതറിക്കിടക്കുന്നത്.

ആഢ്യന്മാർ വിശുദ്ധപദവി നല്കിയിട്ടുള്ള ശംഖും, കവടിയും ചുണ്ണാമ്പുമെല്ലാം 'മത്സ്യാവശിഷ്ടങ്ങൾ' മാത്രമാണെന്ന് വ്യക്തമാക്കുകവഴി, ആഢ്യശുദ്ധിവാദത്തിന്റെ, അസംബന്ധസ്വഭാവത്തെയാണ് അരയൻ നർമ്മമധുരമായി വിചാരണ ചെയ്യുന്നത്. ഒരുപക്ഷേ, വേലുക്കുട്ടി അരയന്റെ നർമ്മങ്ങൾ അരയർക്ക് പ്രവേശനം നിഷേധിക്കുന്നവർക്കെതിരെ മാത്രമല്ല, സാക്ഷാൽ ദയാനന്ദസരസ്വതിയുടെ, *സത്യാർത്ഥ പ്രകാശത്തിലെ*, 'സസ്യസ്തുതി'യെവരെ പ്രതിക്കൂട്ടിലാക്കുംവിധം ശക്തമാണ്!

'മീനും മുക്കുവനും ഇല്ലായിരുന്നെങ്കിൽ, സൃഷ്ടിയുടെ ഊർജ്ജസ്രോതസ്സായ കാമദേവൻ പോലും ഉണ്ടാകുമായിരുന്നില്ലെന്ന അദ്ദേഹത്തിന്റെ നിരീക്ഷണം മുതൽ 'കഴുകി വൃത്തിയാക്കിയ പച്ചമീൻ' വിശുദ്ധപദാർത്ഥമായി കരുതുന്ന ക്ഷേത്രങ്ങൾ ഇന്ത്യയിലുണ്ടെന്ന ഓർമ്മപ്പെടുത്തൽവരെ, ലക്ഷ്യംവെക്കുന്നത്, ഭക്തിയിലെ യഥാർത്ഥ നാനാത്വത്തിലേക്കാണ്.

എട്ട്

'നവോത്ഥാനം' മനുഷ്യവിമോചനത്തിന്റെ ഒരു വലിയ ചുവടുവെപ്പായിരുന്നു. മുതലാളിത്തത്തെ സാദ്ധ്യമാക്കുംവിധമുള്ള ആശയങ്ങളുടെയും സ്ഥാപനങ്ങളുടെയും ഒരു സമാന്തരലോകമാണത് പൊതുവിൽ സൃഷ്ടിക്കാൻ ശ്രമിച്ചത്. എന്നാൽ അടിമ-നാടുവാഴി വ്യവസ്ഥയ്ക്കകത്തെ ജീർണ്ണതകൾക്കെതിരെ നിരന്തര സമരങ്ങൾ നിർവ്വഹിക്കുമ്പോൾത്തന്നെ 'മുതലാളിത്തത്തെ' മുറിച്ച് മുന്നോട്ടു പോകുന്ന സ്വപ്നങ്ങൾ കാണാൻ കഴിഞ്ഞതാണ് കേരളീയ കീഴാള നവോത്ഥാനത്തെ ഒരർത്ഥത്തിൽ വ്യത്യസ്തമാക്കുന്നത്. കീഴാളനവോത്ഥാനവും, മേലാള നവോത്ഥാനവും അടിസ്ഥാനപരമായി വ്യത്യസ്തമായിരുന്നുവെന്ന വസ്തുത, സാംസ്കാരികവിശകലനങ്ങളെ സംബന്ധിച്ചിടത്തോളം സുപ്രധാനമാണ്. എന്നാൽ പലപ്പോഴും നവോത്ഥാനമെന്ന അമൂർത്തമായ 'പൊതുപ്രയോഗം' അതിന്റെ സങ്കീർണ്ണമായ സവിശേഷതകളെ പൂഴ്ത്തിവെക്കാനുള്ള, ഒരൊളിപ്പുരയായാണ് പ്രവർത്തിച്ചുപോരുന്നത്.

കീഴ്മേൽ മറിയുന്നൊരു കാലത്ത് സ്വയം പിടിച്ചുനില്ക്കാനുള്ള പ്രവർത്തനങ്ങൾക്കാണ് 'സവർണ്ണ നവോത്ഥാന പ്രസ്ഥാനങ്ങൾ' നേതൃത്വം നല്കിയത്. നാടുവാഴിത്ത വ്യവസ്ഥയിലെ 'ഉടമവർഗ്ഗം' അതിനോടേറ്റുമുട്ടിയ 'മുതലാളിത്ത'വ്യവസ്ഥയുടെ ഭാഗമായി മാറാനാഗ്രഹിച്ചതിൽ അസ്വാഭാവികതയില്ല. നാടുവാഴിത്ത വ്യവസ്ഥയുടെ തകർച്ചയിൽ തങ്ങൾക്കുണ്ടാവുന്ന നഷ്ടങ്ങളെ ലാഭങ്ങളാക്കി മാറ്റാനുള്ള പദ്ധതികൾക്കാണവർ രൂപം നല്കിയത്. നാടുവാഴിത്തത്തിലായാലും മുതലാളിത്തത്തിലായാലും അവരന്വേഷിച്ചത്, മറ്റുള്ളവർക്കെന്തുതന്നെ സംഭവിച്ചാലും സ്വന്തം താല്പര്യങ്ങൾ സംരക്ഷിക്കുന്ന ഒരു 'ഭദ്രലോക'മാണ്. എന്നാൽ കീഴാളനവോത്ഥാനത്തിന് അവ്വിധം, സങ്കുചിതമാവാൻ കഴിയുമായിരുന്നില്ല. അതുകൊണ്ടുതന്നെ, രൂപംകൊണ്ട കാലത്തിന്റെ നിരവധി പരിമിതികൾക്കിടയിലും, മനുഷ്യസമൂഹത്തിന്റെയാകെ വിമോചനം എന്നൊരു കാഴ്ചപ്പാട് അതിന് കൈയൊഴിക്കാൻ കഴിയുമായിരുന്നില്ല. സവർണ്ണനവോത്ഥാനം പരിഷ്കരണപരമായിരിക്കുമ്പോൾ, കീഴാളനവോത്ഥാനം വിപ്ലവകരമാണ്. ആദ്യത്തേത്, തങ്ങൾ മാത്രമായി അനുഭവിച്ച പ്രത്യേക അവകാശങ്ങളും അധികാരങ്ങളും നഷ്ടപ്പെടുമെന്ന ഭീതിയിൽനിന്നുമാണുണ്ടായതെങ്കിൽ, രണ്ടാമത്തേത് ഒരു നവസ്വാതന്ത്ര്യബോധത്തിന്റെ സൃഷ്ടിയിൽനിന്നുമാണ് ശക്തിയാർജ്ജിച്ചത്. സവർണ്ണനവോ

ത്ഥാന പ്രസ്ഥാനത്തിലുണ്ടായ പരിമിതമായ ജനാധിപത്യവല്ക്കരണത്തിനുപോലും അത് കടപ്പെട്ടിരിക്കുന്നത്, കീഴാള നവോത്ഥാനത്തോടാണ്.

സവർണ്ണപ്രത്യയശാസ്ത്രത്തെ ഹിന്ദുമതത്തിന്റെ ഭാഗമെന്ന നിലയിലല്ല, ഒരു 'ബൃഹദ് രാഷ്ട്രീയ പദ്ധതി' എന്ന നിലയിലാണ് ഇവിടെ പരിഗണിക്കുന്നത്. ഭൗതികവാദത്തിന്റെ കാഴ്ചപ്പാടിൽ സാങ്കല്പികതലത്തിലെങ്കിലും 'സമത്വം' സാക്ഷാൽക്കരിക്കാൻ ശ്രമിക്കുന്ന മതകാഴ്ചപ്പാടിന്റെ സമ്പൂർണ്ണ നിരാസമാണ് നമ്മളിവിടെ കാണുന്നത്. അസമത്വത്തെ ആഴത്തിൽ ദിവ്യപ്പെടുത്തുന്ന നഗ്നമായ മേല്ക്കോയ്മയുടെ സിദ്ധാന്തവും പ്രയോഗവുമായാണ് സവർണ്ണപ്രത്യയശാസ്ത്രം നിലനില്ക്കുന്നത്. മതത്തെ സ്വന്തം താല്പര്യം സംരക്ഷിക്കുംവിധം അത് എന്നെന്നേക്കുമായി മരവിപ്പിച്ചു നിർത്തിയിരിക്കുകയാണ്. കേരളീയ നവോത്ഥാനത്തെ കേവലനവോത്ഥാനമെന്ന നിലയിൽ കാണുന്നതിനുപകരം സവർണ്ണ, അവർണ്ണ, മുസ്ലിം, ക്രിസ്ത്യൻ വിഭാഗങ്ങളിൽ നടന്ന നവോത്ഥാനങ്ങൾ എന്ന നിലയിലാണ് അപഗ്രഥിക്കേണ്ടത്.

ചൗജുകോ എന്ന ചീനക്കാരൻ സഞ്ചാരി 'നമ്പി'രാജ്യം എന്ന് പഴയ കേരളത്തെ വിളിക്കുമ്പോൾ, ഇവിടെ ബുദ്ധമതക്കാർക്കായിരുന്നു ഭൂരിപക്ഷം! എന്നിട്ടും, ചൗജുകോ ശരിയാംവിധംതന്നെ പരിഗണിച്ചത്, സംഖ്യാപരമായ ഭൂരിപക്ഷമല്ല, സാംസ്കാരിക മേല്ക്കോയ്മയെയാണ്. നമ്പൂതിരിമാർ എണ്ണത്തിൽ കുറവായിരുന്നെങ്കിലും 'സാംസ്കാരിക മേല്ക്കോയ്മ' പുലർത്താൻ അവർക്ക് കഴിഞ്ഞത്; ഭരണകൂടംവഴി നടപ്പിലാക്കാൻ കഴിഞ്ഞ ശിക്ഷകൾക്കൊപ്പം; അതിഭൗതികമായ അനുഗ്രഹ/ശാപങ്ങൾ, നിർവ്വഹിച്ചുമാണ്. ബ്രാഹ്മണശാപത്തിന് മുമ്പ് ഭരണകൂടശിക്ഷയേക്കാൾ ഭയം സൃഷ്ടിക്കാൻ കഴിഞ്ഞിരുന്നു. നാടുവാഴിത്തവിരുദ്ധസമരങ്ങളെ തളർത്തുന്നതിലും ജനകീയപ്രതിരോധങ്ങളെ തകർക്കുന്നതിലും, 'ശാപഭീതി' വഹിച്ച പങ്ക് ചെറുതല്ല!

സർവ്വസമൂഹങ്ങളിലും, സമുദായങ്ങളിലും നടക്കുന്ന പൊതുവായ സംഘർഷങ്ങൾക്കൊപ്പം, ഓരോ സമൂഹത്തിന്റെയും സവിശേഷമായ സംഘർഷങ്ങളും, പരിഗണിച്ചുകൊണ്ടാണ് സാംസ്കാരികാന്വേഷണങ്ങൾ നിർവ്വഹിക്കേണ്ടത്. എന്നാൽ അതിനുപകരം, 'സവർണ്ണസമൂഹ' മാതൃകയിലേക്ക്, മറ്റ് സമൂഹങ്ങളെ മുഴുവൻ 'ഒടിച്ചുമടക്കി' ഒതുക്കുന്ന, ഒരധീശസാംസ്കാരിക നിർമ്മാണമാണ്, സ്വാഭാവികവും ശരിയുമെന്ന നിലയിൽ പലപ്പോഴും സാംസ്കാരികരംഗത്ത് മേല്ക്കോയ്മ സ്ഥാപിക്കുന്നത്. 'വെള്ളക്കാരുടെ ഭാരം' 'വെള്ളക്കാരുടെ നാഗരികദൗത്യം' തുടങ്ങിയ അധിനിവേശ മുദ്രാവാക്യങ്ങളെ അനുസ്മരിപ്പിക്കുംവിധമാണ്, നവോത്ഥാനത്തിനകത്ത്, സവർണ്ണത പ്രച്ഛന്നമായി പ്രവർത്തിച്ചത്. നിങ്ങളുടെ ഭാഷ, ഉച്ചാരണം, ബന്ധമാതൃകകൾ, സാഹിത്യം, ഉത്സവങ്ങൾ, ആചാരങ്ങൾ, പെരുമാറ്റങ്ങൾ, പേര് തുടങ്ങി ഒന്നും ശരിയല്ലെന്നും എന്നാൽ ഞങ്ങളുടെ സമ്പ്രദായങ്ങളും ശീലങ്ങളുമെല്ലാം ഒന്നൊഴിയാതെ ശരിയാണെന്നുമാണത് പറഞ്ഞും പറയാതെയും പ്രഖ്യാപിച്ചത്!

നിങ്ങൾക്ക് മനുഷ്യരാവണമെങ്കിൽ, നിങ്ങൾ നിങ്ങളല്ലാതാവണമെന്നാണത്, കീഴാളരോട് കല്പിക്കാതെ കല്പിച്ചത്! നവോത്ഥാനത്തിന്റെ ആദ്യകാലങ്ങളിൽ, കീഴാള സമൂഹങ്ങളിൽ നടന്ന, ആചാരപരിഷ്കരണം; സവർണ്ണ രീതിയുടെ ശ്രേഷ്ഠതയെ സ്വയം ശരിവെക്കുംവിധമാണ് പ്രവർത്തിച്ചത്. അന്നതിനും ഒരു സമരമായി വളരാൻ കഴിഞ്ഞു! എന്നാൽ, ഇന്നത് അതേപോലെ ആവർത്തിക്കുന്നത് ഒരുവിധത്തിലും ഒരു 'സമരമായി' വികസിക്കില്ല.

'ജാതിരഹിത' സമൂഹമെന്ന നവോത്ഥാനവീക്ഷണത്തെ സൂക്ഷ്മാർത്ഥത്തിൽ സർവ്വജാതികളുടെയും ഒരേസമയത്തുള്ള അപ്രത്യക്ഷമാവൽ എന്ന കാല്പനികാർത്ഥത്തിലല്ല തിരിച്ചറിയേണ്ടത്. മേൽജാതി പ്രത്യയശാസ്ത്രങ്ങളാണ്, കീഴ്ജാതി ഉണ്ടാക്കിയത്. ഇനിയും തകർന്നിട്ടില്ലാത്ത സാമൂഹ്യവിഭജനത്തിന്റെ മതിലുകൾ മനുഷ്യർക്ക് ഇടയിൽ സൃഷ്ടിച്ചത്, കീഴ്ജാതി ആചാരങ്ങളല്ല, മറിച്ച് മേൽജാതി ആധിപത്യമാണ്. മേൽജാതിക്കാർക്ക് 'ജാതി' ഒരൊഴിഞ്ഞ ടൂത്ത്പേസ്റ്റ് ട്യൂബാണെന്നും, കീഴ്ജാതിക്കാർക്കത് നിറഞ്ഞ ടൂത്ത്പേസ്റ്റ് ട്യൂബാണെന്നുമുള്ള നിരീക്ഷണം ശരിയാണ്. എന്നാൽ അതിലേറെ പ്രസക്തമായ വേറൊരു ശരിയുണ്ട്. ഇന്നും ആ ഒഴിഞ്ഞ ടൂത്ത്പേസ്റ്റ്ട്യൂബിനാണ്, നിറഞ്ഞ ടൂത്ത്പേസ്റ്റ് ട്യൂബിനേക്കാൾ സാംസ്കാരിക മൂല്യമുമുള്ളത് എന്നുള്ളതാണത്! എത്ര വലിച്ചെറിഞ്ഞാൽപ്പോലും, വിട്ടുപോകാത്ത ഒരു സാംസ്കാരിക ശക്തിയായാണ് 'ജാതി' നിലനില്ക്കുന്നത്. കീഴാള ജാതികളും, പ്രത്യക്ഷത്തിൽ, ജാതിയായിരിക്കെത്തന്നെ അതിലുള്ളത് രാഷ്ട്രീയമായും സാംസ്കാരികമായും സ്വയം കീഴടക്കപ്പെട്ടതിന്റെ മുദ്രയാണ്. മർദ്ദിത ജാതികളെയും മർദ്ദക ജാതികളെയും ഒരേ മാനദണ്ഡം വെച്ച് വിശകലനം ചെയ്യുന്നത്, കാര്യങ്ങളെ തലകീഴായി കാണലാണ്! അതുകൊണ്ടുതന്നെ സവർണ്ണ പ്രത്യയശാസ്ത്രത്തിന്റെ സമ്പൂർണ്ണതിരസ്കാരമാണ്, ജാതിരഹിതസമരത്തിന്റെ ആദ്യഅജണ്ടയായി പ്രഖ്യാപിക്കപ്പെടേണ്ടത്. എന്നാൽ ഇന്നും സവർണ്ണപ്രത്യയശാസ്ത്രത്തിൽ ഒന്ന് സ്പർശിക്കപ്പെടുമ്പോൾ നമ്മുടെ 'സാംസ്കാരികലോകം' ഇളകിമറിയുന്നതാണ് നാം കാണുന്നത്. സവർണ്ണപ്രത്യയശാസ്ത്രത്തോട് സൈദ്ധാന്തികമായി വിയോജിക്കുന്ന ക്രൈസ്തവ-ഇസ്ലാം മതങ്ങളും കീഴാള കാഴ്ചപ്പാടുകൾ പുലർത്തുന്ന മതരഹിതരും, പ്രായോഗികതലത്തിൽ സവർണ്ണപ്രത്യയശാസ്ത്രത്തോട് ചേർന്നുനില്ക്കുന്നതിലാണ് ആഹ്ലാദവും അഭിമാനവും അനുഭവിക്കുന്നത്. സവർണ്ണനിലപാടിൽ തുടങ്ങി അവർണ്ണനിലപാടിലേക്ക് വളർന്ന, 'ആഭിജാത്യവും' അതിനെ ദൃഢപ്പെടുത്തുന്ന 'തറവാട്ട്' മഹിമയും ഇന്നും കേരളത്തിൽ നിലനില്ക്കുന്നു. ജാതിക്കും സങ്കുചിത മതകാഴ്ചപ്പാടിനുമപ്പുറം നമ്മളൊക്കെയും മനുഷ്യത്വത്തിന്റെ പച്ചപ്പാണെന്ന മാനവികതയുടെ മഹത്തായ തത്ത്വമാണ് 'പ്രയോഗവേദികളിൽ' വെച്ച് നിരന്തരം പരിക്കേല്പിക്കപ്പെടുന്നത്.

കേരളത്തിലെ 'സമ്പൂർണ്ണാർത്ഥത്തിലുള്ള' സവർണ്ണപ്രസ്ഥാനമായ 'യോഗക്ഷേമസഭ' പിറക്കുന്നത് കേരളം കീഴ്മേൽ മറിഞ്ഞ ഒരു കാലത്താണ്. 1822 മുതൽ 1859 വരെ നടന്ന കീഴാള സ്ത്രീകളുടെ മേൽവസ്ത്ര സമരവും 1836 മുതലുള്ള കർഷക സമരങ്ങളും 1888 ൽ ശ്രീനാരായണ ഗുരുവിന്റെ നേതൃത്വത്തിൽ നടന്ന വിപ്ലവകരമായ ശിവപ്രതിഷ്ഠയും 1889 ൽ എഴുതപ്പെട്ട ഒ ചന്തുമേനോന്റെ *ഇന്ദുലേഖ* എന്ന നോവലും 1890 ലെ മരുമക്കത്തായ വിവാഹബില്ലും 1891 ലെ മലയാളി മെമ്മോറിയലും 1896 ലെ ഈഴവ മെമ്മോറിയലും, 1903 ലെ എസ് എൻ ഡി പി രൂപീകരണവും 1907 ൽ അയ്യങ്കാളിയുടെ നേതൃത്വത്തിൽ രൂപീകൃതമായ സാധുജനപരിപാലനസംഘവും പൊയ്കയിൽ അപ്പച്ചൻ എന്ന പേരിൽ പ്രശസ്തനായ കുമാരഗുരുവിന്റെ സഞ്ചാരപ്രസംഗവുമുൾപ്പെടെ 'പണ്ട് പണ്ട് എന്ന' ഗൃഹാതുരത്വത്തെ പൊളിച്ച വ്യത്യസ്ത തലത്തിലുള്ള ജനകീയ മുന്നേറ്റങ്ങളുടെ 'തുടർച്ച'യിലാണ് 1908 ൽ യോഗക്ഷേമസഭ പിറന്നത്. എന്നാൽ ഇന്ന് തിരിഞ്ഞുനോക്കുമ്പോൾ അത്ഭുതകരമായി തോന്നുന്നത്, സാമൂഹ്യജീവിതത്തെ അടിമുടി ഉലച്ച, ഇത്തരം സംഭവങ്ങളൊന്നും യോഗക്ഷേമസഭ അന്ന് ഗൗരവമായി പരിഗണിച്ചില്ലെന്നുള്ളതാണ്. വളരെ വലിയ കാര്യപരിപാടികൾ സമൂഹത്തിനുമുമ്പിൽ അവതരിപ്പിക്കപ്പെട്ടൊരു കാലത്ത്, ചെറിയ ചില കാര്യപരിപാടികളുമായാണ് യോഗക്ഷേമസഭ നിലവിൽ വന്നത്. എന്നാൽ, അതേ യോഗക്ഷേമസഭതന്നെയാണ്, മൗലികമായ പരിവർത്തനങ്ങൾക്ക് കീഴാള നവോത്ഥാന പ്രസ്ഥാനങ്ങളുടെ കൂടി സ്വാധീനം നിമിത്തം പിന്നീട് വിധേയമായത്. 1908 ലെ രൂപീകരണസന്ദർഭത്തിന് സ്വപ്നം കാണാനാവാത്ത സാംസ്കാരിക ഔന്നത്യത്തിലേക്കത് കുതിച്ചത്, സ്വയം നിർവ്വഹിച്ച നിരന്തര നവീകരണത്തിലൂടെയാണ്. അത്തരമൊരവസ്ഥയിലേക്ക് അതിനെ എത്തിക്കുന്നതിൽ കീഴാളനവോത്ഥാന പ്രസ്ഥാനങ്ങൾ വഹിച്ച പങ്ക് സുപ്രധാനമാണ്.

സമകാലീന അവസ്ഥ മാറ്റിവെച്ചാൽ യോഗക്ഷേമസഭയുടെ ചരിത്രം അഞ്ച് ഘട്ടങ്ങളായി സംഗ്രഹിക്കാൻ കഴിയും. ഒന്ന് മുമ്പേ സൂചിപ്പിച്ച പോലെ 1908 ലെ രൂപീകരണം. രണ്ട് 1919 ലെ 'നമ്പൂതിരി യുവജന സംഘ'ത്തിന്റെ രൂപീകരണം. മൂന്ന് 1925 ലെ 'ആഭിജാത്യധ്വംസനസഭ'. നാല് 1930 ലെ അന്തർജ്ജനസമാജം. അഞ്ച് 1944 ലെ ഇ എം എസിന്റെ 'നമ്പൂതിരിയെ മനുഷ്യനാക്കാൻ' എന്ന ചരിത്രപ്രസിദ്ധമായ ഓങ്ങല്ലൂർ പ്രസംഗം തുറന്നുവെച്ച ആശയപരിസരം. പൊതുവിൽ ഒന്നാംഘട്ടത്തെ തുടർന്നുള്ള നാല് ഘട്ടങ്ങളിലും സ്വയം ദളിതുവല്ക്കരണത്തിലേക്കുള്ള സഞ്ചാരമാണ് ദൃശ്യമാവുന്നത്. 'ആഭിജാത്യം എന്നാൽ അധഃപതനമാണെന്ന് മുത്തിരിങ്ങോട്ട് ഭവത്രാതൻ നമ്പൂതിരിപ്പാട് *അപ്ഫന്റെ മകളിൽ* കണ്ടെത്തുന്നതും; തൊഴിലാണ് ഭർത്താവ് എന്ന് *തൊഴിൽ കേന്ദ്രത്തിലേക്ക്* എന്ന നാടകം പ്രഖ്യാപിക്കുന്നതും, അവർണ്ണരെ കടത്താത്ത അമ്പലങ്ങൾക്ക് തീകൊളുത്തണമെന്ന് വി ടി ഭട്ടതിരിപ്പാട് പ്രഖ്യാപിക്കുന്നതും, വാരംപൂരത്തിന് നടന്ന് പരാന്നഭോജികളായി ജീവിക്കുന്നതിനു

പകരം, കീഴാളമാതൃക സ്വീകരിച്ച് അദ്ധ്വാനിച്ച് ജീവിക്കാൻ ഇ എം എസും ആഹ്വാനം ചെയ്യുന്നതും, പുതിയൊരു 'ജനകീയ സംസ്കാര നിർമ്മിതി'യുടെ അനിവാര്യതയിലേക്കുള്ള ഗംഭീരചുവടുവെപ്പുകളായിരുന്നു. സാംസ്കാരികപ്രചാരണത്തെ സാംസ്കാരിക പ്രയോഗങ്ങളായി പരിവർത്തിപ്പിക്കാനുള്ള തീവ്രശ്രമങ്ങളാണ്, അക്കാലങ്ങളിൽ, നവോത്ഥാനത്തിന് തിളക്കം പകർന്നത്. പറയുന്നതും ചെയ്യുന്നതും തമ്മിൽ അപ്പോൾ സാദ്ധ്യമായില്ലെങ്കിൽ, പിന്നീടെങ്കിലും പൊരുത്തമുണ്ടാക്കാനുള്ള നിരന്തര ശ്രമങ്ങൾക്കിടയിൽവെച്ചാണ് അന്നൊക്കെ 'നവോത്ഥാനം' നിവർന്നു നിന്നത്!

ഓരോ കാലത്തെ മനുഷ്യരും, അതത് കാലത്തോട് അനുകൂല/എതിർബന്ധങ്ങൾ പുലർത്തിക്കൊണ്ടാണ് ജീവിക്കുന്നത്. വ്യത്യസ്തബന്ധങ്ങൾക്ക് പുറത്ത് ആർക്കും ജീവിക്കാനാവില്ല. എന്തുകൊണ്ടെന്നാൽ, ജീവിതംതന്നെ ബന്ധങ്ങളുടെ ആകത്തുകയാണ്. ജൈവതലത്തിലുള്ള പ്രാഥമിക ബന്ധങ്ങൾ, മനുഷ്യരിലാണ് സങ്കീർണ്ണ മാനമാർജ്ജിക്കുന്നത്. സംസ്കാരസമ്പന്നരാകുക എന്നാൽ അഗാധമായ ആദർശാത്മക ബന്ധങ്ങളുടെ ലോകത്തിലേക്ക് പ്രവേശിക്കലാണ്. എന്ത് ചെയ്യുമ്പോഴും, നമ്മളൊക്കെയും ആദ്യമായും അവസാനമായും 'മനുഷ്യരാണെന്ന്' മറക്കാതിരിക്കലാണ്. 'പ്രത്യയശാസ്ത്രപ്രയോഗം' എന്നതുകൊണ്ട് പൊതുവിൽ വിവക്ഷിക്കുന്നത് നിലവിലുള്ള ബന്ധങ്ങളെ അതിനേക്കാളും വികസിച്ച പുതിയ ബന്ധങ്ങൾകൊണ്ട് പകരംവെക്കുന്ന ബദൽ പ്രവർത്തനങ്ങളെയാണ്. ജാതിവ്യവസ്ഥയ്ക്കകത്ത്, തങ്ങൾ ഉയർന്നവരല്ലെന്ന് സവർണ്ണർക്കും, തങ്ങൾ താഴ്ന്നവരല്ലെന്ന് അവർണ്ണർക്കും അഗാധബോദ്ധ്യം വരുന്നത്, പരിവർത്തനത്തിന്റെ ആദ്യ ചുവടുവെപ്പാണ്. എന്നാൽ അതൊരു ശരിക്കുള്ള പരിവർത്തനമായിത്തീരണമെങ്കിൽ, വെറുമൊരാശയം എന്ന അവസ്ഥയിൽനിന്നും അതൊരു പ്രയോഗമായി വികസിക്കണം. പഴയ ജാതിവ്യവസ്ഥയ്ക്ക് പകരം, മറ്റൊരു ബന്ധമാതൃകയുടെ പുതിയ ബദൽ ഉണ്ടായിവരണം. പറഞ്ഞുവരുന്നത്, സാംസ്കാരിക സംവാദങ്ങൾ, ബദൽ സാംസ്കാരിക നിർമ്മാണമായി മാറേണ്ടതിന്റെ അനിവാര്യതയെക്കുറിച്ചാണ്. 'പഴയ നവോത്ഥാന'കാലത്ത് പരിമിതികളോടെ, പ്രയോഗമാതൃകകൾ വികസിപ്പിക്കപ്പെട്ടതുകൊണ്ടാണ്, അക്കാലത്തെക്കുറിച്ചോർത്ത് ഇന്നും നമുക്ക് കോരിത്തരിക്കാൻ കഴിയുന്നത്.

'ഹാ സഖീ നീയെന്നോട് ചേർന്ന് നില്ക്കുക വീതോല്ലാസമായ്/ മങ്ങിടുന്നു ജീവിതം/ മുമ്പ് നാം ജീവൻപോലെ സ്നേഹിച്ചവർ/ അകന്നോ മൃതിപെട്ടോ വൻ പകയോടെ ചേരിമാറിയോ പൊയ്പ്പോകുന്നു.'('യുഗപരിവർത്തനം': വൈലോപ്പിള്ളി)

വൈലോപ്പിള്ളിയുടെ യുഗപരിവർത്തനം പിറന്നത് നാടുവാഴിത്തത്തിൽനിന്നും മുതലാളിത്തത്തിലേക്കുള്ള തീവ്രപരിവർത്തനത്തിന്റെ പരിഭ്രമവും പുളകവും ഒരുപോലെ പങ്കുവെച്ചാണ്. ഭൂതകാലത്തിൽനിന്നത്

വർത്തമാനത്തിലേക്ക് കാലെടുത്ത് വെച്ചപ്പോഴും, അതിന്റെ മനസ്സ് ഭൂത കാലത്തിന്റെ പച്ചപ്പുകൾക്കിടയിൽ കിടന്ന് കണ്ണീർ വാർത്തിരിക്കണം. ഓർക്കാനേറെയുണ്ടായതിനാലാവണം പുതിയ കാലത്തോടത് പൊരുത്തപ്പെട്ടത് കരൾപിളർക്കുന്ന ഒരു നിലവിളിയോടെയായത്. പരിവർത്തനത്തിന്റെ ഒഴുക്കിൽ, ഒലിച്ചുപോയ ജീവിതത്തിന്റെ ആർദ്രമായ എത്രയോ ഓർമ്മകളെ ആശ്ലേഷിക്കാനാവാതെ, അനാഥത്വത്തിന്റെ ആഘാതം തീവ്രമാക്കിയ ഏതോ ദുരിതനേരമാണ് യുഗപരിവർത്തനം എന്ന കവിതയിലെ 'ഹാ സഖി നീയെന്നോട് ചേർന്ന് നില്ക്കുക, വീതോല്ലാസമായ്...' എന്നൊരറ്റ വരിയിൽക്കിടന്ന് വിങ്ങുന്നത്. 'നാട് വേരുകൾപൊട്ടി ത്വരിതം' ചലിച്ചപ്പോൾ ചുവട് തെറ്റിയവർ, തുണയ്ക്കും താങ്ങിനുംവേണ്ടി, ഇടനെഞ്ച്പൊട്ടി, കൂട്ടത്തോടെ വിളിച്ച സ്നേഹസാന്ദ്രതയുടെ സംഗ്രഹമെന്ന അർത്ഥത്തിലാണ്, കവിതയിലെ 'ഹാ സഖി'യെന്ന സംബോധന അർത്ഥപൂർണ്ണമാകുന്നത്.

'മുമ്പ് നാം ജീവൻപോലെ സ്നേഹിച്ചവർ, അകന്നോ മൃതിപ്പെട്ടോ, വൻ പകയോടെ ചേരിമാറിയോ പൊയ്പ്പോകുന്നു' എന്നത്, ഒരു വ്യക്തിയുടെ സ്വകാര്യസങ്കടമെന്നതിനേക്കാൾ, സന്ധിബന്ധങ്ങളൊക്കെയും ശിഥിലമാകുന്ന ഏതൊരു പരിവർത്തന കാലത്തിന്റെയും സ്മൃതികളുരുകി കനക്കുന്ന സംഘക്കരച്ചിലാണ്. മരണത്തെ അനുസ്മരണംകൊണ്ടും, അകല്ച്ചയെ സംവാദംകൊണ്ടും ചേരിമാറിപ്പോകലിനെ പ്രത്യയശാസ്ത്ര നിശിതത്വംകൊണ്ടുമാണ് പൊതുവിൽ മനുഷ്യർ അതിജീവിക്കുന്നത്. കലപ്പയും യക്ഷിയും കെട്ടുപിണഞ്ഞ നാടുവാഴിത്തത്തെ, ട്രാക്ടറും വിദ്യുച്ഛക്തിതൂണുകളുംകൊണ്ട് നേരിടുന്ന സമരോത്സുക മുതലാളിത്തത്തിന്ന് വൈലോപ്പിള്ളി സ്വാഗതം ആശംസിക്കുന്നത്, പോയ കാലത്തിന്റെ നന്മകളെക്കുറിച്ചോർത്ത് വിതുമ്പിക്കൊണ്ടാണ്. ചിതറിപ്പോകുന്ന 'മനുഷ്യത്വത്തെ' തിരിച്ചു പിടിക്കാനാണ്, സഖിയോട്, കവിതയോട്, സ്വന്തം സഹജാതരോട്, ചേർന്ന് നില്ക്കാനത്, ഉൽക്കണ്ഠകളോടെ അപേക്ഷിക്കുന്നത്. വീഴ്ചകൾക്കിടയിൽ വർദ്ധിച്ച സന്തോഷത്തോടെ തനിക്കൊപ്പം ചേർന്ന് നിൽക്കുമെന്ന് കവി പ്രതീക്ഷിക്കുന്ന 'സഖി' സാമൂഹ്യാർത്ഥത്തിൽ മനുഷ്യരെ പരസ്പരം ചേർത്തുനിർത്തുന്ന സർഗ്ഗാത്മക കൂട്ടായ്മയാണ്. അവൾ സ്വന്തം പ്രിയപ്പെട്ടവൾ ആയിരിക്കെത്തന്നെ, അപരിമിതമായ സംഘശക്തിയുടെ പ്രതീകവുമാണ്. ബുദ്ധം ശരണത്തിനും ധർമ്മം ശരണത്തിനുമൊപ്പം സംഘം ശരണം എന്ന ബുദ്ധകാഴ്ചപ്പാടിന്റെ തുടർച്ചയിൽവെച്ച് 'വിദ്യകൊണ്ട് പ്രബുദ്ധരാകാനും സംഘടനകൊണ്ട് ശക്തരാകാനും' ആഹ്വാനംചെയ്ത ശ്രീനാരായണഗുരുവിനൊപ്പമാണ് വൈലോപ്പിള്ളിയുടെ, 'ചേർന്ന് നില്ക്കാനുള്ള' നിലവിളിയും വന്നുനില്ക്കുന്നത്. നവോത്ഥാനം തന്നെയാണ്, 'യുഗപരിവർത്തന'മെന്ന കവിതയിൽ നിനവും നോവുമായി നിറഞ്ഞു നില്ക്കുന്നത്.

നിരാശയെപ്പോലും പ്രത്യാശയ്ക്കുള്ള ഇന്ധനമാക്കുകയാണ് നവോത്ഥാനം ചെയ്തത്. പ്രതിസന്ധികളിൽനിന്നും ഒഴിഞ്ഞു പോവാനല്ല,

അതിനെതിരെ നിരന്തരം പ്രതികരിച്ചുകൊണ്ട് ഒരു പുതിയ ലോകത്തിന്റെ പിറവി സാദ്ധ്യമാക്കുംവിധം പ്രവർത്തിക്കുന്നതിലാണ്, 'നവോത്ഥാന സാഹിത്യ'വും വ്യാപൃതമായത്. പരാജയം ആസന്നമാണെന്നറിയുമ്പോഴും പൊരുതാനുള്ള വീറ് കാത്തുസൂക്ഷിക്കാൻ കഴിയുമ്പോഴാണ്, 'സമരോത്സുകമായ ശുഭാപ്തിവിശ്വാസം' സൃഷ്ടിക്കപ്പെടുന്നത്. സി എൻ ശ്രീകണ്ഠൻനായരുടെ *ലങ്കാലക്ഷ്മി* നാടകത്തിലെ 'രാവണൻ' ധൈഷണികമായി പുലർത്തുന്നത് 'ഇരുണ്ടവീക്ഷണ'മാണ്. ശ്രീരാമനുമായുള്ള യുദ്ധത്തിൽ തോല്ക്കുമെന്ന് മാത്രമല്ല, വിജയവും പരാജയവുമെല്ലാം 'മരണത്തിന്റെ ഭാഗമാണെന്ന' ദാർശനിക നിലപാടും, പ്രതിസന്ധിയുടെ നടുവിൽ നില്ക്കുമ്പോൾ, അയാൾ പങ്കുവെക്കുന്നുണ്ട്. പക്ഷേ, അപ്പോഴും, അയാൾ പോരാട്ടത്തിൽനിന്നും പിന്തിരിയുന്നില്ല! 'മരണംതന്നെയാണ് എല്ലാം. അകലെ നാം വിജയത്തിന്റെ ലഹരിയിലും പരാജയത്തിന്റെ വ്യഥയിലും ജീവിതം ഘോഷിക്കുന്നു. പക്ഷേ, വിജയമായും പരാജയമായും കൊണ്ടാടിയത് മരണം എന്ന ഏകവും അവ്യാജവുമായ സത്യം തന്നെയല്ലേ? സഖി, ഈ യുദ്ധത്തിൽനിന്ന് ഒഴിയാൻ നമുക്കിനി സാദ്ധ്യമല്ല. മരിച്ചവർക്കുവേണ്ടി നാം യുദ്ധം ചെയ്യും. പക്ഷേ, ഈ യുദ്ധം നമ്മുടെ അവസാനത്തെ യുദ്ധമാണ്. പൊട്ടാത്ത പടച്ചട്ടകൾ നാം അണിയുകയാണ്. ഈ നിമിഷത്തിൽ ആത്മസഖിയോട്-ഒരുപക്ഷേ, മനഃശാന്തിക്ക് വേണ്ടിയാവാം ചോദിക്കട്ടെ, 'രാവണന്റെ ജീവിതം ഒരു പാഴ്ച്ചെലവായിരുന്നുവോ?'

ആസന്നമായ മരണത്തിന്റെയും, തോല്വിയുടെയും, മുമ്പിൽവെച്ച്, രാവണൻ നിർവ്വഹിക്കുന്ന 'ആത്മവിചാരണ', ശ്രീരാമന്റെ വിജയത്തേക്കാൾ 'മൂല്യമുള്ളതായി' മാറുകയാണ്! ഗ്രാംഷി പറയുന്ന 'ധിഷണയുടെ അശുഭാപ്തി വിശ്വാസവും', 'ഇച്ഛാശക്തിയുടെ ശുഭാപ്തിവിശ്വാസവും' ഒരേസമയം ഇവിടെ സന്നിഹിതമാവുകയാണ്. ചെഗുവേരയുടെ രക്തസാക്ഷിത്വത്തിന്റെ ജ്വലിക്കുന്ന സ്മരണകളെ സമരശക്തിയാക്കുന്ന, നിക്കോളാസ്ഗിയൻ എന്ന ക്യൂബൻ കവി എഴുതി: 'നീ വീണുപോയിട്ടും നിന്റെ വെളിച്ചം മങ്ങിയിട്ടില്ല/ അവർ നിന്നെ നിശ്ശബ്ദനാക്കിയിട്ടും നീ മൂകനല്ല/ അവർ നിന്നെ ചുട്ട് കരിച്ചാലും/ മണ്ണിൽ കുഴിച്ചിട്ടഴുകിച്ചാലും/ സിമിത്തേരികളിലും/ കാടുകളിലും ചതുപ്പുകളിലും ഒളിച്ചുവെച്ചാലും/ നിന്നെ കണ്ടെത്തുന്നതിൽനിന്നും ഞങ്ങളെ തടയാൻ അവർക്ക് കഴിയില്ല. 'കുതറുന്ന ക്യൂബൻ പ്രതിരോധ വീര്യമാണ്' നിക്കോളാസ്ഗിയൻ ചെഗുവേരയെ സാക്ഷിയാക്കി ആവിഷ്കരിക്കുന്നത്. ഒരുപക്ഷേ, ഇന്ന് പ്രതിരോധ സാഹിത്യത്തിന്റെ കേന്ദ്രമായി തീർന്നിട്ടുള്ള പാലസ്തീൻ സാഹിത്യം, പാലസ്തീൻ അഭയാർത്ഥിജീവിതത്തിന്റെ തീവ്ര അശാന്തികൾക്കിടയിൽനിന്നും കണ്ടെടുക്കുന്നതും പിന്മടക്കമില്ലാത്തൊരു പോരാട്ടവീര്യമാണ്. 'അവരെന്റെ അപ്പം തട്ടിയെടുക്കട്ടെ/ ഞാൻ അതിജീവിക്കുകയാണ്/ അവരെന്റെ കുഞ്ഞുങ്ങളെ കൊന്നുകളയട്ടെ/ഞാൻ അതിജീവിക്കുകയാണ്....' തുടങ്ങിയ പ്രഖ്യാപനങ്ങൾ മുതൽ 'തുറമുഖത്തേക്ക്

നാടുകടത്തപ്പെട്ടിട്ടും/ ഒരു പഴത്തോട്ടത്തിന്/ ഇങ്ങനെ നിത്യഹരിതമായിരിക്കാൻ എങ്ങനെ കഴിയുന്നു?' എന്ന ഊർജ്ജോല്പാദക ചോദ്യങ്ങൾവരെ; അതിൽനിന്നും ജ്വലിക്കുകയാണ്.

'ഒന്നും ഒരിക്കലും നേരെയാവില്ല', 'എല്ലാം കണക്ക്', 'നമുക്ക് നമ്മൾ മാത്രമേ ഉണ്ടാവൂ', 'ചുരണ്ടിനോക്കിയാൽ മനുഷ്യരൊക്കെ ഇന്നും കാടന്മാരാണ്', 'ഇനി ഇങ്ങനെയൊക്കെയങ്ങ് പോകാം' തുടങ്ങി, ഒഴിഞ്ഞുമാറ്റത്തിന്റെ യുക്തി സജീവമാകുമ്പോഴാണ്, പൊള്ളയായ ശുഭാപ്തി വിശ്വാസവും, വന്ധ്യമായ 'അശുഭാപ്തി വിശ്വാസവും' രൂപംകൊള്ളുന്നത്. രണ്ടും പരസ്പരവിരുദ്ധമാണെന്ന് പ്രത്യക്ഷത്തിൽ തോന്നുമെങ്കിലും, നിഷ്ക്രിയത്വത്തെയും നിലനില്ക്കുന്ന അവസ്ഥയെയും പ്രോത്സാഹിപ്പിക്കുന്നതിൽ; രണ്ടും പരസ്പരം പൂരിപ്പിച്ചുകൊണ്ടാണ് നിലനില്ക്കുന്നത്. സർവ്വവും ഉടൻ ശരിയാവുമെന്ന സാന്ത്വനവും, മുതലാളിത്തവും സാമ്രാജ്യത്വവുമെല്ലാം നാളെ ഇടിഞ്ഞുപൊളിഞ്ഞുവീഴാൻ പോവുകയാണെന്ന ആവേശപ്രകടനവും; ഏതെങ്കിലും ഒരു 'രക്ഷകൻ' പ്രശ്നങ്ങളൊക്കെയും പരിഹരിക്കുമെന്ന നിഷ്ക്രിയ സമീപനവും സൃഷ്ടിക്കുന്ന ഉപരിപ്ലവമായ ശുഭാപ്തിവിശ്വാസത്തോടെന്നതിനേക്കാൾ ചരിത്രജന്യമായ ശുഭാപ്തിവിശ്വാസത്തിന് അടുപ്പം, ലജ്ജയും കുറ്റബോധവും സ്വയം വിമർശനവും കൂടിക്കലർന്ന വീര്യമാർന്ന നിരാശാബോധത്തോടാണ്! അതൊരു പുതിയ വ്യവസ്ഥയുടെയും വികസിത മാനസികാവസ്ഥയുടെയും സൃഷ്ടിക്കുള്ള ഊർജ്ജമായി മാറുമെങ്കിൽ മാത്രം!

ഒരു ഉത്തരവാദിത്വവും ഏറ്റെടുക്കാതെ, ഒരപഗ്രഥനവും നിർവ്വഹിക്കാതെ, കാര്യങ്ങളുടെ വേരിലേക്ക് കണ്ണ് തുറക്കാതെ, വരുംവരായ്കകളെക്കുറിച്ച് ഒന്ന് വ്യാകുലപ്പെടുകപോലും ചെയ്യാതെ 'നിർല്ലജ്ജം' 'നാളെ' എല്ലാംനേരെയാകുമെന്ന് പ്രഖ്യാപിക്കുന്നവരേക്കാൾ, ഇന്നത്തെ അവസ്ഥയിൽ ഒന്ന് ലജ്ജിക്കുകയെങ്കിലും ചെയ്യുന്നവരാണ്, പ്രതീക്ഷയ്ക്ക് വകതരുന്നത്! ജീവിതത്തിന്റെ സർവ്വതലങ്ങളിലും നിരന്തരം സമരം നടക്കുമ്പോഴാണ്, സമരോത്സുകമായ ശുഭാപ്തിവിശ്വാസം സൃഷ്ടിക്കപ്പെടുന്നത്. രാഷ്ട്രീയത്തെ അരാഷ്ട്രീയംകൊണ്ടും, നവോത്ഥാനത്തെ പുനരുത്ഥാനംകൊണ്ടും, പ്രബുദ്ധതയെ ഉപഭോഗാസക്തികൊണ്ടും, കാഴ്ചപ്പാടുകളെ പരസ്യകാഴ്ചകൾകൊണ്ടും, അഗാധമായ ആഭിമുഖ്യങ്ങളെ ഉപരിപ്ലവമായ ഭ്രമങ്ങൾകൊണ്ടും, അനുരാഗത്തെ കാമംകൊണ്ടും, മതനിരപേക്ഷതയെ മതസങ്കുചിതത്വങ്ങൾകൊണ്ടും, ശാസ്ത്രബോധത്തെ അന്ധവിശ്വാസങ്ങൾകൊണ്ടും, തത്ത്വചിന്താപരമായ അവബോധത്തെ, 'തറ'പ്രചാരവേലകൾകൊണ്ടും, സംവാദത്തെ വിവാദംകൊണ്ടും, സംഭാഷണത്തെ, 'ഭരണഭാഷണങ്ങൾ'കൊണ്ടും, സമരോത്സുകമായ സാർവ്വദേശീയതയെ, മർദ്ദകമായ ആഗോളവല്ക്കരണംകൊണ്ടും, അന്വേഷണങ്ങളെ, പരട്ടആചാരങ്ങൾകൊണ്ടും, ജനകീയപക്ഷപാതത്തെ ജനവിരുദ്ധ നിഷ്പക്ഷതകൊണ്ടും, ജ്വലിക്കുന്ന ഓർമ്മകളെ മറവികൾകൊണ്ടും, സ്വപ്നങ്ങളെ, കണക്കുകൂട്ടലുകൾകൊണ്ടും, ആർദ്രമായ 'ഉട്ടോപ്യകളെ'

ക്രൂരമായ കോർപ്പറേറ്റ് കാനിബാലിസംകൊണ്ടും, കീഴാളആഭിമുഖ്യങ്ങളെ സവർണ്ണആഭിജാത്യങ്ങൾകൊണ്ടും, സർഗ്ഗാത്മകപ്രാദേശികതയെ, സങ്കുചിതപ്രാദേശികഭ്രാന്തുകൊണ്ടും, സവിശേഷപ്രശ്നങ്ങളെ അമൂർത്തമായ സാമാന്യപ്രസ്താവങ്ങൾകൊണ്ടും, അട്ടിമറിക്കാനുള്ള ശ്രമങ്ങൾക്കെതിരെ, നിരന്തരം സമരം നടക്കുമ്പോഴാണ് 'ചരിത്രജന്യമായ ശുഭാപ്തിവിശ്വാസം' വികസിക്കുന്നത്.

1908 ൽ ഒരു വരേണ്യ നമ്പൂതിരിസാമുദായിക സംഘടനയായി രൂപംകൊണ്ട 'യോഗക്ഷേമസഭ' എങ്ങനെയാണ് ഒരു സമരോത്സുക നവോത്ഥാന പ്രസ്ഥാനമായി മാറിയതെന്നാണ് 'വരേണ്യനവോത്ഥാനത്തിന്റെ അതിരുകൾ' എന്ന അടുത്തഭാഗത്ത് അന്വേഷിക്കുന്നത്. സവർണ്ണനവോത്ഥാനം സമരോത്സുകമാകും മുറയ്ക്ക് സവർണ്ണമല്ലാതാകുന്നതിനാണ് 'നമ്മുടെ സാംസ്കാരിക ചരിത്രം' സാക്ഷ്യം വഹിക്കുന്നത്. *അടുക്കളയിൽനിന്ന് അരങ്ങത്തേക്ക്, ഋതുമതി, തൊഴിൽ കേന്ദ്രത്തിലേക്ക്, മറക്കുടയ്ക്കുള്ളിലെ മഹാനരകം* മുതൽ *അപ്ഫന്റെ മകൾ* വരെയുള്ള സവർണ്ണജീവിതപശ്ചാത്തലത്തിൽനിന്നും രൂപംകൊണ്ട, സാഹിത്യസൃഷ്ടികളൊക്കെയും 'സമരോത്സുകമായൊരു ശുഭാപ്തിവിശ്വാസം' സൃഷ്ടിക്കുന്നതിൽ നേതൃത്വപരമായ പങ്ക് വഹിച്ചതായി കാണാൻ കഴിയും. ഒരിക്കലും മാറുകയില്ലെന്ന് കരുതിയതിനെയൊക്കെയും മാറ്റിത്തീർത്തുകൊണ്ടാണ്, സാമൂഹ്യമുന്നേറ്റങ്ങളൊക്കെയും സാദ്ധ്യമായത്. സാമൂഹ്യജീവിതം നിരന്തരം മാറുകയാണെന്ന അടിസ്ഥാനസത്യം പരിഗണിക്കാതെ ഇനിയൊന്നും മാറുകയില്ലെന്ന് പറയുന്നവർ, 'സ്റ്റാറ്റസ്കോ'നില നിർത്തിക്കാൻ ആഗ്രഹിക്കുന്ന അരാഷ്ട്രീയ വാദികളാണ്. 'If you act like there is no possibility for change, you guarantee that there will be no change' (Noam Chomsky)

സമരോത്സുകമായ ആശയങ്ങൾ അവതരിപ്പിക്കാൻ മാത്രമല്ല, അതിനെ പ്രയോഗമാക്കി മാറ്റാനും നമ്പൂതിരിയുവജന പ്രസ്ഥാനം നേതൃത്വം നല്കി. 'കുടുമമുറി പ്രസ്ഥാനം, പൂണൂൽദഹന പ്രസ്ഥാനം വൃദ്ധവിവാഹ പിക്കറ്റിങ്, ഘോഷാബഹിഷ്കരണം, ഊട്ടുപുര അടച്ചുപൂട്ടാനും, മുറജപം അവസാനിപ്പിക്കാനുള്ള ശ്രമം, തമ്പുരാൻവിളി ഉപേക്ഷിക്കാനുള്ള ആഹ്വാനം, വി ടിയുടെ കൊടുമുണ്ടയിലെ 'ഉദ്ബുദ്ധകോളനി' രൂപീകരണം, മിശ്രവിവാഹ പ്രോത്സാഹനം' എന്നിങ്ങനെ പ്രസ്തുത ആശയപ്രയോഗങ്ങളെ അടയാളപ്പെടുത്താൻ കഴിയും.

'ഈ പറസങ്കക്കാരൊക്കെ അങ്ങനെ പറയാറൊള്ളതാ. ഏൻ ഒരിക്കല് ഒന്ന് കേട്ടു. ഒരു തമ്പ്രാൻ പറഞ്ഞു, തമ്പ്രാന്റെ ചോരയും, പറേന്റെ ചോരയും എല്ലാം ഒരുപോലാണ്. അവര് അതൊക്കെ ഒരേനത്തിന് അങ്ങ് പറയും' (*രണ്ടിടങ്ങഴി*: തകഴി). എന്നാൽ നവോത്ഥാന സമരങ്ങൾ കത്തിനിന്നകാലം 'ഒരേനത്തിന്' എന്തെങ്കിലും പറയുകമാത്രം ചെയ്തൊരു കാലമായിരുന്നില്ല!

വരേണ്യ സമുദായങ്ങളിലെ
നവോത്ഥാനവും മലയാള സാഹിത്യവും

മനുഷ്യർ എന്ത്? എന്തിന്?

മനുഷ്യർ ആദ്യമായി തന്നെ കാണുകയും തിരിച്ചറിയുകയും ചെയ്യുന്നത് കണ്ണാടിയുടെ സഹായത്തോടെയല്ല, സഹമനുഷ്യരുമായുള്ള ബന്ധങ്ങളിലൂടെയാണ്. ഞാൻ, നീ, നിങ്ങൾ, ഞങ്ങൾ, അവർ, നമ്മൾ തുടങ്ങിയ കർത്തൃരൂപങ്ങൾ സാമൂഹ്യബന്ധങ്ങളുടെ ചിഹ്നങ്ങളാണ്. ഭക്ഷണം, വസ്ത്രം, പാർപ്പിടം, ആരോഗ്യം, വിദ്യാഭ്യാസം, വിനോദം, സാഹിത്യം തുടങ്ങിയ നമ്മുടെ ജീവിതവുമായി ബന്ധപ്പെട്ട എല്ലാം, സമൂഹത്തിലും സമൂഹത്തിലൂടെയുമാണ് നിലകൊള്ളുന്നത്. ഇന്ദ്രിയസംവേദനത്തിൽ വെളിപ്പെടുത്തപ്പെടുന്ന ശകലങ്ങൾ, ഗോൾഡൻ ചൈൽഡ് വിശദമാക്കിയതുപോലെ സ്വയം ഒരു പാറ്റേണുണ്ടാക്കുകയല്ല, മറിച്ച് സമൂഹം പഠിപ്പിച്ചുതന്ന രൂപരേഖയുള്ള ഒരു പാറ്റേണിലേക്ക് ഒതുങ്ങിക്കൂടുകയാണ് ചെയ്യുന്നത്. ഞാൻ എന്റെ ഇന്ദ്രിയങ്ങൾകൊണ്ട് സംവദിക്കുന്നതെല്ലാം തന്നെ വാസ്തവത്തിൽ എന്റെ വിദ്യാഭ്യാസംകൊണ്ട് കാരണവന്മാരും സഹജീവികളും എന്നെ പഠിപ്പിച്ചതിനെക്കൊണ്ട് വ്യവസ്ഥിതമാണ്. ഇങ്ങനെ സംവദിക്കുന്നവയോട് ഞാൻ പെരുമാറേണ്ടതെങ്ങനെയെന്ന് സമൂഹമാണെന്നെ പഠിപ്പിക്കുന്നത്.

ജന്മവാസനയെ മാത്രം ആശ്രയിക്കാൻ അതെന്നെ വിടുന്നില്ല. ഉദാഹരണങ്ങൾകൊണ്ടും മാതൃകകൾകൊണ്ടും ആചാരങ്ങൾകൊണ്ടും ഉറപ്പു വരുത്തിയ പെരുമാറ്റ രീതികൾ അതെനിക്കു നല്കുന്നു. (*സമൂഹവും അറിവും* - ഗോൾഡൻ ചൈൽഡ്) ഇത്തരം പെരുമാറ്റ രീതികളിൽനിന്ന് പൂർണ്ണമായും പുറത്തു കടക്കാൻ സാമൂഹ്യജീവിയായ മനുഷ്യന് കഴിയുകയില്ല. മനുഷ്യനെ നിരന്തരം രൂപപ്പെടുത്തുന്ന ഒരു പ്രക്രിയ എന്നതിനു പകരം പണി തീർന്ന ഒരു പൂർണ്ണ വസ്തുവായി കാണുന്ന ആശയവാദവീക്ഷണങ്ങൾക്ക് സമൂഹത്തിന്റെ സ്ഥൂലവും സൂക്ഷ്മവുമായ സാന്നിദ്ധ്യം ജീവിതവ്യവഹാരങ്ങളെ നിയന്ത്രിക്കുകയും നിർണ്ണയിക്കു

കയും ചെയ്യുന്നത് വിശദീകരിക്കാനാവില്ല. സാമാന്യമായ 'സമൂഹം' അമൂർത്തചിന്ത ഉല്പാദിപ്പിച്ച ഒരു സൈദ്ധാന്തികസംവർഗ്ഗം മാത്രമാണെന്നും യഥാർത്ഥ മനുഷ്യർ ജീവിക്കുന്നത് സവിശേഷ സാമൂഹ്യക്രമങ്ങൾക്കകത്താണെന്നും അവർ വിസ്മരിക്കുന്നു. വർഗ്ഗരഹിത സമൂഹവും, വർഗ്ഗവിഭജിതസമൂഹവും വേർതിരിയുന്ന അതിർത്തി അവഗണിച്ചു കൊണ്ടും വർഗ്ഗസംഘർഷങ്ങളെ തമസ്കരിച്ചുകൊണ്ടും ജീവിത വ്യവഹാരങ്ങളെ അതിന്റെ സമഗ്രതയിലും സൂക്ഷ്മതയിലും വിശകലനം ചെയ്യുക അസാദ്ധ്യമാണ്.

മതം, കല, സാഹിത്യം, തത്ത്വശാസ്ത്രം, രാഷ്ട്രീയം എന്നിവ സാമൂഹ്യബോധത്തിന്റെ വ്യത്യസ്തതലത്തിലുള്ള വികാസരൂപങ്ങളാണ്. സകല ജീവിത വ്യവഹാരങ്ങളിലും ക്ഷണിക്കപ്പെടാതെ കടന്നുവരുന്ന 'കാഴ്ചപ്പാട്' നിരീക്ഷകനിൽ നിന്നോ നിരീക്ഷിക്കപ്പെടുന്ന പദാർത്ഥത്തിൽ നിന്നോ കേവലമായി പിറക്കുന്നതല്ല. കണ്ണിനും വസ്തുവിനും ഇടയിൽ നിറഞ്ഞു നില്ക്കുന്ന സാമൂഹ്യബന്ധങ്ങളുടെ ഇടപെടലാണ് കാഴ്ചയ്ക്കും അതു വഴി കാഴ്ചപ്പാടിനും അടിസ്ഥാനം. ശാസ്ത്രലോകവും ഇതിനപവാദമല്ല. മുൻവിജ്ഞാനത്തിന്റെയും മുൻപരിചയത്തിന്റെയും കനത്തൊരു ഈടുവെപ്പ് കൈവശമില്ലായിരുന്നുവെങ്കിൽ ശാസ്ത്രജ്ഞന്റെ മാർഗ്ഗങ്ങൾ നിഷ്ഫലങ്ങളായേനെ.... 'ഒരു കാലത്തെ ശാസ്ത്രം അന്നുവരെയുള്ള ശാസ്ത്രത്തിന്റെ ആകത്തുകയാണ്. ആ സൗധം എന്നും പൊളിച്ചുപണിയലാണ്. എന്നാൽ എന്നുമതിൽ ആൾതാമസമുണ്ടുതാനും' (ജെ ഡി ബർണൽ – *ശാസ്ത്രം ചരിത്രത്തിൽ*, വാല്യം 1) ജൈവപരവും യാന്ത്രികവുമായ ദർശനത്തെക്കുറിച്ച് വിവരിക്കുന്നതിനിടയിൽ ഫിലിപ്പ് ഫ്രാങ്ക് പരിചയപ്പെടുത്തുന്ന ഒരു സംഭവകഥ നമ്മുടെ സമീപനങ്ങളെ എത്ര ആഴത്തിലാണ് സാമൂഹികാന്തരീക്ഷം സ്വാധീനിക്കുന്നതെന്ന് അത്യന്തം സരളമായി വ്യക്തമാക്കുന്നു. വർഷങ്ങൾക്കു മുമ്പ് വിയന്നയിൽ ആദ്യമായി മോട്ടോർകാർ പ്രത്യക്ഷപ്പെട്ടപ്പോൾ അതൊരു വലിയ സംഭവമായിരുന്നു. അതിന്റെ പ്രവർത്തനം എഞ്ചിനീയർ ഒരു ആർച്ച് ഡ്യൂക്കിന് വിശദമായി പറഞ്ഞുകൊടുത്തു. എഞ്ചിനീയർ പറഞ്ഞു തീർന്നപ്പോൾ തനിക്കു മനസ്സിലാവാത്ത ഒരേയൊരു സംഗതിയേയുള്ളൂവെന്ന് ആർച്ച് ഡ്യൂക്ക് പറഞ്ഞു. എന്നിട്ടയാൾ ചോദിച്ചു. 'കുതിരയെവിടെ' എന്ന്. ഒരു ജീവിയില്ലാതെ മറ്റെന്തെങ്കിലും വസ്തു ശക്തിയുല്പാദിപ്പിക്കുമെന്ന് കരുതാൻ 'ജൈവ പാരമ്പര്യത്തിൽ' പിറന്ന അദ്ദേഹത്തിന് കഴിഞ്ഞില്ല. എന്നാൽ ഇരുപതാം നൂറ്റാണ്ടിൽ ജീവിതത്തിലൊരിക്കലും കുതിരയെ കാണാത്ത ന്യൂയോർക്ക് പട്ടണത്തിലെ ഒരു കുട്ടി ഒരുൾനാടൻ ഗ്രാമപ്രദേശത്തേക്ക് ആദ്യമായി പോവുകയും കുതിര ഭാരം വലിക്കുന്നത് കാണുകയും ചെയ്തപ്പോൾ 'യാന്ത്രിക പാരമ്പര്യ'ത്തിന്റെ പിടിയിൽപ്പെട്ട അവൻ ഉടൻതന്നെ ചോദിച്ചത് 'മോട്ടോർ എവിടെ?' എന്നാണ്. (*ശാസ്ത്രത്തിന്റെ ദർശനം*)

ഓരോ സന്ദർഭവും സത്യത്തിൽ വീക്ഷണ സംബന്ധിയായ സൂചനകളാൽ സാന്ദ്രമാണ്. സന്ദർഭമെന്നത് നിലവിലുള്ള ഒന്നിന്റെ നിഷ്ക്രിയമായ സ്വീകരണം മാത്രമല്ല. നിലവിലില്ലാത്ത ഒന്നിനെ സ്ഥാപിക്കാനുള്ള സാഹസിക ശ്രമവുമാണ്. ഓരോ സന്ദർഭവും ലോകവീക്ഷണങ്ങൾ തിളച്ചുമറിയുകയും തിരിച്ചറിയുകയും ചെയ്യുന്ന സംഘർഷ കേന്ദ്രങ്ങൾ കൂടിയാണ്. സങ്കീർണ്ണമായ സന്ദർഭങ്ങളോരോന്നിനെയും തുടർച്ച, ഇടർച്ച എന്നതിൽ മാത്രമായി പരിമിതപ്പെടുത്താനാവില്ല. ഒരു തലമുറയിലും രാഷ്ട്രീയ പ്രതിസന്ധിയിലും ഒതുങ്ങുന്ന ഹ്രസ്വസന്ദർഭങ്ങളും, ഭാഷ, ഉല്പാദനരീതി, ലിംഗപദവി, അധികാരം എന്നിവയുമായി ബന്ധപ്പെട്ട ദീർഘസന്ദർഭങ്ങളും ഉണ്ട്. (ഫ്രാൻസിസ് മുൾഹേൻ)

കേരളീയർ മലയാളികളായത്

'നവോത്ഥാനം' ജീവിതത്തെയാകെ മാറ്റി മറിക്കുന്ന ചരിത്രത്തിലെ ഒരു മഹാസന്ദർഭമാണ്. നാടുവാഴിത്തത്തിൽനിന്ന് മുതലാളിത്തത്തിലേക്കുള്ള, സാമൂഹ്യമാറ്റത്തിന് അനിവാര്യമായ 'നവീന' ആശയസംഹിതകളാണ് 'നവോത്ഥാന കാലത്ത്' നിലവിൽ വന്നത്. ഏതർത്ഥത്തിലും അതൊരു യുഗസംക്രമണത്തിന്റെ സാക്ഷാൽക്കാരമായിരുന്നു. മാനവസമുദായം അന്നേവരെ കണ്ടിട്ടുള്ളതിൽവെച്ച് ഏറ്റവും മഹത്തും പുരോഗമനപരവുമായ വിപ്ലവമായിരുന്നു അത്. - യുഗപ്രഭാവന്മാരുടെ സാന്നിദ്ധ്യമാവശ്യപ്പെട്ട ഒരു കാലം. അത്തരം യുഗപ്രഭാവന്മാരെ അത് ഉല്പാദിപ്പിക്കുകയും ചെയ്തു....... അവരെ സംബന്ധിച്ചിടത്തോളം പ്രത്യേകം ശ്രദ്ധേയമായ സ്വഭാവവിശേഷം അവരിൽ അധികമാളുകളും സമകാലീന പ്രസ്ഥാനങ്ങളുടെ മദ്ധ്യത്തിലാണ് ജീവിക്കുകയും അവരുടെ പ്രവർത്തനങ്ങൾ നടത്തുകയും ചെയ്തതെന്നതാണ്. അവർ ഏതെങ്കിലുമൊരുഭാഗം ചേരുകയും പോരാട്ടത്തിൽ പങ്കെടുക്കുകയും ചെയ്തു - ഒരാൾ എഴുത്തും പ്രസംഗവും കൊണ്ടാണെങ്കിൽ, മറ്റൊരാൾ വാളെടുത്തിട്ടായിരുന്നു. പലരും രണ്ടു തരത്തിലും. അതുകൊണ്ടാണ് അവരെ എല്ലാം തികഞ്ഞ മനുഷ്യരാക്കുന്ന പൂർണ്ണതയും സ്വഭാവബലവും അവരിൽ നാം കാണുന്നത്. പാണ്ഡിത്യമാത്രരായ ആളുകൾ അപൂർവ്വമായിരുന്നു - അവർ ഒന്നുകിൽ രണ്ടാം തരക്കാരോ മൂന്നാം തരക്കാരോ അല്ലെങ്കിൽ സ്വന്തം കൈവിരലുകൾ പൊള്ളിക്കാൻ തയ്യാറില്ലാത്ത കപട പണ്ഡിതഭീരുക്കളോ ആയിരുന്നു' (എംഗൽസ്) നവോത്ഥാനകാലത്തെ പ്രതിഭാശാലികൾ ചരിത്രത്തിൽ സ്വന്തം മുദ്ര പതിപ്പിച്ചതും, സാംസ്കാരിക ജീവിതത്തിലെ പ്രകാശഗോപുരങ്ങളായി മാറിയതും പ്രായോഗിക ജീവിതത്തിലെ അസംഖ്യം പ്രശ്നങ്ങളെ ധീരമായി അഭിമുഖീകരിച്ചുകൊണ്ടാണ്. കേരളീയ നവോത്ഥാനവും ഇതിനൊരപവാദമായിരുന്നില്ല.

നവോത്ഥാനപൂർവ്വകേരളത്തിന്റെ മാനസികഭൂപടം അതേ നിറത്തിൽ വീണ്ടും വരയ്ക്കുക ഇപ്പോൾ അസാദ്ധ്യമാണ്. ഒച്ചാട്ട്, തൊട്ടടി, എറിഞ്ഞടി, അങ്കം, ചുങ്കം, കോഴ, വാശി, നൂരി, പുരുഷാന്തരം, റാൻ, അടി

യൻ തുടങ്ങി ഇന്ന് അത്യന്തം അപരിചിതമായ വാക്കുകളെ ഒഴിച്ചുനിർത്തി അന്നത്തെ സമൂഹഘടനയെക്കുറിച്ച് ആലോചിക്കുകപോലും അസാദ്ധ്യമാണ്. 'ജാതി ജന്മിനാടുവാഴിത്ത' വ്യവസ്ഥയുടെ മനുഷ്യത്വ രാഹിത്യം മനസ്സിലായപ്പോഴാണ് 'ഇതൊരു ഭ്രാന്താലയമാണെന്നും മലബാറത്തുകാർ ഭ്രാന്തന്മാരാണെന്നും' വിവേകാനന്ദൻ പ്രസ്താവിച്ചത്. ജാത്യാചാരങ്ങൾ രക്ഷിച്ചതിനുശേഷം വലിച്ചെറിഞ്ഞ ജീവിതത്തിന്റെ അവശിഷ്ടങ്ങൾ നോക്കി 1880കളുടെ തുടക്കത്തിൽത്തന്നെ ആർച്ചുഡീക്കൻ കോശി ചോദിച്ചു.

> .... സകല മനുഷ്യർക്കും അന്യോന്യം വേണ്ടുന്ന സ്നേഹം എന്ന മഹാസുകൃതം എവിടെന്റെ പണിക്കരെ; അമ്പോ സ്നേഹം ! ഭഗവാന്റെ കണ്ണിനു അത്യന്തം ഓമനയായുള്ള സ്നേഹം, ഉത്തമ സൃഷ്ടികളെ പരമാനന്ദപ്പെടുത്തുന്ന സ്നേഹം. ഇത് എവിടെപ്പോയ് മറഞ്ഞു? നാടെല്ലാം തണുക്കുമാറും നാനാഗുണങ്ങൾ തഴയ്ക്കുമാറും നാലുദിക്കിലും നിന്നൊഴുകേണ്ട ഈ ആകാശഗംഗയെ ജാതി ഭേദം എന്ന നരകാസുരൻ വന്നു ചിറയിട്ടു തടുത്തു കളഞ്ഞില്ലയോ? അതിനാൽ സ്നേഹം എന്ന കനകജലം അവിടവിടെ കെട്ടി നിന്നിട്ട് കൊഴുത്തു കുറുകി വറ്റി വറ്റിപ്പോകുന്നുവല്ലോ. മനുഷ്യകുലം എന്ന ഏകശരീരത്തെ ഈ പാതാളക്കോടാലി വന്നു തുണ്ടം തുണ്ടമായി വെട്ടിമുറിച്ചു. അതാ തല വേറെ, ഉടൽ വേറെ, കൈ വേറെ, കാൽ വേറെ ആക്കിയിട്ടിരിക്കുന്നു. ഈ ഛിന്നഭിന്നമായിപ്പോയ ശരീരം ഏതൊരു കാലത്തും ഒരുമപ്പെട്ട് കാണുവാൻ സംഗതി വരുമെന്റീശ്വരാ
>
> *(പുല്ലേലി കുഞ്ചു)*

> ഒരാളെക്കുറിച്ച് അയാൾ കേരളീയനെന്നോ മലയാളിയെന്നോ പറഞ്ഞാൽ അങ്ങാടിമരുന്നോ പറിമരുന്നോ എന്നു പറയുമ്പോലെ ഒരു സാമാന്യജ്ഞാനമേ ഉണ്ടാകുന്നുള്ളൂ. നമ്പൂരിയോ പട്ടരോ വാര്യരോ ഉണ്ണിത്തിരിയോ നമ്പ്യാരോ നായരോ തിയ്യനോ മുക്കുവനോ.... മറ്റോ ആണെന്ന് അറിയിച്ചാൽ മാത്രമേ നമ്മൾക്ക് തൃപ്തിയുള്ളൂ. തൃപ്തിയുള്ളുവെന്നു വെച്ചാൽ, അടുക്കാമോ തൊടാമോ ഒന്നിച്ചിരിക്കാമോ തൊട്ടുവല്ലതും കഴിക്കാമോയെന്നും, നീയെന്നോ നിങ്ങളെന്നോ അവിടുന്നെന്നോ തിരുമനസ്സെന്നോ സംബോധന ചെയ്യേണ്ടതെന്നും, അങ്ങട്ട് സംബന്ധമാവാമോ, ഇങ്ങട്ട് സംബന്ധമായാൽ അങ്ങട്ടും ഇങ്ങട്ടും സംബന്ധമാവാമോ എന്നും, സംബന്ധമായാൽ കുട്ടികളെ തൊട്ടാൽ കുളിക്കണമോ, ഭാര്യക്ക് അടുക്കളയിൽ കടക്കാമോ, വീട്ടിൽ പ്രവേശിക്കാമോ എന്നും മറ്റുമുള്ള സംശയങ്ങൾ തീരുമെന്നർത്ഥം...
>
> *(മൂർക്കോത്ത് കുമാരൻ - ജീവചരിത്രം - മൂർക്കോത്ത് കുഞ്ഞപ്പ).*

തോല്ക്കുമ്പോഴും ജയിക്കുന്ന ജാതി

ആധിപത്യ വിധേയത്വ ബന്ധങ്ങളുടെ അവസാനിക്കാത്ത ശൃംഖലകൾ സൃഷ്ടിച്ചുകൊണ്ടാണ് ഇന്നും ജാതിവ്യവസ്ഥ സാമൂഹ്യജീവിതത്തെ സങ്കോചിപ്പിക്കുന്നത്. മതേതര വിവാഹങ്ങളെ സൂചിപ്പിക്കാൻ ഇപ്പോഴും ആശ്രയിക്കുന്ന മിശ്രവിവാഹം എന്ന പദംപോലും വാസ്തവത്തിൽ 'ജാതിവ്യവസ്ഥ'യുടെ വിജയമാണ് വിളംബരം ചെയ്യുന്നത്. ജാതിരഹിതവും മതനിരപേക്ഷവുമായ ഒരു ജനാധിപത്യസമൂഹം എന്ന നവോത്ഥാനസ്വപ്നം സമഗ്രമായ അർത്ഥത്തിൽ ഇനിയും നിലവിൽ വന്നിട്ടില്ല. അസ്തമിച്ചുപോയ ഒരു ചരിത്ര ഘട്ടത്തിലെ സാംസ്കാരിക അവശതകളുടെ സ്മരണകൾ വഹിക്കുന്ന പദങ്ങൾ മ്യൂസിയങ്ങളിലേക്ക് പ്രവേശിക്കാതെ സാമൂഹ്യജീവിതത്തിന്റെ നടുമുറ്റത്ത് നൃത്തം ചവിട്ടാനാരംഭിക്കുന്നത് നവോത്ഥാനത്തിന്റെ സ്ഥാനം പുനരുത്ഥാനം കൈയേല്ക്കുമ്പോഴാണ്. പേരിടുന്നതു മുതൽ സംബോധനകളിലേക്കു വരെ ഇരച്ചുവരുന്നത് പുനരുത്ഥാനത്തിന്റെ പൊങ്ങച്ചങ്ങളാണ്. 'നാരിനടിച്ചിടവും നാരകം വെച്ചിടവും നശിക്കും,' 'പെൺബുദ്ധി പിൻബുദ്ധി' തുടങ്ങിയ സ്ത്രീവിരുദ്ധ ചൊല്ലുകളും; 'അഗ്രഹാരത്തിൽ കടന്നാലും നായ വേദമോതുകയില്ല', 'അട്ടയ്ക്ക് പൊട്ടക്കുളം' തുടങ്ങിയ അധഃസ്ഥിത വിരുദ്ധ 'പ്രഖ്യാപന'ങ്ങളും ഭൂതകാലത്തിന്റെ കലവറയിൽനിന്നും വർത്തമാനത്തിലേക്ക് ഏതു സമയവും കടന്നുവരാൻ പാകത്തിൽ നിലയുറപ്പിച്ച് നില്ക്കുകയാണ്. ഭാരതവർഷത്തിൽ ജാതി ചെയ്തിട്ടുള്ളതും ചെയ്തുകൊണ്ടിരിക്കുന്നതും പോലെ അത്ര കഠിനമായ ലോകദ്രോഹം ചെയ്തിട്ടുള്ള ഏതെങ്കിലും ഒരസുരനെ പതിനെട്ട് പുരാണങ്ങളും ഉപപുരാണങ്ങളും തിരിച്ചും മറിച്ചും നോക്കിയാൽ കാണാൻ കഴിയുമോ എന്ന കുമാരനാശാന്റെ പഴയ ചോദ്യം ഇന്നും പൂർണ്ണമായി കാലഹരണപ്പെട്ടിട്ടില്ല. 'അയിത്തായിട്ട് ജീവിക്കുന്നതിനേക്കാൾ ഭേദം ശുദ്ധമായിട്ട് മരിക്കുന്നതാണ്' എന്നതുപോലുള്ള ജാതിമേധാവിത്തത്തിന്റെ പഴയ താൻപോരിമകൾ പൂർണ്ണമായി ഇവിടെ അവസാനിച്ചു കഴിഞ്ഞുവെങ്കിലും, ജന്മം. വിവാഹം, മരണം തുടങ്ങി ജീവിതത്തിന്റെ നിർണ്ണായകമായ വഴിത്തിരിവുകളിലൊക്കെയും അതിന്നും സജീവമാണ്. ശ്രീനാരായണ ഗുരു മുതൽ വി ടി വരെയുള്ള നവോത്ഥാന നായകർ നിർവ്വഹിച്ച സാമൂഹ്യ ഇടപെടലുകളുടെ ലോകത്തിലേക്കുള്ള സമരയാത്ര ഇത്തരമൊരു സാംസ്കാരിക സാഹചര്യത്തിലാണ് അത്യന്തം പ്രസക്തമായിത്തീരുന്നത്.

വ്യക്തിത്വത്തിന്റെ വികാസം സത്യത്തിൽ മനുഷ്യർ തമ്മിലുള്ള പാരസ്പര്യത്തിന്റെ സൃഷ്ടിയാണ്. മനുഷ്യബന്ധശേഷിയുടെ ശക്തി വർദ്ധിക്കുന്നതിനനുസരിച്ചാണ് വ്യക്തിത്വം വികസിക്കുന്നത്. സമഗ്രവും സൂക്ഷ്മവുമായ സമ്പർക്കങ്ങൾ സാമൂഹ്യജീവിതത്തിന്റെ സത്യമായി മാറുമ്പോഴാണ് 'മനുഷ്യൻ ഹാ എത്ര സുന്ദരമായ പദം' എന്നഭിമാനിക്കാൻ കഴിയും വിധം വ്യക്തിത്വം വളരുന്നത്. 'എന്നെ സ്പർശിക്കരുത്' എന്ന അയിത്തബോധത്തിന്റെ ശാസനം ആത്യന്തികമായി മനുഷ്യബന്ധങ്ങ

ളുടെ ലോകത്തെത്തന്നെയാണ് ശിഥിലമാക്കുന്നത്. ജനാധിപത്യസങ്കല്പങ്ങളെ പുതിയ ശീലങ്ങളാക്കി മാറ്റുന്നതിനു പകരം പഴയ ശീലങ്ങളെ ദൃഢപ്പെടുത്തുകയാണ് സാമാന്യബോധവും അതിന്റെ ഭാഗമായ മുൻവിധികളും നിരന്തരം ചെയ്തുകൊണ്ടിരിക്കുന്നത്.

> തോൽ, ചത്ത ജന്തുവിന്റെ അവശിഷ്ടമാണെന്നും, പരിശുദ്ധസ്ഥലങ്ങളായ ക്ഷേത്രങ്ങളിൽ കടത്തരുതെന്നും ചെറുപ്പം മുതലേ പരിചയിച്ചു വരുന്നു. നേരെ മറിച്ച് ശംഖ് നല്ല വസ്തുവാണെന്നും അത് വഴിപാട് ചെയ്യുന്നത് പുണ്യമാണെന്നും മറ്റുമാണ് പറഞ്ഞ് പരിചയിച്ചത്. തോലിന് അശുദ്ധി തോന്നുവാനും ശംഖിനും കൃഷ്ണാജിനത്തിനും പരിശുദ്ധി തോന്നുവാനും മറ്റു കാരണമൊന്നുമില്ല. 'തന്റെ ശീലം തനിക്കു ശരി' എന്നു മാത്രമേയുള്ളൂ. അല്ലാതെ ഇതിനൊക്കെ താരതമ്യവിവേചനം ചെയ്ത് യുക്തിപ്രകാരം മറുപടി പറയാൻ ആർക്കും സാദ്ധ്യമല്ല 'ശീലിച്ചത് പാലിക്കുക' എന്നത് പ്രസിദ്ധമാണല്ലോ.
>
> (*എന്റെ സ്മരണകൾ* - കാണിപ്പയ്യൂർ ശങ്കരൻ നമ്പൂതിരിപ്പാട്)

പഴയ ശീലങ്ങളുടെ സ്ഥാനം പുതിയ ശരികൾ കൈയേല്ക്കാനാരംഭിക്കുന്നത് ആശയരംഗത്തും പ്രായോഗിക രംഗത്തും നിരന്തര സമരം നടക്കുമ്പോഴാണ്. പരസ്പരം അകന്നു കഴിഞ്ഞ ജാതി - മതപറ്റങ്ങൾ ആധുനിക ജനാധിപത്യ സമൂഹമായി പരിണമിക്കുന്ന പ്രക്രിയയാണ് നവോത്ഥാനം. പഴയ ശീലങ്ങളെയും ആചാരങ്ങളെയും ആദർശവല്ക്കരിക്കുന്ന പുനരുത്ഥാനത്തോട് ഇഞ്ചിന് ഇഞ്ച് പൊരുതിക്കൊണ്ടാണത് നിലനില്ക്കുന്നത്. ആചാരങ്ങൾ പാലിക്കാനുള്ള അസംസ്കൃത വസ്തുവായി മനുഷ്യർ മാറുന്നു എന്നതിനർത്ഥം മനുഷ്യബന്ധങ്ങളുടെ മുമ്പിൽ മതിലുകൾ ഉയർന്നു കഴിഞ്ഞു എന്നു മാത്രമാണ്. തെക്കേ ഇന്ത്യക്കാരായ ചില ബ്രാഹ്മണർ മാത്രമാണ്, വെള്ളത്തിലെ താമരയിലപോലെ, ഈ ആധുനികത്വങ്ങളിൽ അകപ്പെട്ടിട്ടും സ്വന്തം സംസ്കാരങ്ങളും ആചാരങ്ങളും കൈവിടാതെ ജീവിച്ചത് എന്ന് ഡോ. കെ ഭാസ്കരൻ നായരുടെ ബ്രാഹ്മണപ്രശംസ സത്യത്തിൽ നവോത്ഥാന പൂർവ്വകാലത്തെ പരമ്പരാഗത ബ്രാഹ്മണസമൂഹത്തിന്റെ പരിമിതിയായിരുന്നു എന്ന് തിരിച്ചറിയാൻ നവോത്ഥാനാന്തരകാലത്തിന് ഒരു പ്രയാസവുമില്ല.

ബന്ധങ്ങളുടെ തുറന്ന ലോകത്തിലേക്ക് വികസിക്കേണ്ടവരെ നിലനില്ക്കുന്ന അവസ്ഥകളിലേക്ക് സങ്കോചിപ്പിക്കുന്ന ഏതൊരാചാരവും കാലഹരണം വന്ന ചരിത്രഘട്ടങ്ങളുടെ സായുധരായ കാവല്ക്കാർ മാത്രമാണ്. ആചാരങ്ങളുടെ പ്രളയത്തിൽ മുങ്ങിമരിക്കുന്ന ഒരു തലമുറയ്ക്ക് തിളങ്ങുന്ന ഭാവിയെക്കുറിച്ചുള്ള ജീവത്തായൊരു സ്വപ്നംപോലും സൂക്ഷിക്കാനാവില്ല. അതുകൊണ്ടാണ് 'ആചാരപരിഷ്കരണം' നവോത്ഥാനത്തിന്റെ പ്രധാന കാര്യപരിപാടികളിലൊന്നായി മാറുന്നത്. 'സ്വന്തം' മാത്രം ശ്രേഷ്ഠവും 'അന്യം' മ്ലേച്ഛവുമാണെന്ന ധാരണയാണ്.

അയിത്തത്തിനും അതിന്റെ അടിസ്ഥാനത്തിൽ രൂപംകൊണ്ട ആചാരങ്ങൾക്കും അടിസ്ഥാനം. 'മാടിനെക്കണ്ടാലരികിലേക്ക്, മാടി വിളിച്ചു നമസ്കരിക്കുകയും' മനുഷ്യരെ ഓടിക്കുകയും ചെയ്യുന്ന മനുഷ്യത്വരഹിതമായ ആചാരത്തിന്റെ മുഖത്തുനോക്കി മുമ്പ് പണ്ഡിറ്റ് കെ പി കറുപ്പൻ എന്ന കവി ചോദിച്ചു.

'നാല്ക്കാലികളെക്കാളും താഴെയാണോ
ഇക്കാണും മാനുഷസോദരന്മാർ?
ഇക്കാലത്തിരുപതാം നൂറ്റാണ്ടിലുമിതു
നീക്കാറായില്ലല്ലോ യോഗപ്പെണ്ണേ! -
എന്തൊരാൾക്കാരാണ് നിങ്ങൾ ജ്ഞാനപ്പെണ്ണേ!" (ജാതിക്കുമ്മി)

'നാം നമ്മുടെ പ്രത്യേകതയെല്ലാം ദൂരെയങ്ങ് കെട്ടിവെക്കണ'മെന്നാണ് ആചാരപ്രിയന്മാരെ പ്രകോപിപ്പിക്കും വിധം മുത്തിരിങ്ങോട് ഭവത്രാതൻ നമ്പൂതിരിപ്പാട് പ്രഖ്യാപിച്ചത്.' ...നാട്ടിനും വീട്ടിനും കൊള്ളാതെ കേവലം ഉഭയഭ്രഷ്ടന്മാരായി ജീവിക്കുന്ന അല്പം ചില യാഥാസ്ഥിതികന്മാരെയോ അനർത്ഥകരങ്ങളും അന്ധവിശ്വാസജടിലങ്ങളുമായ ഏതോ ചില മാമൂലുകളെയോ മാനിച്ച് പ്രകൃതിദത്തമായ ഈ മനുഷ്യജീവിതത്തെ ഒരു 'നടപ്പി'ന്നടിമപ്പെടുത്തുവാനോ ഒരാചാരത്തിനു ബലി കൊടുക്കുവാനോ നാം തയ്യാറില്ല. (*ഉണ്ണി നമ്പൂതിരി* വാല്യം 7 നം: 3, 1101 (1926) - കവളപ്പാറ നമ്പൂതിരിയോഗക്ഷേമ സഭയുടെ 9-ാം വാർഷികയോഗത്തിൽ മുത്തിരിങ്ങോടു ഭവത്രാതൻ നമ്പൂതിരിപ്പാട് നടത്തിയ ഉപക്രമ പ്രസംഗത്തിൽനിന്ന്.)

തനിമയുടെ ഇരുണ്ട മറുപുറം

പ്രത്യേകതകളുടെ പിറകിൽ പതുങ്ങിനില്ക്കുന്ന തീവ്ര തനിമാബോധത്തെ തകർക്കുന്നതിനാണ് കേരളീയ നവോത്ഥാനം ധീരമായ നേതൃത്വം നല്കിയത്. നവോത്ഥാനം നിരാകരിച്ച സവർണ്ണ ആചാരങ്ങളാണ് പ്രച്ഛന്ന രൂപത്തിൽ ദേശീയ അനുഷ്ഠാനങ്ങളും തനിമയുമായി വീണ്ടും തിരിച്ചുവരുന്നത്. 'സാങ്കല്പികഭൂതം' (Imaginary past) യഥാർത്ഥ വർത്തമാനകാലത്തിനു നേരെ നടത്തുന്ന യുദ്ധപ്രഖ്യാപനമാണ് തലതിരിഞ്ഞ തനിമാസങ്കല്പം. അനുഷ്ഠാനങ്ങളുടെ കാടുകൾക്ക് തീ കൊടുത്തപ്പോഴാണ് ഭൂമിയിൽ വെളിച്ചം വ്യാപിച്ചതെന്ന ചരിത്രസത്യത്തെയാണ് 'തനിമ'യുടെ മറവിൽ നിന്ന് പുനരുത്ഥാനവാദം ചോദ്യം ചെയ്യുന്നത്. കലർപ്പാണ് സർവ്വകുഴപ്പങ്ങൾക്കും കാരണമെന്ന ഫാസിസ്റ്റ് സമീപനമാണ് തീവ്രതനിമാസങ്കല്പത്തെ ഭരിക്കുന്നത്. അവർ തനിമയിൽ തേടുന്നത് മനുഷ്യജീവിതത്തിന്റെ തിളക്കമല്ല, ചരിത്രം തള്ളിക്കളഞ്ഞ 'ശുദ്ധിവാദത്തിനു ന്യായം കണ്ടെത്താനുള്ള കച്ചിത്തുരുമ്പുകളാണ്. ഫ്യൂഡൽ - കൊളോണിയൽ ജീവിതമാതൃകകളോട് എതിരിടുന്ന ജനകീയബദലുകളെ വികസിപ്പിക്കാതെ കേരളത്തനിമയെക്കുറിച്ചുള്ള അന്വേഷണത്തിന് മുന്നോട്ടുപോവുക അസാദ്ധ്യമാണ്.

'സ്വത്വബോധം' എന്നത് സങ്കുചിത മതസമീപനങ്ങൾക്കും തകർന്ന് കഴിഞ്ഞ ആഭിജാത്യഭ്രമങ്ങൾക്കും വിശ്രമിക്കാനുള്ള സ്ഥലമല്ല, മറിച്ച് അത് വ്യത്യസ്ത ചരിത്ര സന്ദർഭങ്ങളിൽ വികസിച്ചുവരുന്ന സമരശരികളുടെ സത്തയാണ്. വംശാഭിമാനവും അതിന്റെ നാട്ടുരൂപങ്ങളിലൊന്നായ 'തറവാടിത്തവും' ഭൂതകാലപൂജയുടെ പ്രച്ഛന്നരൂപങ്ങളാണ്. മഹാരാജാക്കന്മാർ സ്വന്തം വംശചരിത്രം സൂര്യനിലും ചന്ദ്രനിലും ആരോപിക്കുമ്പോൾ, ചരിത്രത്തെ ചൈതന്യവല്ക്കരിച്ച മഹാന്മാരിൽ പലർക്കും അത്തരത്തിലുള്ള ഒരു പരിവേഷവും ഉണ്ടായിരുന്നില്ലെന്നുള്ളതാണ് പരമാർത്ഥം. അമേരിക്കയിലെ അടിമവംശത്തിന്റെ ആവേശമായ വാഷിങ്ടണിന് സ്വന്തം അച്ഛന്റെ പേരുപോലും അജ്ഞാതമായിരുന്നു. (*Up from Slavery An American Autobiography* Booker T Washington)

കുലപരമ്പരകളുടെ പ്രതാപങ്ങളെക്കുറിച്ചോർത്ത് പുളകം കൊള്ളുന്നത് വളർച്ച മുരടിച്ച നാടുവാഴിവർഗ്ഗത്തിന്റെ സ്വഭാവമാണ്. സ്വന്തം 'പ്രത്യേകതകളെ' വളർത്തൽ ചുറ്റുപാടിന്റെ സവിശേഷതകളായി സ്വയം തിരിച്ചറിയുന്നതിനു പകരം മറ്റുള്ളവർക്കില്ലാത്ത മേന്മകളുടെ പ്രകാശനമായി അവയെ കൊണ്ടാടുകയാണ് എല്ലാ സമുദായങ്ങളിലെയും യാഥാസ്ഥിതികർ പൊതുവിൽ ചെയ്തുകൊണ്ടിരിക്കുന്നത്. ഉത്തമം/ അധമം, ഉത്കൃഷ്ടം/നികൃഷ്ടം എന്നീ ചരിത്ര വിരുദ്ധ ദ്വന്ദ്വങ്ങൾക്ക് വിധേയമായിട്ടാണ് പഴംകൂറ്റും പുത്തൻകൂറ്റുമായി പ്രതാപവും പൊങ്ങച്ചവും പൊട്ടിപ്പിളരുന്നത്. ജാതിവ്യവസ്ഥയെ സിദ്ധാന്തതലത്തിൽ മറികടന്ന ക്രിസ്തുമതത്തിനും ഇസ്ലാം മതത്തിനും പ്രായോഗികതലത്തിൽ ഇത്തരം ആഭിജാത്യഭ്രമത്തിൽനിന്നും പുറത്തുകടക്കാൻ കഴിഞ്ഞിട്ടില്ലെന്നാണ് കേരളത്തിന്റെ നവോത്ഥാനചരിത്രം വ്യക്തമാക്കുന്നത്. 'ഈച്ച, പൂച്ച, നായ, നസ്രാണി എന്നിവർക്ക് അയിത്തമില്ലെന്ന 'സവർണ്ണ ആക്ഷേപം ഏറ്റവും ചുരുങ്ങിയത് ഉദയംപേരൂർ സുന്നഹദോസിനു മുമ്പ് (1599) ശരിയായിരുന്നില്ല.' 'മ്ലേച്ഛന്മാർ തൊട്ടാൽ കുളിക്കണമെന്നുള്ള വിചാരത്താൽ കത്തനാരന്മാർ തന്റെ ഹസ്തദാനം നിരാകരിക്കുമെന്ന് മെത്രാപ്പൊലീത്ത സ്വപ്നേപി നിനച്ചിരിക്കില്ല' എന്നാണ് അക്കാലത്തെക്കുറിച്ച് ഡോ. പി ജെ തോമസ് അഭിപ്രായപ്പെട്ടിട്ടുള്ളത് (*മലയാള സാഹിത്യവും ക്രിസ്ത്യാനികളും*). നിമിഷകവിയും സാമൂഹികപരിഷ്കർത്താവുമായ ഉമർഖാസി മുസ്ലീങ്ങൾക്കിടയിലൊരു വിഭാഗം തറവാട്ടുമഹത്വത്തിന്റെ പേരിൽ പ്രകടിപ്പിക്കുന്ന അഹന്തയെ ആക്ഷേപിച്ചുകൊണ്ടെഴുതിയ ഗാനം പ്രസിദ്ധമാണ്: 'ആഭിജാത്യം നടിക്കുന്ന ജനവിഭാഗമെ! നിങ്ങളുടെ അടിസ്ഥാനം വീക്ഷിക്കുക. തിയ്യൻ, നായർ, ആശാരി, മൂശാരി, മണ്ണാൻ, പാണൻ, കുശവൻ, ചെട്ടി, നായാടി, പറയർ മുതലായ വർഗ്ഗങ്ങളിൽനിന്ന് മുമ്പ് മതപരിവർത്തനം ചെയ്തവരത്രെ നിങ്ങൾ, (*വെളിയങ്കോട് ഹസ്രത്ത് ഉമർഖാസി (റ)യുടെ ജീവചരിത്രവും കൃതികളും* 1765-1857).

ജന്മമഹത്വം മിഥ്യയാണെന്ന മേൽച്ചൊന്ന നവോത്ഥാന നിലപാടുകളെല്ലാം പൊതുവിൽ പങ്കുവെക്കുന്നത്. ആരും ആരുടെയും മേലെയും താഴെയുമല്ല എന്ന തുല്യതയുടെ തത്ത്വമാണ്. ഊഴിയിലെ വൃത്തികേട്

എന്ന് ഇടശ്ശേരി വിശേഷിപ്പിച്ച 'തറവാടിത്ത'ത്തിന്റെ തണലിൽനിന്നുകൊണ്ടാണ് മുമ്പെന്നപോലെ ഇന്നും ആചാരങ്ങൾ അക്രമാസക്തമാവുന്നത്.

"...സംബന്ധം നടത്തുന്നതുപോലും വരനുവേണ്ടി അമ്മയോ മൂത്ത സഹോദരിയോ ആയിരിക്കും, അതായിരുന്നു നല്ല തറവാട്ടുകാരുടെ ലക്ഷണം. അല്ലാതെയുള്ള നടപടികളെല്ലാം തറവാടിത്തം വിറ്റുതിന്നുന്ന'അഴിഞ്ഞാട്ട'ത്തിന്റെ ലക്ഷണമാണെന്നാണ് നാട്ടിൻപുറത്തെ പല കാരണവന്മാരുടെയും അഭിപ്രായവും വിശ്വാസവും മരിച്ചാലും അതിനൊരയവ് വരുത്താനവർ തയ്യാറല്ലായിരുന്നു." (*മന്നത്ത് പത്മനാഭൻ*- ഡോ. എൻ ചന്ദ്രശേഖരൻ നായർ)

ചരിത്രപരമായ വിശകലനങ്ങളെ മിത്തുവല്ക്കരണത്തിന് വിധേയമാക്കാനുള്ള പുനരുത്ഥാനവാദത്തിന്റെ പ്രത്യയശാസ്ത്ര പരിസരങ്ങളിലാണ് 'തീവ്ര തനിമാവിവാദം' പ്രതിഷ്ഠിക്കപ്പെട്ടിരിക്കുന്നത്. ജീവിതരീതികളിൽ കാലാനുസൃതമായി വരുന്ന ജനാധിപത്യപരമായ മാറ്റങ്ങളെ തള്ളിക്കളയുകയല്ല അത് നമ്മുടെ പരിസരവുമായി എത്രമാത്രം പൊരുത്തപ്പെടുന്നു എന്നും നമ്മുടെ സാമൂഹ്യജീവിതത്തെ എത്രകണ്ട് മുന്നോട്ട് കൊണ്ടുപോകുന്നു എന്നും പരിശോധിക്കുകയാണ് യഥാർത്ഥ 'തനിമ' ഉയർത്തിപ്പിടിക്കുന്നവർ ചെയ്യേണ്ടത്. ഒന്നിച്ചുള്ള ജീവിതത്തെ ശപിക്കുകയും വേറിട്ടുള്ള ജീവിതത്തിനു വേണ്ടി കൊതിക്കുകയും ചെയ്യുന്നവരുടെ അഭയകേന്ദ്രമായി മാറിക്കഴിഞ്ഞിട്ടുള്ള 'തീവ്രതനിമാവാദം ജനാധിപത്യ ജീവിതത്തിന്റെ അന്തകനാണ്. കേസരി മുമ്പ് 'ഈഗോസെൻട്രിക് ഇല്യൂഷൻ' എന്ന് വിശേഷിപ്പിച്ച അഹംമാത്ര വാദത്തിന്റെ വ്യാമോഹ ലോകത്തിലാണ് തീവ്രതനിമാവാദികളൊക്കെയും ഇപ്പോഴും ജീവിക്കുന്നത്. കേരളത്തനിമയെക്കുറിച്ചുള്ള അന്വേഷണം, ഭൂപ്രകൃതി, കാലാവസ്ഥ, സാമൂഹ്യരൂപീകരണ പ്രക്രിയ തുടങ്ങിയ പ്രകൃതി - സാമൂഹ്യഘടനകളെ അഗാധമായി അപഗ്രഥിച്ചുകൊണ്ടാണ് ആരംഭിക്കേണ്ടത്. ഭൂതവർത്തമാനകാലങ്ങൾ തമ്മിൽ നടക്കുന്ന തീവ്രമായ സംവാദത്തിലൂടെ സാദ്ധ്യമാവുന്ന സമന്വയത്തിലധിഷ്ഠിതമായ ഒരു ജീവിതാന്തരീക്ഷമാണത്. മലയാളികൾ എന്ന 'പൊതുമ'യിലാണ് കാലഹരണപ്പെട്ട നാടുവാഴിത്തത്തിന്റെ പ്രത്യേകതയിലല്ല കേരളത്തനിമ നിലനില്ക്കുന്നത്. ഓരോരോ സമൂഹത്തിലും നിരന്തരമായി നടക്കുന്ന നവോത്ഥാനത്തിന്റെ ഉള്ളടക്കം തന്നെയാണ് അതാത് സമൂഹത്തിന്റെ തനിമയായും മാറേണ്ടത്. തനിമ ഒരിക്കലും പഴകാത്ത ഒരു സ്ഥിരം പുതുമയായിരിക്കും. ജീവിതമുന്നേറ്റങ്ങളോട് പൊരുത്തപ്പെട്ടും ജനവിരുദ്ധതകളോട് പൊരുതിയും ചരിത്രപരമായ സ്വന്തം പശ്ചാത്തലങ്ങളോടു ആത്മബന്ധം പുലർത്തിയും നിലനില്ക്കുന്ന ഒരു മാനവികാന്തരീക്ഷത്തിന്റെ ചുരുക്കപ്പേരാണ് തനിമ. തനിമയെന്ന പേരിൽ ഇന്ന് തെറ്റിദ്ധരിക്കപ്പെടുന്ന പലതും പോയകാലത്തിന്റെ എന്നോ ഉപേക്ഷിക്കപ്പെടേണ്ട അവശിഷ്ടങ്ങൾ മാത്രമാണ്.

സംവാദത്തിന്റെ ഭൂപടം

എന്തുവന്നാലും ഇപ്പോഴുള്ള ജീവിതം തുടരുകവയ്യെന്നും, പുതിയൊരു ജീവിതം തുടങ്ങാനുള്ള ശ്രമത്തിൽ എന്തു പ്രതിസന്ധികൾ അനുഭവിക്കേണ്ടിവന്നാലും ഞങ്ങൾ പിന്മാറുകയില്ലെന്നും പീഡനമനുഭവിക്കുന്നവർ സമസ്ത ഊർജ്ജവും സമാഹരിച്ചുകൊണ്ട് പ്രഖ്യാപിക്കുമ്പോഴാണ് ആധിപത്യം വഹിക്കുന്ന അധികാരബന്ധങ്ങളെ അട്ടിമറിക്കുംവിധത്തിലുള്ള ഒരു സ്ഫോടനത്തോടെ സംവാദങ്ങൾ സംഭവിക്കുന്നത്. വാക്ക് നിഷേധിക്കപ്പെട്ടവർ ഭാഷയെ സ്വന്തം വരുതിക്ക് വിധേയമാക്കുന്ന വിമോചനത്തിന്റെ ആഘോഷവേളകൾ ചരിത്രത്തിൽ ഒരാകസ്മികതയല്ലാതായി മാറുന്നത് നവോത്ഥാനത്തിന്റെ ആരംഭത്തോടുകൂടിയാണ്. ഇനി വരാനിരിക്കുന്നത് ഞങ്ങളുടെ കാലമാണെന്ന് തിരിച്ചറിഞ്ഞ ഒരു വർഗ്ഗത്തിന്റെയും സാമൂഹ്യവിഭാഗങ്ങളുടെയും തീപിടിച്ചു കഴിഞ്ഞ വാക്കുകൾക്ക് സ്വയം കത്തിപ്പടരാതെ തത്ത്വങ്ങളിൽ വിശ്രമിക്കുക അസാദ്ധ്യമാണ്. തിരളുന്നതോടെ അനുവദിക്കപ്പെട്ട വെളിച്ചത്തിന്റെ ചെറിയ ലോകം പോലും തങ്ങൾക്ക് എന്നെന്നേക്കുമായി നഷ്ടപ്പെടുന്നതോർത്ത് ഇല്ലത്തിന്റെ അകത്തളങ്ങളിൽ വീണ അന്തർജ്ജനങ്ങളുടെ കണ്ണുനീർത്തുള്ളികളെത്രയെന്ന് ആർക്കും തിട്ടപ്പെടുത്താനാവില്ല.

അത്രമേൽ ദുഃഖഭരിതമായിരുന്ന അക്കാലത്തെക്കുറിച്ച് സ്വന്തം ജീവിതാനുഭവത്തിന്റെ എല്ലിൽതൊട്ട് ലളിതാംബിക എഴുതി:

> താൻ പ്രായപൂർത്തിയായി എന്ന് ആദ്യമറിഞ്ഞ ദിവസം മരിച്ച വീടു പോലെയായിരുന്നു ഭവനത്തിന്റെ അവസ്ഥ. അമ്മ കരഞ്ഞു. ബന്ധുക്കൾ കരഞ്ഞു. വേലക്കാരിപ്പെണ്ണുങ്ങൾ കരഞ്ഞു. ഇതൊക്കെ കണ്ട് അമ്പരപ്പോടെ അവളും പൊട്ടിക്കരഞ്ഞുപോയി.

ബാഹ്യലോകത്തെ സംബന്ധിച്ചിടത്തോളം അവൾ പൂർണ്ണമായും മരിച്ചിരിക്കുന്നു.

(ആത്മകഥയ്ക്കൊരാമുഖം)

ഇല്ലങ്ങളുടെ ഇരുണ്ട ലോകങ്ങളിൽ പരാതിപ്പെടാനറിയാതെ കഴിഞ്ഞിരുന്ന അന്തർജ്ജനങ്ങൾ, വിലങ്ങുകളെല്ലാം പൊട്ടിച്ചെറിഞ്ഞ് വെളിച്ചത്തിന്റെ ലോകത്തിലേക്ക് കുതിച്ച് ചാടാനാരംഭിച്ചപ്പോഴാണ് അവർ 'സ്വന്തം' ഭാഷ ഉച്ചരിക്കാനാരംഭിച്ചത്. ആധിപത്യം വഹിക്കുന്ന അധികാരഘടനയ്ക്കുള്ളിൽ വിള്ളൽ വീഴുന്ന സാമൂഹ്യസന്ദർഭങ്ങളിലാണ് സാഹിത്യം സമരോത്സുകമായ ഒരു സംവാദവേദിയായി വികസിക്കുന്നത്. 1888 മുതൽ 1959 വരെയുള്ള കാലം കേരളത്തെ സംബന്ധിച്ചിടത്തോളം പരുക്കനർത്ഥത്തിൽ നാടുവാഴിത്തവുമായുള്ള വിച്ഛേദത്തിന്റെ കാലഘട്ടമാണ്. അതുകൊണ്ടാണ് വ്യത്യസ്തവർഗ്ഗങ്ങളും സാമൂഹ്യവിഭാഗങ്ങളും ഇക്കാലയളവിൽ പ്രകടിപ്പിച്ച അഭിപ്രായങ്ങളിലും സമീപനങ്ങളിലും വീറും വാശിയും വിട്ടുവീഴ്ചയില്ലായ്മയും ഇന്നത്തെ അപേക്ഷിച്ച് അത്യന്തം തീവ്രമായി അനുഭവപ്പെടുന്നത്.

"ഒരിരുട്ട് നെറഞ്ഞ അട്ക്കളല്ലാണ്ടെ വേറൊന്നുംല്യാ പെങ്കിടാങ്കക്ക് നഷ്ടപ്പെടാൻ, കിട്ടാനാച്ചാലോ, ഒരു വെളിച്ചം നെറഞ്ഞ ലോകം മുഴോനുംണ്ട് നമ്മുടെ മുമ്പില്. ഇരുട്ടത്ത് ജീവിയ്ക്കണേക്കാൾ എത്ര ഭേദം വെളിച്ചത്ത് കെടന്ന് മരിക്കാ! പോട്ടേ, തൊലേട്ടേ ആര്യേ, വെളിച്ചത്തിന്നുവേണ്ടി നമ്മുടെയൊക്കെ ജീവിതം തൊലേട്ടേ! നമ്മുടെ അനിയത്തിമാരെങ്കിലും മനുഷ്യരായി വളർന്നു ജീവിക്കട്ടെ" (*ഋതുമതികൾ പഠിച്ചാലെന്താ*) "ആരായാലും വേണ്ടതു പറഞ്ഞാൽ ഞാൻ കേൾക്കാണ്ടിരുന്നിട്ടില്ല്യ. വേണ്ടാത്തതാച്ചാ ദേവേന്ദ്രൻ പറഞ്ഞോലും ഞാൻ കേൾക്കുല്ല്യ" (*ഋതുമതി*) "അദ്ദേഹമൊന്നിച്ചാണെങ്കിൽ ലോകഭ്രഷ്ട് തന്നെ എനിക്ക് പുല്ലാണ്" (*അപ്ഫന്റെ മകൾ*)

സമരോത്സുകമായ ഇത്തരം പ്രഖ്യാപനങ്ങൾ സവർണ്ണനവോത്ഥാന സാഹിത്യത്തിന്റെ കലാപസത്തയെയാണ് പ്രതിനിധീകരിക്കുന്നത്. ഒരു കഥാപാത്രത്തിന്റെ അഭിപ്രായപ്രകടനം എന്നതിനപ്പുറം, ഒരു കാലത്തിന്റെ പിന്മടക്കമില്ലാത്ത തീരുമാനത്തെയാണത് പ്രകാശിപ്പിക്കുന്നത്. ഒഴിഞ്ഞുമാറ്റത്തിനുള്ള തന്ത്രങ്ങളല്ല, അധികാരസ്ഥാപനമായി പരിണമിക്കുന്ന ഏതൊരു മൂല്യവ്യവസ്ഥയോടും ഏറ്റുമുട്ടാനുള്ള തന്റേടമാണ് നവോത്ഥാന സാഹിത്യം പൊതുവിൽ രൂപപ്പെടുത്തിയത്.

ഒരു പുതിയ ലോകത്തെക്കുറിച്ചുള്ള സ്വപ്നം ശക്തിപ്പെടുമ്പോഴാണ് പഴയ ലോകത്തിനെതിരെയുള്ള സമരം വളരുന്നത്. ഇനിയും പിറന്ന് കഴിഞ്ഞിട്ടില്ലാത്ത ഒരു പുതിയ ലോകം പഴയ ലോകത്തോട് നടത്തുന്ന നിരന്തരസമരത്തിന്റെ ചുരുക്കപ്പേരാണ് സംവാദം. പഴയ ലോകങ്ങളിൽ സ്തംഭിച്ചു പോയവർക്കും പുതിയ ലോകത്തിനെതിരെ ആയുധം എടുത്തു നില്ക്കുന്നവർക്കും സംവാദത്തിന്റെ ഭാഷ മനസ്സിലാവുകയില്ല. കുടുമ മുറിക്കുകയും 'സംബന്ധം' അസംബന്ധമാണെന്ന് വാദിക്കുകയും

ചെയ്തുകൊണ്ട് പുതുലോകത്തിലേക്ക് കടന്നുനിന്ന ഒരു തലമുറയുടെ മുഖത്ത് ആഞ്ഞടിച്ചുകൊണ്ട് വി ടിയുടെ *അടുക്കളയിൽനിന്ന് അരങ്ങത്തേക്ക്* എന്ന നാടകത്തിലെ ഇച്ചിച്ചാക്കരപ്പൻ ചോദിച്ചു.

> സമ്മന്ധം പണ്ടേയ്ക്ക് പണ്ടേ നടപ്പുള്ളതല്ലേ? കുടുമ മുറി അങ്ങ്ന്യാ? അത് ധൂർത്താണ്. ആ വഹക്കാരെ കണ്ടാൽ കാല് കഴ്കണം, തൊട്ടാൽ കുളിക്കണം. വിചാരിച്ചാൽ പാപണ്ട്, കുടുമ മുറി ബ്രാഹ്മണർക്ക് നിഷിദ്ധാ. എന്റെ മഹനായാലും ശരി, ഏട്ടന്റെ മഹനായാലും ശരി..... കാര്യല്ലേ പറേണ്ടൂ?.... ഞാനെറിഞ്ഞ് കാലൊടിക്കും. അടിച്ച് പൊറം പൊളിക്കും. ശകാരിച്ച് കണ്ണ് പൊട്ടിക്കും (പൂണൂല് പിടിച്ച്) ഈ പൂണൂലാണ് സത്യം

സംവാദം, സമരം നടത്തുന്നത് 'പണ്ടേയ്ക്കു പണ്ടേ നടപ്പുള്ള'തെന്ന് അഭിനവ ഇട്ടിച്ചാക്കരപ്പന്മാർ വാദിക്കുന്ന പഴയ ലോകത്തിന്റെ ജീർണ്ണതകളോട് മാത്രമല്ല. ഇന്നത്തെ ലോകത്ത് ആധിപത്യം സ്ഥാപിച്ചുകൊണ്ടിരിക്കുന്ന നവവാണിജ്യ കാല്പനിക കാഴ്ചപ്പാടുകളോടുമാണ്. ആശയങ്ങളുടെ ലോകത്ത് അലക്ഷ്യമായി അലയുന്ന നവകാല്പനിക സമീപനങ്ങളോടും ജീവിതത്തെ വിവാദത്തിനുള്ള അസംസ്കൃത പദാർത്ഥം മാത്രമായി പരിഗണിക്കുന്ന സംസ്കാരവ്യവസായത്തോടും ഒരേസമയം എതിരിട്ടുകൊണ്ടാണ് 'സംവാദം' വളരുന്നത്. അതിന്റെ ലക്ഷ്യം ഇന്നത്തെ ജീവിതത്തേക്കാൾ മെച്ചപ്പെട്ട ഒരു ജീവിതം എല്ലാ മനുഷ്യർക്കും സാദ്ധ്യമാക്കാൻ ആശയരംഗത്ത് സമരോത്സുകമായി ഇടതടവില്ലാതെ ഇടപെട്ടുകൊണ്ടിരിക്കുക എന്നുള്ളതാണ്. ശ്രീനാരായണഗുരുവും വാഗ്ഭടാനന്ദനും തമ്മിൽ ആലുവയിലെ അദ്വൈതാശ്രമത്തിൽ വച്ച് 1914 ൽ നടന്ന ആശയസമരം കേരളത്തിന്റെ സംവാദചരിത്രത്തിലെ ആവേശകരമായ ഒരദ്ധ്യായമാണ്. ഗുരുവാണ് അദ്ധ്യക്ഷൻ. അദ്ദേഹത്തിന്റെ ശിഷ്യന്മാർ നിറഞ്ഞിരിക്കുന്നതാണ് സദസ്സ്. എന്നിട്ടും കുഞ്ഞിക്കണ്ണൻ എന്ന വാഗ്ഭടാനന്ദന് ശ്രീനാരായണഗുരുവടക്കമുള്ളവർ നിർവ്വഹിക്കുന്ന വിഗ്രഹ പ്രതിഷ്ഠകൾ അത്യന്തം പിന്തിരിപ്പനും യാഥാസ്ഥിതികവുമാണെന്ന് നീറിന്റെ നിർബ്ബന്ധബുദ്ധിയോടെ അവിടെ വെച്ച് വാദിച്ചു. 'വികാരത്തെ വ്രണപ്പെടുത്തുന്ന' പ്രകോപനപരമായ പ്രസ്തുത പ്രസംഗത്തോട് അദ്ധ്യക്ഷനായ ഗുരു പ്രതികരിച്ചത് അത്ഭുതപ്പെടുത്തുംവിധം സംയമനം പാലിച്ചുകൊണ്ടാണ്. അദ്ദേഹം പറഞ്ഞു. "കുഞ്ഞിക്കണ്ണൻ പറഞ്ഞത് ശരിയാണ്." സദസ്സ് അക്ഷരാർത്ഥത്തിൽ തന്നെ അന്ധാളിച്ചുപോയി. മുനി ശിവപ്രസാദ് എന്ന നാരായണ ശിഷ്യനാണ് പിന്നീട് സംസാരിച്ചത്. അദ്ദേഹം വാഗ്ഭടാനന്ദൻ പറഞ്ഞതെല്ലാം അപ്രസക്തമാണെന്നും വിഗ്രഹ പ്രതിഷ്ഠകൾ അനിവാര്യമാണെന്നും സയുക്തികം സ്ഥാപിക്കാൻ ശ്രമിച്ചു. സദസ്സിന് തൃപ്തിയായി. അവർ ഹർഷാരവം മുഴക്കി. അദ്ധ്യക്ഷനായ ഗുരു എന്തു പറയുമെന്നവർ പ്രതീക്ഷയോടെ കാത്തിരുന്നു. "ശിവപ്രസാദ് പറഞ്ഞതും ശരിയാണ്". അതായിരുന്നു ഗുരുവിന്റെ

പ്രതികരണം! സദസ്സ് വിശദീകരണം ആവശ്യപ്പെട്ടു. അപ്പോൾ ഗുരു പറഞ്ഞു: "കുഞ്ഞിക്കണ്ണൻ പറഞ്ഞത് വിജ്ഞന്മാരെ സംബന്ധിച്ചിടത്തോളം ശരിയാണ്. ശിവപ്രസാദ് പറഞ്ഞത് അജ്ഞന്മാരെ സംബന്ധിച്ചിടത്തോളം ശരിയാണ്." ഈ സംവാദം നടന്ന് മൂന്ന് കൊല്ലം കഴിഞ്ഞതിനു ശേഷമാണ് 1917 ൽ ഇനിമുതൽ നിർബ്ബന്ധമായും നാം ക്ഷേത്രങ്ങൾ നിർമ്മിക്കേണ്ടതില്ല എന്ന ഗുരുവിന്റെ ചരിത്രപ്രസിദ്ധമായ വിളംബരം പുറത്തുവരുന്നത്. പ്രയോഗത്തിൽ മാത്രം താല്ക്കാലികമായി വിശ്രമിക്കുന്ന ഒരാശയ പ്രക്ഷോഭത്തിന്റെ മറ്റൊരു പേരാണ് സംവാദം. അത് ആദർശങ്ങളുടെ സാക്ഷാൽക്കാരത്തിനു വേണ്ടി ആശയങ്ങളുടെ ലോകത്ത് നടക്കുന്ന അവിരാമമായ ഒരു സൈദ്ധാന്തികസമരത്തിന്റെ ആവിഷ്കാരമാണ്.

ഇന്ദുലേഖയ്ക്കപ്പുറവും ഇപ്പുറവും

1930 കളിൽ സൃഷ്ടിക്കപ്പെട്ട ബദൽ ഭൗതികസാദ്ധ്യതകളെ ആശയതലത്തിൽ സമഗ്രമാം വിധം സ്വാംശീകരിക്കാൻ കഴിഞ്ഞതുകൊണ്ടാണ് സ്വന്തം സമുദായത്തിലെ പീഡിതപക്ഷത്തിന്റെ കണ്ണുനീർത്തുള്ളികളെ തീത്തുള്ളികളാക്കി തീർക്കാനുതകുംവിധമുള്ള ഒരു 'സംവാദ മണ്ഡലം' തുറക്കാൻ നമ്പൂതിരി യുവജനസംഘത്തിന് കഴിഞ്ഞത്. സ്വന്തം സമുദായത്തിലെ ഏറ്റവും നല്ല പഠിതാക്കളായി മാറിക്കൊണ്ടാണ് യുവജനസംഘം പ്രവർത്തകരായ വി ടിയും പ്രേംജിയും എം ആർ ബിയും ഇ എം എസും ഐ സി പിയും പാർവ്വതി നെന്മിനിമംഗലവും ആര്യാപള്ളവും അടക്കമുള്ള അക്കാലത്തെ യുവസമൂഹം പടനിലങ്ങളിൽ ജ്വലിച്ചുനിന്നത്. ആരാണ് നല്ല പഠിതാക്കൾ എന്ന ചോദ്യത്തോട് പ്രതികരിച്ചുകൊണ്ട് ബ്രെഹ്ത് പറഞ്ഞു: "നിലനില്ക്കുന്ന അവസ്ഥകളിൽ അസംതൃപ്തരായി തങ്ങളുടെ കാലം വരുന്നതിന് കാത്തിരിക്കുന്ന വർഗ്ഗങ്ങളുണ്ട്. അവർക്ക് പഠനത്തിന്റെ പ്രായോഗികവശത്തിൽ താല്പര്യമുണ്ട്. എന്ത് ത്യാഗം സഹിച്ചും തങ്ങളെവിടെയാണ് നില്ക്കുന്നതെന്നറിയാൻ അവരാഗ്രഹിക്കുന്നു. പഠനമില്ലെങ്കിൽ തങ്ങൾ നശിച്ചുപോകുമെന്നവർക്കറിയാം. ഇവരാണ് ഏറ്റവും നല്ല ശ്രദ്ധയുള്ള പഠിതാക്കൾ." വിധവാ വിവാഹം മുതൽ മിശ്രവിവാഹം വരെ തങ്ങൾ മുന്നോട്ട് വെച്ചതൊക്കെയും ഭാവിക്ക് വിട്ടുകൊടുക്കാതെ സ്വന്തം വർത്തമാനകാലത്ത് തന്നെ സാക്ഷാൽക്കരിക്കാനാണ് യുവജനസംഘം പ്രവർത്തകർ ഉത്സാഹിച്ചത്. നാടുവാഴിത്തത്തിന്റെ നരച്ച നീതിബോധത്തെ വെല്ലുവിളിച്ച ചന്തുമേനോന്റെ ഇന്ദുലേഖയ്ക്ക് സ്വപ്നം കാണാൻ പോലും കഴിയാത്തത്ര ഔന്നത്യത്തിലേക്ക് കടന്നുനില്ക്കാൻ വി ടിക്കും കൂട്ടുകാർക്കും കഴിഞ്ഞത്, ചന്തുമേനോനിൽനിന്ന് വ്യത്യസ്തമായി സവർണ്ണമേധാവിത്തത്തിനെതിരെ സമഗ്രമായ ഒരു സമരമുഖം വളർത്തിയെടുത്ത ഒരു സംഘടിത നവോത്ഥാനപ്രസ്ഥാനത്തിന്റെ ആത്മഭാഗമായി അവർക്ക് ജീവിക്കാൻ കഴിയാഞ്ഞതുകൊണ്ടാണ്.

ഇന്ദുലേഖയിലെ തർക്കവിധേയമായ പതിനെട്ടാം അദ്ധ്യായത്തിന് സംവാദത്തിന്റെ മാരകസൗന്ദര്യമില്ല. ആശയസംഘർഷത്തിന്റെ സംഭ്രമിപ്പിക്കുന്ന ഒരന്തരീക്ഷം സൃഷ്ടിച്ചുകൊണ്ട് അശാന്തമായ ഒരന്വേഷണത്തിലേക്ക് കുതിക്കാൻ "ബിലാത്തിയിൽനിന്ന് ഇറങ്ങുന്ന പുസ്തകങ്ങൾ അപ്പപ്പോൾ തന്നെ വരുത്തി വായിച്ചിട്ടും ചന്തുമേനോന്" കഴിയാതെ പോയത് ഔപചാരിക ജ്ഞാനത്തിന്റെ കുറവു കൊണ്ടല്ല; രാഷ്ട്രീയ ദിശാബോധത്തിന്റെ പരിമിതി കൊണ്ടാണ്. ചർച്ചകൾക്കിടയിൽ കടന്നു വരുന്ന നിരീശ്വരവാദം പോലുള്ള പൊള്ളുന്ന ആശയങ്ങളും ജീവിതത്തെ ക്രൂരമാംവിധം കടന്നാക്രമിക്കുന്ന ജാതിപ്രശ്നവും ഒരന്ത്യസമരത്തിന് സന്നദ്ധമാകാതെ അത്ഭുതകരമാംവിധം കീഴടങ്ങുന്ന ചിത്രമാണ് പതിനെട്ടാമദ്ധ്യായം കാഴ്ചവെക്കുന്നത്. നൈയാമികമായ ഒരൗപചാരിക യുക്തിയുടെ തണുത്ത സ്പർശംകൊണ്ട് സ്പന്ദിക്കുന്ന സമസ്ത ജീവിത പ്രശ്നങ്ങളെയും ശീതീകരിക്കുന്ന ഇത്തരം ആഖ്യാനവിദ്യയാണ് മറ്റദ്ധ്യായങ്ങളിൽനിന്ന് വ്യത്യസ്തമാം വിധം, പതിനെട്ടാമദ്ധ്യായത്തിൽ 'മേല്ക്കോയ്മ' സ്ഥാപിക്കുന്നത്. പ്രസ്തുത അദ്ധ്യായത്തിലെ ചർച്ചകളിൽ വ്യത്യസ്ത അഭിപ്രായങ്ങൾ പുലർത്തുന്ന മൂന്നു പേർ പങ്കെടുക്കുന്നുണ്ടെങ്കിലും ആത്യന്തികമായി, അഭിപ്രായ വ്യത്യാസങ്ങളെല്ലാം മാറ്റിവെച്ച് കൊളോണിയൽ അന്തരീക്ഷത്തിന് ഊക്കു പകരുന്നതിലാണ് അവർ മൂവരും പുളകംകൊള്ളുന്നത്. ആസന്നമോ വിദൂരം പോലുമോ ആയ യാതൊരു പ്രായോഗിക ഉത്തരവാദിത്വങ്ങളും ഏറ്റെടുക്കാത്തതുകൊണ്ടാണ് ഗംഭീരമായ ഒരു സംവാദമാകാൻ സാദ്ധ്യതയുണ്ടായിരുന്ന ഒരു ചർച്ച 'ഒരു സംഭാഷണം' മാത്രമായി ഒതുങ്ങിപ്പോയത്. ലോകത്തെ മാറ്റി മറിക്കുന്നതിനു പകരം കൊളോണിയൽ നിയമപുസ്തകങ്ങളിൽ നീതി സുരക്ഷിതമാണെന്ന് പ്രചരിപ്പിക്കാൻ തൊഴിൽപരമായി ബാദ്ധ്യതപ്പെട്ട ഒരു ഉദ്യോഗസ്ഥവീക്ഷണവും ഒരു വ്യവസ്ഥയുടെ വൈരുദ്ധ്യങ്ങൾ വെളിപ്പെടുത്തുംവിധമുള്ള ഉൾക്കാഴ്ചകൾ ഉല്പാദിപ്പിക്കുന്ന ഇന്ദുലേഖയിലെ അവതരണക്രമവും തമ്മിലുള്ള വൈരുദ്ധ്യം 18-ാം അദ്ധ്യായം എഴുതുമ്പോൾ ചന്തുമേനോനെ അസ്വസ്ഥനാക്കുകയുണ്ടായില്ല.

ജാതിവ്യവസ്ഥയെയും മരുമക്കത്തായത്തെയും തകർക്കുമെന്ന കാരണം പറഞ്ഞാണ് നായന്മാരുടെ വിവാഹസമ്പ്രദായം പരിഷ്കരിക്കുന്നതിന് വേണ്ടി ശങ്കരൻനായർ സമർപ്പിച്ച വിവാഹബില്ലിനോട് (1890) ചന്തുമേനോൻ വിയോജിച്ചത്. സംബന്ധസമ്പ്രദായത്തിന്റെ അസംബന്ധവും തീവ്രമായി ആവിഷ്കരിച്ച ഒരെഴുത്തുകാരൻ എന്തുകൊണ്ട് ഇത്തരമൊരു സമീപനം സ്വീകരിച്ചു? ഇതിനുള്ള ഉത്തരം അന്വേഷിക്കേണ്ടത് ഇന്ദുലേഖയിലെ തന്നെ ആന്തരിക വൈരുദ്ധ്യങ്ങളിലും അതിനെ സാദ്ധ്യമാക്കിയ സാമൂഹ്യവൈരുദ്ധ്യങ്ങളിലുമാണ്. ആശയങ്ങളിലും നിലപാടുകളിലും വ്യക്തികൾ പുലർത്തുന്ന ചാഞ്ചാട്ടങ്ങൾ ആത്യന്തികമായി സാമൂഹ്യാവസ്ഥകളുടെ വൈയക്തിക മുദ്ര പതിഞ്ഞ പ്രകാശനങ്ങള

ല്ലാതെ മറ്റൊന്നുമല്ല. ചന്തുമേനോന് നവോത്ഥാനത്തിന്റെ ഹൃദയമായി മാറാൻ സ്വയം കഴിഞ്ഞിരുന്നെങ്കിൽ അദ്ദേഹത്തിനൊരിക്കലും സംബന്ധ സമ്പ്രദായത്തിന് പരോക്ഷമായ പിന്തുണപോലും നല്കാൻ കഴിയുമായിരുന്നില്ല. 'പാഞ്ചാലിക്ക് അഞ്ചു ഭർത്താക്കന്മാരുണ്ടെന്ന് പുരാണത്തിൽ പറയുമ്പോലെയാണ് മദ്ധ്യതിരുവിതാംകൂറിലെ നായർ തറവാടുകളിലെ സ്ഥിതി. മൂന്നുനാലുപേർക്ക് കൂടി ഒരു ഭാര്യ. ഈ ഏർപ്പാട് ശരിയാണോ? കച്ചേരീ പോകുന്ന അച്ഛൻ, പള്ളിക്കൂടത്തിൽ പോകുന്ന അച്ഛൻ, വയലിൽ പോകുന്ന അച്ഛൻ, വീട്ടിൽ നില്ക്കുന്ന അച്ഛൻ, ഇങ്ങനെ പോകുന്നു അച്ഛന്മാരുടെ വിവരണപ്പട്ടിക. ഇത് ശരിയാണോ?' സാമൂഹ്യനവോത്ഥാന നായകരിൽ പ്രമുഖനായ ചട്ടമ്പിസ്വാമികളുടെ ഈ ചോദ്യം സാമൂഹ്യ നവോത്ഥാന സംരംഭങ്ങളുടെ നടുവിലായിരുന്നു, ചന്തുമേനോൻ ജീവിച്ചിരുന്നതെങ്കിൽ അദ്ദേഹം 'കേൾക്കു'മായിരുന്നു. സാമൂഹ്യപ്രവർത്തനങ്ങളിൽ സജീവമായി പ്രകടമാംവിധത്തിൽ പങ്കെടുക്കുന്നവരും അല്ലാത്തവരും തമ്മിലുള്ള വ്യത്യാസം അവരുടെ കൃതികളിലും ഏതെങ്കിലും വിധത്തിൽ പ്രകടമാവാതെ വയ്യ എന്നത്രേ ഇത് വ്യക്തമാക്കുന്നത്.

വേറൊരു ഇന്ദുലേഖ

ഇന്ദുലേഖാ വിമർശനമെന്ന നിലയിൽ പിറന്ന *പറങ്ങോടീപരിണയം* (1892) ഇന്ദുലേഖയുടെ ഘടന അതേപടി നിലനിർത്തിക്കൊണ്ട് അതിൽ നവോത്ഥാനവിരുദ്ധ ആശയങ്ങൾ കൊളുത്തിയിടുകയാണ് ചെയ്തത്. ഇന്ദുലേഖയിലെ കൊളോണിയൽ അന്തരീക്ഷത്തോട് കലഹിക്കുമ്പോഴും അതിന് ജാതിവ്യവസ്ഥയുടെ ചുറ്റുവട്ടത്തിനപ്പുറം കാണാൻ കഴിയുന്നില്ല. ഒരർത്ഥത്തിൽ പരസ്പരം ഇടഞ്ഞുകൊണ്ടു തന്നെ അവരാശ്ലേഷിക്കുന്നത് 'നമ്മുടെ നവോത്ഥാനം' പില്ക്കാലത്ത് ശക്തമാംവിധം നിരാകരിച്ച ജാതിവ്യവസ്ഥയുടെ ലോകത്തെയാണ്. ".. എന്ത് അമ്പലം, എന്ത് ഏകാദശി. കരിങ്കല്ലിനെ തൊഴുതിട്ടും ഭക്ഷണം ഉപേക്ഷിച്ചിട്ടും ഉള്ള സുകൃതം എനിക്കു വേണ്ടേ വേണ്ടാ എന്നായിരിക്കും.... ഇങ്ങനെ കുറേ കഴിയുമ്പോഴേക്കും ഹിന്ദുവും അല്ല ക്രിസ്ത്യനും അല്ല. ഒന്നും അല്ലാതെകണ്ട് ഒരു കുത്താങ്കീരി ജാതിയായിത്തീരും..."(*പറങ്ങോടീപരിണയം*) ഇന്ദുലേഖയുടെ തിരുത്തല്ലാ, അതിന്റെ തന്നെ പരിമിതികളുടെ പൂരണമാണ് *പറങ്ങോടീപരിണയം*. എന്നാൽ നവോത്ഥാനാശയങ്ങൾ തിളച്ചുമറിഞ്ഞ മുപ്പതുകളിൽ സി വി കുഞ്ഞിരാമൻ എഴുതിയ *ഇന്ദുലേഖ* എന്ന ചെറുകഥ ചന്തുമേനോന്റെ ഇന്ദുലേഖയുടെ യഥാർത്ഥ രോഗമെന്തെന്ന് വെളിപ്പെടുത്തുന്ന ഒരു സ്കാനിങ് റിപ്പോർട്ട് എന്ന നിലയിൽ ശ്രദ്ധേയമാണ്. (*കഥാമാലിക* 1993 ഡിസംബറിലെ ഒന്നാം പുസ്തകം 9-ാം ലക്കത്തിൽ പ്രസിദ്ധീകരിച്ചത്) മൂന്ന് മുഖ്യവിമർശനങ്ങളാണ് സി വി പരിഹാസപൂർവ്വം ഇതിൽ നിർവ്വഹിച്ചിരിക്കുന്നത്.

> ഇന്ദുലേഖയുടെ വിവാഹം നടക്കുന്ന കാലത്ത് ആ സുന്ദരിക്ക് പതിനെട്ട് വയസ്സ് പ്രായമായിരുന്നു എന്നും ഉള്ള കണക്കുകളിൽനിന്ന് ഇന്ദുലേഖ ഇപ്പോഴും ജീവിച്ചിരിക്കുന്നുണ്ടെങ്കിൽ ആ ഭാഗ്യവതിക്ക് ഇപ്പോൾ ഏകദേശം എഴുപത് വയസ്സ് പ്രായമായിരിക്കണം. എഴുപത് വയസ്സുള്ള ഒരു സുന്ദരിയുടെ വർണ്ണന ഒരു കവിയും ചെയ്തു കാണുന്നില്ല. കവികൾക്ക് വൃദ്ധകളോട് അത്ര കോളല്ലെന്നാണ് തോന്നുന്നത്. അവരാരെങ്കിലും ഇന്ദുലേഖയുടെ വാർദ്ധക്യദശയിൽ വർണ്ണിച്ചിരുന്നുവെങ്കിൽ 18-ാമത്തെ വയസ്സിൽ ആ സുന്ദരിക്കുണ്ടായിരുന്ന 'നീലകുന്തളത്തിന്റെ നിറം' ഇപ്പോൾ വല്ല തവിട്ട് കൊക്കിന്റെയോ വെള്ള കൊക്കിന്റെയോ തൂവലുകൾ പോലെ എന്നോ 'കാശഗുച്ഛസച്ഛായം' ആയിത്തീർന്നുവെന്നോ വർണ്ണിക്കുമായിരുന്നു.

ശരീരകേന്ദ്രിതമായ വർണ്ണനകൾക്കെതിരെ നിശിതമായ വിമർശനമാണ് സി വി ഇതുവഴി വികസിപ്പിച്ചത്. തന്റെ ഇന്ദുലേഖ ഒരു ഈഴവത്തിയാണെന്ന് വ്യക്തമാക്കിയതിനുശേഷം സി വി നടത്തുന്ന രണ്ടാം വിമർശനം ആഭരണത്തെ സംബന്ധിച്ചുള്ളതാണ്. "നല്ല വൈരക്കല്ല് പതിച്ച മൂക്കുത്തി ഒന്ന് പെട്ടിയിൽ ഇരിപ്പുണ്ടെങ്കിലും, സ്കൂൾ ഫൈനൽ ക്ലാസിൽ വച്ച് ഒരിക്കൽ ജലദോഷം പിടിച്ചപ്പോൾ മൂക്ക് പിഴിയാനുള്ള പ്രയാസം നിമിത്തം ഊരിവച്ചത് ഇതേവരെ പിന്നെ എടുത്തിട്ടില്ല." മൂന്നാമത്തെ വിമർശനം ചന്തുമേനോൻ തന്റെ നായികയെ അണിയിച്ച സവർണ്ണ കസവിനെതിരെയാണ്. "വിശേഷമായ ഇഴയും കസവുമുള്ള ഒന്നരയും മേൽമുണ്ടുമല്ല എന്റെ ഇന്ദുലേഖ ധരിച്ചിരുന്നത്. ഖദർ, ശുദ്ധ ഖദർ, നല്ല നേർമ്മയുള്ള ഖദർ ആയിരുന്നു എന്റെ ഇന്ദുലേഖയുടെ ഒന്നരയും മേൽമുണ്ടും സാരിയും ബ്ലൗസും സർവ്വവും. "റോസാച്ചെടിക്കു പകരം 'പരുത്തിച്ചെടി' ഒരു സൗന്ദര്യപ്രതീകമായി മാറിയ 'നവോത്ഥാനകാല'ത്തിന്റെ പുനഃസൃഷ്ടിയാണ് സി വിയുടെ 'ഇന്ദുലേഖ'. ചന്തുമേനോന്റെ *ഇന്ദുലേഖ*യുടെ അടിസ്ഥാനപരിമിതികളിലാണ് സി വി പരിഹാസത്തിന്റെ കനൽക്കട്ടകൾ വെച്ച് പൊള്ളിച്ചത്. സവർണ്ണ പാരമ്പര്യത്തിൽനിന്നും സ്വയം വിച്ഛേദിക്കാനാവാതെ പോയ കൊളോണിയൽ ലിബറലിസം അടിച്ചേല്പിച്ച പരാധീനതകൾ നിമിത്തമാണ് ചന്തുമേനോന്റെ കഥാപാത്രങ്ങൾക്ക് ഒരു യുഗപ്പകർച്ചയുടെ പ്രക്ഷോഭമാതൃകകളാവാൻ പൂർണ്ണമായും കഴിയാതെ പോയത്. എന്നിട്ടുപോലും ഫ്യൂഡൽ യാഥാസ്ഥിതികത്വത്തെ പ്രതിനിധീകരിക്കുന്നവർക്ക് മുമ്പിൽ പ്രകോപനമുണ്ടാക്കാൻ ഇന്ദുലേഖയ്ക്കു കഴിഞ്ഞു! നാടുവാഴിത്തവിരുദ്ധരാവട്ടെ വിമോചനത്തിന്റെ ഒരു 'വേദപുസ്തകം' പോലെ അതിനെ ഗാഢഗാഢം ആശ്ലേഷിക്കുകയും ചെയ്തു. സത്യത്തിൽ ഓരോ ചരിത്രഘട്ടവും സാമാ

ന്യവായനയിൽ ഒരു കൃതിയെ സ്വീകരിക്കുകയും തള്ളുകയും ചെയ്യുന്നത്, അതിന്റെ പ്രതിപാദ്യത്തിലെ 'കേന്ദ്രതലങ്ങൾ'സൃഷ്ടിക്കുന്ന അനുഭവത്തെ അടിസ്ഥാനമാക്കിയാണ് നവോത്ഥാനകാലത്ത് ഇന്ദുലേഖയിലെ പ്രധാന 'സംവാദമണ്ഡലം' രൂപംകൊണ്ടത്. സൂരിനമ്പൂതിരിപ്പാടിന് ചുറ്റുമാണ് നമ്പൂതിരി നായർ സമൂഹത്തിൽ രൂപപ്പെട്ട അമർഷവും പുതുതായി വിദ്യാഭ്യാസം നേടിയ നായർ യുവാക്കളുടെ രംഗപ്രവേശവുമാണ് മേൽച്ചൊന്ന തരത്തിലുള്ള ഒരു സംവാദമണ്ഡലം രൂപപ്പെടുത്തിയത്. സവർണ്ണയാഥാസ്ഥിതികത്വത്തെ അത്യധികം പ്രകോപിപ്പിച്ചത് ഇന്ദുലേഖയിലെ സൂരിനമ്പൂതിരിപ്പാടാണ്. സവർണ്ണ നവോത്ഥാനവാദികളെ സാമൂഹ്യ പരിവർത്തനശ്രമങ്ങൾ ശക്തിപ്പെടുത്തുന്നതിന് പരോക്ഷമായി പ്രചോദിപ്പിച്ചതും ഇതേ സൂരിനമ്പൂതിരിപ്പാടാണ്! ഇന്ദുലേഖയോടുള്ള വ്യത്യസ്ത സമീപനങ്ങൾ അത് പിറന്ന ഉടനെ മാത്രമല്ല പിന്നീടും കേരളീയ നവോത്ഥാനത്തെ സംബന്ധിക്കുന്ന ഒരു പ്രധാനവിഷയമെന്ന നിലയിൽ ചർച്ചയ്ക്ക് വിധേയമായിട്ടുണ്ട്. 1928 ൽ രാമവർമ്മ അപ്പൻ തമ്പുരാന്റെ അദ്ധ്യക്ഷതയിൽ തൃശൂരിൽ ചേർന്ന സാഹിത്യ പരിഷത്ത് സമ്മേളനത്തിലെ കലാപരിപാടികളിൽ ഉൾപ്പെടുത്തിയിരുന്ന 'ഇന്ദുലേഖ' യുടെ അവതരണം കാണിപ്പയ്യൂർ ശങ്കരൻ നമ്പൂതിരിപ്പാടിന്റെ നേതൃത്വത്തിലുള്ള ഒരു സംഘം നമ്പൂതിരിമാരുടെ ഇടപെടൽ നിമിത്തം ഒടുവിൽ ഒഴിവാക്കേണ്ടിവന്നു. അതു സംബന്ധിച്ച് അന്നു നടന്ന അഭിപ്രായസംഘർഷം യാഥാസ്ഥിതിക സമീപനങ്ങളുടെ സ്വഭാവത്തോടൊപ്പം ജാതിമത ചട്ടക്കൂട്ടിനകത്ത് രൂപപ്പെട്ട കേരളീയ നവോത്ഥാനത്തിന്റെ അടിസ്ഥാനപരിമിതികളിലേക്കും പ്രകാശം പരത്തുവാൻ പര്യാപ്തമാണ്. സൂരിനമ്പൂതിരിയെ രംഗത്തവതരിപ്പിച്ച് നമ്പൂതിരിമാരെ അവഹേളിക്കാൻ ശ്രമിക്കരുതെന്ന നമ്പൂതിരിമാരിൽ ചിലരുടെ ആവശ്യത്തെ ആദ്യം സമ്മേളനത്തിന്റെ അദ്ധ്യക്ഷൻ കൂടിയായ അപ്പൻ തമ്പുരാൻ അവഗണിച്ചു. അതിനുള്ള കാരണമായി അദ്ദേഹം പറഞ്ഞത് ഇത് തീരുമാനിച്ച് കഴിഞ്ഞതാണെന്നും, അഭിനയത്തിന്റെ കലാപരമായവശമല്ലാതെ വിഷയം ഇക്കാര്യത്തിൽ പ്രസക്തമല്ലെന്നുമാണ്. അപ്പോൾ സംഘം നേതാവായ കാണിപ്പയ്യൂർ ചോദിച്ചു.

> പരിഷത്തു കഴിഞ്ഞു അടുത്ത ദിവസം തന്നെ നമ്പൂതിരിമാർ, തൃശിവപേരൂരിൽ വച്ചു, പബ്ലിക്കായി, കോവിലകത്തെ വിത്തുകാളകളാക്കുവാൻ സമുദായത്തിലെ യുവാക്കന്മാരെ വലയിട്ട് പിടിക്കുന്ന സമ്പ്രദായങ്ങളും അവർക്ക് കോവിലകത്തുണ്ടാകുന്ന ആഭാസതരങ്ങളായ അനുഭവങ്ങളും ചിത്രീകരിക്കുന്ന ഒരു പ്രഹസനം അഭിനയിക്കുന്നതിൽ അവിടേക്ക് വിരോധമുണ്ടോ? എന്ന്. ആ ചോദ്യം തമ്പുരാന്റെ മനസ്സിൽ കൊണ്ടു. തക്ക ഫലമുണ്ടായി.

> അവിടുന്ന് നമ്പൂതിരിമാർക്ക് ആക്ഷേപമുള്ള കാര്യം പരിപാടിയിൽനിന്ന് നീക്കം ചെയ്തു കൊള്ളാമെന്ന് ഉറപ്പു കൊടുത്തു.... നമ്പൂതിരിപ്പാടിനെ രംഗത്ത് പ്രവേശിപ്പിച്ചുമില്ല.
>
> (*നമ്പൂതിരി യോഗക്ഷേമമഹാസഭ - ചരിത്രത്തിന്റെ വാരിയെല്ലുകൾ* എം എൻ നമ്പൂതിരി)

ഒരു കാലത്ത് നമ്പൂതിരിമാർ അഭിമാനകരമായി കണക്കാക്കിയിരുന്ന കോവിലകങ്ങളിലെ കൂട്ടിരിക്കലിനെയാണ് കാണിപ്പയ്യൂർ ഇവിടെ ചോദ്യം ചെയ്തത്. 19-ാം നൂറ്റാണ്ടിന്റെ തുടക്കത്തിൽ നമ്പൂതിരിമാരോട് എന്താ ജോലിയെന്ന് ചോദിച്ച ഡോക്ടർ ബുക്കാനിന് കിട്ടിയ ഉത്തരം കോവിലകങ്ങളിലും പ്രഭുകുടുംബങ്ങളിലും കയറിയിറങ്ങുകയാണ് എന്നായിരുന്നു എന്നോർക്കുമ്പോഴാണ് ആശയരംഗത്ത് നവോത്ഥാനം നേടിക്കഴിഞ്ഞ സ്വാധീനത്തിന്റെ വ്യാപ്തി വ്യക്തമാവുന്നത്. ഇരുപതാം നൂറ്റാണ്ടിന്റെ ആരംഭത്തിൽ യോഗക്ഷേമസഭയുടെയും എൻ എസ് എസിന്റെയും പ്രവർത്തനഫലമായി രൂപപ്പെട്ട സംബന്ധവിരുദ്ധവികാരമാണ് പരിഷത്ത് അദ്ധ്യക്ഷനായ അപ്പൻ തമ്പുരാനെതിരെ ഒരർത്ഥത്തിൽ കാണിപ്പയ്യൂരും പ്രയോഗിച്ചത്! നമ്പൂതിരിമാർക്ക് രാജ്യഭാരമുണ്ടായിരുന്ന ഒരു സമയത്തായിരുന്നു ഞാൻ ജീവിച്ചതെങ്കിൽ ഇന്ദുലേഖ എഴുതാൻ എനിക്ക് കഴിയുമായിരുന്നില്ലെന്ന ചന്തുമേനോന്റെ അഭിപ്രായപ്രകടനം കോവിലകത്തെ തമ്പുരാക്കന്മാർക്ക് രാജ്യഭാരമുണ്ടായിരുന്ന ഒരു കാലത്താണെങ്കിൽ അതേ അനുപാതത്തിൽ കാണിപ്പയ്യൂരിനും ബാധകമാകുമായിരുന്നു. ഇന്നു നോക്കുമ്പോൾ നിസ്സാരമായി തോന്നാവുന്ന ഒരു പ്രശ്നം. സാമൂഹ്യമേഖലയിൽ അന്നുണ്ടാക്കിയ സംഘർഷത്തിന്റെ സൂക്ഷ്മരൂപം മനസ്സിലാക്കാൻ ഇതു സംബന്ധിച്ച് അന്ന് കുഞ്ഞിക്കുട്ടൻ തമ്പുരാൻ എഴുതിയത് മാത്രം ശ്രദ്ധിച്ചാൽ മതിയാകും.

> നമ്പൂതിരിമാർ എല്ലാവരും വേളി കഴിഞ്ഞു തുടങ്ങിയാൽ.... ബ്രാഹ്മണരുടെ ഭാര്യമാരായി മാത്രം കഴിഞ്ഞു പോരുന്ന വളരെ സ്ത്രീകളുള്ള ക്ഷത്രിയ കുടുംബങ്ങളുടെയും..... പിന്നത്തെ നിലകൂടി ഈ അവസരത്തിൽ പ്രത്യേകിച്ചും ഒന്നോർത്തു നോക്കണം എന്നു മാത്രമല്ല നമ്പൂതിരിയുടെ ബീജഗുണംകൊണ്ട് മറ്റ് ജാതിക്കാരേക്കാൾ നായർ പര്യന്തമുള്ള മലയാളികൾക്ക് ലഭിച്ചിട്ടുള്ളതും അന്യരാജ്യക്കാരായ ശൂദ്രർക്ക് ദുർല്ലഭമായിട്ടുള്ളതുമായ വിവിധ വിശിഷ്ടഗുണത്തെ ഇനി മേലാൽ വേണ്ടെന്നുവെച്ച് നിരാകരിക്കാൻ കാലമായിട്ടുണ്ടോ എന്നും സംശയമാകുന്നു.
>
> (*കുഞ്ഞിക്കുട്ടൻ തമ്പുരാന്റെ പ്രബന്ധങ്ങൾ* - സമ്പാദകൻ - എസ് കെ വസന്തൻ)

ആഭിജാത്യത്തിന്റെ അർത്ഥശൂന്യമായ ജല്പനങ്ങളുടെ പൊള്ളത്തരം ഉറക്കെ വിളിച്ചു പറഞ്ഞത് വി ടിയാണ്. "കുലമഹിമ, ഗോത്രപ്രഭാവം, സ്ത്രീധനത്തുക എല്ലാം വ്യക്തിത്വത്തെ തേജോവധം ചെയ്യാനുള്ള ദിവ്യായുധങ്ങളാണ്. ബഹുഭാര്യാത്വം, ബഹുഭർത്തൃത്വം, പുനർവിവാഹനിഷേധം, മരുമക്കത്തായം എല്ലാം പൗരോഹിത്യ സ്വേച്ഛാധിപത്യത്തിന്റെ കളിപ്പാട്ടങ്ങളാണ്" (*വി ടിയുടെ സമ്പൂർണ്ണകൃതികൾ*) യാഥാസ്ഥിതിക സവർണ്ണരിൽനിന്ന് വ്യത്യസ്തമായി ഇന്ദുലേഖയെ സംബന്ധസമ്പ്രദായത്തിന്റെ തൊലിയുരിക്കുന്ന ഒരു പ്രബന്ധമായി കൊണ്ടാടുകയാണ് വി ടി ചെയ്തത്. വഷളത്തരങ്ങളേതും വലിച്ചെറിയപ്പെടണമെന്നും, കൊള്ളരുതായ്മകളൊന്നും ഒളിച്ച് വെക്കേണ്ടതില്ലെന്നുമുള്ള നവോത്ഥാനത്തിന്റെ വിപ്ലവപക്ഷ വിചാരവികാരങ്ങളാണ് പില്ക്കാലത്ത് ശ്രദ്ധേയമായി മാറിയ സവർണ്ണ നവോത്ഥാന രചനകളിലെല്ലാം നിറഞ്ഞുനില്ക്കുന്നത്.

താത്രി പേടിച്ചതും പേടിപ്പിച്ചതും ആരെ?

ആയിരത്തിത്തൊള്ളായിരത്തി അഞ്ചിലെ കുറിയേടത്തു താത്രിയുടെ സ്മാർത്തവിചാരം കേരളീയ ചരിത്രത്തിലെ ചോര കിനിയുന്ന ഒരേടാണ്. പഴയ ലോകങ്ങളിൽ ജീവിക്കുന്നവർ ഉച്ചരിക്കുവാൻ പോലും അറയ്ക്കുന്ന ഒരു പേരായി, ലൈംഗിക ജീർണ്ണതയുടെ പര്യായമായി കുറിയേടത്തു താത്രി പരിണമിച്ചതെങ്ങനെ എന്ന ചോദ്യമാണ് സാസ്കാരിക വിശകലനത്തെ സംബന്ധിച്ചിടത്തോളം പ്രധാനം. താത്രീ സംഭവത്തിൽനിന്ന് പിറന്ന ലളിതാംബികയുടെ *പ്രതികാരദേവത*യും മാടമ്പിന്റെ *ഭ്രഷ്ടും* അത്യന്തം വികാരാർദ്രമായ രചനകളാണെന്ന കാര്യത്തിൽ തർക്കമില്ല. പക്ഷേ, വി ടി പറഞ്ഞതുപോലെ ഞെട്ടിപ്പിക്കുന്ന ആ സംഭവത്തെ സത്യസന്ധമായി രേഖപ്പെടുത്താൻ ഈ നാട്ടിലെ എഴുത്തുകാർക്കൊന്നും കഴിഞ്ഞിട്ടില്ല. സ്മാർത്തന്റെ മുഖത്തു നോക്കി 'ഒരന്തർജ്ജനമായി പിറന്നതെന്റെ കുറ്റമാണോ?' എന്നും 'പാതിവ്രത്യം നമ്പൂരാർക്കും കല്പിച്ചാൽ ഭ്രഷ്ടില്ലാത്ത എത്ര നമ്പൂരിണ്ടാവും?' എന്നും ചോദിച്ച *ഭ്രഷ്ടി*ലെ താത്രിയും: 'കിളിവാതിലിലൂടെ പുറത്തേക്കൊന്നു നോക്കിയാൽ ആ നോട്ടം കണ്ട് ആരെങ്കിലും ഭ്രമിച്ചാൽ അതെന്റെ തെറ്റാവുമോ? എന്നും

> മാംസദാഹത്തിന്റെ ലഹരിയിൽപ്പെട്ട് സ്ത്രീയെ പിഴപ്പിക്കുന്ന പുരുഷനോ അവനോടെതിർക്കുവാൻ വേണ്ടി സ്വയം പിഴച്ചു പോകുന്ന സ്ത്രീയോ, ആരാണധികം കുറ്റക്കാർ? ആരെയാണ് നിങ്ങൾ വെറുക്കുക? ആരെ പുറന്തള്ളും? കൊല്ലങ്ങൾ കടന്നു പോയ ഇക്കാലത്തെങ്കിലും എനിക്കതിനൊരു മറുപടി വേണം.

എന്നാവശ്യപ്പെടുന്ന പ്രതികാരദേവതയായി മാറിക്കഴിഞ്ഞ,

അന്തർജ്ജനത്തിന്റെ താത്രിയും വ്യവസ്ഥാപിത നീതിബോധത്തിൽ വിള്ളൽ വീഴ്ത്തുന്ന കഥാപാത്രങ്ങളായിട്ടും എന്തുകൊണ്ടാണ് കേരളീയ നവോത്ഥാനത്തിന്റെ ആകാശത്തിലെ സൂര്യനായി മാറിയ വി ടി ഇത് 'എന്റെ സങ്കല്പചിത്രവുമായി പൊരുത്തപ്പെടുന്നില്ല' എന്ന് തീർത്തു പറഞ്ഞത്?

ഒരർത്ഥത്തിൽ കേരളീയനവോത്ഥാനം വികസിപ്പിച്ച പുരുഷകേന്ദ്രിതമായ സ്ത്രീവിമോചനാശയങ്ങളുടെ പരിമിതി തന്നെയല്ലേ നവോത്ഥാനത്തിന്റെ സാദ്ധ്യതകൾക്കൊപ്പം മേൽ പരാമർശിച്ച രചനകളിലും പ്രകടമായത്, സത്യത്തിൽ സ്മാർത്തവിചാരം പ്രകടമായ സദാചാരപ്രശ്നത്തിനപ്പുറം ഒരു വിധേനയും ബാഹ്യലോകവുമായി സ്ത്രീകളെ ബന്ധപ്പെടാനനുവദിക്കാത്ത പുരുഷാധിപത്യസ്ഥാപനമാണ്. ദാസീവിചാരം, സാധനത്തെ അഞ്ചാം പുരയിലാക്കൽ, സ്മാർത്ത വിചാരം, സ്വരൂപം ചൊല്ലൽ, ഉദകവിച്ഛേദം, ശുദ്ധഭോജനം തുടങ്ങി സ്മാർത്ത വിചാരണയുടെ ഓരോ ഘട്ടവും പീഡനത്തിന്റെ പടവുകളാണ്. ആധുനിക കോടതികളോട് ഇതിനെ സാദൃശ്യപ്പെടുത്തുന്ന കാണിപ്പയ്യൂർ വസ്തുതകളോട് നീതി പുലർത്തുന്നില്ല. അദ്ദേഹം കരുതുന്നതുപോലെ ഇതൊരു നായർ -നമ്പൂതിരി പ്രശ്നമല്ല. തെറ്റ് ചെയ്തവരെ ശിക്ഷിക്കേണ്ടേ എന്ന ചോദ്യം തെറ്റ് ചെയ്തവരെല്ലാം ഒരുപോലെ ശിക്ഷിക്കപ്പെടേണ്ടവരല്ലേ എന്ന ചോദ്യമായി വികസിക്കാതിരിക്കുന്നത് പുരുഷാധിപത്യം സ്വാഭാവിക നീതിയായി സ്വയം അവരോധിച്ച് നില്ക്കുന്നതുകൊണ്ടാണ്. കാണിപ്പയ്യൂരിൽനിന്ന് വ്യത്യസ്തമായി വി ടിക്ക് താത്രിയെ കേരളത്തിന്റെ നവോത്ഥാന നായികയായിക്കാണാനും, അവരെ കേന്ദ്രമാക്കി രൂപംകൊണ്ട സാഹിത്യരചനകളെ വിമർശനവിധേയമാക്കാനും കഴിയുന്നത് സ്മാർത്ത വിചാരം 'സർവ്വാബദ്ധ'മാണെന്ന് സംശയരഹിതമായി തിരിച്ചറിയാൻ അദ്ദേഹത്തിന് കഴിഞ്ഞതുകൊണ്ടാണ്. ഇത്തരം തിരിച്ചറിവുകൾക്ക് വി ടി നല്കേണ്ടി വന്നത് വലിയ വിലയാണ്. ഭ്രഷ്ട് നിമിത്തം വി ടിക്ക് സ്വന്തം മാതാവിന്റെ ശവസംസ്കാരം സ്വയം നിർവ്വഹിക്കേണ്ടി വന്നത് '1938'ലാണ്! ജഡം ചുമക്കുവാൻ തക്കശേഷി അദ്ദേഹത്തിനുണ്ടായിരുന്നില്ല. മൃതദേഹത്തിന്റെ നെഞ്ചുഭാഗം അടക്കിപിടിച്ച് നിലത്തുകൂടി വലിച്ചിഴച്ചുകൊണ്ട് ചിതയിലെത്തിച്ചു. പൂജാകർമ്മങ്ങൾ കൂടാതെ ചിതയ്ക്ക് തീ കൊളുത്തി. സമുദായഭ്രഷ്ടിന്റെ പേരിൽ നിർദ്ദയവും വിസ്മരിക്കാനാവാത്തതുമായ ഒരു ശിക്ഷാവിധി ശ്രീ ശങ്കരാചാര്യർക്കു ശേഷം വി ടിക്കും അനുഭവിക്കേണ്ടി വന്നു.

'സ്മാർത്തവിചാരത്തിന്റെ നിഴൽവഴികളിൽ' (മാതൃഭൂമി 1997 ഡിസംബർ) എന്ന പഠനത്തിൽ ആലങ്കോട് ലീലാകൃഷ്ണൻ അപരാധിയായ അന്തർജ്ജനം എന്ന പേരിൽ കുറിയേടത്ത് താത്രിയെ കേന്ദ്രീകരിച്ച് മലയാളത്തിൽ പ്രചുരപ്രചാരത്തിലുണ്ടായിരുന്ന ഒരു പാട്ടിനെക്കുറിച്ച് പരാമർശിക്കുന്നു. '..... അന്തർജ്ജനം പലരേയും തകരാറിലാക്കി – എന്തക്രമം! തലതെറിച്ചിതു ധർമ്മവൃക്ഷം....' യാഥാസ്ഥിതികർ താത്രിയെ

ഏകപക്ഷീയമായി പ്രതിക്കൂട്ടിൽ നിർത്തുമ്പോൾ ലളിതാംബികയും മാടമ്പും അടക്കമുള്ള ഉല്പതിഷ്ണുക്കൾ താത്രി നടത്തിയത് ഒരു കലാപമായിരുന്നു എന്ന് കൃത്യമായി തീർപ്പു കല്പിക്കാൻ കഴിയാത്ത അവസ്ഥയിലാണ്. യാഥാസ്ഥിതികത്വത്തിന് ചരിത്ര പിന്തുണയില്ലാത്ത ഇത്തരമൊരു യുക്തി അചഞ്ചലമായി ഉയർത്തിപ്പിടിക്കാൻ കഴിയുന്നത് താത്രി പിഴച്ചവളാണെന്ന സാമാന്യയുക്തി അവർ സ്വാംശീകരിച്ചതു കൊണ്ടാണ്. എന്നാൽ വി ടി വാദിക്കുന്നതുപോലെ താത്രിയെ ഒരു സാംസ്കാരിക നവോത്ഥാന നായികയായി സ്വീകരിക്കാൻ പല കാരണങ്ങളാൽ നമ്മുടെ ഉല്പതിഷ്ണു എഴുത്തുകാർക്ക് കഴിയാതെ പോയതുകൊണ്ടാണ് അവർ താത്രീപക്ഷത്താവുമ്പോഴും അവർക്ക് താത്രിയെ പ്രതിയായി വീക്ഷിക്കുന്ന പ്രത്യയശാസ്ത്രത്തെ സൂക്ഷ്മമായി നിരാകരിക്കാൻ കഴിയാത്തത്. "തനിക്കഭിമതനായ ഒരു വരനെ തക്ക സമയത്തു സ്വീകരിക്കാൻ സമുദായാചാരം അനുവദിച്ചിരുന്നെങ്കിൽ ഈ സ്മാർത്തവിചാരത്തിന്റെ പ്രശ്നമേ ഉണ്ടാകുമായിരുന്നില്ലെന്നാണ് എന്റെ നിഗമനം." വി ടി തുടരുന്നു: "കാമത്തിനും പണത്തിനും വേണ്ടിയല്ല. തന്റെ ജീവിതം തുലച്ചവരോട് പ്രതിക്രിയ ചെയ്യാനാണ്, വളരെ ആസൂത്രിതമായി സഖികളായ കല്യാണി, മാധവിമാരുടെ സഹായത്തോടെ താത്രി ശ്രമിച്ചത്. അറുപത്തിനാലാളുടെ പേര് തെളിവു സഹിതം പറയാൻ താത്രിക്ക് കഴിഞ്ഞത് ബോധപൂർവ്വമായ ഒരു പ്രതിഷേധ പ്രകടനത്തിന് അവർ ഒരുങ്ങിപ്പുറപ്പെട്ടതു കൊണ്ടാണ്" "താൻ പിഴച്ചു പോയിരിക്കുന്നുവെന്നും തന്നെ വിചാരണ ചെയ്യാനവസരമുണ്ടാക്കണമെന്നും" താത്രി തന്നെയാണത്രേ ഇണങ്ങനെ ധരിപ്പിച്ചത്. (ലീലാകൃഷ്ണൻ) "താത്രിക്കുട്ടിയുടെ നേതൃത്വത്തിൽ ഇതിനായി ഒരു വനിതാ ഗൊറില്ലാസമരം നിലവിലുണ്ടായിരുന്നതായി തെളിവില്ല" എന്ന് വി ടി. പക്ഷേ, വി ടി തന്നെ സൂചിപ്പിക്കുന്ന സംഭവങ്ങളുടെ മൊത്തം ഗതിക്രമം സൂക്ഷ്മമായി പിന്തുടർന്നാൽ പീഡിപ്പിക്കപ്പെട്ട ഒരു സ്ത്രീ നടത്തിയ ഏറ്റവും ഉജ്ജ്വലമായ ഒരു സാംസ്കാരിക ചെറുത്തുനില്പായിരുന്നു അതെന്ന് ഊഹിക്കാൻ കഴിയും.

1938 ൽ ലളിതാംബികാ അന്തർജ്ജനം എഴുതിയ *പ്രതികാരദേവത*യിൽ കഥാകർത്രി നേരിട്ട് കടന്നുവന്ന് അഭിപ്രായപ്രകടനം നടത്തുന്ന അവസാന ഭാഗം പ്രസക്തമാകുന്നത് അത് കഥയുടെ അനിവാര്യഭാഗമാകുന്നതുകൊണ്ടല്ല. മറിച്ച്, പുരുഷാധിപത്യ പ്രത്യയശാസ്ത്രത്തിന്റെ അപ്രതിരോധ്യമായ അധികാരശക്തിയെ അത് വെല്ലുവിളിക്കാത്തതുകൊണ്ടാണ്. ഗാന്ധിയനായ ഇടശ്ശേരിപോലും ബുദ്ധപ്രതിമയെ മറിച്ചിട്ടു കൊണ്ട് നരിയെ കൊല്ലുന്നത് ശരിവെക്കുമ്പോൾ (ബുദ്ധനും നരിയും ഞാനും) അന്തർജ്ജനം താത്രിയെ അവതരിപ്പിക്കുന്നത് മാപ്പുനല്കാവുന്ന ഒരു തെറ്റുകാരിയായിട്ടാണ്! "........... താത്രിയുടെ ആത്മബലി ആളുകളുടെ ദൃഷ്ടിയിൽ ഒരു വ്യഭിചാരക്കേസിൽ കൂടുതലൊന്നുമായിരുന്നില്ല. ഒട്ടേറെ ഒച്ചപ്പാടുണ്ടാക്കിയെങ്കിലും അതൊരു നേർവഴി കാട്ടിയില്ല. ലക്ഷ്യം മാർഗ്ഗത്തെ സാധൂകരിക്കുകയില്ല സോദരീ, ആ ധീരത

യെയും അഭിമാനത്തെയും അംഗീകരിച്ചുകൊണ്ടുതന്നെ നിങ്ങളെ ഞാൻ നിഷേധിക്കുന്നു." നരി ആക്രമിക്കുമ്പോൾ ലക്ഷ്യത്തെക്കുറിച്ചും മാർഗ്ഗത്തെക്കുറിച്ചുമുള്ള തലനാരിഴ കീറിയ തത്ത്വവിവാദങ്ങളിൽ തല താഴ്ത്താൻ വിമോചനം ആഗ്രഹിക്കുന്നവർക്ക് സാധിക്കുകയില്ല.

നാട്ടാചാരമായി മാറിക്കഴിഞ്ഞ അധികാര തത്ത്വശാസ്ത്രത്തിന്റെ കോട്ടകളിലേക്ക് നിർഭയം നിറയൊഴിക്കാതെ നവോത്ഥാനത്തിന് നിവർന്ന് നില്ക്കുക അസാദ്ധ്യമാണ്. നവോത്ഥാനമുദ്രകൾ പതിഞ്ഞു നില്ക്കുന്ന *അഗ്നിസാക്ഷി* (1976) നാട്ടാചാരത്തിന്റെ മുമ്പിൽ വച്ചാണ് 'നവോത്ഥാന കാഴ്ചപ്പാടുകളെ' കൈയൊഴിക്കുന്നത്.

> ഞാനവരെ ഉപേക്ഷിക്കില്ല കുട്ടീ, ഏടത്തിക്കതറിയാം. പക്ഷേ, ഞാൻ അമ്മയേയും കുടുംബത്തേയും കുലമര്യാദകളേയും ഉപേക്ഷിക്കില്ല. ഗുരുത്വം ഉപേക്ഷിക്കില്ല.... തങ്കത്തിന് ഒന്നറിയാമോ? ഇപ്പോയത് നിന്റെ അച്ഛനാണ്. എന്റെ എല്ലാമാണ്. നമുക്കു രണ്ടു പേർക്കും സങ്കടം തുല്യമാണ്. പക്ഷേ, നാട്ടാചാരത്തെ ബഹുമാനിക്കണ്ടേ കുട്ടീ.

1889 ൽ ചന്തുമേനോന്റെ മാധവനും ആയിരത്തിത്തൊള്ളായിരത്തി ഇരുപതുകളിൽ ആശാന്റെ *ലീല*യും യഥാക്രമം ഗുരുത്വത്തെയും കുലക്രമത്തെയും നിരാകരിച്ചു കഴിഞ്ഞിരുന്നു എന്ന ചരിത്രവസ്തുതയാണ് നാട്ടാചാരത്തിന്റെ കുത്തൊഴുക്കിൽ നമുക്ക് നഷ്ടമാവുന്നത്. നവോത്ഥാനം സൃഷ്ടിച്ച 'ബദൽ ജീവിതമാതൃക'കളെ സ്വീകരിക്കുകയും വികസിപ്പിക്കുകയും ചെയ്യുന്ന കാര്യത്തിൽ അറുപതുകൾക്കു ശേഷവുമുള്ള കേരളം ഉദാസീനമാണ്. അതിന്റെ പ്രതിഫലനമാണ് വിധിവാദത്തോടും മൂടൽമഞ്ഞ് പോലുള്ള അവ്യക്തസുന്ദരമായ ഭാഷയോടുമുള്ള മദ്ധ്യവർഗ്ഗ അഭിനിവേശം. സ്വന്തം 'വിധി' തിരുത്തിക്കുറിച്ചവർ തന്നെ 'വിധിയേക്കാൾ വലുത് ഒന്നുമില്ല' എന്ന വിമോചനവിരുദ്ധമന്ത്രം ഉച്ചരിക്കുന്ന അവസ്ഥയാണ് *അഗ്നിസാക്ഷി*യിൽ ആധിപത്യം സ്ഥാപിക്കുന്നത്.

താത്രിയെ ചന്ദ്രോത്സവത്തിന്റെ പേരിൽ വേശ്യാരാധനയും കാമപൂജയും ചെയ്തുപോന്ന കേരളത്തിന്റെ ഇരുളടഞ്ഞ ഭാഗത്തിന്റെ കൊട്ടിക്കലാശമായി എൺപതുകളിൽ വിലയിരുത്തിയ വി ടി പുതിയ സഹസ്രാബ്ദത്തിലും സജീവമായ ഒരു വിഷയത്തിലാണ് സ്പർശിച്ചത്. നവോത്ഥാനവും അതിനെത്തുടർന്ന് രൂപംകൊണ്ട 'പുരോഗമന സാഹിത്യ പ്രസ്ഥാന'വും 'കൊളോണിയൽ ആധുനികത' ആദർശവല്ക്കരിച്ചതുമായ സ്ത്രീവിരുദ്ധവർണ്ണനാരീതിയുടെ ദൃശ്യവിന്യാസമാണ് ഇലക്ട്രോണിക് മാധ്യമത്തിന്റെ പ്രിയപ്പെട്ട വിഭവം. രതി ജീവിതത്തിന്റെ ഭാഗമാണ്. എന്നാൽ ജീവിതത്തിൽനിന്ന് വേറിട്ട് സ്വയംപൂർണ്ണമായി നിലകൊള്ളുന്ന രതിലോകം സ്ത്രീജിവിതത്തിനുമേൽ പുരുഷാധിപത്യം നടത്തിയ ഹീനമായ കൈയേറ്റമാണ്. നിലവിലുള്ള കാമശാസ്ത്രങ്ങളെല്ലാം സ്ത്രീമർദ്ദനത്തിലഭിരമിക്കുന്ന രതിപ്പുളപ്പുകളാണ്. 'മണിപ്രവാളം' എന്ന

പദം തന്നെ ആദ്യകാലത്ത് സ്ത്രീവർണ്ണനം എന്ന അർത്ഥത്തിലാണ് ഉപയോഗിച്ചിരുന്നത്. മദ്ധ്യകാലത്തെ സാഹിത്യം മാത്രമല്ല ചിത്രങ്ങൾ, ശില്പവേലകൾ, ശാസനകൾ എന്നിവയും സാന്മാർഗ്ഗികാധഃപതനത്തിന്റെ പാരമ്യത്തെയാണ് സാക്ഷ്യപ്പെടുത്തുന്നത്. (ഇളംകുളം) ഉപരിവർഗ്ഗ ജീർണ്ണതയിൽനിന്നും ഉയർന്നുവരുന്ന 'രതിപ്പുളപ്പുകൾ' സവർണ്ണവല്ക്കരണത്തിന്റെ സൗന്ദര്യഭാവുകത്വമായിട്ടാണ് കേരളത്തിൽ വളർന്നുവന്നത്. 'സുഖമായി ഊണും കഴിഞ്ഞ് കഥകളിയുടെയും കാമശാസ്ത്രത്തിന്റെയും സങ്കേതങ്ങളിൽ പ്രാവീണ്യം നേടി കളിത്തട്ടുകളിലും വേശ്യാലയങ്ങളിലും കഴിഞ്ഞുകൂടുന്നവർക്ക് നേരം പോകാനും 'ഉരൽപ്പുരനാരി'മാർക്ക് രസിക്കാനും ഇതെല്ലാം ആവശ്യമായിരുന്നിരിക്കാം' എന്നാണ് ഇളംകുളം *അന്നത്തെ കേരളം* എന്ന ഗ്രന്ഥത്തിൽ ഇതു സംബന്ധിച്ച് പറയുന്നത്. താത്രിയെ മദ്ധ്യകാലത്ത് നിലവിൽ വന്നതും ആധുനികകാലത്ത് പോലും വ്യത്യസ്ത വിധത്തിൽ പ്രച്ഛന്നമായി തുടരുന്നതുമായ സ്ത്രീവിരുദ്ധതയുടെ നേർക്കുള്ള ഒരു സ്ഫോടന സാന്നിദ്ധ്യമായി തീർക്കണമെങ്കിൽ സ്ത്രീ - പുരുഷ വിവേചനത്തിലധിഷ്ഠിതമായ നിലവിലുള്ള സാമൂഹ്യമനോഭാവത്തിൽ മൗലികമായ മാറ്റം അനിവാര്യമാണ്. അതോടൊപ്പം പ്രസ്തുതമാറ്റത്തിന് അനുഭൂതിയുടെ അക്ഷരലോകമൊരുക്കാൻ സന്നദ്ധതയുള്ളവരുണ്ടാകണം. ഇതെല്ലാം സംഭവിക്കണമെങ്കിൽ ബഹിഷ്കൃത ലോകത്തോട് സമരോത്സുകമായ ഒരു ബന്ധം സ്ഥാപിക്കണം. വി ടി പ്രതീക്ഷിക്കുന്നതുപോലുള്ള രചനകൾ അപ്പോൾ മാത്രമേ പിറക്കുകയുള്ളൂ.

താത്രിയുടെ സ്വന്തം ലോകം

പ്രേംജിയുടെ 'ഒരു താരത്തിന്റെ കഥ' സ്മാർത്ത വിചാരനിന്ദ കൊണ്ടും താത്രിസ്തുതികൊണ്ടും സവിശേഷ ശ്രദ്ധ അർഹിക്കുന്നു. 'മാമൂലു കെട്ടിയ മാറാലപ്പാഴ്മറകൾ' കാലമൊന്നൂതിയാൽ പൊട്ടിപ്പോകും എന്ന് യാഥാസ്ഥിതികത്വത്തിന് കവി താക്കീത് നല്കുന്നു. ഭ്രഷ്ടയായ അമ്മൂമ്മയെ ശപിക്കുകയല്ല, പരോക്ഷമായി സ്തുതിക്കുകയാണ് പ്രേംജിയുടെ കവിത.

"തുച്ഛനൊരന്തണൻ തൻ 'ധർമ്മ' പത്നിയായ്
വെച്ചും വിളമ്പിയും തേവാരിച്ചും
ജന്മം തുലക്കേണ്ട ദുര്യോഗമാണതി-
ന്നമ്മൂമ്മയ്ക്കുണ്ടായതെന്നിരിക്കിൽ
മറ്റൊന്നായിത്തീർന്നേനെ നിൻ കഥ; നീ വെറും
മുറ്റത്തെ മുക്കുറ്റിപ്പൂവായേനെ."

മുറ്റത്തെ മുക്കുറ്റിപ്പൂവിനെ ആകാശത്തിലെ തിളങ്ങുന്ന താരമാക്കിത്തീർത്ത ഭ്രഷ്ടിനും അതിനിടയായ സ്മാർത്തവിചാരത്തിനും പുതിയ

മാനം നല്കാൻ പ്രേംജിക്ക് കഴിഞ്ഞു. തത്തയ്ക്ക് ആരും കൂട് തുറന്നു കൊടുക്കില്ല. അത് സ്വയം ചിറകുകൊണ്ട് കൂട് തല്ലിത്തകർക്കണം എന്ന 'ഋതുമതി'യുടെ ദർശനത്തിന്റെ ഒരു സ്പർശം തന്നെയാണ് മേൽച്ചൊന്ന കവിതയുടെ ശക്തികേന്ദ്രം. സാമൂഹ്യപ്രവർത്തനത്തിന്റെ മുഖ്യധാരയിൽ നിറഞ്ഞുനില്ക്കാനും നേതൃത്വപരമായ പങ്ക് വഹിക്കാനും പൂർണ്ണമായും കഴിയുമ്പോഴാണ് കൃതികൾ മനുഷ്യകഥാനുഗായികളും സ്വാതന്ത്ര്യത്തിന്റെ സത്യവാങ്മൂലവുമാകുന്നത്. സമരത്തിന്റെ കടലിനെ സ്വന്തം കവിതയുടെ മഷിപ്പാത്രമാക്കാൻ കഴിഞ്ഞതുകൊണ്ടാണ് വി ടി മുതൽ പ്രേംജി വരെയുള്ളവർക്ക് ലക്ഷ്യത്തിൽ ഇടയാട്ടമില്ലാതിരിക്കുന്നത്. നവോത്ഥാനസംരംഭങ്ങളിൽ പങ്കെടുക്കുമ്പോഴും സമരശരികളുടെ മഹാസമുദ്രത്തിൽനിന്ന് ഊർജ്ജം ഉൾക്കൊള്ളാൻ കഴിയാത്തവർക്ക് ചാഞ്ചാട്ടമുണ്ടാവുക സ്വാഭാവികമാണ്. 1944 ലെ ഓങ്ങല്ലൂർ സമ്മേളനത്തിലെ ഇ എം എസിന്റെ ഉജ്ജ്വലമായ ഇടപെടൽ ഉണർത്തിവിട്ട ആവേശത്തിൽ നിന്ന് ശക്തി സംഭരിച്ചെഴുതപ്പെട്ട *തൊഴിൽകേന്ദ്രത്തിലേക്ക്* എന്ന നാടകത്തിന്റെ അവതാരികയിൽ എം ഡി നമ്പൂതിരിപ്പാട് അക്കിത്തത്തിന്റെയും ഒളപ്പമണ്ണയുടെയും രചനകളുടെ ശക്തി ദൗർബല്യങ്ങൾ അര നൂറ്റാണ്ടു മുമ്പ് അപഗ്രഥിച്ചത് സാഹിത്യവും സമൂഹവും തമ്മിലുള്ള ബന്ധത്തെ സംബന്ധിച്ചിടത്തോളം ഇന്നും പ്രസക്തമാണ്.

> നമ്മുടെ പല യുവസാഹിത്യകാരന്മാരും സാമൂഹ്യാവേശം വേണ്ടത്ര ഉൾക്കൊണ്ടു പോരുന്നില്ല. അവരുടെ പ്രിയപ്പെട്ട ഓമനയായ സാഹിതി ചിലപ്പോൾ മുന്നോട്ടും, മറ്റു ചിലപ്പോൾ പിന്നോട്ടും നോക്കിയാണ് പാടുന്നത്. നിങ്ങൾക്കിത് അനുഭവപ്പെടണമെങ്കിൽ അക്കിത്തത്തിന്റെ 'വീരവാദ'വും 'ദേശസേവിക'യും ഒന്ന് തട്ടിച്ചുനോക്കിയാൽ മതി. അതേപോലെത്തന്നെ ഒളപ്പമണ്ണയുടെ 'മാനുഷിയാവാൻ' എന്ന പാട്ടും 'തലനാര്' എന്ന കവിതയും ഒന്ന് തട്ടിച്ചുനോക്കുക. ഒളപ്പമണ്ണയും അനുജനും കൂടി കമ്പനിയായി എഴുതിയ 'ഭാഗവിരോധി' എന്ന കവിത കഥകളി മുറ്റത്തിന്റെ കമ്പം പിടിച്ച വിവരണം മാത്രമായി കലാശിച്ചത് രണ്ട് ചിന്താഗതികൾ അവരിൽ പ്രവർത്തിക്കുന്നുണ്ടെന്നതിന്റെ തെളിവാണ്. ഈ യുവകവികൾ സാമൂഹ്യ സമരാവേശത്തിൽ തങ്ങളുടെ തൂലിക മുക്കി എഴുതുവാൻ തുടങ്ങിയാൽ മാത്രമേ മുൻപറഞ്ഞ അപശബ്ദങ്ങൾ കവിതയിൽ വരാതെ കഴിക്കാൻ പറ്റുകയുള്ളൂ.
>
> *(തൊഴിൽ കേന്ദ്രത്തിലേക്ക്)*

താത്രിപോലുള്ള പൊള്ളുന്ന സംഭവങ്ങളിൽ സ്പർശിക്കുമ്പോൾ പ്രതിഭാശാലികൾ പതറിപ്പോകുന്നതും ലിംഗവിവേചനത്തിന്റെ ശിരസ്സിനു നേരെ ഉയർത്തേണ്ട വാൾ സ്വന്തം ഉറയിൽ നിന്നൂരാതിരിക്കുന്നതും 'സ്ത്രീപക്ഷ ഭാവുകത്വം' ഇന്നനുഭവിക്കുന്ന ബലക്ഷയത്തെയും അതിന് ബലം നല്കാൻ ബാദ്ധ്യതപ്പെട്ടവരുടെ ചാഞ്ചാട്ടത്തെയുമാണ് ഒരേസ

മയം ആവിഷ്കരിക്കുന്നത്. ഓങ്ങല്ലൂർ സമ്മേളനത്തിൽ ആവേശം പൂണ്ട് രചിക്കപ്പെട്ട *തൊഴിൽ കേന്ദ്രത്തിലേക്ക്* എന്ന നാടകത്തിന്റെ വിഷയം പ്രത്യക്ഷത്തിൽ താത്രിയല്ല. പ്രസ്തുത നാടകത്തിന്റെ പ്രതിപാദ്യം അന്തർജ്ജനസമാജത്തിന്റെ ശക്തികേന്ദ്രമായി മാറിയ *തൊഴിൽകേന്ദ്ര*ങ്ങളെ വ്യഭിചാരശാലകളായി മുദ്രകുത്തിയ യാഥാസ്ഥിതികത്വത്തോടുള്ള വിട്ടുവീഴ്ചയില്ലാത്ത പ്രതിഷേധമാണ്. താത്രി മനസ്സിൽ കരുതാനിടയുള്ളതാണ് *തൊഴിൽ കേന്ദ്ര*ത്തിലെ ദേവകി യാഥാസ്ഥിതികനായ സ്വന്തം ഭർത്താവിന്റെ മുഖത്തുനോക്കി വിവശതയേതുമില്ലാതെ വിളിച്ചു പറഞ്ഞത്.

> വ്യഭിചാരശാല! ഭ്രാന്തത്തി! ഹൗ? നിങ്ങള് പുരുഷനാണല്ലേ? സ്വാതന്ത്ര്യം പുരുഷന്മാരടേം അടിമത്തം സ്ത്രീകളടേം കുത്തകയാണല്ലേ? വ്യഭിചാരശാല! ഭ്രാന്തത്തി! (പൂണൂൽ പൊട്ടിച്ച്) താൻ വ്യഭിചരിക്കാനവിടെ വരുമ്പോൾ ഇതുകൂടെ കൊണ്ടുപോരൂ. (മുഖത്തേക്ക് വലിച്ചെറിഞ്ഞ് പോകുന്നു)

ഭർത്താവ് ഭീകരനായി മാറുമ്പോൾ തൊഴിലിനെ 'ഭർത്താവാ'യി സ്വീകരിക്കുന്ന സമീപനം 1944 ലെ യോഗക്ഷേമസഭയുടെ ഓങ്ങല്ലൂർ പുനഃസംഘടനയ്ക്ക് ശേഷം ശക്തിപ്പെട്ട ഒരു സവിശേഷതയാണ്. സാഹിത്യകലകളെക്കുറിച്ച് കാല്പനികതയും കൊളോണിയൽ ആധുനികതയും പുലർത്തുന്ന വ്യക്തികേന്ദ്രിതവും ധ്യാനാത്മകവുമായ നിലപാടിന്റെ നേരെ എതിർമുഖമാണ് ഏതർത്ഥത്തിലും 'പ്രക്ഷോഭസാഹിത്യം'. ധന്യമായ ഏകാന്തമുഹൂർത്തങ്ങളിൽ നിന്നല്ല തെരുവിലെ ഇരമ്പുന്ന ശബ്ദത്തിൽനിന്നും ബഹളത്തിൽനിന്നുമാണത് പിറക്കുന്നത്. നവോത്ഥാനവും പുനരുത്ഥാനവും തമ്മിൽ നടക്കുന്ന സംഘർഷങ്ങൾക്കിടയിലെവിടെയോ ആണ് അതിന്റെ ജന്മഗൃഹം. വ്യക്തിയുടെ ഒറ്റപ്പെട്ട പ്രതിഭയുടെ പ്രകാശനമല്ല, കൂട്ടായ്മയുടെ പ്രകാശമാണ് ദീപ്തമായി പ്രസരിപ്പിക്കുന്നത്. *തൊഴിൽ കേന്ദ്ര*വും *അടുക്കളയ*ും *പാട്ടബാക്കി*യും *നിങ്ങളെന്നെ കമ്യൂണിസ്റ്റാക്കി*യും പൂർത്തിയാക്കിയത് അതെഴുതിയവർ, മാത്രമല്ല, കണ്ടവരും കേട്ടവരും എല്ലാം ചേർന്നാണ്. അനുഭൂതിയുടെ അപരിചിതമായ ആകാശങ്ങൾ തേടുന്നതിനു പകരം കൺമുമ്പിൽ കനത്തു നില്ക്കുന്ന അനീതിയുടെ കോട്ടകളോട് ഏറ്റുമുട്ടാനാണ് നവോത്ഥാന നായകർ സാഹിത്യം രചിച്ചത്. കീഴ്മേൽ മറിഞ്ഞുകൊണ്ടിരിക്കുന്ന ഒരു കാലത്തിന്റെ നടുവിൽ നില്ക്കുമ്പോഴും പഴയ പോരാളികൾ, ചങ്ങല പൊട്ടിച്ചവർ, അടുക്കള അടർക്കളമാക്കി മാറ്റിയവർ പതറുന്നില്ല. ഭൂതകാലവും വർത്തമാനകാലവും വിലയിരുത്തിക്കൊണ്ട് മിസിസ്സ് എം ആർ ബി പറയുന്നു.

> ചുറ്റും വിലക്കുകളുടെ നിര, ലേശം സ്വാതന്ത്ര്യം കാണിക്കാൻ പുറപ്പെട്ടാൽ പേടിപ്പിക്കും. 'കുറിയേടത്തു താത്രി'യാകും. ഇതാ

യിരുന്നു മുമ്പത്തെ അവസ്ഥ. ഇന്ന് പുനർവിവാഹമായാലും സ്വയംവരമായാലും വിജാതീയ വിവാഹമായാലും, മിശ്രവിവാഹ മായാലും എതിർക്കാനാരും മെനക്കെടില്ല. പെൺകിടാങ്ങൾക്ക് തന്റേടം ഉറച്ചിരിക്കുന്നു. കുടിലസമുദായ നീതിയുടെ ചങ്ങല പൊട്ടിക്കുന്നതിൽ സഹധർമ്മിണിയാവാൻ സാധിച്ചതിൽ 88 വയസ്സ് പിന്നിട്ട ഞാൻ അഭിമാനം കൊള്ളുന്നു.

(*ദേശാഭിമാനി വാരിക* 1995 നവംബർ)

അടർക്കളമാവുന്ന അടുക്കളെ

അടുക്കളയിൽനിന്ന് അരങ്ങത്തേക്ക് വന്നവരെ തിരിച്ച് അടുക്കളയിലേക്ക് തന്നെ തള്ളിവിടാൻ ടി എസ് ഭട്ടതിരിപ്പാടിന്റെ നേതൃത്വത്തിലുള്ള യാഥാസ്ഥിതികർ സൃഷ്ടിച്ച *സഖാവിന്റെ മാനസാന്തരം* 'താത്രി ഭീതി'യുടെ നിഴൽ വീണ ഒരു പ്രതിനവോത്ഥാനനാടകമാണ്. തേതി വഴിപിഴച്ച് വ്യഭിചാരകേന്ദ്രത്തിലെത്തുന്നതും മാധവൻ പശ്ചാത്തപിച്ച് പ്രസ്ഥാനം വിട്ട് പോരുന്നതും ആണ് പ്രസ്തുത നാടകത്തിന്റെ പ്രതിപാദ്യം. പശ്ചിമൻ നമ്പൂതിരിയുടെ നേതൃത്വത്തിൽ *ഇംഗ്ലീഷ് വേണ്ട തീണ്ടൽ മതി* എന്നാർത്തു വിളിച്ച *നൂറ്റിപന്ത്രണ്ടുകാർ* ഗുരുവായൂർ സമരത്തെ എതിർത്ത പാലിയത്ത് കുഞ്ഞുണ്ണിയച്ചന്റെ *സനാതനിസംഘം* തൊഴിൽ കേന്ദ്രത്തെ അസാന്മാർഗ്ഗിക താവളങ്ങളെന്ന് ആക്ഷേപിച്ച *പതാകക്കാർ*; അക്കൂട്ടത്തിൽപ്പെടുത്താവുന്ന ഒരു നാടകമാണ് *സഖാവിന്റെ മാനസാന്തരം*.

അടിമകളാക്കപ്പെട്ട അന്തർജ്ജനങ്ങൾക്ക് ഊർജ്ജവും അവഗണിക്കപ്പെട്ട അപ്ഫന്മാർക്ക് ആത്മബോധവും നല്കുന്ന വി ടിയുടെ *അടുക്കളയിൽനിന്ന് അരങ്ങത്തേക്ക്* എന്ന നാടകം സമർപ്പിക്കപ്പെട്ടത് കന്യകമാരുടെ കരപല്ലവങ്ങളിൽ ആണ്. നാടകത്തിനെഴുതിയ അവതാരികയിൽ കേരളഗാന്ധിയായ കേളപ്പൻ നാടകത്തെ സാദൃശ്യപ്പെടുത്തിയത് അത്യന്തം ഹിംസാത്മകമാംവിധം ആറ്റംബോംബിനോടാണ്. നാടകം ആരംഭിക്കുന്നത് വേദാഭ്യാസത്തിന്റെ അപഹാസ്യത അവതരിപ്പിച്ചു കൊണ്ടും അവസാനിക്കുന്നത് 'ഹിപ്പ് ഹുറൈ' എന്ന 'ഇംഗ്ലീഷ് ആഹ്ലാദം' ആവിഷ്കരിച്ചുമാണ്. വധൂവരന്മാർക്ക് അയച്ചു കിട്ടിയ മംഗളപത്രങ്ങളിൽ ആദ്യം വായിക്കാൻ തെരഞ്ഞെടുത്തത് നമ്പൂതിരി യുവജനസംഘത്തിന്റെ ലണ്ടൻ ശാഖക്കാർ അയച്ചുകൊടുത്ത ഇംഗ്ലീഷിലുള്ള മംഗളപത്രികയാണ്. കാരണവന്മാരും നാട്ടുകാര്യസ്ഥന്മാരും പുരോഹിതന്മാരും ചേർന്ന് പരമ്പരാഗത ചടങ്ങുകളോടെ നടത്തുന്ന വിവാഹത്തിനു പകരം ഏകദേശം ഒരു 'പൊതുയോഗ' മാതൃകയിലുള്ള വിവാഹസദസ്സാണ് നാടകത്തിൽ ഒരുക്കിയിരിക്കുന്നത്. അച്ഛൻ നമ്പൂതിരിയും ഓതിക്കനും പങ്കുവെക്കുന്ന പരിഭ്രമങ്ങളും കുഞ്ചുവും മാധവനും അയ്യങ്കാരും പ്രകടിപ്പിക്കുന്ന ആവേശവും പ്രതിഫലിപ്പിക്കുന്നത് നവോത്ഥാനം കീഴ്മേൽ മറിച്ച

ഒരു പുതിയ കാലത്തിന്റെ ആവേശവും ആഘോഷവുമാണ്. സഭാനാഥനായി സ്ഥാനമേറ്റെടുക്കാൻ നിർബ്ബന്ധിതനാകുന്ന 'ഓതിക്കനും' തനിക്കേറെ അപരിചിതമായ ഒരു പുത്തനവസ്ഥയോട് ഒടുവിൽ പൊരുത്തപ്പെടുകയും അതിന് ആശംസകളർപ്പിക്കുകയും ചെയ്യുന്ന അച്ഛൻ നമ്പൂതിരിയും കാലാനുയോജ്യമായി വളരാൻ സന്നദ്ധമാവുന്ന പഴയ ലോകത്തിന്റെ പ്രതിനിധികളാണ്. ഒരുപക്ഷേ, ഈ നാടകത്തിലെ വേണ്ടത്ര ശ്രദ്ധിക്കപ്പെടാതെ പോയ ഒരു പ്രധാന സന്ദർഭം അച്ഛൻ നമ്പൂതിരി നാടകാവസാനം അത്യന്തം ആഹ്ലാദഭരിതനായി കർക്കടാംകുന്നത്തിന് കൊടുക്കാൻ വേണ്ടി കരുതിവെച്ച 'സ്ത്രീധനത്തുക' നമ്പൂതിരി യുവജനസംഘത്തിന്റെ സെക്രട്ടറിയെ 'ഇത് നിനക്ക് വേണ്ടത്ന്ത്യാക്കെ ചെലവിടാം' എന്നു പറഞ്ഞ് ഏല്പിക്കുന്ന രംഗമാണ്. സ്വകാര്യപരതയുടെ സങ്കുചിതലോകത്തിൽനിന്നും സാമൂഹ്യപരതയുടെ വിസ്തൃതലോകത്തിലേക്കുള്ള വഴിയായി നാടകാന്ത്യത്തിൽ തലയുയർത്തി നില്ക്കുകയാണ് സഭ. യാഥാസ്ഥിതിക കോട്ടകളെ കിടിലം കൊള്ളിച്ച 'നമ്പൂതിരി യുവജനസംഘ'ത്തിന്റെ നയപ്രഖ്യാപനമായി മാറിയ നാടകം പതിറ്റാണ്ടുകൾക്ക് മുമ്പ് നേരിട്ട് വെല്ലുവിളിച്ചത് അത്യന്തം മാരകമായി ഇപ്പോൾ മാറിക്കഴിഞ്ഞ 'ഗൃഹവല്ക്കരണ'ത്തിന്റെ പ്രത്യയശാസ്ത്രത്തെയാണ്. പ്രകടതലത്തിൽ നിലകൊള്ളുന്ന 'വീട്ടമ്മ'യും അത്ര തന്നെ വ്യക്തമല്ലാത്ത വിധത്തിൽ നിലനില്ക്കുന്ന 'വീട്ടുചേട്ടനും', 'വീട്ടുചേച്ചിയും' അടക്കം വീട്ടുബാധയ്ക്ക് വിധേയമാകുന്നവരുടെ മുമ്പിൽ അടുക്കള ഉയർത്തിയത് പിന്മടങ്ങുക അസാദ്ധ്യമായ ഒരു വെല്ലുവിളിയാണ്. 'പൊതുവേദികളിൽ കയറിച്ചെന്ന് അഖിലലോക മഹത്വത്തെയും വിചാരവിപ്ലവത്തെയുംക്കുറിച്ച് ആർക്കും ഉദ്ഘോഷിക്കാം. എന്നാൽ തിരിച്ച് വീട്ടുമുറ്റത്തെത്തുമ്പോൾ സ്വന്തം പൈതങ്ങളെപ്പോലെ വിഭാഗീയപ്രവണതകൾ അയാളെ കീഴടക്കിക്കളയുന്നു.' 'ഇന്നലെ, ഇന്ന്, നാളെ' എന്ന പ്രബന്ധത്തിൽ വി ടി അവതരിപ്പിക്കുന്നത് വീട്ടുബാധക്കെതിരെയുള്ള വിട്ടുവീഴ്ചയില്ലാത്ത അമർഷമാണ്. 'കാര്യം ശരിയാണ്. പക്ഷേ, എന്റെ വീട്ടിലിതൊന്നും പറ്റില്ല' എന്ന് മേനി പറയുന്ന പൊതുപ്രവർത്തനശൈലിയോട് പൊരുത്തപ്പെടാനാവാത്ത ഒരു മാനസികാവസ്ഥയാണ് നവോത്ഥാനം മുന്നോട്ടു വെച്ചത്.

തൊഴിൽ സമരം സ്നേഹം

നാടുവാഴിത്തത്തിന്റെ ശൈഥില്യത്തിൽനിന്നും പതുക്കെ രൂപപ്പെട്ട കേരളീയ പൊതുമണ്ഡലത്തിന്റെ പിറവിയും, കീഴാളജനത നടത്തിയ നിരന്തരമായ സമരങ്ങളുടെ പ്രകാശവുമാണ് നമ്മുടെ പ്രണയസങ്കല്പങ്ങളുടെ സാമൂഹ്യപശ്ചാത്തലമായി പരിണമിച്ചത്. കുലക്രമത്തിന്റെ കോട്ടകൾക്കു നേരെ നിർഭയം നിറയൊഴിക്കാനും സമരോത്സുകമായ ഒരു സ്നേഹസങ്കല്പം അവതരിപ്പിക്കാനും ആശാന് കഴിഞ്ഞത് നവോത്ഥാനശക്തികൾ സൃഷ്ടിച്ച ഒരാശയ പരിസരത്തെ പരമാവധി സ്വാംശീ

കരിച്ചുകൊണ്ട് ജീവിതത്തെ വൈദ്യുതവല്ക്കരിക്കാൻ അദ്ദേഹത്തിന് കഴിഞ്ഞതുകൊണ്ടാണ്. 'സ്നേഹത്തെക്കരുതി സ്വയം നൂറാവർത്തി ചത്തീടുവിൻ' എന്ന് ആവർത്തിക്കുന്ന ആഹ്വാനം ഒരു ജാതിരഹിതസമൂഹത്തെക്കുറിച്ചുള്ള ദീപ്തമായ സ്വപ്നത്തിന്റെ ആമുഖമാണ്. ജാതിക്കോട്ടയ്ക്കുള്ളിൽ പട നയിച്ച ചെറുശ്ശേരി ചാത്തുനായർ എന്ന ജോസഫ് ഫെന്നിന്റെ (1785-1835) *അജ്ഞാനകുഠാര*വും പണ്ഡിറ്റ് കറുപ്പന്റെ *ജാതിക്കുമ്മി*യും തുറന്നു വെച്ച വഴികളിൽനിന്ന് വീര്യമാർജ്ജിച്ചാണ് 'കേരളീയപ്രണയം' വികസിച്ചതെന്ന ചരിത്രയാഥാർത്ഥ്യം കാല്പനിക ലഹരിക്കിടയിൽ പൊതുവിൽ വിസ്മരിക്കപ്പെടുകയാണ് പതിവ്. പരമ്പരാഗത ഗാർഹിക ജീവിതസങ്കല്പം പൊളിച്ചുകൊണ്ടാണ് സാന്ദ്രമായ പ്രണയ ഗീതങ്ങളൊക്കെയും പിറന്നത്. പരമ്പരാഗതവീക്ഷണം പിഴവുകളായി മുദ്രകുത്തുന്ന എല്ലാറ്റിനുംകൂടി ആശാനുള്ളത് ഒരുത്തരം മാത്രം.

"ഹാ! ഹസിക്കരുതു ചെയ്തു കേവലം
സാഹസികൃമിവളെന്നു - സാധ്വിയാൾ,
ഗേഹവും സുഖവുമൊക്കെ വിട്ടു, തൻ-
സ്നേഹമോതി,യതു ചെയ്തതാണിവൾ." (നളിനി)

അതിലെല്ലാമൊതുങ്ങുമെന്ന് പഴയ ലോകത്തോട് തെല്ലൊരു ധാർഷ്ട്യത്തോടെ പറയാൻ കഴിഞ്ഞ കുമാരനാശാന്റെ വഴിയാണ് വി ടിയും കൂട്ടുകാരും പിന്തുടർന്നത്. *രജനീരംഗം* എന്ന ആദ്യകഥാസമാഹാരം മുതൽ വി ടിയുടെ രചനകൾ മൊത്തം സ്ത്രീപുരുഷബന്ധത്തെ ജനാധിപത്യപരമായി പുനഃസംഘടിപ്പിക്കുന്നതിന്റെ പ്രശ്നമാണ് കൈകാര്യം ചെയ്യുന്നത്. വിവാഹത്തെപ്പോലും സ്ഥാപനവല്ക്കരിക്കാൻ മുപ്പതുകളിൽത്തന്നെ വി ടിക്ക് കഴിഞ്ഞതും അതുകൊണ്ടാണ്.

അരങ്ങിലെത്തിയ അടുക്കളക്കാരികളെ എങ്ങനെ പൊതുജീവിതത്തിൽ ഉറപ്പിച്ചു നിർത്തും എന്ന ചോദ്യത്തിനുള്ള ഉത്തരമാണ് ഒരർത്ഥത്തിൽ *തൊഴിൽ കേന്ദ്രത്തിലേക്ക്* എന്ന നാടകം. പ്രണയത്തിന്റെ മഴവില്ലുകൾക്കു പകരം നാടകത്തിന്റെ ആകാശം മുഴുവൻ സംഘർഷങ്ങളുടെ കാർമേഘങ്ങളാണ് ഉരുണ്ടുകൂടിയിരിക്കുന്നത്. മാധവൻ തേതിയെ രക്ഷിക്കാൻ കോടതി വിധിയുമായി ഓടിയെത്തുംവിധമുള്ള ഒരത്ഭുതവും ഇവിടെ സംഭവിക്കുന്നില്ല. "പുരുഷന്റെ മേന്മയ്ക്കുവേണ്ടി സ്ത്രീ അബലയായിത്തന്നെ ഇരിക്കട്ടെ എന്നാൽ, അവളുടെ ആനതമായ തോളിലാണ് ഗൃഹമെന്ന മഹാസ്ഥാപനത്തിന്റെ ഭാരം; അവളുടെ മാതൃഹൃദയത്തിന്നലിവുണ്ടാവണം, സമുദായത്തിന്റെ വളർച്ചയ്ക്ക്, അവളുടെ പട്ടുടയാട തന്നെ ചീന്തേണ്ടിവരും, രാജ്യത്തിന്റെ മുറികെട്ടാൻ..... " മാധവനാണ് മൂടുപടം വലിച്ചുകീറുന്നത്. തേതി ലജ്ജാ സംഭ്രമങ്ങളോടു കൂടി നമ്രവദനയായി നില്ക്കുന്നു. അടുക്കള വിട്ടെങ്കിലും മൂടുപടം വലിച്ചെറിഞ്ഞെങ്കിലും 'പഴയ ലോകം' അവളിലിപ്പോഴും സജീവമാണ്. ലജ്ജാസംഭ്രമങ്ങളും നമ്രവദനത്വവും തന്നെയാണ് അതിനുള്ള തെളിവ്. എന്നാൽ *ഋതു*

*മതി*യിൽ സ്ത്രീപക്ഷപാതിയായ പുരുഷന്റെ രക്ഷാകർത്തൃത്വത്തിനപ്പുറത്തേക്കുള്ള വളർച്ചയാണ് വ്യക്തമാകുന്നത്.

തൊഴിൽ കേന്ദ്രത്തിലേക്ക് ഏതർത്ഥത്തിലും പൂർണ്ണമായ ഒരു വിച്ഛേദമാണ്. സ്ത്രീപക്ഷത്ത് നില്ക്കുന്ന പുരുഷന്റെ രക്ഷാകർത്തൃത്വത്തിന്റെ സാന്ത്വനത്തിനപ്പുറം തൊഴിൽ കേന്ദ്രം തുറക്കുന്നത് ഗാർഹികവല്ക്കരണത്തിന്റെ പ്രത്യയശാസ്ത്രഭീകരതക്കെതിരെയുള്ള പിന്മടക്കമില്ലാത്ത ഒരു സമരമാണ്. തറവാടിനെയും ഭർത്താവിനെയും സ്വാതന്ത്ര്യത്തിനു വേണ്ടി ത്യജിക്കുന്ന ദേവകിയിലൂടെ ആധുനിക സ്ത്രീപക്ഷത്തിന്റെ കരുത്തും കാന്തിയുമാണ് 'അജ്ഞാതരായ' എഴുത്തുകാരികൾ ആവിഷ്കരിക്കുന്നത്. അന്തർജ്ജന സമാജം രൂപംകൊള്ളുന്നതിനു മുമ്പുള്ള ഒരന്തർജ്ജനയുവതിയുടെ സംഭ്രമമാണ് തേതിയുടെ തലകുനിച്ചുള്ള നില്പിന് അടിസ്ഥാനമെങ്കിൽ, അന്തർജ്ജന സമാജങ്ങൾ സജീവമായിക്കഴിഞ്ഞ മറ്റൊരു കാലത്തിന്റെ പ്രതിനിധിയാണ് ദേവകി. പുറത്തു കടക്കുമ്പോഴാണ് തേതിക്ക് പരിഭ്രമമെങ്കിൽ, അകത്ത് അടച്ചിരിക്കുന്ന അവസ്ഥയാണ് ദേവകിയെ പരിഭ്രാന്തയാക്കുന്നത്. പൊതുജീവിതപ്രവേശം നേടിയെടുത്ത ഒരു സ്ത്രീക്കും തിരിച്ച് പഴയ രീതിയിൽ 'വീട്ടി'ലടങ്ങാനാവില്ല. സ്വാതന്ത്ര്യത്തിന്റെ സ്വാദ് അനുഭവിച്ച് കഴിഞ്ഞവരാരും 'തടവറ'യിലെ സൗകര്യങ്ങൾക്ക് സ്വാഗതം ആശംസിക്കയില്ല. ഗാർഹിക പാരതന്ത്ര്യത്തോട് അല്പം വിപ്രതിപത്തി പ്രകടിപ്പിക്കുന്ന ഏതൊരു അന്തർജ്ജനത്തെയും അടക്കിയിരുത്താൻ 1905 നുശേഷം കേരളത്തിൽ യാഥാസ്ഥിതികത്വം വ്യാപകമായി ഉപയോഗിച്ചത് താത്രിയുടെ ശരീരകേന്ദ്രിതമായ ഏകാന്തസമരത്തിന്റെ സ്ഥാനത്ത് സംഘടിതവും സ്ത്രീ - പുരുഷ സമത്വത്തിൽനിന്ന് ഊർജ്ജം ഉൾക്കൊള്ളുന്നതുമായ സമരങ്ങൾ ആവിർഭവിക്കുകയും ചെയ്തപ്പോൾ ഉണ്ടായ സംസ്കാരമാറ്റത്തിന്റെ ഉള്ളടക്കമാണ് *തൊഴിൽകേന്ദ്രത്തിലേക്കിൽ* നിറഞ്ഞു നില്ക്കുന്നത്.

വിവാഹം പരമ്പരാഗത നമ്പൂതിരി സമൂഹത്തിലെ മൂസ്സുമാർക്ക് ആദായവും, അന്തർജ്ജനങ്ങൾക്ക് തീരാത്ത വേദനയുമായിരുന്നു. 'ഞങ്ങളുടെ സമൂഹത്തിലെ ഓരോ മൂസ്സാമ്പൂരിയും ഒരു വാരിക്കുഴിയാണ്' എന്ന് *അപ്ഫന്റെ മകളിൽ* മുത്തിരിങ്ങോട്. അതിൽ വീണവർ പിന്നീടൊരിക്കലും പുറംലോകം കാണുകയില്ല. എന്നാൽ അതിനുള്ള അവസരം പോലും ലഭിക്കാത്തവർ മേൽച്ചൊന്ന അവസ്ഥയേക്കാളും മാരകമായ പീഡനങ്ങളുടെ കൊല്ലികളിലേക്കാണ് വലിച്ചെറിയപ്പെടുന്നത്. ഒന്നുകിൽ കന്യകകളെ അവരുടെ ഇഷ്ടാനിഷ്ടങ്ങൾ പരിഗണിക്കാതെ വിവാഹം ചെയ്ത് ഒഴിവാക്കുക; അല്ലെങ്കിൽ ആർക്കെങ്കിലും അവരെ വില്ക്കുക. വ്യത്യസ്തവിധത്തിലുള്ള കന്യകാ വധങ്ങളാണ് നവോത്ഥാന പൂർവ്വ കാലത്ത് നിഷ്ഠുരമാംവിധം നമ്പൂതിരിമാർക്കിടയിൽ കേരളത്തിൽ നടന്നത്. 'കന്യാദാനം' കന്യാവധമായി മാറുന്നതിനെക്കുറിച്ച് 1920കളിൽ

തന്നെ *ഉണ്ണിനമ്പൂതിരി* മാസിക മുന്നറിയിപ്പ് നല്കിയിരുന്നു. (ഉ.നമാ വാള്യം 5 ലക്കം 9 1924)

വി ടിയുടെ 'ഉത്തരം കിട്ടാത്ത ചോദ്യം' എന്ന കഥയിലെ 'മംഗലാപുരത്തോളം ഒന്നു പോണം പുറപ്പെട്ടോളൂ' എന്ന ഒരൊറ്റവരിയിൽ അമർന്ന് നില്ക്കുന്ന മഹാസങ്കടവും, 'പെൺകൊടയാണ്' നമ്മുടെ പ്രധാന പ്രശ്നമെന്ന ഇ എം എസിന്റെ നിരീക്ഷണവും, *തൊഴിൽ കേന്ദ്രത്തിലേക്ക്* എന്ന നാടകത്തിന്റെ അവസാനം 'പാർവ്വതി' നടത്തുന്ന പ്രഖ്യാപനവും വിശാലമായ ഒരു സാമൂഹ്യ - സാംസ്കാരിക പശ്ചാത്തലത്തിൽ വച്ച് പരസ്പരം കെട്ടിപ്പുണരുന്നു. *തൊഴിൽകേന്ദ്ര*ത്തിൽ 'പെൺകൊട' എന്ന പേരിൽ വില്ക്കുന്ന അപ്ഫൻ എന്ന കഥാപാത്രത്തെ പരിചയപ്പെടുത്തുന്നത് 'യോഗക്ഷേമ പ്രസ്ഥാനത്തെ തുരങ്കം വെക്കാൻ നോക്കുന്ന വൃത്തികെട്ട ഒരു പതാകക്കാരൻ, പരിഷ്കാരത്തിന്റെ പേരിൽ കന്യകമാരെ വിറ്റ് കാശടിക്കുന്ന ഒരു സമുദായദ്രോഹി തുടങ്ങിയ വിശേഷണങ്ങളോടെയാണ്.

കുനിഞ്ഞ ശിരസ്സിനും കൂപ്പുകൈകൾക്കും പകരം *തൊഴിൽ കേന്ദ്രത്തിലേക്ക്* ആവിഷ്കരിക്കുന്നത് ഉയർത്തിപ്പിടിച്ച ശിരസ്സും ചുരുട്ടിയ മുഷ്ടിയുമാണ്. തൊഴിൽകേന്ദ്രത്തെപ്പോലെ സമരോത്സുകമായ നവോത്ഥാനം സൃഷ്ടിച്ച *നാലുകെട്ടിടിയുന്നു, പോർവിളി* തുടങ്ങിയ കവിതാസമാഹാരങ്ങൾ പീഡനങ്ങൾ ഇനിയും സഹിക്കുക വയ്യെന്ന സമീപനമാണ് അവ്യക്തതകൾക്കും സന്ദിഗ്ദ്ധതകൾക്കും ഇടം നല്കാതെ വിളിച്ചറിയിക്കുന്നത്.

"തരത്തിലൊത്താൻ കണ്ടോർക്കച്ഛൻ
തന്നുടെ മകളെയും
കുറച്ചുകാശിനു കാളച്ചന്തയിൽ
വിറ്റുതുലയ്ക്കുന്നു - ഹാ, ഹാ
വിറ്റുതുലയ്ക്കുന്നു!
ഇതൊന്നു നോക്കൂ, സമുദായത്തിൽ
മലീമസാചാരം
ഇതിന്റെ നേർക്കായ് നമ്മൾ നമ്മുടെ
മുഷ്ടി ചുരുട്ടില്ലേ? - ഇല്ലേ
മുഷ്ടി ചുരുട്ടില്ലേ? ('മുഷ്ടി ചുരുട്ടില്ലേ' - പോർവിളി, പ്രേംജി)

വി ടിയുൾപ്പെടെയുള്ള നവോത്ഥാന രചയിതാക്കളുടെ കഥകളും കവിതകളും പ്രസംഗങ്ങളും വ്യത്യസ്ത വഴികളിലൂടെ ഒടുവിലെത്തിച്ചേരുന്നത് 'നമ്പൂതിരിയെ മനുഷ്യനാക്കുക' എന്ന ഓങ്ങല്ലൂർ പ്രഖ്യാപനത്തിലാണ്. *തൊഴിൽ കേന്ദ്രത്തിലേക്ക്* എന്ന നാടകം ഇതിന്റെ വിപ്ലവകരമായ വികാസമാണ്. ഒരർത്ഥത്തിൽ *തൊഴിൽ കേന്ദ്രത്തിലേക്കി*ലെ ദേവകി ഭ്രഷ്ടയായ പഴയ താത്രിയുടെ സമരസഖിയാണ്. അവൾക്കിനി

ഇല്ലത്തിന്റെ അകത്തളങ്ങളിലേക്ക് പഴയതുപോലെ തിരിച്ചു പോവാനാവില്ല.

പഴയ ലോകത്തോടുള്ള കണക്ക് മുഴുവൻ തീർക്കുംവിധമുള്ള തീവ്രമായ ഇടപെടലുകൾ ജീവിതത്തിലുടനീളം വ്യാപിക്കുമ്പോഴാണ് *തൊഴിൽ കേന്ദ്രത്തിലേക്ക്* പോലുള്ള തീയാളുന്ന രചനകൾ ഉണ്ടാകുന്നത്. കേരളീയ ജീവിതത്തിന്റെ 'ജീർണ്ണതകൾക്കുമേൽ' തീയാളിത്തുടങ്ങുന്നത് നവോത്ഥാന ശ്രമങ്ങളോടൊപ്പമാണ്. കാലാനുസൃതമായ പരിഷ്കരണ വാഞ്ഛയല്ല, കാലത്തെ വിചാരണ ചെയ്യും വിധമുള്ള പരിവർത്തന വീര്യമാണ് തീജ്ജ്വാലകളായിത്തീരുന്നത്. 1908 ൽ രൂപപ്പെട്ട 'യോഗക്ഷേമസഭ' പരമ്പരാഗത മൂല്യങ്ങളിലുറച്ചുനിന്നുകൊണ്ടുള്ള പരിഷ്കരണ പ്രവർത്തനം നിർവ്വഹിക്കുന്നതിനാലാണ് പൊതുവിൽ ഒതുങ്ങിനിന്നത്. 1919 ൽ രൂപപ്പെട്ട നമ്പൂതിരി യുവജനസംഘത്തിന്റെ പരിവർത്തനശ്രമങ്ങൾ ശക്തിപ്പെട്ടപ്പോഴാണ് നമ്പൂതിരി സമൂഹത്തിൽ 'ചൂടും പുകയും' അനുഭവപ്പെടാനാരംഭിച്ചത്. യോഗക്ഷേമസഭയുടെ വാലായി പിറന്ന നമ്പൂതിരിയുവജനസംഘം പിന്നീടതിന്റെ ശിരസ്സായി മാറുകയാണുണ്ടായത്. 1925 ൽ രൂപപ്പെട്ട 'ആഭിജാത്യ ധ്വംസനസഭ'യും 1931 ൽ രൂപപ്പെട്ട 'അന്തർജ്ജനസമാജ'വുമാണ് പരമ്പരാഗത സമീപനങ്ങളിൽ കടുത്ത പൊള്ളലേല്പിച്ചത്. അധിവേദനനിരോധനം, പരിവേദനാവകാശം, സ്വജാതീയവിവാഹം, വിധവാവിവാഹം, ഋതുമതികൾക്ക് പഠിക്കാനുള്ള അവകാശം, സ്ത്രീകൾക്ക് തൊഴിൽ ചെയ്ത് ജീവിക്കാനുള്ള സ്വാതന്ത്ര്യം തുടങ്ങിയ ആവശ്യങ്ങൾ നേടിയെടുക്കാനാണവർ അടരാടിയത്.

അഗ്നിയുടെ ഗന്ധം

'ഇനി നമുക്ക് അമ്പലങ്ങൾക്ക് തീ കൊളുത്താം' എന്ന് വി ടി എഴുതിയത് മുപ്പതുകളുടെ തുടക്കത്തിലാണ്. അവർണ്ണർക്കെതിരെ സവർണ്ണ മേധാവിത്വം വെച്ചുപുലർത്തിയ മനുഷ്യത്വരാഹിത്യത്തിനെതിരെ വി ടി എയ്തുവിട്ട ഒരു മിസൈലായിരുന്നു അത്. കേരളീയ സമൂഹത്തിൽ അതുവരെ നടന്ന നവോത്ഥാനശ്രമങ്ങളുടെ അന്തഃസത്തയാണ് ഒരു പൊട്ടിത്തെറിയോടുകൂടി വി ടി പ്രകടിപ്പിച്ചത്. 1930 കൾക്ക് മുമ്പുതന്നെ കീഴാള നവോത്ഥാനം ആവിഷ്കരിച്ചുകഴിഞ്ഞ ഒരാശയമാണ് സത്യത്തിൽ വി ടി ആവർത്തിച്ചത്. എന്നിട്ടും നവോത്ഥാനശ്രമങ്ങൾക്കൊപ്പം നിലകൊണ്ട മിതവാദി വിഭാഗത്തിൽപ്പെട്ടവർക്കുപോലും അതിന്റെ അന്തഃസത്ത ഉൾക്കൊള്ളാനായില്ല.

"അമ്പലങ്ങൾക്കു തീവെച്ചുകഴിഞ്ഞാൽ നമ്മുടെ അന്ധവിശ്വാസങ്ങളും അസമത്വങ്ങളുമെല്ലാം അതോടെ വെന്തുകരിഞ്ഞുപോകുമെന്നാണ് വി ടി വ്യാമോഹിക്കുന്നത്. കഷ്ടം! എന്തൊരബദ്ധ ധാരണയാണത്. അങ്ങനെയാണെങ്കിൽ അനേകം അന്ധവിശ്വാസങ്ങളും അസമ

ത്വങ്ങളും വെച്ചുപുലർത്തുന്ന നമ്മുടെ ഇല്ലങ്ങളെല്ലാം തന്നെ ആദ്യം ചുട്ടു കരിക്കാനദ്ദേഹം ഉപദേശിക്കട്ടെ" (ലളിതാംബിക അന്തർജ്ജനം)

സത്യത്തിൽ ഇത്തരമൊരു പരാമർശം നടത്തുമ്പോൾ ലളിതാംബിക അന്തർജ്ജനം വിസ്മരിച്ചു പോയത് വി ടി തന്റെ ജീവിതം മുഴുവനും നീക്കിവെച്ചത് അവർ പരാമർശിച്ച തരത്തിലുള്ള ഇല്ലങ്ങൾ ഇടിച്ചു നിരത്താനായിരുന്നു എന്ന വസ്തുതയാണ്.

നവോത്ഥാനത്തിന്റെ തീക്കുണ്ഡത്തിൽനിന്നും കൊളുത്തിയ തീയാണ് പിന്നീട് കേശവദേവ് ഇതിഹാസ പുരാണങ്ങൾക്കു നേരെ വലിച്ചെറിഞ്ഞത്. 'ചിന്താവിഷ്ടയായ സീത'യെ നിറഞ്ഞ മനസ്സോടെ സ്വീകരിച്ചവർ പോലും കേശവദേവ് എന്തോ ഘോരമായ പാപം ചെയ്തു എന്നത്രെ ഇപ്പോഴും കരുതുന്നത്. 'നടരാജൻ ശ്രീകൃഷ്ണന്റെ ഭാര്യയാണ്' എന്നഭിപ്രായപ്പെട്ടത് അജ്ഞതാവിലസിതമായ ഒരു തമാശയായോ, പുരാണപരിചയക്കുറവായോ കാണുന്നതിനു പകരം, കെ ഭാസ്കരൻ നായരെപ്പോലുള്ള ഒരാൾ അതിനെ സംസ്കാരലോപമായി പരിഗണിക്കുന്നു. സാക്ഷരത സവർണ്ണമായിരിക്കണം എന്ന ശാഠ്യം ഇന്നും നമുക്കുമേൽ രാജ്യഭാരം തുടരുന്നു. ആരാധനാലയങ്ങളെയും ഇതിഹാസപുരാണങ്ങളെയും അന്തഃസത്ത പരിഗണിക്കാതെ അക്ഷരാർത്ഥത്തിൽ തന്നെ ആരാധിക്കുന്ന അവികസിതമായ അവസ്ഥയോടാണ് നവോത്ഥാനം സാദ്ധ്യമാക്കിയ ഒരാശയപശ്ചാത്തലത്തിൽ നിന്നുകൊണ്ട് വി ടി മുതൽ ദേവ് വരെയുള്ളവർ പ്രതികരിച്ചത്. "ഞാനൊരു ശാന്തിക്കാരനായിരുന്നെങ്കിൽ വെച്ചുകഴിഞ്ഞ നിവേദ്യം വിശന്നുവലയുന്ന കേരളത്തിലെ പാവങ്ങൾക്ക് വിളമ്പിക്കൊടുക്കും. ദേവന്റെ മേൽ ചാർത്തിക്കഴിഞ്ഞ പട്ടുതിരിയുടയാട അർദ്ധനഗ്നരായ പാവങ്ങളുടെ അരമറയ്ക്കാൻ ചീന്തിക്കൊടുക്കും. പുകഞ്ഞു തുടങ്ങിയ ധൂപം അമ്പലത്തിലുള്ള പൊരുച്ചാഴികളെ - നമ്പൂതിരി, പട്ടർ തുടങ്ങിയ വർഗ്ഗങ്ങളെ - പുറത്തോടിച്ച് കളയാനാണ് ഉപയോഗിക്കുക." (*വി ടിയുടെ സമ്പൂർണ്ണ കൃതികൾ*)

പൗരോഹിത്യത്തെ സംബന്ധിച്ചിടത്തോളം വി ടി പ്രകടിപ്പിച്ച അത്യന്തം പ്രകോപനപരമായ അഭിപ്രായങ്ങൾ സത്യത്തിൽ വ്യത്യസ്ത തലങ്ങളിൽ നവോത്ഥാനം വികസിപ്പിച്ച നിലപാടുകളുടെ അനിവാര്യമായ തുടർച്ചയാണ്. കോൺക്രീറ്റുപോലെ ഉറച്ചു പോയ പതിവുകൾക്കെതിരെ പ്രകടിപ്പിക്കപ്പെടുന്ന പ്രതികരണങ്ങളാണ്. യാഥാസ്ഥിതികത്വത്തെ സംബന്ധിച്ചിടത്തോളം 'പ്രകോപനങ്ങളായി' പൊതുവിൽ പരിണമിക്കുന്നത്.

സ്ത്രീകൾ വഴിതെറ്റിപ്പോകുന്നതിനെക്കുറിച്ചുള്ള താക്കീതുകൾ സാമാന്യമായി സ്വീകരിക്കപ്പെടും. സ്ത്രീസദാചാരസംബന്ധിയായ സംഘഗാനങ്ങൾ സ്വാഗതം ചെയ്യപ്പെടും. അതേസമയം 'പുരുഷന്മാർ വഴിതെറ്റിപ്പോകുന്നത് നിർത്തൽ ചെയ്യണം' എന്ന 'പ്രേമസമിതിസമ്മേളന' പ്രമേയം പ്രകോപനപരമായി മാറുകയും ചെയ്യും. നവോത്ഥാനം

പിറവി നല്കിയ 'പ്രകോപനപരത' പ്രബുദ്ധമായ പ്രക്ഷുബ്ധതയുടെ പ്രകാശനമായിരുന്നു. സാഹിത്യത്തിൽ ആൺ വേശ്യകളും സ്വവർഗ്ഗ സംഭോഗവും ആവിഷ്കരിക്കപ്പെടുന്നതിന് മുമ്പുതന്നെ മുപ്പതുകളിൽ പുരുഷന്മാർ ബാലപ്രിയന്മാരായി കഴിഞ്ഞുകൂടുന്നതിനെതിരെയുള്ള യഥാർത്ഥമോ സാങ്കല്പികമോ ആയ പ്രതിഷേധങ്ങൾ ഇവിടെ ആരംഭിച്ചുകഴിഞ്ഞിരുന്നു. 'നാമിങ്ങനെ നതാംഗിത്വവും അലസഗാമിനിത്വവും മത്തേഭഗാമിനിത്വവും നടിച്ചിരുന്നാൽ പോരാ, ആദ്യമായി പുരുഷന്മാരുടെ പ്രകൃതിവിരുദ്ധമായ കാമപൂരണത്തെത്തടയണം." പ്രേമസമിതിസമ്മേളനം സമാപിച്ചതാകട്ടെ ഇന്നുപോലും അമ്പരപ്പുളവാക്കുന്ന "മുഷ്ടിമൈഥുനനാശത്ത്ക്കും ബാലപ്രിയനാശത്ത്ക്കും ജൈ" വിളിച്ചുകൊണ്ടാണ്. (*തീപ്പൊരി* വാല്യം 1 നമ്പർ 7–1109 (1934)

അടുക്കളയിൽനിന്ന് അരങ്ങത്തേക്ക് വന്ന അന്തർജ്ജനങ്ങളുടെ സമരത്തിന്റെ രണ്ടാം ഘട്ടത്തെയാണ് *തൊഴിൽ കേന്ദ്രത്തിലേക്ക്* പ്രതിനിധീകരിക്കുന്നത്. കുറച്ച് അന്തർജ്ജനങ്ങൾ കൂടിച്ചേർന്നെഴുതി അന്തർജ്ജനസമാജം 1948 ൽ പ്രസിദ്ധീകരിച്ച *തൊഴിൽ കേന്ദ്രത്തിലേക്ക്* എന്ന നാടകം പുരുഷ മേധാവിത്വത്തിനെതിരെ പരുഷമായി പ്രതികരിക്കുന്നതോടൊപ്പം വി ടിയുടെ *അടുക്കളയിൽനിന്ന് അരങ്ങത്തേക്ക്* എന്നതിൽനിന്നും വ്യത്യസ്തമായി ഒരു രാഷ്ട്രീയ പ്രശ്നം ആവിഷ്കരിക്കുകയും ചെയ്യുന്നു. പുറത്ത് പരിഷ്കാരവും അകത്ത് പ്രാകൃതത്വവും സൂക്ഷിക്കുന്ന വക്കീൽ എന്ന കഥാപാത്രത്തെ മൂന്നാം രംഗത്തിൽ അവതരിപ്പിച്ചിരിക്കുന്നത് കൈയിൽ വാളും പരിചയുമായിട്ടാണ്. അയാൾ ആർ എസ് എസിന്റെ പയറ്റു പഠിക്കുന്നു. ഇതുകണ്ടപ്പോൾ അദ്ദേഹത്തിന്റെ ഭാര്യ ദേവകി ചോദിച്ചു: "ദേയ്, ഇതെന്താണ്? ഈ വാളും പരിചേം ഒക്ക്യായിട്ട്?" വക്കീൽ: "ഇതാണ് ആർ എസ് എസ്.... അതിന്റെ വളണ്ടിയർ പരിശീലനാ... കേട്ടിട്ടില്ല്യേ? രാഷ്ട്രീയസ്വയംസേവക്സംഘമെന്ന്?' സവർണ്ണനവോത്ഥാനവുമായി ബന്ധപ്പെട്ട പ്രധാനപ്പെട്ട ഒരൊറ്റ രചനയിലും 'പ്രശ്നവല്ക്കരിക്കപ്പെടാത്ത' ഈയൊരു പരാമർശം എന്തുകൊണ്ടാണ് ഈ നാടകത്തിൽ മാത്രം കടന്നു വന്നത്? ഗാന്ധിവധം നടന്ന് മാസങ്ങൾക്കു ശേഷം നിർവ്വഹിക്കപ്പെട്ട ഒരു രചന എന്ന നിലയിൽ അതത്രയും സ്വാഭാവികമാണല്ലോ എന്നാശ്വസിക്കാം. എന്നാൽ അതിനേക്കാൾ പ്രധാനം 'തൊഴിൽ കേന്ദ്രങ്ങൾക്കെതിരെ' യാഥാസ്ഥിതികത്വം നാടൊട്ടുക്കും വാരിവിതച്ച അപവാദങ്ങളെ അഭിമുഖീകരിക്കണമെങ്കിൽ തങ്ങളുടെ ശത്രുക്കളെയും മിത്രങ്ങളെയും കൃത്യമായി വേർതിരിച്ചറിയാതെ വയ്യെന്ന സാഹചര്യസമ്മർദ്ദത്തിന്റെ ശക്തിയാവണം ഈ നിരീക്ഷണം സാദ്ധ്യമാക്കിയത്. വക്കീലിനെ നാടകത്തിൽ 'പരിഷ്കാരത്തിന്റെ സൂട്ടിലുള്ള ഒരു തന്ത്രശാലിയായ പിന്തിരിപ്പൻ' എന്നും അപ്ഫനെ 'യോഗക്ഷേമ പ്രസ്ഥാനത്തെ തുരങ്കം വെക്കാൻ നോക്കുന്ന വൃത്തികെട്ട ഒരു പതാകക്കാരൻ, പരിഷ്കാരത്തിന്റെ പേരിൽ കന്യകമാരെ വിറ്റ് കാശടിക്കുന്ന ഒരു സമുദായദ്രോഹി' എന്നുമാണ് വിശേഷിപ്പിച്ചിരിക്കുന്നത്.

ഓങ്ങല്ലൂരിന് ശേഷമുള്ള രചനകളിൽ അടുക്കള അടർക്കളമായി മാറുക മാത്രമല്ല മറിച്ച് 'സപത്നികൾ' പരസ്പരസ്പർദ്ധ വെടിഞ്ഞ് സമരസഖികളായി വികസിക്കുകയാണ് ചെയ്യുന്നത്. 'സപത്നികൾ അസംതൃപ്ത നെടുമംഗല്യച്ചരടാൽ പുരുഷമേധാവിത്വമേ കുടുക്കിട്ടു നിർത്തിടുവാനാകാ ഞങ്ങളെ' എന്നുമുള്ള പ്രഖ്യാപനങ്ങളെ വെറും വഷളത്തരവും തറവാടിത്തലംഘനവുമായിട്ടാണ് വക്കീൽ പ്രഭൃതികൾ കാണുന്നത്. സ്വാതന്ത്ര്യത്തെക്കുറിച്ചുള്ള കാഴ്ചപ്പാടിനെ വക്കീൽ നേരിടുന്നത് സ്ഥിത വ്യവസ്ഥയുടെ സ്ഥിരം സങ്കുചിത ന്യായങ്ങൾ ഒരു പുതിയ കണ്ടുപിടിത്തമെന്ന മട്ടിൽ അവതരിപ്പിച്ചുകൊണ്ടാണ്.

> സ്ത്രീകള് പ്രസവമൊക്കെ ഉപേക്ഷിച്ച് ഭർത്താക്കന്മാരെ ഒക്കെ വേണ്ടാച്ച് അങ്ങട്ട് പോയ്യാലോ? എങ്ങനെ ഈ ലോകം നടക്കാ! കര്വാരമാര് ഇരുമ്പുപണിക്കൊന്നും തയ്യാറില്യ - കേമാവില്യേ? വെളുത്തേടന്മാര് അലക്കാൻ ഭാവല്യ. എന്താ കഥ! എത്ര ബുദ്ധിമുട്ടുണ്ടാവും? ഒന്വറിയാണ്ടല്ലാ പണ്ടുള്ളോര് ഓരോരുത്തർക്കും ഓരോ ജോലീന്ന് വെച്ചിട്ടുള്ളത്.

'ജാതി നശിപ്പിക്കുക' എന്ന നവോത്ഥാനത്തിന്റെ നിശിതമായ നിലപാടിനെ നിരാകരിക്കാൻ വക്കീലവതരിപ്പിക്കുന്ന മേൽച്ചൊന്ന ന്യായം നഗ്നമാം വിധം സേവിക്കുന്നത് പുനരുത്ഥാനത്തെയാണ്.

അസ്വസ്ഥതയുടെ കോലാഹലങ്ങൾ

ജാതിവിവേചനത്തിന്റെ അനിവാര്യഭാഗമായ 'അയിത്തത്തെ' വിളംബരപ്പെടുത്തുന്ന 'ഒച്ചാട്ട്' ഒച്ചയിട്ട് മനുഷ്യരെ ഓടിക്കുന്ന ഒരേർപ്പാടാണെന്ന് ഇന്ന് ആർക്കും മനസ്സിലാക്കാൻ കഴിയുന്ന ഒരനാചാരമാണ്. എന്നാൽ കാണിപ്പയ്യൂരിന്റെ കാഴ്ചപ്പാടിലിത് സവർണ്ണർ അവർണ്ണരെ ആട്ടി ഓടിക്കുന്നതിന്റെ ഭാഗമല്ല, മറിച്ച് ഒരപകടത്തിൽനിന്നും അവരെ രക്ഷിക്കുന്നതിനുള്ള മുന്നൊരുക്കമാണ്. അയിത്തം നിമിത്തം ഉണ്ടാകുന്ന പാപത്തിൽനിന്നും രക്ഷപ്പെടാൻ ഉഭയസമ്മതമായി രൂപംകൊണ്ട നിരുപദ്രവകരമായ ഒരു ശീലമായിട്ടാണ് കാണിപ്പയ്യൂർ ഇതിനെ കാണുന്നത്. അദ്ദേഹത്തിന്റെ ഭാഷയിലിത് വഴിക്ക് അപകടമുള്ള സ്ഥലങ്ങളിൽ 'സൂക്ഷിച്ചു പോകുക, പാലം അപകടം' എന്നും മറ്റും ബോർഡ് വെക്കുന്നതുപോലെയുള്ള ഒരു കാര്യമാണ്. ആഫ്രിക്കയിൽ കറുത്തവരും വെളുത്തവരും തമ്മിൽ നിലനിന്ന ബന്ധം വിദ്വേഷത്തിലധിഷ്ഠിതമാണെന്നാണ് അദ്ദേഹം അവകാശപ്പെടുന്നത്. എന്നാൽ സി കൃഷ്ണൻ 'എന്റെ ഉത്തരക്കടലാസ്' എന്ന പേരിൽ 1900 ൽ *കേരള സഞ്ചാരിയിൽ* പ്രസിദ്ധീകരിച്ച രചന കാണിപ്പയ്യൂർ പ്രതിനിധീകരിക്കുന്ന നിലപാടുകൾക്കെല്ലാം നേരെ എതിരായ മറ്റൊരവസ്ഥയാണ് വിശദീകരിക്കുന്നത്.

> ഞാൻ കോതംകുന്ന് സ്കൂളിൽ പഠിക്കുന്ന ഒരു കുട്ടിയാണ്. ജാതി തിയ്യൻ. അതെ തിയ്യൻ തന്നെ. പേര് രാരു... എനിക്ക് കുന്ദലക്കോനാതിരിയാവാനും ദിവാൻജി പട്ടം കിട്ടാനൊന്നും മോഹമില്ല.... എന്റെ ആഗ്രഹം ഒരു ജോർജ്ജ് കുട്ടിയായിത്തീരാനാണ്. എന്റെ ഇപ്പോഴത്തെ പേര് ചീത്തയായതുകൊണ്ട് ഇങ്ങനൊരാഗ്രഹം ജനിച്ചതല്ല. പിന്നെ എന്റെ സാറേ! സ്കൂളിൽ പോകുമ്പോഴത്തെ ബുദ്ധിമുട്ടും ഈ പ്രതിജ്ഞ സ്ഥിരപ്പെടുത്തിയിരിക്കുന്നു. എന്റെ വീട് സ്കൂളിൽനിന്ന് ഏറെ അകലെയാണ്. എന്റെ പൊന്നു പത്രാധിപരേ, വീട്ടിൽ നിന്ന് സ്കൂളിൽ എത്തുമ്പഴ്ക്ക് എത്ര പണ്ടാരക്കാലന്മാർക്ക് വഴിതെറ്റി നില്ക്കണം. രണ്ട് കാലെടുത്ത് വെക്കുമ്പോഴേക്ക് വന്നു ഒരു നമ്പൂതിരി. ഭൂദേവനല്ലേ. ഏതായാലും ചുടട്ടെ എന്ന് കരുതി കുറെ ദൂരെ നില്ക്കും.....
>
> (*സി കൃഷ്ണൻ, ജീവചരിത്രം*, എം ആർ അച്യുതൻ)

പഴയകാലം അസ്തമിച്ചു എന്ന് യോഗക്ഷേമ സഭയുടെ പ്രവർത്തനത്തിൽ പങ്കാളിയായ കാണിപ്പയ്യൂരിന് അറിയാത്തതു കൊണ്ടോ, അത്തരമൊരു കാലത്തിന്റെ തിരിച്ചുവരവിനുവേണ്ടി അദ്ദേഹം ആഗ്രഹിക്കുന്നതുകൊണ്ടോ അല്ല, മറിച്ച് ഇന്നും ആധിപത്യം വഹിക്കുന്ന വൈദിക പ്രത്യയശാസ്ത്രത്തെ അതിൽനിന്നും പൂർണ്ണമായും മാറിനിന്നുകൊണ്ട് അദ്ദേഹത്തിന് അപഗ്രഥിക്കാൻ കഴിയാത്തതുകൊണ്ടാണ് ഇന്ന് അപ്രസക്തമായ കാര്യങ്ങൾ അദ്ദേഹം ആവർത്തിക്കുന്നത്. എന്നാൽ കീഴാള ജനതയെ സംബന്ധിച്ചിടത്തോളം ഇതൊന്നും വിശദീകരണ വ്യാഖ്യാനങ്ങളുടെ ഭാഗമല്ല, മറിച്ചവർക്കിതെല്ലാം ചുട്ടുകളയാനുള്ളതാണ്.

'കത്തിക്കുക' എന്നതിനർത്ഥം മനുഷ്യരാശിക്ക് ഊർജ്ജം നല്കുന്ന യാതൊന്നും ഇനി ഇതിൽ അന്വേഷിക്കുന്നതിലർത്ഥമില്ലെന്ന അസന്ദിഗ്ദ്ധമായ തിരിച്ചറിവാണ്. വേദങ്ങളിൽ ആവർത്തിക്കുന്ന അഗ്നിസ്തുതിയുടെ സൂക്ഷ്മമായ നിരാകരണമാണ് നവോത്ഥാനകാലത്ത് ഒരഗ്നിബിംബമായി രൂപപ്പെടുന്നത്. ചരിത്രത്തിൽ അസ്വീകാര്യമായിക്കഴിഞ്ഞ നിലപാടുകളെ കൈയൊഴിക്കുന്നതിനു പകരം വ്യത്യസ്ത ന്യായങ്ങളുടെ മറവിൽ നിലനിർത്താനുള്ള വലതുപക്ഷശ്രമമാണ്. അചരിത്രവല്ക്കരണത്തെ ആഘോഷിക്കുന്ന വ്യാഖ്യാനവ്യവസായമായി മാറുന്നത്. ഭാഷകൾകൊണ്ടുള്ള ഇത്തരം പാഴ്ലീലകളാണ് മിത്താധിപത്യത്തിന്റെ (Mythocracy) ആയുധപ്പുരകളായി പലപ്പോഴും പരിണമിക്കുന്നത്.

'കുടുമ' ശരീരത്തെ അടിമുടി ഊർജ്ജസ്വലമാക്കുംവിധം വൈദ്യുതി ഉല്പാദിപ്പിക്കുമെന്നും 'സതി' സ്വത്വബോധത്തിന്റെ ആവിഷ്കാരമാണെന്നും ഹനിമാൻ - ഹോമിയോപ്പതിയുടെ സ്ഥാപകൻ - നമ്മുടെ ഹനുമാനാണെന്നും ഭാരതത്തിൽ വന്നു പിറക്കുന്നത് മോക്ഷമാണെന്നും മറ്റുമുള്ള പുനരുത്ഥാനത്തിന്റെ പൊങ്ങച്ചപ്രകടനങ്ങൾക്ക് പിന്തുണ നല്കും വിധത്തിലുള്ള ചരിത്രനിഷേധങ്ങൾ സ്ഥാപിച്ചെടുക്കാൻ വേണ്ടി ഉപയോ

ഗപ്പെടുത്തുന്ന ഓരോ വാക്കും മനുഷ്യരാശി സമാഹരിച്ച സാംസ്കാരിക സാദ്ധ്യതകൾക്കു നേരെ വാളോങ്ങി നില്ക്കുന്നു. ഇത്തരമൊരവസ്ഥയിൽ ഭാഷയുടെ സമസ്ത ഊർജ്ജവും സമാഹരിച്ചുകൊണ്ട് ജനാധിപത്യം നടത്തുന്ന തീവ്രമായ ചെറുത്തുനില്പിൽ നിന്നാണ് 'അഗ്നിബിംബങ്ങൾ' ഉണ്ടാകുന്നത്. പഴയ നീതിശാസനകളെ പുതിയ കാലത്തിന് പറ്റുംവിധം വികസിപ്പിക്കാനല്ല, അതിനോട് എന്നെന്നേക്കുമായി വിട ചോദിച്ചുകൊണ്ട് 'പുതുനീതി'ക്ക് പിറവി നല്കും വിധം നിർവ്വഹിക്കുന്ന ഇടപെടലുകളാണ്. അഗ്നിബിംബങ്ങളായി പരിണമിക്കുന്നത്. യോഗാഭ്യാസം മലശോധന കിട്ടാൻ നല്ലതാണെന്ന് പറഞ്ഞ ഭക്തനോട് അതിന് ആവണക്കെണ്ണ കുടിച്ചാൽ പോരെ എന്നു പ്രതികരിച്ച ശ്രീനാരായണ ഗുരുവിന്റെ സൗമ്യവചനങ്ങളിൽ തീയുണ്ടെന്ന് നാം തിരിച്ചറിയുന്നത് നിഗൂഢവല്ക്കരണത്തിനിടയിൽ പതിയിരിക്കുന്ന വ്യാജപരിവേഷങ്ങളെ അത് നിർദ്ദയം പിച്ചിക്കീറുന്നതുകൊണ്ടാണ്.

സ്വയം ദളിതവല്ക്കരണത്തിന് സന്നദ്ധമായി എന്നുള്ളതാണ് സവർണ്ണനവോത്ഥാനപ്രസ്ഥാനത്തിന്റെ സമരോത്സുകമായി മാറിയ നമ്പൂതിരി യുവജനസംഘത്തിന്റെ സാംസ്കാരിക ഉണർവ്വുകൾക്ക് അത്യധികം ഉത്തേജനം നല്കിയത് നമ്പൂതിരി നവോത്ഥാനപ്രസ്ഥാനമാണ്. നമ്മുടെ സാഹിത്യത്തിന്റെ ഏറ്റവും സജീവമായ ഒരു കാലഘട്ടമായിരുന്നു അത്. എല്ലാ സാമുദായിക വിഭാഗങ്ങളും പൊതുവിൽ പങ്കുവെച്ചത് ആചാരപരിഷ്കരണം, വേഷപരിഷ്കരണം, ആധുനിക വിദ്യാഭ്യാസം, സ്ത്രീസ്വാതന്ത്ര്യം, തൊഴിൽ സ്വാതന്ത്ര്യം തുടങ്ങിയ ആവശ്യങ്ങളാണ്. പൊതുവിൽ പൗരോഹിത്യനിരാസവും ഇംഗ്ലീഷാഭിമുഖ്യവും പരിഷ്കരണവാദത്തിന്റെ പ്രാണനാണ്. സംക്ഷിപ്തമായി പറഞ്ഞാൽ സവർണ്ണനവോത്ഥാനം കേരളത്തിൽ വികസിച്ചുവന്ന കീഴാള നവോത്ഥാനപ്രസ്ഥാനങ്ങളിൽനിന്ന് വീര്യമാർജ്ജിച്ചാണ് വികസിച്ചുവന്നത്. ഒരർത്ഥത്തിൽ സവർണ്ണ/അവർണ്ണ വിഭജനത്തിന്റെ അന്ത്യമാണ് അവർണ്ണ നവോത്ഥാനപ്രസ്ഥാനങ്ങൾക്കൊപ്പം സവർണ്ണ നവോത്ഥാനപ്രസ്ഥാനത്തിന്റെയും നമ്പൂതിരിയുവജനസംഘത്തിന്റെയും കാര്യപരിപാടികളിൽ മുഖ്യമായി മാറിയത്.

കലാപത്തിന്റെ സൗന്ദര്യം

സംസ്കൃതവ്യുൽപ്പത്തി മാത്രമുള്ള ഓത്തന്മാരായി തങ്ങളെ വളർത്താൻ ശ്രമിച്ച രക്ഷിതാക്കളുടെ കിനാവുകൾക്ക് തീ കൊടുക്കുകയും കുട്ടിക്കാലത്ത് തങ്ങൾക്ക് ലഭിച്ച പൊരുളറിയാത്ത ഋഗ്വേദപഠനം ഒരു പാഴ്‌വേലയായിരുന്നുവെന്ന് യാഥാസ്ഥിതികത്വത്തെ പേടിപ്പിക്കും വിധം വിളിച്ചുപറയുകയും ബ്രാഹ്മണ്യത്തിന്റെ അടയാളമായ പൂണൂൽ കത്തിച്ച് അതിന്റെ ചാരം പുരോഹിതപ്രമുഖന്മാർക്ക് അയച്ചുകൊടുക്കുകയും അന്ധവിശ്വാസത്തിന്റെ കുടുമകൾ വെട്ടിമാറ്റുകയും സന്ധ്യാവന്ദനങ്ങളോട് വിട ചോദിക്കുകയും ചെയ്തുകൊണ്ടാണ് വി ടി മുതൽ ഇ എം എസ് വരെയുള്ള നമ്പൂതിരി യുവജനസംഘം പ്രവർത്തകർ പഴയ ലോകത്തു നിന്നും പുതിയ ലോകത്തിലേക്ക് പ്രവേശിച്ചത്. 'പത്തായം പെറുകയും ചക്കി കുത്തുകയും അമ്മ വെക്കുകയും ഉണ്ണി ഉണ്ണുകയും' ചെയ്യുന്ന പരമ്പരാഗത ജീവിതരീതിക്ക് തീ കൊടുക്കുകയാണവർ ചെയ്തത്. 'വീർപ്പുമുട്ടിച്ച തമ്പുരാൻ അന്തരീക്ഷ'ത്തിൽനിന്ന് പുറത്ത് കടക്കാനാണവർ പിടഞ്ഞത്. പ്രക്ഷോഭത്തിന്റെ മുള്ള് നിറഞ്ഞ പാതകളിൽ ചവിട്ടി മുറിവുകളേറ്റുവാങ്ങിയാണ് 'ദൈവങ്ങളുടെയും പിശാചുക്കളുടെയും ലോകത്തു നിന്ന്' ഇ എം എസ് മനുഷ്യരുടെ ലോകത്തേക്ക് കടന്നു വന്നത്.

സൗകര്യങ്ങളുടെയും സമൃദ്ധിയുടെയും ലോകത്തു നിന്ന് മേൽവിലാസമില്ലാത്ത മനുഷ്യരുടെ ലോകത്തിലേക്ക് ഇറങ്ങിപ്പോന്ന ഇ എം എസ് പിന്നീടൊരിക്കലും ഇല്ലങ്ങളുടെ ഇരുണ്ട ലോകങ്ങളിലേക്ക് തിരിച്ചുപോയില്ല. 1955 ൽ നടന്ന നമ്പൂതിരി യോഗക്ഷേമസഭയുടെ 34-ാം വാർഷികയോഗത്തിൽ ഇ എം എസ് നിർവ്വഹിച്ച 'നമ്പൂതിരിയെ മനുഷ്യനാക്കാൻ' എന്ന പേരിലുള്ള ചരിത്രപ്രസിദ്ധമായ ആമുഖപ്രഭാഷണം യോഗക്ഷേമസഭയുടെ മാത്രമല്ല, സാമൂഹ്യപരിഷ്കരണപ്രസ്ഥാനങ്ങളുടെ

തന്നെ ചരിത്രത്തിലെ അടിയൊഴുക്കുകളെക്കുറിച്ചുള്ള സൂക്ഷ്മമായ ഒര ന്വേഷണമെന്ന നിലയിൽ പ്രത്യേക അപഗ്രഥനം അർഹിക്കുന്നു. നാടു വാഴിത്ത സമൂഹഘടനയിൽ ജന്മിത്വവിരുദ്ധമായ സമരങ്ങൾ വളർത്താ തെ നവോത്ഥാനസംരംഭങ്ങൾക്ക് ഒരു നിശ്ചിത പരിധിക്കപ്പുറം മുന്നോട്ടു പോകാൻ കഴിയില്ലെന്ന നിശിതമായ രാഷ്ട്രീയ നിലപാടാണ് 'ഓങ്ങ ല്ലൂർ സമ്മേളന'ത്തെ മറ്റ് സമ്മേളന നടപടികളിൽനിന്നും വ്യത്യസ്തമാ ക്കുന്നത്. 1908 ൽ 'കുടിയാൻ പ്രസ്ഥാന'ത്തിന്റെ ഇടപെടലുകൾ ഉയർ ത്തിയ വെല്ലുവിളികളിൽ നിന്നുകൂടി രക്ഷപ്പെടാൻ വേണ്ടി അന്നത്തെ ജന്മിമാരുടെ മുൻകൈയിൽ രൂപംകൊണ്ട ഒരാഢ്യ പ്രസ്ഥാനമാണ് പിന്നീട് നിരവധി സ്വയംപരിവർത്തനങ്ങൾക്കുശേഷം ഒരു 'കീഴാളപക്ഷ പ്രസ്ഥാന'മായി പരിണമിച്ചത്. 'വാരം പൂരത്തിന് നടന്ന് നാൾ കഴി ക്കുന്നതിനേക്കാൾ മാനവും സുഖവുമുള്ള ജീവിതമാണ് ചുമടെടുത്തോ തോട്ടിപ്പണിയെടുത്തോ ജീവിക്കുന്നതെന്നും 'യാതൊരു പ്രവൃത്തിയുമെ ടുക്കാതെ ജീവിക്കാനൊരാൾ നിർബ്ബന്ധിക്കപ്പെടുന്ന സ്ഥലമാണ് നരകം' എന്ന ബർണാഡ്ഷായുടെ അഭിപ്രായം ഉദ്ധരിച്ചുകൊണ്ട് 'നമ്പൂതിരിമാർ ഇന്ന് നരകത്തിലാണ് ജീവിക്കുന്നതെന്നും' ജന്മിമാരടങ്ങുന്ന ഒരു സദ സ്സിനെ പ്രകോപിപ്പിക്കും വിധം ഇ എം എസ് പ്രഖ്യാപിച്ചു. ഒരായിരം മറക്കുടകൾ തല്ലിപ്പൊളിക്കുന്നതിലും പൂണൂലുകൾ ചുട്ടുകരിക്കുന്നതിലും കുടുമകൾ വെട്ടിവീഴ്ത്തുന്നതിലും ഔപാസനാഗ്നി കെടുത്തുന്നതിലും വിധ്വംസകമായ ഒരു ദളിത് വിമർശനമായിരുന്നു പൊതുവിൽ ഓങ്ങല്ലൂർ പ്രസംഗത്തിന്റെ ഉള്ളടക്കം.

"വിവാഹം കഴിച്ചോ കഴിക്കാതെയോ പണിക്കു പോയും പണി കിട്ടി യില്ലെങ്കിൽ തെണ്ടിയും അന്യസമുദായങ്ങളിലെ മുതിർന്ന സ്ത്രീ പുരു ഷന്മാർ ജീവിതം നയിക്കുമ്പോൾ നമ്മുടെ സ്ത്രീ പുരുഷന്മാർ ഏറ്റവും ദയനീയമായ രീതിയിൽ നാൾ കഴിക്കുന്നതെന്തുകൊണ്ട്? നമ്മുടെ ബ്രാഹ്മണ്യം നമ്മിൽ ഇഴുകിപ്പിടിച്ചിട്ടുള്ളതുകൊണ്ട് നമ്മുടെ അമ്മ പെങ്ങ ന്മാർ സപത്നികളായും വിധവകളായും നരകിക്കുന്നതെന്തുകൊണ്ട്? നമ്മുടെ സഹോദരിമാർക്കും മരുമക്കൾക്കും മക്കൾക്കും ഇഷ്ടമുള്ള പ്പോൾ ഇഷ്ടമുള്ള വരന്മാരെ സ്വീകരിക്കാനും ഇഷ്ടമില്ലെങ്കിൽ വിവാഹം ചെയ്യാതിരിക്കാനും കഴിയാത്തതെന്തുകൊണ്ട്....?" (*ഇ എം എസിന്റെ തെരഞ്ഞെടുത്ത പ്രസംഗങ്ങൾ* 1935-1995)

ഇ എം എസിന്റെ ഓരോ ചോദ്യവും യാഥാസ്ഥിതികത്വത്തെ സംബ ന്ധിച്ചിടത്തോളം തീപ്പന്തംകൊണ്ട് കുത്തേറ്റാലെന്നപോലെ ചുട്ട് പൊള്ളി ക്കുന്നതായിരുന്നു.

ഒരു ജനത അനീതിക്കെതിരെ ജ്വലിച്ച് ജീവിക്കുമ്പോഴാണ് അവ രുടെ ഭാഷയിൽ 'അഗ്നിബിംബങ്ങൾ' നിറയുന്നത്. ആലസ്യത്തിന്റെ കാലത്ത് അഗ്നി അണയുകയും അഴകൊഴമ്പനവസ്ഥ രൂപപ്പെടുകയും ശത്രുക്കളും മിത്രങ്ങളും ആലിംഗനബദ്ധരാവുകയും ചെയ്യുന്നു. ശരി യായ ആശയങ്ങൾക്കും തെറ്റായ ആശയങ്ങൾക്കുമിടയിലെ അതിർത്തി

അപ്രത്യക്ഷമാവുകയും ഒരു വസ്തുവിനെ അതിന്റെ യഥാർത്ഥ പേര് പറഞ്ഞ് വിളിക്കാൻ ആളുകൾ മടിക്കാനാരംഭിക്കുകയും ചെയ്യുന്നത് അപ്പോഴാണ്. അധികാരോന്മുഖമായ വ്യാഖ്യാനങ്ങളുടെ പിന്നിലൊളിച്ചുകൊണ്ടല്ല മഹാഖ്യാനങ്ങൾക്ക് തീ കൊടുത്തുകൊണ്ടാണ് കേരളീയ നവോത്ഥാനവും അതിന്റെ ചരിത്രദൗത്യം നിർവ്വഹിച്ചത്. ജാതിരാക്ഷസദഹനജാഥ നയിച്ചുകൊണ്ട് സഹോദരൻ അയ്യപ്പനും, വഴി തടയുന്നവരെ തട്ടിമാറ്റിക്കൊണ്ട് അയ്യങ്കാളിയും അവർണ്ണരെ പ്രവേശിപ്പിക്കാത്ത അമ്പലങ്ങൾക്ക് തീ കൊടുക്കാനാഹ്വാനം ചെയ്തുകൊണ്ട് വി ടിയും പൂണൂൽ കത്തിച്ച് അതിന്റെ ചാരം പൗരോഹിത്യപ്രമുഖന് പാർസൽ അയച്ചു കൊടുത്തുകൊണ്ട് ഇ എം എസടക്കമുള്ളവരും, 'ന സ്ത്രീ സ്വാതന്ത്ര്യമർഹതി' എന്ന മനുസ്മൃതിയിലെ പരാമർശം സ്ത്രീസ്വാതന്ത്ര്യത്തെ നിഷേധിക്കുന്നതല്ലെന്ന് വാദിച്ച കാണിപ്പയ്യൂർ ശങ്കരൻ നമ്പൂതിരിപ്പാടിനോട് ആ പേജ് 'കീറിയെറിയെടോ' എന്നർത്ഥത്തിൽ പ്രതികരിച്ച മുത്തിരിങ്ങോട് ഭവത്രാതൻ നമ്പൂതിരിപ്പാടും പ്രതിനിധാനം ചെയ്യുന്നത് തീജ്ജ്വാലകളായി മാറിയ കേരളീയ സാമൂഹ്യബോധത്തിന്റെ നവോത്ഥാന ഘട്ടത്തിന്റെ സമരചൈതന്യമാണ്. ജഡവ്യാഖ്യാനങ്ങൾ അർഹിക്കുന്നത് ശവസംസ്കാരം മാത്രമാണെന്ന് നിസ്സംശയം തിരിച്ചറിഞ്ഞ ഇത്തരമൊരു സാംസ്കാരികപരിസരത്തിൽ നിന്നുകൊണ്ടാണ് '*രാമായണ*വും *മഹാഭാരത*വും ചുട്ടുകരിക്കുക' എന്ന് കേശവദേവ് ആവശ്യപ്പെട്ടത്.

സമരസപ്പെടലിന്റെ അശ്ലീലതയ്ക്കെതിരെ ആധുനികകേരളം നടത്തിയ ആവേശകരമായ കുതിപ്പിന്റെ ആ അഗ്നിസന്ദർഭത്തിൽനിന്ന് അടർത്തി മാറ്റി നവോത്ഥാനനായകരുടെ 'പ്രകോപനപരമായ' പ്രസ്താവനയെ അപഗ്രഥിക്കുന്നത് അന്യായമാണ്. സന്ദർഭനിരാകരണത്തിലധിഷ്ഠിതമായ ഒരു വിശകലന രീതിക്കും വസ്തുതകളെ സാമൂഹ്യസമഗ്രതയിലേക്ക് വൈരുദ്ധ്യാത്മകമായി കണ്ണിചേർക്കാനാവില്ല. അധികാരത്തെ വ്യത്യസ്ത രീതിയിൽ ആശ്ലേഷിക്കുന്ന 'ബഹുവായന'യും അധികാരത്തെ നേർക്കുനേരെ ആശ്ലേഷിക്കുന്ന 'ഏകവായന'യും രീതികളിൽ വ്യത്യസ്തമായിരിക്കെ ലക്ഷ്യത്തിൽ പരസ്പര പൂരകമാണ്. അതേപോലെ അധികാരത്തോട് വ്യത്യസ്തവഴികളിലൂടെ ഇടയുന്ന 'ബഹുവായന'യും ഒരൊറ്റ വഴിയിലൂടെതന്നെ അതിന്റെ കേന്ദ്രത്തെ ആക്രമിക്കുന്ന 'ഏകവായന'യും ലക്ഷ്യത്തിൽ ഒന്നിക്കുന്നു. അവ തമ്മിലുള്ള പ്രത്യക്ഷത്തിലെ അകല്ച്ച അതോടെ അപ്രസക്തമാവുന്നു. തൊഴിലാളിപക്ഷവും ദളിത്പക്ഷവും സ്ത്രീപക്ഷവും അധികാരകേന്ദ്രങ്ങളെ വിവിധ വഴികളിലൂടെ കടന്നാക്രമിച്ചുകൊണ്ട് പങ്കിടുന്നത് ഒരു സമര സാഹോദര്യമാണ്. അപ്പോൾ ചോദ്യം വായന ബഹുമുഖമാണോ, ഏകമുഖമാണോ എന്നതല്ല, അവ അധികാരത്തോട് ഏറ്റുമുട്ടുന്നുണ്ടോ ഇല്ലയോ എന്നുള്ളതാണ്.

അടുക്കള മുതൽ മറക്കുട വരെയുള്ള കൃതികൾക്ക് എത്രതരം വ്യാഖ്യാനം നല്കിയാലും അവ സൃഷ്ടിച്ച മുറിവുകളെ പാഠവിശകലനങ്ങൾ കൊണ്ട് മൂടിവെക്കാനാവില്ല. അവ ഇന്നും സൃഷ്ടിക്കുന്ന നടുക്കത്തെ ഭിന്ന വ്യാഖ്യാനങ്ങൾകൊണ്ട് നിർവ്വീര്യമാക്കാനാവില്ല. നിത്യജീവിതയാഥാർത്ഥ്യത്തെ പുച്ഛിക്കുകയും പൂർണ്ണതയെയും സൗന്ദര്യത്തെയും ഉപാസിക്കുകയും ചെയ്യുന്ന ലെനിറീഫൻതോളിന്റെ *ഇച്ഛാശക്തിയുടെ മഹാവിജയം* പോലുള്ള രചനകളുടെ സവിശേഷതയായി വാഴ്ത്തുന്ന, കാണുന്നവരുടെ മാനസികാവസ്ഥയ്ക്കനുസരിച്ച് എങ്ങനെയും മനസ്സിലാക്കും വിധമുള്ള 'ഉദാരഘടന' വിമോചനസംരംഭങ്ങളെ പിന്തുണയ്ക്കുന്ന കൃതികൾ പങ്കുവെക്കുകയില്ല. പാഠബഹുത്വത്തെ കേവലമായി കൊണ്ടാടുന്ന വരേണ്യവായനയും അധികാര കേന്ദ്രങ്ങളെ വ്യത്യസ്ത വഴികളിലൂടെ ഓർക്കാപ്പുറത്ത് കടന്നാക്രമിക്കുന്ന വിമോചന വായനയും തുറന്നു വെക്കുന്ന ലോകം അടിസ്ഥാനപരമായി വ്യത്യസ്തമാണ്.

അധീശത്വപ്രത്യയശാസ്ത്രം ഏകമുഖമാക്കി മാറ്റിയ ഇതിഹാസത്തിന്റെ ഒരു പ്രാമാണികപാഠത്തെ (Hegimonic Text) നിരാകരിക്കാനുള്ള അബോധപൂർവ്വമായ ഒരാവേശമായിരുന്നു നവോത്ഥാനപശ്ചാത്തലത്തിൽ ദേവ് പ്രകടിപ്പിച്ചത്. ലോകം കീഴ്മേൽ മറിഞ്ഞാലും ഇതിഹാസപുരാണങ്ങൾ കുലുങ്ങുകയില്ലെന്ന് കരുതിയ ഒരു കാഴ്ചപ്പാടിനോട് കണക്ക് തീർക്കുകയാണ് അദ്ദേഹം ചെയ്തത്. ശൂന്യതയിൽനിന്ന് ഒരു ദിവസം അത്ഭുതകരമായി പുറത്തുവന്നതല്ല, നവോത്ഥാനം അഴിച്ചുവിട്ട ആശയസമരത്തിന്റെ തീച്ചൂളയിൽനിന്നും തെറിച്ചുവന്നതാണ് 'ചുട്ടുകരിക്കുക' എന്ന ആക്രോശം. ഒരതിവാദത്തെ മറ്റൊരതിവാദം കൊണ്ട് നേരിടുമ്പോഴുണ്ടാകുന്ന ചൂട് മാത്രമല്ല, പ്രക്ഷുബ്ധമായ പ്രബുദ്ധതയുടെ പ്രകാശം കൂടിയാണ് കേരളം അന്നനുഭവിച്ചത്. സാമൂഹ്യമായ അസമത്വങ്ങൾക്കെതിരെ ആളിക്കത്തിയ അമർഷത്തിന്റെ അഗ്നി പതുക്കെ ഇതിഹാസപുരാണങ്ങളിലേക്കും പരക്കുകയാണുണ്ടായത്. 'ഭക്തിപാഠ'ങ്ങൾക്കു പകരം പുത്തൻ 'തീപാഠങ്ങൾ'ക്ക് ജന്മം നല്കാൻ ആരംഭിച്ചു കഴിഞ്ഞ നവോത്ഥാനകാലത്തിന്റെ കോമരങ്ങളായിരുന്നു ആശാനും വി ടിയും. എം ആർ ബിയും പ്രേംജിയും മുത്തിരിങ്ങോടു മുതൽ *തൊഴിൽ കേന്ദ്രത്തിലേക്ക്* രചിച്ച അജ്ഞാതരായ അന്തർജ്ജനങ്ങൾ വരെ. മുപ്പതുകളിൽ അവർ മുഴക്കിയത് ഇന്നും ചില 'വിചാരശീലന്മാർ പ്രചരിപ്പിക്കുന്നതുപോലെ ശൂന്യതാവാദത്തിന്റെ മുദ്രാവാക്യമായിരുന്നില്ല. ഒരു പുതിയ സമൂഹത്തിന്റെ പിറവിയെക്കുറിക്കുന്ന അവികസിതമായ നയപ്രഖ്യാപനമായിരുന്നു. ഇതിഹാസപുരാണങ്ങളുടെ സാംസ്കാരികമൂല്യം ഉൾക്കൊള്ളാനാവാത്തതുകൊണ്ടല്ല, ലോകം മുഴുവൻ ഇതിഹാസപുരാണങ്ങൾക്കകത്ത് സ്ഥിതി ചെയ്യുകയാണെന്ന അസംബന്ധം സഹിക്കാനാവാത്തതുകൊണ്ടാണ് അവർ പൊട്ടിത്തെറിച്ചത്.

സപത്നികൾ സമരസഖികൾ

പ്രേംജിയുടെ 'സപത്നി' എന്ന രചന സ്നേഹവും സ്നേഹരാഹിത്യവും തമ്മിലുള്ള സംഘർഷം ആവിഷ്കരിക്കുന്ന ഒരു പതിവ് കാല്പനിക കാവ്യമല്ല, സ്നേഹരാഹിത്യത്തിന്റെ ലോകം കവിത മറികടക്കുന്നത് തൊഴിൽ സംസ്കാരം സാദ്ധ്യമാക്കിയ ഒരു പുതുലോകത്തെ കെട്ടിപ്പുണർന്നുകൊണ്ടാണ്. സ്നേഹപൂർണ്ണമായ ഒരു ദാമ്പത്യം ഭാര്യയുടെ വന്ധ്യത്വത്തിന്റെ പേരിൽ പ്രതിസന്ധിയിലാകുന്നതാണ് കവിതയുടെ പ്രതിപാദ്യം. മാമൂലുകൾ മാത്രമല്ല, നിയമവും സ്ത്രീവിരുദ്ധമായിത്തീരുന്നു.

"പത്തുകൊല്ലമായിട്ടും
കുട്ടിയുണ്ടായില്ലെങ്കിൽ
പുത്തനായ് വേൾക്കാമെന്ന്
ബില്ലു നിന്നാർക്കുന്നേരം....."

എന്ന കവിതയിലെ വരികൾ നിലവിലുള്ള നിയമങ്ങളുടെ പുരുഷപക്ഷപാതിത്വത്തിനെതിരായ വിമർശനമായി വളരുന്നില്ലെങ്കിലും, എപ്പോഴും നിയമത്തിന്റെ മുള്ളുകളിൽ വീണ് മുറിവേല്ക്കുന്നത് സ്ത്രീക്കാണെന്ന വസ്തുത മറച്ചുവെക്കുന്നില്ല. അതിലുപരി എത്ര സ്നേഹസമ്പന്നയായ ഭർത്താവും ഏതുകാരണം കൊണ്ടായാലും രണ്ടാം വിവാഹിതനാവുമ്പോൾ ജീർണ്ണിക്കപ്പെടുന്നു എന്ന തിരിച്ചറിവ് കവിതയിൽ തിളച്ചുമറിയുന്നു. 'അധിവേദന'ത്തിനെതിരെ ആഞ്ഞടിച്ച നവോത്ഥാനപ്രസ്ഥാനത്തിന്റെ നിലപാടിന് അസാധാരണ സന്ദർഭങ്ങളിൽ പോലും നിയമപിന്തുണയുണ്ടെങ്കിലും, അതിനെ കൈയൊഴിക്കാനാവില്ലെന്ന നിശിതമായ സമീപനം ആശങ്കയ്ക്കിടയില്ലാത്തവിധം കവിത വിളിച്ചു പറയുന്നു. നിയമത്തിന് കീഴ്പ്പെടാത്ത, നീതി പൂക്കുന്ന ഒരു കാലത്തെക്കുറിച്ചുള്ള ഒരവ്യക്തകിനാവിൽ നിന്നാണ് ഈ കവിത ഊർജ്ജം സ്വീകരിക്കുന്നത്.

"മത്സരസ്വഭാവത്താ-
ലധിവേദനം സാധു-
മർത്ത്യനെപ്പോലും
ചെറ്റപ്പട്ടിയായ് മാറ്റിടുന്നു"

എന്ന അതിന്റെ അശാന്തമായ പ്രഖ്യാപനം ഏതു സന്ദർഭത്തിലും 'അധിവേദനം' മാനുഷികബന്ധങ്ങളുടെ ലോകത്തെ സംബന്ധിച്ചിടത്തോളം ആശാസ്യമല്ല എന്ന നവോത്ഥാനനിലപാടിന്റെ ആവർത്തിച്ചുറപ്പിക്കലാവുന്നു. ഒരിക്കൽ പ്രേമസാമ്രാജ്യത്തിലെ റാണിയായിരുന്നവൾ ഭർത്താവിന്റെ രണ്ടാം വിവാഹം നിമിത്തം 'ഭീമസാപത്ന്യച്ചളിക്കുണ്ടിലെ പുഴുവായി പരിണമിച്ചാൽ' 1930കൾക്കു മുമ്പ് സഹിച്ചു കഴിയുകയോ

ആത്മഹത്യ ചെയ്യുകയോ മാത്രമായിരുന്നു പോംവഴി. എം ആർ ബിയുടെ 'മറക്കുടയ്ക്കുള്ളിലെ മഹാനരകം' സാപത്ന്യമത്സരത്തിന്റെ സംഘർഷങ്ങളും അതിന്റെ പാരമ്യത്തിൽ നടക്കുന്ന ഒരന്തർജ്ജനയുവതിയുടെ ആത്മഹത്യയുമാണ് ആവിഷ്കരിക്കുന്നത്. എന്നാൽ മുപ്പതുകളിൽ ശക്തിപ്പെട്ട യുവജനസംഘം പ്രവർത്തനവും അതിന്റെ ഭാഗമായി 1931ൽ രൂപപ്പെട്ട 'അന്തർജ്ജനസമാജ'വും തുടർന്ന് അവരുടെ നേതൃത്വത്തിൽ ആരംഭിച്ച തൊഴിൽകേന്ദ്രങ്ങളും പീഡിതരുടെ രക്ഷാകേന്ദ്രമായി പരിണമിക്കുന്നതിന്റെ ചരിത്രമാണ് *സപത്നി*, *തൊഴിൽകേന്ദ്രത്തിലേക്ക്* എന്നീ രചനകളിൽ ആവിഷ്കൃതമാവുന്നത്. ഓങ്ങല്ലൂർ സമ്മേളനത്തിന്റെ ആഹ്വാനം ഒന്നും കൂട്ടിച്ചേർക്കാതെയും വെട്ടിക്കുറയ്ക്കാതെയും അതേപോലെ ആവർത്തിക്കുകയാണ് കവി ചെയ്തിരിക്കുന്നത്.

"ശീലിക്കൂ പണിചെയ്തു ജീവിക്കാൻ
കേട്ടു ഞാനന്നാളിലോങ്ങല്ലൂർ മുഴക്കീടിന മുദ്രാവാക്യം!!"

നാമജപങ്ങളുടെയും മന്ത്രങ്ങളുടെയും ലോകത്തു നിന്ന് തൊഴിലിന്റെ ലോകത്തിലേക്ക് കടക്കാനുള്ള ആഹ്വാനം സ്വന്തം വീടുകളിൽപ്പോലും അവഗണിക്കപ്പെട്ട സ്ത്രീകളെ സംബന്ധിച്ചിടത്തോളം എത്ര ആവേശകരമായിട്ടാണ് അനുഭവപ്പെട്ടതെന്നതിന്റെ പ്രത്യക്ഷസാക്ഷ്യമാണ് മേൽച്ചൊന്ന പരാമർശം. നവോത്ഥാനം രൂപംനല്കിയ സ്ത്രീകളുടെ 'തൊഴിൽകേന്ദ്രങ്ങൾ' അന്നത്തെ അവസ്ഥയിൽ അവരുടെ സ്വാതന്ത്ര്യത്തിന്റെ ആയുധപ്പുരകൾ കൂടിയായിരുന്നുവെന്ന ചരിത്രയാഥാർത്ഥ്യമാണ് ഇവിടെ തെളിയുന്നത്.

തൊഴിലാണിതെൻ ഭർത്താ-
വതിനെപ്പിരിഞ്ഞെന്നാൽ
കഴിയില്ലെനിക്കേതു
മീമന്നിലുയർക്കൊള്ളാൻ"

എന്ന കാവ്യപ്രസ്താവം തുറന്നുവെക്കുന്ന 'അനുഭവലോകം' ആവിഷ്കരിക്കുന്നത് സ്ത്രീയെ സംബന്ധിച്ചിടത്തോളം പൊതുജീവിത പ്രവേശനത്തിന്റെ അഭാവത്തിൽ ജീവിതം അസാദ്ധ്യമാണെന്ന സൂക്ഷ്മസത്യമാണ്. തൊഴിൽകേന്ദ്രത്തിനു മുമ്പിൽ കവി സമർപ്പിക്കുന്ന ഓരോ സ്തുതിയും പഴയ പ്രപഞ്ചബോധത്തിന്റെ സൂക്ഷ്മവിമർശനമാണ്. സാമ്പ്രദായികലോകത്തിനെതിരെയുള്ള ഒരു മതേതരബദൽ എന്ന നിലയ്ക്കാണ് 'തൊഴിൽകേന്ദ്രങ്ങൾ' പഴയ ദേവലോകസങ്കല്പങ്ങളെപ്പോലും പരിഹസിച്ചുകൊണ്ട് ഇവിടെ നിലനില്ക്കുന്നത്.

"ഇങ്ങില്ല മാമൂലിന്റെ
മർദ്ദനവിധാനങ്ങൾ ഇങ്ങില്ല സാപത്ന്യത്തിൻ
കടുംകൺകല്ലേറുകൾ; ഇങ്ങില്ല വെളിച്ചത്തെ

കാണാത്ത ഹൃദയങ്ങൾ; ഇങ്ങില്ല വിലങ്ങിട്ട
വിക്ലബീകൃതാത്മാക്കൾ!"

വൈദികസംസ്കാരത്തെ ത്യജിക്കാനും തൊഴിൽ സംസ്കാരത്തെ വരിക്കാനുമുള്ള ഓങ്ങല്ലൂർ സമ്മേളനത്തിന്റെ ആവേശം തിരയടിച്ചുയർന്ന ആഹ്വാനമാണ്. 'തൊഴിൽകേന്ദ്രസ്തുതി'യായും അധിവേദനനിന്ദയായും 'സപത്നി'യിൽ തീവ്രമായി ആവിഷ്കരിക്കപ്പെട്ടിട്ടുള്ളത്. സമൂഹവും സാഹിത്യവും തമ്മിലുള്ള ബന്ധം സാധാരണ സന്ദർഭങ്ങളിൽ അതിസങ്കീർണ്ണമായിരിക്കും. എന്നാൽ സാമൂഹ്യവേലിയിറക്കത്തിന്റെ കാലത്തും വേലിയേറ്റത്തിന്റെ കാലത്തും അത് പക്ഷേ, പലപ്പോഴും ഒന്നുക്ക് ഒന്ന് അനുപാതം തന്നെ പ്രകടിപ്പിക്കുന്നു.

പരമ്പരാഗതമായ സാമാന്യബോധവും നവോത്ഥാനം സൃഷ്ടിച്ച സാംസ്കാരികബോധവും തമ്മിലുള്ള അപരിഹാര്യമായ വൈരുദ്ധ്യത്തെ രചനാ വേളയിൽ മറികടക്കാൻ എഴുത്തുകാർ അശക്തരാവുമ്പോഴാണ് സമീപനം സംബന്ധിച്ചുള്ള സന്ദിഗ്ദ്ധതകൾ പിറക്കുന്നത്. പുതുതായി രൂപംകൊള്ളുന്ന ആശയസമുച്ചയങ്ങളെ അനുഭൂതികളാക്കി പുനഃസൃഷ്ടിക്കുന്നതിൽ സ്വാഭാവികമായി കണ്ടുവരുന്ന പരാധീനതയ്ക്കുള്ള ഒരു കാരണം തിളച്ചുമറിയുന്ന ജീവിതത്തിന്റെ കടലിൽ ഇറങ്ങിനില്ക്കുന്നവരല്ല; മറിച്ച് അതിന്റെ തീരത്തിരിക്കുന്നവരാണ് എഴുതുന്നവരിലധികവും എന്നുള്ളതാണ്. *അടുക്കള* മുതൽ *തൊഴിൽകേന്ദ്രം* വരെയുള്ള രചനകൾക്ക് ഇത്തരം പരിമിതിയിൽ നിന്ന് പുറത്തു കടക്കാൻ കഴിഞ്ഞത് ഇതെഴുതിയവർക്ക് പ്രക്ഷോഭ പ്രചാരണത്തിന്റെ നേതൃത്വമായി സ്വയം മാറാൻ കഴിഞ്ഞതുകൊണ്ടാണ്.

ഇത് വെറും പുകയല്ല,
സാക്ഷാൽ ധൂമം!

ആയിരത്തി എണ്ണൂറ്റി അമ്പത്തിയേഴിനു മുമ്പ് കൂലി, വസ്തുക്കളായിട്ടാണ് പൊതുവിൽ നല്കപ്പെട്ടിരുന്നത്. 1860 ആകുമ്പോഴേക്കും വേതനം പണമായിത്തന്നെ നല്കിത്തുടങ്ങി. അതാകട്ടെ, അന്ന് നിലവിലുണ്ടായിരുന്ന പ്രാദേശികനിരക്കിനേക്കാൾ ആപേക്ഷികമായി അധികവുമായിരുന്നു. 1859 ൽത്തന്നെ ദാരാ എന്ന യൂറോപ്യൻ ആലപ്പുഴയിൽ കയർ ഫാക്ടറി തുടങ്ങിയിരുന്നു. 1890 ആകുമ്പോഴേക്കും ആലപ്പുഴ കേന്ദ്രമായി പ്രധാനമായും ഇൻഷുറൻസ് മേഖലയിലും തോട്ടം മേഖലയിലും പതിനേഴോളം വിദേശകമ്പനികൾ നിലവിൽ വന്നുകഴിഞ്ഞിരുന്നു. (Communal Road Secular Kerala). 1889 ൽ ചന്തുമേനോൻ എഴുതിയ *ഇന്ദുലേഖ*യിൽ പുതുതായി ആരംഭിച്ച നൂൽക്കമ്പനിയെക്കുറിച്ചും അതിൽ ഓഹരി എടുക്കുന്നതിനെക്കുറിച്ചും, മാത്രമല്ല, കമ്പനിയിലെ പുകക്കുഴലിലൂടെ പുറത്തുവരുന്ന 'പുക' വെറും പുകയല്ലെന്നും സാക്ഷാൽ ഹോമത്തിൽനിന്ന് പൊങ്ങുന്ന 'ധൂമം'(!) തന്നെയാണെന്നും കേശവൻ നമ്പൂതിരി വാദിക്കുന്നുണ്ട്. അദ്ധ്വാനവിമുഖതയും സാമൂഹ്യമായ അന്തസ്സും ഒരേസമയം, മാറിവന്ന സാഹചര്യത്തിൽ നിലനിർത്തുക അസാദ്ധ്യമാണെന്ന രാഷ്ട്രീയമായ തിരിച്ചറിവാണ് സവർണ്ണ നവോത്ഥാനത്തിന്റെ സാമ്പത്തികാടിസ്ഥാനം.

അപരിഷ്കൃതമായ ആചാരങ്ങൾ നിലനിർത്തിക്കൊണ്ട് അദ്ധ്വാനശക്തിയെ കെട്ടഴിച്ചുവിടുക അസാദ്ധ്യമാണെന്ന സാഹചര്യസമ്മർദ്ദത്തിന്റെ ശരിയാണ് സവർണ്ണനവോത്ഥാനത്തിന്റെ ആശയങ്ങളായി ആവിഷ്കരിക്കപ്പെട്ടത്.

നാടുവാഴിത്തമൂല്യങ്ങളെ മുഴുവൻ മുറിച്ചെറിയും വിധമുള്ള മൂർച്ചയുള്ള ഉളികൾക്കു പകരം ആദ്യഘട്ടത്തിൽ നവോത്ഥാനപ്രസ്ഥാനങ്ങൾ

ഉപയോഗിച്ചത് മിനുസപ്പെടുത്താനുതകുന്ന 'ചിപ്പിലി'കളാണ്. 1908 ൽ ആരംഭിച്ച 'യോഗക്ഷേമസഭ'യും 1914 ൽ രൂപപ്പെട്ട 'നായർ സർവ്വീസ് സൊസൈറ്റി'യും ജാത്യാചാരങ്ങളുടെ അകത്തൊതുങ്ങിയുള്ള പരിഷ്കരണം മാത്രമാണ് തുടക്കത്തിൽ ലക്ഷ്യം വെച്ചത്. എൻ എസ് എസ് ഔപചാരികമായി ആരംഭിക്കുന്നതിന് മുമ്പുതന്നെ മന്നത്ത് പത്മനാഭന്റെ നേതൃത്വത്തിൽ നായർ യുവാക്കളുടെ സമ്മേളനങ്ങളിൽ *രാമായണ*പാരായണവും അതിന്റെ വ്യാഖ്യാനവും പതിവായിരുന്നു. യോഗക്ഷേമസഭയാകട്ടെ പുത്തൻ പരിഷ്കാരങ്ങളുടെ പശ്ചാത്തലത്തിൽ 'നമ്പൂരിത്തം' നിലനിർത്താനാവശ്യമായ സംവിധാനങ്ങൾ ദൃഢപ്പെടുത്താനാണ് ശ്രമിച്ചത്. നമ്പൂതിരിയെ കാലാനുയോജ്യമായ നമ്പൂതിരി തന്നെയാക്കാനാവും വിധത്തിൽ ആചാരാനുഷ്ഠാനങ്ങളെല്ലാം പാലിച്ചുകൊണ്ടുള്ള സംഘടനയുടെ ആരംഭവും 'നമ്പൂതിരിയെ മനുഷ്യനാക്കുക' എന്ന പില്ക്കാലത്തെ ആഹ്വാനവും തമ്മിലുള്ള അതിശയിപ്പിക്കുന്ന അകലം അടിസ്ഥാനപരമായ ഒരു നയവ്യതിയാനത്തിന്റെ നാന്ദിയായിരുന്നു. ബംഗാളിലെ ബ്രഹ്മസമാജ്, മഹാരാഷ്ട്രയിലെ പ്രാർത്ഥനാസമാജ് തുടങ്ങിയ സവർണ്ണ നവോത്ഥാന പ്രസ്ഥാനങ്ങൾക്കൊന്നും ആർജ്ജിക്കാനാവാത്തത്ര സാംസ്കാരിക ഔന്നത്യം യോഗക്ഷേമസഭയ്ക്ക് അവകാശപ്പെട്ടതാണ് എന്ന യാഥാർത്ഥ്യം കേരളത്തിന്റെ നവോത്ഥാന ചരിത്രത്തിലെ ഏറ്റവും വിസ്മയകരമായ ഒരദ്ധ്യായം തന്നെയാണ്. യോഗക്ഷേമസഭയെ വിപ്ലവകരമായ ഇത്തരമൊരു വികാസത്തിലേക്ക് നയിച്ചത് നമ്പൂതിരി യുവജന സംഘമാണ്. അതിന് ധൈഷണികവും പ്രായോഗികവുമായ നേതൃത്വം നല്കുന്നതിൽ മുഖ്യപങ്ക് വഹിച്ചത് വി ടി ഭട്ടതിരിപ്പാടും ഇ എം എസ് നമ്പൂതിരിപ്പാടുമാണ്. വൈദികാധിപത്യത്തെ ഒരു പ്രത്യേക സ്ഥാപനമായി നിലനിർത്തുന്നതിന് സാമ്പത്തികമായി സഹായിച്ചത് ജന്മിത്തവും ആശയപരമായി പിന്തുണച്ചത് പൗരോഹിത്യവുമാണ്. പൗരോഹിത്യത്തിനെതിരായി അത്യന്തം രൂക്ഷമായ സമരമുഖം കേരളത്തിലുദ്ഘാടനം ചെയ്തത് 1888 ൽ 'ഈഴവശിവ'നെ പ്രതിഷ്ഠിച്ചുകൊണ്ട് ശ്രീനാരായണഗുരുവാണ്. അരുവിപ്പുഴയിൽനിന്ന് ഒരു കല്ല് തന്ത്രവിധികളെ തകിടം മറിച്ചുകൊണ്ട് പൊക്കിയെടുക്കുക മാത്രമല്ല, പൗരോഹിത്യത്തെ ചളിയിലേക്ക് ചവിട്ടിത്താഴ്ത്തുകയുമാണ് ശ്രീനാരായണഗുരു അന്ന് ചെയ്തത്. ഫൂലെ, അംബേദ്കർ, ഇ വി ആർ എന്നിവർ വികസിപ്പിച്ച കീഴാളചെറുത്തുനില്പിന്റെ പകർപ്പായിട്ടല്ല, സവിശേഷമായ ഒരു 'കേരളീയ മാതൃക'യായിട്ടാണ് ശ്രീനാരായണ പ്രസ്ഥാനം വികസിച്ചുവന്നത്. സാമൂഹികനീതിയുടെ മണ്ഡലത്തിൽ ഉരുക്കുപോലെ ഉറച്ച ഐക്യവും അത് സാക്ഷാൽക്കരിക്കുന്ന തലത്തിൽ വ്യത്യസ്ത അന്വേഷണ രീതികളും ഉൾക്കൊള്ളാനാവുംവിധം വികസിച്ച ഒരാശയ പരിസരമൊരുക്കാൻ കഴിഞ്ഞതാണ് ശ്രീനാരായണ പ്രസ്ഥാനത്തിന്റെ പ്രധാന സവിശേഷതകളിലൊന്ന്. മതകാര്യങ്ങളിൽ വലിയ താല്പര്യമില്ലാത്ത പൽപ്പു, മതനിഷേധിയായ അയ്യപ്പൻ, ബുദ്ധപക്ഷപാതിയായ സി കൃഷ്ണൻ, ഒരമ്പലം

കത്തിയാൽ അത്രയും അന്ധവിശ്വാസം നശിച്ചു എന്നാശ്വസിച്ച സി കേശവൻ, ബുദ്ധനെ സ്വന്തം ഭാവുകത്വത്തിന്റെ ഹൃദയമായി ഉൾക്കൊണ്ട കുമാരനാശാൻ തുടങ്ങിയവർക്കെല്ലാം ഒരുമിച്ചുനില്ക്കാൻ കഴിയുംവിധം വിശാലമായ ഒരു വേദിയായിരുന്നു ശ്രീനാരായണപ്രസ്ഥാനം. നമ്പൂതിരി യുവജനസംഘത്തിന്റെയും അന്തർജ്ജന സമാജത്തിന്റെയും ആവേശമായി മാറിയ വി ടി ശ്രീനാരായണപ്രസ്ഥാനം വികസിപ്പിച്ച പൗരോഹിത്യ നിരാസത്തെ അതിന്റെ അങ്ങേയറ്റത്തോളം വളർത്തുകയാണ് ചെയ്തത്. സവർണ്ണവല്ക്കരണത്തെ ഒരു സമരവർഗ്ഗമായി ശ്രീനാരായണഗുരു മാറ്റിയെങ്കിൽ വി ടി അതിനെ മുറിച്ചെറിഞ്ഞുകൊണ്ട് സ്വന്തം സമുദായത്തെയും അതുവഴി സമൂഹത്തെയും അവർണ്ണവല്ക്കരിക്കുന്നതിനാണ് ശ്രമിച്ചത്. ബ്രാഹ്മണസ്തുതി നുരച്ചുപതയുന്ന, കർത്തൃത്വം അജ്ഞാതമായ

“ദൈവാധീനം ജഗത്സർവ്വം
മന്ത്രാധീനം തു ദൈവതം
തന്മന്ത്രം ബ്രാഹ്മണാധീനം
ബ്രാഹ്മണോ മമ ദൈവതം” (കർമ്മവിപാകം)

എന്ന ഒരു ശ്ലോകം ഉദ്ധരിച്ചതിനു ശേഷം ആത്മകഥയിൽ അദ്ദേഹം എഴുതി. “ഏതു ശപ്പനാണ് ഈ സംസ്കൃതശ്ലോകത്തിന്റെ കർത്താവ് എന്ന് എനിക്കറിഞ്ഞുകൂടാ. ആരായാലും ഒരു മനയ്ക്കലെ കാര്യസ്ഥന്റെ വായ്നാറ്റം ഈ പദ്യത്തിനുണ്ടെന്ന് പറയാതിരിക്കാൻ നിർവ്വാഹമില്ല.” *രജനീരംഗം* (1928) എന്ന കഥാസമാഹാരത്തിലെ ‘ചൂണ്ടിപ്പലക’ എന്ന കഥയിലെ തുപ്പൻ നമ്പൂതിരി “ആട്ടെ, ഈയാണ്ട് പുതുമഴയ്ക്ക് ഞാൻ സ്വന്തം കണ്ടത്തിൽ അരി കൊളുത്തും, ഒറച്ചു.” എന്നു വിചാരിക്കുന്നതും അയാൾ മാനസികമായി ഒരു കൃഷിക്കാരനായി തീരുന്നതും അവതരിപ്പിക്കുന്നുണ്ടെങ്കിലും കർഷകരുടെ അവശതകളെ അടിസ്ഥാനമാക്കി അതിശക്തമായ ഒരു ജന്മിത്തവിരുദ്ധ ഇടപെടൽ വി ടി വികസിപ്പിക്കുകയുണ്ടായില്ല. എന്നാൽ നവോത്ഥാനത്തെ ജന്മിത്തവിരുദ്ധ സമരവുമായി കണ്ണിചേർത്തുകൊണ്ട് അതിനെ ഒരു പുതിയ വിതാനത്തിലേയ്ക്ക് വികസിപ്പിച്ചത് ഓങ്ങല്ലൂർ പുനഃസംഘടനാ സമ്മേളനമാണ്. ആ അർത്ഥത്തിൽ ജാതിച്ചട്ടക്കൂടിനകത്ത് വികസിച്ചുവന്ന ഒരു സവർണ്ണ നവോത്ഥാന പ്രസ്ഥാനത്തിന് പരമാവധി എത്താവുന്ന ജനാധിപത്യ അവസ്ഥയായിരുന്നു അത്. അതിനുമപ്പുറം ഒരു സമഗ്രജനാധിപത്യ അവസ്ഥയിലേക്ക് വികസിക്കാൻ ജാതിച്ചട്ടക്കൂട് തടസ്സമായിത്തീർന്നതുകൊണ്ടാണ് ഇനി ഇത് പിരിച്ചുവിടുകയാണ് വേണ്ടത് എന്ന നിലപാടിൽ ആദ്യം വി ടിയും പിന്നീട് ഇ എം എസും ഉറച്ചുനിന്നത്.

എങ്ങും കീഴ്മേൽ മറിച്ചിലുകൾ

കേരളീയനവോത്ഥാനം ഔപചാരികമായി ആരംഭിക്കുന്നത് 1888 ൽ ശ്രീനാരായണഗുരു നിർവ്വഹിച്ച ‘ഈഴവശിവ’ പ്രതിഷ്ഠയോടുകൂടിയാണ്.

പഴയ തിരു-കൊച്ചി സംസ്ഥാനത്തിന്റെ ഭാഗമായിരുന്ന തെക്കൻ തിരുവിതാംകൂറിൽ സാമൂഹ്യനവോത്ഥാനത്തിന് നേതൃത്വം കൊടുത്ത വൈകുണ്ഠം സ്വാമികൾ എന്ന പേരിൽ പ്രസിദ്ധനായ കീഴ്ജാതിയിൽ പിറന്ന മുത്തുക്കുട്ടി സ്വാമികൾ (1809- 1851) ശ്രീനാരായണഗുരു ജനിക്കുന്നതിനും മൂന്ന് വർഷം മുമ്പ് മരിച്ചുപോയിരുന്നു. 1836 ൽ അദ്ദേഹം 'സമതസമാജം' സ്ഥാപിച്ചു. മരിക്കുന്നതിന് മാസങ്ങൾക്കു മുമ്പ് 'കണ്ണാടി പ്രതിഷ്ഠ'യും നിർവ്വഹിച്ചു. രണ്ടുപേരും പ്രധാനമായും ഏറ്റുമുട്ടിയത് കർക്കശമായ ജാതിവ്യവസ്ഥയുടെ നിഷ്ഠുരമായ നീതിശാസനകളോടാണ്. എന്നാൽ ഇത്തരമൊരു സമരത്തെ സാദ്ധ്യമാക്കുന്ന ഭൗതിക സാഹചര്യങ്ങളൊരുക്കുന്നതിൽ സാമ്പത്തികഘടകങ്ങൾക്കൊപ്പം പടയോട്ടങ്ങളും മതപരിവർത്തനങ്ങളും മിഷനറി പ്രവർത്തനങ്ങളും വിദേശാധിപത്യവും വഹിച്ച പങ്ക് സകല പരിമിതികളോടും കൂടി പരിഗണിക്കപ്പെടേണ്ടതുണ്ട്. വൈദികമേധാവിത്വത്തിനെതിരെ വിദേശാധിപത്യത്തിനു മുമ്പു തന്നെ ചാർവാകരും ശ്രാവണരും ഭക്തിപ്രസ്ഥാനവും ചരിത്രകാരന്മാർ സൂചിപ്പിക്കുന്ന വിധമുള്ള ചെറുപരിഷ്കരണസംഘങ്ങളും രൂപം കൊണ്ടിരുന്നെങ്കിലും അവയ്ക്കൊന്നിനും ചാതുർവർണ്ണ്യത്തിന്റെ ആശയലോകത്തെ ആക്രമിക്കാനല്ലാതെ അതിന്റെ ഭൗതികാടിത്തറയെ ശിഥിലമാക്കാൻ കഴിഞ്ഞിരുന്നില്ല. 'വിദേശികൾ വന്നില്ലായിരുന്നുവെങ്കിൽ' എന്ന സങ്കല്പത്തിൽ നിന്നുകൊണ്ട് നവോത്ഥാനസംരംഭങ്ങളെ വിലയിരുത്തുന്നതിനു പകരം യഥാർത്ഥ വസ്തുതകളിൽനിന്ന് തത്ത്വങ്ങളിലേക്ക് കടക്കുന്നതാണ് ഉചിതമായിട്ടുള്ളത്. ആംഗ്ലിസിസ്റ്റ് – ഓറിയന്റലിസ്റ്റ്, കാഴ്ചപ്പാടുകൾക്കപ്പുറം കടക്കാനുള്ള ഇന്ത്യൻ വഴി 'കീഴാളപക്ഷ' വിശകലനത്തെ വികസിപ്പിക്കുകയാണ്. ഇപ്പോഴുള്ള പൈതൃകം, സ്വത്വം, സംസ്കാരം, പാരമ്പര്യം, തനിമ തുടങ്ങിയ പരികല്പനകളൊക്കെ അതോടെ പൊളിച്ചെഴുതേണ്ടിവരും. ഒരർത്ഥത്തിൽ അവികസിതമായ വിധത്തിലാണെങ്കിലും ഇത്തരമൊരന്തരീക്ഷത്തിന് കളമൊരുക്കുന്നതിനുള്ള ഒരു കാരണമായി മാറിയത് ബ്രിട്ടീഷുകാരാണ്. 'നമുക്ക് സന്ന്യാസം നല്കിയത് ബ്രിട്ടീഷുകാരാണ്' എന്ന് ശ്രീനാരായണഗുരുവിന്റെ പ്രസ്താവന വ്യാജദേശീയബോധത്തെ വിവശമാക്കുന്ന കീഴാളജീവിതസങ്കടങ്ങളുടെ പ്രമാണമാണ്. കീഴാളർ സ്വന്തം ആത്മബോധം ആവിഷ്കരിക്കാൻ സ്വീകരിച്ച ആദ്യകാല 'അവികസിതസമരരൂപങ്ങളിലൊന്നായിരുന്നു മതപരിവർത്തനം. 'മിഷണറിമാർ താഴ്ന്ന ജാതിക്കാരെ തേടുകയല്ല, താഴ്ന്ന ജാതിക്കാർ മിഷണറിമാരെ തേടുകയാണ് ചെയ്ത'തെന്ന് റോബിൻ ജെഫ്രി (നായർ മേധാവിത്വത്തിന്റെ പതനം) മതതത്ത്വങ്ങളുടെ മഹത്വമല്ല ജീവിതസങ്കടങ്ങളുടെ സമ്മർദ്ദമാണ് കീഴാളജനതയുടെ കൂട്ടമതമാറ്റത്തിന്റെ കാരണം. മതപരിവർത്തനം വഴി അടിമക്കമ്പോളങ്ങളിൽ മൃഗങ്ങളെപ്പോലെ കഴിഞ്ഞിരുന്നവർ പരിമിതമായ തോതിലെങ്കിലും മനുഷ്യരായി മാറുകയായിരുന്നു. ആദ്യത്തെ ക്രിസ്തു മതപരിവർത്തനം എന്ന് കുന്നുകുഴി എസ് മണി വിവരിക്കുന്ന സംഭവം നടക്കുന്നത് 1854ലാണ്.

ഒരു പുലയനെ കാളയോടൊപ്പം നുകത്തിൽ വെച്ച് കെട്ടി നിലം ഉഴുന്നത് കണ്ട കോക്സവർ എന്ന യൂറോപ്യൻ പാതിരിയാണ് ആ പുലയനെ ആബേൽ എന്ന് പേരിട്ട് ക്രിസ്തുമതത്തിൽ ചേർത്തത് (*പൊലയർ നൂറ്റാണ്ടുകളിൽ* - ചരിത്രപഠനം)

സി കൃഷ്ണൻ വ്യാകുലനായി വിളിച്ചുചോദിച്ചത് 'തളിയിലെ' ചില നിരത്തിന്മേൽക്കൂടി കൈയും വീശി, തലയുയർത്തി നടപ്പാൻ എന്നാണ് എനിക്ക് സാധിക്കുക എന്നത്രേ. അയ്യങ്കാളിയുടെ അന്ത്യനാളിലെ ആഗ്രഹം 'എന്റെ സമുദായത്തിൽ പത്ത് ബി എ ക്കാരെയെങ്കിലും കണ്ട് മരിക്കണമേ' എന്നായിരുന്നു. ഇരുട്ടസ്തമിക്കുകയും വെളിച്ചം ഉദിക്കുകയും ചെയ്യുന്ന പുറംലോകത്തേക്ക് കടക്കുന്നതിനെക്കുറിച്ചാണ് അന്തർജ്ജനങ്ങൾ ആലോചിച്ചത്. മാറ് മറയ്ക്കാൻ ഒരു തുണ്ട് വസ്ത്രത്തിനു വേണ്ടിയാണ് അധഃസ്ഥിതർ പതിറ്റാണ്ടുകളോളം പോരാട്ടം നടത്തിയത്. വിളിക്കാൻ ഒരു നല്ല പേര്; ചൂടാൻ ഒരു കുട; ഇടാൻ ഒരു ചെരിപ്പ് തുടങ്ങി അന്ന് അപ്രസക്തമായിക്കഴിഞ്ഞ ചെറിയ ആവശ്യങ്ങൾക്കുവേണ്ടിയാണ് ഇവിടെ വലിയ സമരങ്ങൾ നടന്നത്. അമ്മവഴക്ക്, പുലവഴക്ക്, കല്ലുമാലവഴക്ക്, മുലമാറാപ്പുവഴക്ക് തുടങ്ങിയ വഴക്കുകളെല്ലാം ആധിപത്യം വഹിച്ച വഴക്കങ്ങൾക്കെതിരെ വിട്ടുവീഴ്ചയില്ലാതെ നടന്ന വഴക്കുകളാണ്. 'ലഹളേ നീ തന്നെ പരിഷ്കർത്താവ്' എന്ന് വിവേകോദയത്തിൽ കുമാരനാശാൻ എഴുതിയപ്പോൾ, ആ ഒരൊറ്റ വരിയിൽ ഇരമ്പിയത് കേരളീയ സമൂഹത്തിന്റെ നവോത്ഥാന ചരിത്രം മുഴുവനുമാണ്.

'ലാടം' തറയ്ക്കുന്ന കാളകളെ മലർത്തിക്കിടത്തുംപോലെ ചില പെണ്ണുങ്ങൾ പെൺകുട്ടികളെ പിടിച്ചൊതുക്കി ഒസ്സാനെക്കൊണ്ട് കാതുകുത്തിക്കുന്നതുപോലുള്ള ചടങ്ങുകൾ കണ്ട് പുളകിതരാവുകയല്ല, 'ഈ ഏർപ്പാട് ഹാ! എത്ര ഭയങ്കരമാണ്' എന്ന് തിരിച്ചറിയുകയാണ് മുസ്ലീങ്ങൾക്കിടയിലെ നവോത്ഥാനപ്രവണതകളെ പ്രതിനിധീകരിക്കുന്ന 'മുസ്ലീം ഐക്യസംഘം' (1924) ചെയ്തത്. അർത്ഥമറിയാതെ *ഖുർആൻ* മാത്രം പാരായണം ചെയ്യാൻ പഠിച്ചാൽ അതറിവാകുകയില്ലെന്നും, പെൺകുട്ടികളെ അകത്തിട്ടടയ്ക്കുന്നത് ശരിയല്ലെന്നും, വ്യാകരണങ്ങളും മതനിയമങ്ങളും മാത്രം പഠിക്കുന്ന രീതി ഒരു പാഴ്വേലയാണെന്നും പള്ളിയിലെ ഇത്തരം പഠനംകൊണ്ട് പറയത്തക്ക പ്രയോജനം ആർക്കും ഉണ്ടാകുന്നില്ലെന്നും പ്രഖ്യാപിക്കുകയാണ് പരിഷ്കരണവാദികൾ ചെയ്തത്. മദ്രസാഹാളിൽ പെൻസിൽ, ഫൗണ്ടൻപെൻ, ബ്ലാക്ക് ബോർഡ്, കടലാസ് എന്നീ പഠനോപകരണങ്ങൾ സ്ഥലം പിടിച്ചപ്പോൾ മുസലിയാർമാർ വിറളി പൂണ്ടതും 'ഫത്വ' പുറപ്പെടുവിച്ചതും ചരിത്രത്തിന്റെ ഭാഗമാണ്. അരനൂറ്റാണ്ട് മുമ്പുപോലും *ഖുർആൻ* ബ്ലാക്ക്ബോർഡിൽ ചോക്കുകൊണ്ട് എഴുതി പഠിപ്പിക്കുന്നത് പാപമാണെന്നാണ് യാഥാസ്ഥിതികത്വം കരുതിയത്. അതിനവർ പറഞ്ഞ ന്യായം എഴുതുമ്പോൾ വീഴുന്ന ചോക്കുപൊടി ചവിട്ടിപോകും, അതുകൊണ്ട് എഴുത്തു തന്നെ വേണ്ട എന്നാണ്. (സി

എൻ അഹമ്മദ് മൗലവി) വിശ്വാസപ്രമാണങ്ങളേക്കാൾ ആചാരങ്ങൾക്കാണ് പൊതുവിൽ നവോത്ഥാനപൂർവ്വകാലം പ്രാധാന്യം നല്കിയത്. ഇസ്ലാമിക തത്ത്വങ്ങൾക്ക് വിരുദ്ധമായ ശകുനം നോക്കൽ, മന്ത്രവാദം, ബാധയൊഴിപ്പിക്കൽ, നേർച്ച എന്നിവ മുസ്ലീങ്ങൾക്കിടയിൽ പ്രോത്സാഹിപ്പിക്കപ്പെട്ടു. മലയാള ഭാഷ 'ആര്യനെഴുത്താ'യും കാഫറിന്റെ പാഷ'യായും ക്രോപ്പ് ഇബിലീസിന് കൂടു കെട്ടാനുള്ള സ്ഥലമായും വിശദീകരിക്കപ്പെട്ടു.

'വീണപൂവ്', 'നളിനി' ഉൾപ്പെടെ ഗതാനുഗതികത്വത്തെ തിരുത്തിയ കവിതകളെ 'മുൻഷി'മാരിൽ തന്നെ പലരും കണ്ടത് പിഴച്ചെഴുതിയ കവിതകളായിട്ടാണ്. സാഹിത്യത്തെ സാഹിത്യം എന്ന നിലയിൽ തിരിച്ചറിയുന്നതിനു പകരം മതാടിസ്ഥാനത്തിലാണ് മനസ്സിലാക്കപ്പെട്ടത്. കുണ്ടൂരിന്റെ പച്ച മലയാള കൃതികൾ മുണ്ടശ്ശേരിയുടെ അപ്പൻ കത്തിച്ചത് 'അജ്ഞാനികളുടെ കാവ്യങ്ങളും കൊണ്ടു നടന്നാൽ നരകത്തിൽ പോകും' എന്ന് വികാരിയച്ചൻ എവിടെയോ പറഞ്ഞിരുന്നതിനെ അപ്പടി വിശ്വസിച്ചാണ്. പള്ളിയിലച്ചന്റെ വാക്കിൽ കവിഞ്ഞൊരു നിയമവുമില്ല നാട്ടിൻപുറത്തെ നസ്രാണിക്ക്. മുസ്ലീങ്ങളെ സംബന്ധിച്ച് ഇത് മുസലിയാക്കന്മാരും ഹിന്ദുക്കൾക്കിടയിൽ ഇത് ബ്രാഹ്മണപുരോഹിതരുമായിരുന്നു എന്നു മാത്രം.

സ്ത്രീവിരുദ്ധതയുടെ ലോകം

യാഥാസ്ഥിതികമനോഭാവം പുലർത്തുന്നവർപോലും സാഹചര്യങ്ങളുടെ സമ്മർദ്ദഫലമായി ചില നീക്കുപോക്കുകൾക്ക് തയ്യാറാവുമ്പോളും, സ്വന്തം സമുദായത്തിലെ സ്ത്രീകളെ പരമ്പരാഗത കാഴ്ചപ്പാടിന്റെ അടിത്തറയാക്കി ഉറപ്പിച്ചുനിർത്തുന്നതിന് വർത്തമാനകാലത്തുപോലും ഉദാഹരണങ്ങൾ സുലഭമാണ്. 'ആണിന് പാശ്ചാത്യ പരിഷ്കാരം, പെണ്ണിന് മദ്ധ്യകാല മൂടുപടം!' ചരിത്രത്തിലുടനീളം യാഥാസ്ഥിതികത്വം അതിന്റെ ആഭിജാത്യക്കോട്ടകൾ പണിതുയർത്തിയത് സ്ത്രീകളുടെ അടിമത്തത്തിന് മുകളിലാണ്.

> നമ്പൂതിരിമാർ കേരളത്തിലേക്കും വെച്ച് മികച്ച വർഗ്ഗക്കാരാണെന്നാണ് വയ്പ്. പക്ഷേ, അതിന്റെ പേരിൽ ഞങ്ങൾ അനുഭവിക്കേണ്ടി വന്ന ദുരിതങ്ങൾ പറഞ്ഞാൽ ഒടുങ്ങുകയില്ല........ ഭയം എന്നൊരു വികാരമല്ലാതെ മറ്റൊന്നും ഞങ്ങളറിഞ്ഞിരുന്നില്ല. വൃദ്ധകന്യകകളും അനാഥവിധവകളും സപത്നികളും നിറഞ്ഞ അന്തഃപുരത്തിൽ കണ്ണീരും ചോരയും തളംകെട്ടിനിന്നു. ഹിറ്റ്ലറുടെ തടങ്കൽപ്പാളയത്തേക്കാൾ കഷ്ടമായ അവസ്ഥ.
>
> (ലളിതാംബികാ അന്തർജ്ജനം)

യോഗക്ഷേമസഭ ബാലന്മാർക്ക് ഇംഗ്ലീഷ് വിദ്യാഭ്യാസം അനുവദിച്ചപ്പോഴും ബാലികമാർക്ക് അത് അനുവദിച്ചില്ല. അവർക്ക് *അദ്ധ്യാത്മരാമാ*

യണവും ശീലാവതിയും തന്നെ അധികം എന്നായിരുന്നു ആദ്യകാല യാഥാസ്ഥിതിക നിലപാട്. ഉത്തരേന്ത്യയിൽ ഉറുദു പഠിപ്പിക്കേണ്ടിവന്നപ്പോൾ ആര്യസമാജത്തിനു കീഴിലുള്ള വിദ്യാലയങ്ങളും ഇതേ സമീപനം തന്നെയായിരുന്നു സ്വീകരിച്ചിരുന്നത്. ഹിന്ദുമതത്തോടും ക്രിസ്തുമതത്തോടും വിമർശനാത്മക നിലപാട് സ്വീകരിക്കുകയും ക്രിസ്തുമതത്തിനെതിരെ ഇസ്ലാംമത പക്ഷത്തു നിന്ന് രൂക്ഷവിമർശനം നടത്തുകയും ചെയ്ത സനാഹുള്ള മക്തി തങ്ങൾ 'സ്ത്രീപുരുഷസമത്വം' അസംബന്ധമാണെന്ന് സ്ഥാപിക്കുന്ന സന്ദർഭത്തിൽ മാത്രം മതഗ്രന്ഥങ്ങളെ മുഴുവൻ ഒരുമിച്ച് നിർത്തുന്നു. 'സ്ത്രീകളെ പുരുഷഹൃദയാനന്ദവസ്തുവാക്കിയും പുരുഷബീജധാരികളാക്കിയും പടച്ചതുകൊണ്ട്, ആദം നബിയുടെ വാരിയെല്ലുകളിൽനിന്ന് ഒന്നെടുത്ത് പെണ്ണാക്കി ചമച്ചതുകൊണ്ടും പെണ്ണ് ആണിനൊത്തവളാകാൻ ന്യായമില്ല.' ദൈവത്തിൽ നിന്നുണ്ടായ ഈ വിധികൊണ്ട് പാശ്ചാത്യരിൽ നിന്നുത്ഭവിച്ച നവീനാഭിപ്രായങ്ങളൊക്കെയും നിർമ്മലമാകുന്നു. സ്വന്തം വാദത്തിന് സർവ്വമതമൈത്രിയുടെ വിശുദ്ധ മുദ്ര മക്തി തങ്ങൾ പതിപ്പിക്കുന്നത് ഇവ്വിധമാണ്. 'ഒരു സ്ത്രീ തീർത്ഥ സ്നാനം ഇച്ഛിക്കുന്നുവെങ്കിൽ അവൾ ഭർത്തൃപാദം കഴുകി കുടിക്കട്ടെ' എന്ന് 'സ്കന്ദപുരാണ'ത്തിലും 'ഭർത്താവ് കല്പിക്കുന്നത് കർത്താവിന് തുല്യം' എന്ന് സെന്റ് പോളും, സ്ത്രീകൾ വേദം പഠിക്കരുതെന്ന് മനുവും അഭിപ്രായപ്പെട്ടത് അദ്ദേഹം ഉദ്ധരിക്കുന്നു.

യാഥാസ്ഥിതികത്വത്തിന്റെ സ്ത്രീവിരുദ്ധ സമീപനം ഹിന്ദുമതത്തിൽ ഏറ്റവും കൂടുതൽ അനുഭവിച്ച ഒരു സാമൂഹ്യവിഭാഗം അന്തർജ്ജനങ്ങളായതുകൊണ്ടാണ് *അടുക്കള* മുതൽ *ഋതുമതി* വരെയുള്ള നാടകങ്ങളുടെ പ്രധാന പ്രതിപാദ്യം സ്ത്രീകളുടെ ജീവിതപ്രശ്നങ്ങളായിത്തീർന്നത്. സ്ത്രീകളനുഭവിക്കുന്ന ദുരിതങ്ങൾ ഒരു തരത്തിലുള്ള പരിഷ്കരണം കൊണ്ടും പരിഹരിക്കപ്പെടുകയില്ലെന്നും അതിനൊരു അന്തഃപുരവിപ്ലവം തന്നെ സ്ത്രീകളുടെ നേതൃത്വത്തിൽ വി ടി പ്രഖ്യാപിക്കുന്നതിന്റെ പശ്ചാത്തലമിതാണ്. 1929 ൽ എടക്കുന്നിയിലെ യോഗക്ഷേമസഭയുടെ സമ്മേളനത്തോടനുബന്ധിച്ച് അരങ്ങേറിയ *അടുക്കളയിൽനിന്ന് അരങ്ങത്തേക്ക്* എന്ന നാടകത്തിന്റെ കൂടി ഭാഗമായിട്ടാണ് 1931 ൽ അന്തർജ്ജന സമാജം രൂപംകൊള്ളുന്നത്. കടുത്ത യാഥാസ്ഥിതികരെ മാത്രമല്ല, കാണിപ്പയ്യൂരിനെപ്പോലുള്ള പരിഷ്കരണവാദികളെപ്പോലും അത് പ്രകോപിതരാക്കി. ഇത് ഒരു തരം ഭ്രാന്താണെന്നാണ് *ഉണ്ണിനമ്പൂതിരി*യിൽ (വാല്യം 8, നം 6, 1101 കുംഭം) കാണിപ്പയ്യൂർ അഭിപ്രായപ്പെട്ടത്. അതുപസംഹരിക്കുന്നതാകട്ടെ ഒരു പ്രാർത്ഥനയോടുകൂടിയാണ്. 'പശുക്കൾ ബുദ്ധിമുട്ടരുതെന്നും അവരെ രക്ഷിപ്പാൻ തങ്ങൾ തന്നെ വേണമെന്നും കാളകൾ നിശ്ചയിച്ചു. പശുക്കൾ അതിനെ അനുസരിക്കുകയും ചെയ്തു. അതു കണ്ടു പോത്തുകളും അതിനെ അനുകരിപ്പാൻ തുടങ്ങിയപ്പോൾ "നിങ്ങൾ സമർത്ഥമായി ഞങ്ങളെ അകത്തിട്ടടച്ച് സ്വന്തമായി സുഖിക്കുന്നത് ശരിയല്ലെന്നും ഞങ്ങൾക്കും ആ സ്വാതന്ത്ര്യാവകാശങ്ങൾ കിട്ടണമെന്നും എരുമകൾ

ശഠിച്ചു. പോത്തുകൾ അനുവദിക്കുകയും ചെയ്തു.... ഈ കാരണത്താലാണ് കന്നുപൂട്ടുക മുതലായ പ്രവൃത്തിക്ക് പശുക്കളെ ഉപയോഗിക്കാതെ കാളകളെ നിർബ്ബന്ധിക്കുന്നതും, എന്നാൽ പോത്തിനെയും എരുമയെയും ഒരുപോലെ പ്രവർത്തിപ്പിക്കുന്നതും എന്നൊരു കഥ കേട്ടിട്ടുണ്ട്. ഇപ്പോൾ പരിഷ്കാരമെന്ന് വിചാരിച്ച് കാട്ടിക്കൂട്ടുന്ന സ്ത്രീകളുടെ പരിശ്രമം കാണുമ്പോഴും അവർക്ക് ഈ 'മഹിഷി'മാരുടെ ഫലം അനുഭവമാകാതിരിക്കണമെന്നാണ് പ്രാർത്ഥിക്കേണ്ടിയിരുന്നത്.

"മുച്ചീർപ്പൻവാഴ കുലയ്ക്കുംപോലെ ചൊടിയും ചുണയുമില്ലാത്ത രണ്ടു നാലു പൈതങ്ങളെ പെറ്റു മരിക്കുവാൻ മാത്രമായിട്ടാണോ നിങ്ങളുടെ ജനനം?.... രാജ്യത്തിനും സമുദായത്തിനും വേണ്ടി ലോകരംഗത്തിറങ്ങി ഒന്ന് നെറ്റി വിയർപ്പിക്കുവാൻ ഈ അന്തർജ്ജനങ്ങളെക്കൊണ്ട് പറ്റുകയില്ലെങ്കിൽ അതെത്ര ലജ്ജാകരമാണ്? വ്യസനകരമാണ്?" അന്തഃപുര വിപ്ലവത്തിന്റെ അനിവാര്യത ഉദ്ബോധിപ്പിക്കുന്ന വി ടിയുടെ ആശയങ്ങളും *അടുക്കളയിൽനിന്ന് അരങ്ങത്തേക്ക്* എന്ന അദ്ദേഹം രചിച്ച നാടകവുമാണ് നമ്പൂതിരി സമൂഹത്തിലെ ആചാരഭിത്തികളെ ഇടിച്ചുനിരത്തുന്നതിന് തുടക്കം കുറിച്ചത്. എം ആർ ബിയുടെയും പ്രേംജിയുടെയും മുത്തിരിങ്ങോട്ടിന്റേതുമടക്കമുള്ള സാഹിത്യരചനകൾക്ക് കളമൊരുക്കുന്നതിൽ പ്രധാന പങ്കു വഹിച്ചതും വി ടി യുടെ ആശയങ്ങളാണ്. നമ്പൂതിരി യുവജനസംഘത്തിന്റെ ഏഴാം വാർഷികയോഗം യോഗക്ഷേമസഭയ്ക്ക് നല്കിയ 'താക്കീതുകളിലൊന്ന്' "നമ്പൂതിരിവർഗ്ഗത്തെ സകലരുടെയും പരിഹാസത്തിന് പാത്രമാക്കുന്നതും നമ്പൂതിരിസ്ത്രീകളെ മൃഗങ്ങളേയോ ഗൃഹസാധനങ്ങളേയോപോലെ കരുതി ദുഷിപ്പിക്കുന്നതുമായ ഇന്നത്തെ ബഹുഭാര്യാത്വം മേലിൽ വെച്ചുപോറ്റാൻ പാടില്ല...." എന്നാണ്. (വാല്യം 7, നം 8, 1101 മേടം) ബഹുഭാര്യാത്വം, വൃദ്ധവിവാഹം, സംബന്ധസമ്പ്രദായം, ഘോഷാസമ്പ്രദായം എന്നിവ ഇല്ലായ്മ ചെയ്യാനും സജാതീയ വിവാഹം, വിധവാ വിവാഹം, ആളോഹരി ഭാഗം, വിദ്യാഭ്യാസം, തൊഴിൽ തുടങ്ങി പൊതുജീവിതപ്രവേശത്തിന് അനിവാര്യമായ എല്ലാ സ്വാതന്ത്ര്യങ്ങളും നേടിയെടുക്കാനും വേണ്ടി നമ്പൂതിരി സമുദായത്തിലെ ജനാധിപത്യവാദികൾ നടത്തിയ ഉജ്ജ്വലമായ സമരങ്ങളല്ലാതെ മറ്റൊന്നുമല്ല അവരുടെ രചനകളുടെ ഉള്ളടക്കം. "ഈശ്വരാ അടുത്ത ജന്മത്തിലെങ്കിലും ആത്തേമ്മമാരായി ജനിപ്പിക്കല്ലേ" എന്ന ഉള്ളുരുകിയ വിലാപത്തോടൊപ്പം; "നാറിടുന്നൊരീ മാമൂലിൻ മാറാല കീറിടാനണി ചേരുമോ" എന്ന തീജ്ജ്വാലകൾ ആളിക്കത്തുന്ന കലാപാഹ്വാനങ്ങൾ വരെ ഇവരുടെ രചനകളിൽ ആവർത്തിക്കുന്നു. ജീർണ്ണതകൾക്ക് ഇനിയും ജയജയ പാടാൻ കഴിയില്ലെന്ന്, പ്രതിബന്ധങ്ങൾക്ക് മുമ്പിൽ ഇനിയും പതറി നില്ക്കാൻ ഞങ്ങൾക്കാവില്ലെന്ന്, പീഡനങ്ങൾക്ക് നടുവിൽ നിന്നവർ പ്രതിജ്ഞയെടുക്കുന്നു. *പ്രേംജി പാടുന്നു* എന്ന സമാഹാരത്തിലെ 'വിശ്വപ്രേമം', 'എന്റെ കുറ്റം', 'ഇന്നോ നീ സുമംഗലി', 'സുശ്രാദ്ധമസ്തു' തുടങ്ങിയ കവിതകളും *വിധവ* എന്ന പി എൻ ഭട്ടതിരിപ്പാടിന്റെ സാമുദായിക ലഘുകാ

വ്യവും സ്ത്രീകളുടെ ജീവിതപ്രശ്നങ്ങൾ തന്നെയാണ് കൈകാര്യം ചെയ്യുന്നത്. "അല്ലെങ്കിലെന്തിന്നേറെ?" പ്രേംജി പാടുന്നു.

"വെറും പുല്ലല്ലോ നമ്പൂരിക്ക്
പുണ്യമാം ഭാര്യാബന്ധം"
"ആരെയും സ്നേഹിക്കുവാൻ
പാടില്ലയെനിക്കെങ്കിൽ
നാരിയായിട്ട് ഈ മന്നി-
ലെന്തിന്നു പിറന്നു ഞാൻ"
"പാഞ്ഞുപോം കാലത്തിനെ
ത്തളച്ചുനിർത്താം തന്റെ
ചീഞ്ഞ പൂണൂലാൽ
ഇതേ നമ്പൂരിക്കിന്നും മോഹം"

ആഭിജാത്യത്തിനും ആചാരങ്ങൾക്കുമിടയിൽ വെച്ച് അപ്രത്യക്ഷമാകുന്ന മാനവികതയെക്കുറിച്ചുള്ള ഉൽക്കണ്ഠകളാണ് പ്രേംജി ആവിഷ്കരിക്കുന്നത്. നാടകമായാലും, കവിതയായാലും, കഥയായാലും പ്രബന്ധമായാലും പ്രധാന പ്രതിപാദ്യത്തിന് ഒരു മാറ്റവുമില്ല. വർണ്ണന കുറവ്, വളച്ചു കെട്ടില്ല, ഏച്ചുകെട്ടില്ല, മറിച്ച് ആവർത്തനം മാത്രം. ചരിത്രം അനിവാര്യമാക്കുന്ന ഇത്തരം ആവർത്തനങ്ങൾ ഒഴിവാക്കുക അനാവശ്യവും അസാദ്ധ്യവുമാണ്.

ശിലാസദൃശമായിത്തീർന്ന പതിവ് ശീലങ്ങളുടെ ലോകം തകർക്കാതെ 'നമ്പൂതിരി മനുഷ്യനാവുകയില്ലെന്ന് പാടുകയാണ്' 'വിലങ്ങു പൊട്ടിക്കുക' എന്ന കവിതയിൽ വിപ്ലവകവിയായ കെ പി ജി 'വളരില്ലാതെല്ലുപോലും നമ്പൂതിരിക്കു മനുഷ്യത്വം വലിച്ചു പൊട്ടിക്കായ്കിൽത്തൻ വിലങ്ങുകളെ' എന്ന അസന്ദിഗ്ദ്ധമായ പ്രസ്താവനയിൽ കവിത അവസാനിക്കുന്നത് നിരവധി ചോദ്യങ്ങളെ പിന്തുടർന്നാണ്.

"വളരുമോ യോഗക്ഷേമം നാലുകെട്ടിനകത്തിന്നും
കുളികുറിതേവാരമായിക്കഴിഞ്ഞു പോന്നാൽ?"

തുടങ്ങി സാമ്പ്രദായിക നമ്പൂതിരി ജീവിതത്തിന്റെ സുരക്ഷിത താവളങ്ങളെ മുഴുവൻ ഇടിമുഴക്കം പോലുള്ള ചോദ്യങ്ങളാൽ പിടിച്ചുലയ്ക്കുകയാണ് കെ പി ജി നവോത്ഥാനത്തിന് ആവശ്യം തീജ്വാലകളാണെന്ന് തിരിച്ചറിഞ്ഞ കവിയാണ് കെ പി ജി ആഭിചാരക്രിയകൾക്കാവശ്യമായ മന്ത്രങ്ങളല്ല, നവോത്ഥാനത്തിന് അനിവാര്യമായ മുദ്രാവാക്യങ്ങളാണ് അദ്ദേഹം എഴുതിയത്. കെ പി ജി കവിതയിൽ മറ്റു രീതിയിലുള്ള 'മഹത്വം' തിരയുന്നവരാണ് അദ്ദേഹം പടപ്പാട്ടുകാരൻ മാത്രമാണെന്ന് പരിതപിക്കുന്നത്. 'അധിവേദനം' എന്ന കവിതയിൽ ഹൃദയമില്ലാത്ത വാർദ്ധക്യത്തിനെതിരെ നവോത്ഥാനകേരളം നിർവ്വഹിച്ച വിചാരണയുടെ വീര്യമാണ് തിളച്ചുമറിയുന്നത്.

"ഞങ്ങൾ തൻ പ്രേമം ഹന്ത കുയിലും വസന്തവും
തിങ്കളും മദിരയും നുണയും കിനാവല്ലെ"ന്നും

അതിൽ കൊടുങ്കാറ്റുകൾ കൂട് കൂട്ടിയിട്ടുണ്ടെന്നും കൂടെക്കൂടെ പറഞ്ഞുകൊണ്ടിരുന്ന കെ പി ജി എന്ന കവി 'അന്തർജ്ജനത്തോട്' എന്ന കവിതയിൽ ആവശ്യപ്പെടുന്നത് അവശജനങ്ങളുമായി ഐക്യം സ്ഥാപിക്കുന്നതിനെക്കുറിച്ചാണ്.

"കെട്ടതാകും നാശത്തിന്റെ നടുവിൽ തീയുയർത്തേണം
പടുത്വമോടൊരു പുത്തനുടുപ്പു നാളെ
അതിൽ നൃത്തമാടണം നീയവശരാം ജനതക-
ളഖിലവും മോചനത്തിൻ ഗാനം പാടുമ്പോൾ."

യോഗക്ഷേമസഭയുടെ വഴിത്തിരിവായ 'ഓങ്ങല്ലൂർ സമ്മേളന'ത്തിന് ശേഷം എഴുതപ്പെട്ട ഈ കവിത ജാതിയുടെ ചട്ടക്കൂടിനകത്ത് ഇനിമുതൽ വിമോചനസംരംഭങ്ങൾക്ക് ഒതുങ്ങിക്കൂടാനാവില്ലെന്ന ചരിത്രബോധത്തിന്റെ സാക്ഷ്യം കൂടിയാണ്. ഭൂതകാല ഭള്ളുകളും പൈതൃക പൊങ്ങച്ചങ്ങളും കൊണ്ട് ഇനി മുതൽ വൈദികസംസ്കാരത്തിന്റെ പാപ്പരത്തം മറച്ചുവെക്കുക സാദ്ധ്യമല്ലെന്നാണ് 'ആർഷസംസ്കാരം' എന്ന കവിത ആവിഷ്കരിക്കുന്നത്.

"മുനിമാരുടെ ദിവ്യമന്ത്രശക്തികളെന്തേ
കുനിയാൻ, തോക്കേന്തിയ ഭൗതികത്വത്തിൻ മുന്നിൽ"

എന്ന കെ പി ജിയുടെ പരിഹാസം സർവ്വശക്തരായിരുന്ന ദൈവങ്ങൾ വ്യാവസായിക വിപ്ലവം സൃഷ്ടിച്ച ആവിയന്ത്രത്തിനു മുമ്പിൽ ശക്തിഹീനരായി മാറി എന്ന എറിക് ഹോബ്സ്ബോമിന്റെ പ്രസ്താവനയെ ഭാവാത്മകമായി പിന്തുടരുന്ന ഒരു കാവ്യപരാമർശമാണ്. ഒരു സംക്രമണകാലത്തിന്റെ ശരിയെയാണ് അത് സ്വാംശീകരിച്ചിട്ടുള്ളത്.

ശരീരം അധികാരം സമൂഹം

ഉല്പതിഷ്ണുക്കളായ സ്ത്രീകൾക്ക് ഒരു നൂറ്റാണ്ടു മുമ്പ് മുലക്കച്ച ധരിക്കാൻ അവസരം ലഭിച്ചത് കിടപ്പുമുറിയിൽ വെച്ചായിരുന്നു! 1878 ൽ തന്നെ ടിപ്പു പുറപ്പെടുവിച്ച ഉത്തരവും 1822 മുതൽ 1859 വരെ നീണ്ടു നിന്ന 'സാന്റോർ' (ചാന്നാർ) സമരവും ഈ അവകാശം സ്ഥാപിച്ചെടുക്കാൻ അധഃസ്ഥിതരെ സഹായിച്ചെങ്കിലും കേരളീയ സാമൂഹ്യജീവിതത്തിൽ സ്ത്രീകളുടെ സാമാന്യവസ്ത്രധാരണരീതിയായി അത് വികസിപ്പിക്കാൻ പിന്നെയും പതിറ്റാണ്ടുകൾ കഴിയേണ്ടിവന്നു. സി വി കുഞ്ഞിരാമന്റെ അമ്മാവിയമ്മ മേൽവസ്ത്രം ധരിച്ച് പുറത്തേക്ക് പോയ മരുമകളെ അടിച്ചതും "ഉമ്മാച്ചികളെപ്പോലെ ആവേണ്ടെന്ന് ശാസിച്ചതും" 1930 കളുടെ അവസാനത്തിലാണ്! 'പരിഷ്കാരമൊക്കെ പുറത്ത് ക്ഷേത്രത്തിൽ വേണ്ട' എന്നത്രെ കൊച്ചി ഭരിച്ച രാമവർമ്മ മഹാരാജാവ് (1895 -1914) പ്രഖ്യാപിച്ചത്. "നായർസ്ത്രീകളെ മാറുമറയ്ക്കാതെ കാണാൻ ആഗ്രഹിക്കുന്ന ഒരു ദേവൻ അമ്പലത്തിലിരിപ്പുണ്ടോ, നമ്മുടെ വംശത്തിന്റെ മാനസംരക്ഷണത്തിനുവേണ്ടി ഇതിനെ ഉടനെ ധ്വംസിക്കേണ്ടതാണ്. ഇതിന് കഴിയുന്നില്ലെങ്കിൽ സഹോദരിമാർ ക്ഷേത്രത്തോട് നിസ്സഹകരിക്കേണ്ടതാണെ"ന്ന് മന്നം പറയുന്നത് 1931 ലാണ്. (*പത്തൊമ്പതാം നൂറ്റാണ്ടിലെ കേരളം* - പി ഭാസ്കരനുണ്ണി.)

മാറുമറയ്ക്കുന്നത് അഹങ്കരിച്ച് വേഷം കെട്ടലായും സ്വന്തം മത വ്യക്തിത്വത്തിൽ നിന്നുള്ള വ്യതിയാനമായും അന്നത്തെ സമൂഹത്തിലൊരു വിഭാഗത്തിന് അനുഭവപ്പെടാൻ കാരണം സ്ത്രീവിരുദ്ധ കാഴ്ചപ്പാട് അത്രമേൽ അവർ സ്വാംശീകരിച്ചതുകൊണ്ടും, ജന്മിത്വത്തിന്റെ ജീർണ്ണമൂല്യങ്ങൾക്ക് മേല്ക്കോയ്മ ലഭിച്ചതുകൊണ്ടുമാണ്. ടിപ്പുവിന്റെ പടയോട്ടക്കാലത്ത് മുല പോയാലും ചേല ധരിക്കില്ലെന്ന് ശപഥം ചെയ്ത സ്ത്രീകൾ ഉണ്ടായിരുന്നുവത്രേ. 18-ാം ശതകത്തിൽ ഇവിടെ നടന്ന ഒരു

സംഭവം ഗ്രോസ് എന്ന സഞ്ചാരി ഇങ്ങനെ രേഖപ്പെടുത്തുന്നു. "കുറച്ചു കാലം ഒരു യൂറോപ്യൻ താവളത്തിൽ താമസിച്ചിരുന്ന സ്ത്രീ മാറുമറച്ചുകൊണ്ട് ആറ്റിങ്ങൽ രാജ്ഞിയുടെ മുമ്പിൽ ചെന്നു. ഉടൻതന്നെ അവളുടെ മുലകൾ ഛേദിച്ചുകളയാൻ റാണി കല്പിച്ചു." (*കേരളചരിത്രത്തിലെ ഇരുളടഞ്ഞ ഏടുകൾ* - ഇളംകുളം കുഞ്ഞൻപിള്ള) 'താലപ്പൊലി' എന്ന സ്ത്രീവിരുദ്ധച്ചടങ്ങ് പതിറ്റാണ്ടുകൾക്കു മുമ്പുതന്നെ കേരളീയനവോത്ഥാനം ചർച്ചചെയ്ത് തള്ളിക്കളഞ്ഞതാണ്. "മാറു മറയ്ക്കാതെ താലപ്പൊലി എടുപ്പിച്ച് പ്രദർശന വസ്തുക്കളെയെന്നപോലെ നിരത്തി നിർത്തിക്കുക.... കണ്ടാനന്ദിക്കാൻ വേണ്ടി പുരോഹിതവർഗ്ഗം പടച്ചുണ്ടാക്കി നടപ്പാക്കിയതാണ് ഈ വ്യവസ്ഥ." (*കേരളചരിത്രം പരശുരാമനിലൂടെ* - തിരുവങ്ങാട്ട് സി കൃഷ്ണക്കുറുപ്പ്) ഇപ്പോഴും കേരളീയ സംസ്കാരത്തിന്റെ ഭാഗമെന്ന വ്യാജേന പുതുരൂപങ്ങളിൽ ഇത് തുടരുന്നു. മനുഷ്യർ വേഷംകെട്ടേണ്ടവരല്ല, ചരിത്രം സൃഷ്ടിക്കേണ്ടവരാണ് എന്ന വസ്തുതയാണ് ഒരു ലിംഗവിഭാഗത്തെ കാഴ്ചപ്പണ്ടങ്ങളാക്കാനുള്ള തിരക്കിൽ ഇന്നും കുഴിച്ചുമൂടപ്പെടുന്നത്. സ്ത്രീശരീരത്തിനു മേൽ 'മുലക്കരം' എന്ന പേരിൽ പ്രത്യേകമായ നികുതി ചുമത്താൻ ജാതിജന്മിനാടുവാഴിത്വം സന്നദ്ധമായതും അതിനോടുള്ള സമരോത്സുകമായ പ്രതികരണങ്ങൾ അപ്പോൾ തന്നെ രൂപപ്പെട്ടിരുന്നു എന്നതിനും തെളിവുകളുണ്ട്. കരംപിരിക്കുന്ന ഉദ്യോഗസ്ഥന്മാരുടെ ഉപദ്രവം സഹിക്ക വയ്യാതായപ്പോൾ ഒരു ഈഴവസ്ത്രീ അവളുടെ മുല രണ്ടും ഛേദിച്ച് ഉദ്യോഗസ്ഥന്റെ മുന്നിൽ വെച്ച് കൊടുത്തിട്ട് തന്നെ ആ കരത്തിൽനിന്ന് ഒഴിവാക്കാൻ ആവശ്യപ്പെട്ടുവത്രേ! ചേർത്തല താലൂക്കിലാണ് സംഭവം. സംഭവം നടന്ന വീടിനെ 'മുലച്ചിപ്പറമ്പ്' എന്ന് നാട്ടുകാർ വിളിക്കാൻ തുടങ്ങി (*ചാന്നാർ ലഹള*) പടയോട്ടം, യുദ്ധം, മതപരിവർത്തനം, വാണിജ്യവ്യവസായവികാസം, വിദ്യാഭ്യാസം എന്നിവ നിമിത്തം ജീവിതത്തിലുണ്ടാവുന്ന സാമൂഹ്യമായ ഉണർവ്വുകളെ അതെത്ര അവികസിതമായ തലത്തിൽനിന്ന് രൂപം കൊള്ളുന്നതായാലും വിമർശനാത്മകമായി സ്വീകരിക്കാനുള്ള സന്നദ്ധത വളർത്തുകയുമാണ് കേരളീയ നവോത്ഥാനം ചെയ്തത്.

ചാന്നാർ സമരത്തെ സാദ്ധ്യമാക്കിയതിനു പിന്നിൽ മതപരിവർത്തനവും ഒരു പ്രധാന പങ്ക് വഹിച്ചിട്ടുണ്ട്. മതപരിവർത്തനം ചെയ്ത പൂതത്താൻ കുട്ടിച്ചാന്നാനും അയാളുടെ ഭാര്യ എശക്കിചാന്നാട്ടിയും ക്രിസ്ത്യൻ വേഷങ്ങളണിഞ്ഞ് അവരുടെ പഴയ യജമാനനായ മാടൻപിള്ളയുടെ അരികിലെത്തി ക്രിസ്തുമതധർമ്മത്തെക്കുറിച്ച് വാദപ്രതിവാദം ചെയ്യാനൊരുങ്ങിയതാണ് ലഹളയ്ക്ക് ആരംഭം കുറിച്ചതത്രേ. (*ഇന്നലെ നടന്ന വഴികൾ കേരളചരിത്രം* - ആരോമലുണ്ണി) *ചാന്നാർ ലഹള* നടത്തിയത് സത്യത്തിൽ മതപരിവർത്തനം ചെയ്ത 'ചാന്നാർമാരല്ല' മറിച്ച് ആചാരം തെറ്റിച്ച് അവർ വസ്ത്രം ധരിച്ചതിൽ അസ്സഹിഷ്ണുക്കളായ സവർണ്ണരാണ്. മതം മാറിയതിനേക്കാൾ ആചാരങ്ങൾക്ക് മുറിവേല്പിച്ചതാണ് അവരെ പ്രകോപിതരാക്കിയത്. തെരുവിൽവെച്ച് സ്ത്രീകളുടെ

വസ്ത്രം വലിച്ചുകീറിക്കൊണ്ടാണ് അവർ ആചാരപാലനത്തിന് ഉത്സുകരായത്. അന്നത്തെ ദിവാൻ വെങ്കിട്ടറാവു സവർണ്ണരുടെ വസ്ത്രം വലിച്ചുകീറൽ സമരത്തിന് അനുകൂലമായിരുന്നു. മുലമറച്ച് നടക്കാൻ അവകാശമില്ലെന്ന് അയാൾ ഉത്തരവിറക്കി. ശീലവഴക്ക്, മേൽമുണ്ട് വഴക്ക്, മുലമാറാപ്പുവഴക്ക്, ചാന്നാർ ലഹള എന്നിങ്ങനെ വ്യത്യസ്ത പേരുകളിൽ അറിയപ്പെടുന്ന ഈ സമരത്തെ അധഃസ്ഥിതർ എങ്ങനെയാണ് ഉൾക്കൊണ്ടതെന്നറിയാൻ സി കേശവൻ നല്കുന്ന വിവരണം സഹായിക്കും. "ഈ സ്വാതന്ത്ര്യ സമരം..... ഇതിൽ ആഹ്ലാദിച്ച് എന്റെ ഒരു മാതാമഹി നിരവധി ഈഴവപ്പെണ്ണുങ്ങൾക്ക് മുലമറയ്ക്കാൻ ഒട്ടേറെ നേര്യതുകൾ സൗജന്യമായി നല്കുകയുണ്ടായി" (*ജീവിതസമരം*)

കടപ്പുറത്ത് കക്കത്തൊണ്ടുപോലെ കൊങ്കയും കൊങ്കാപര്യായങ്ങളും നിറയെ ചിതറിക്കിടന്ന 'പഴയ കവിതകളുടെ' ലോകത്തു നിന്ന് പുറത്തു കടക്കാത്തവർക്ക് സമരശരികളുടെ തീക്ഷ്ണസൗന്ദര്യം അനുഭവിക്കുക അസാദ്ധ്യമാണ്. സാമൂഹ്യബോധവും കലാരചനയും തമ്മിലുള്ള പരസ്പര പ്രതിപ്രവർത്തനത്തിന്റെ ചരിത്ര പശ്ചാത്തലത്തെ ശരിയായി തിരിച്ചറിയുന്ന സന്ദർഭത്തിൽ വച്ചാണ് ജനാധിപത്യപരമായ ഒരു സൗന്ദര്യഭാവുകത്വം രൂപംകൊള്ളുന്നത്. ഒരു സവിശേഷ ചരിത്രസന്ദർഭത്തിലെ ശരി മറ്റൊരു ചരിത്രസന്ദർഭത്തിൽ എങ്ങനെ തെറ്റായിത്തീരുന്നു എന്നു തിരിച്ചറിയാനും ജീർണ്ണതകൾക്കെതിരെ ജനങ്ങൾ നടത്തുന്ന ഇടപെടലുകളെ മറ്റെല്ലാറ്റിനുമുപരിയായി ഉയർത്തിപ്പിടിക്കാനും അതിനനുസരിച്ച് സ്വന്തം ഭാവുകത്വത്തെ അഴിച്ചു പണിയാനും അപ്പോൾ മാത്രമാണ് കഴിയുക. അങ്ങനെ നോക്കുമ്പോൾ 'സ്ത്രീവിരുദ്ധതയുടെ' പ്രതീകമായി ഇന്ന് പൊതുവിൽ അംഗീകരിച്ച് കഴിഞ്ഞിട്ടുള്ള 'ശീലാവതി'യിൽപ്പോലും രൂപംകൊണ്ട കാലത്ത് ചെറുത്തുനില്പിന്റെ ശരികളുണ്ടാവാം. അനിയന്ത്രിതമായ ലൈംഗികത ഒരാക്രമണസ്വഭാവം കൈവരിക്കുന്ന സമയത്ത് 'ഒരുത്തിക്ക് ഒരുവൻ' എന്നത് പീഡിതപക്ഷത്ത് നില്ക്കുന്ന സ്ത്രീകളെ സംബന്ധിച്ചിടത്തോളം അന്നത്തെ കാലത്ത് ഒരാശ്വാസമായിരുന്നിരിക്കാം. എന്നാൽ "നമ്മുടെ രാജ്യത്ത് സ്വജാതിയിലോ, ഉയർന്ന ജാതിയിലോ പെട്ട പുരുഷന് വശംവദയാകാത്ത സന്മാർഗ്ഗഹീനകളായ സ്ത്രീകളുണ്ടെങ്കിൽ അവരെ ഉടൻ വധിക്കേണ്ടതാകുന്നു" (എൻ കെ ജോസ് - *ചാന്നാർ ലഹള*) എന്ന കാർത്തികപ്പള്ളി നാടുവാഴിയുടെ വിളംബരത്തിലെ നഗ്നമായ സ്ത്രീവിരുദ്ധതയെ നാടുവാഴിത്ത വിരുദ്ധമായ ഒരു വിശകലനരീതിക്കും 'വെള്ളപൂശാനാ'വില്ല" .... "നിങ്ങളുടെ ഇടയിൽ ഏതു സ്ത്രീക്കും പത്തു പുരുഷന്മാരോടൊപ്പം കഴിയാമെന്ന ആചാരം നിലവിലുള്ളതുകൊണ്ടും നിങ്ങൾ അമ്മ പെങ്ങന്മാരെ അങ്ങനെ അഴിഞ്ഞാട്ടം നടത്താൻ അനുവദിക്കുന്നതുകൊണ്ടും നിങ്ങളത്രയും വ്യഭിചാരസന്തതികളാണെന്ന് മാത്രമല്ല, മൃഗങ്ങളേക്കാൾ കഷ്ടതരമാണ് നിങ്ങളുടെ ലൈംഗിക ബന്ധങ്ങൾ. ഇത്തരം പാപകരമായ പ്രവൃത്തിയിൽനിന്ന് വിരമിക്കാനും നാം നിങ്ങളോട്

ആജ്ഞാപിക്കുന്നു....” (ടിപ്പുവിന്റെ വിളംബരത്തിൽനിന്ന്) ടിപ്പുവിന്റെയും കാർത്തികപ്പള്ളി രാജാവിന്റെയും വിളംബരങ്ങൾ താരതമ്യപ്പെടുത്തിക്കൊണ്ട് ദളിത്ബന്ധു എൻ കെ ജോസ് എഴുതി: “വ്യഭിചാരം അവസാനിപ്പിക്കണമെന്ന് പറഞ്ഞ ടിപ്പുവിന്റെ വിളംബരവും, വ്യഭിചാരം നടത്തിയില്ലെങ്കിൽ കൊന്നുകളയുമെന്ന് ശാസിക്കുന്ന നാടൻ രാജാവിന്റെ വിളംബരവും തമ്മിലുള്ള അന്തരത്തെപ്പറ്റി എന്തുപറയാനാണ്?” (*ചാന്നാർ ലഹള*)

സവർണ്ണ നവോത്ഥാനത്തെ പ്രതിനിധീകരിക്കുന്ന പ്രേംജിയുടെ ‘ഋതുമതി’ വിദ്യ അഭ്യസിക്കാനുള്ള സ്ത്രീകളുടെ അവകാശത്തോടൊപ്പം ഇഷ്ടവേഷം ധരിക്കാൻ വേണ്ടി അന്തർജ്ജനങ്ങൾ ഇല്ലത്തിന്റെ അകത്തളങ്ങളിൽ നടത്തിയ ആവേശകരമായ സമരത്തിന്റെ ആവിഷ്കാരമാണ്. “ഇപ്പൊത്തന്നെ പറഞ്ഞേക്കാം, ആരു പറഞ്ഞാലും വേണ്ടില്ല്യ, ഞാൻ ബ്ലൗസൂരേംണ്ടാവില്ല്യ, പൊതപ്പും കൂടേം എടുക്ക്യേണ്ടാവില്ല്യ” (ദേവകി) “കുപ്പായിടുന്നു പെങ്കിടാങ്ങള്! അതൊന്നും ഇവിടെ തരാവേണ്ടാവില്ല. അടിച്ച് കാലൊടിക്കും ഞാൻ” (കിഴക്കേപ്രം) “കുപ്പായട്ടോരെ കണ്ടാ മതി, പിന്നെ വിശേഷം പറഞ്ഞാ ഒടുങ്ങില്ല്യാച്ചാലോ ഒരാള്ക്ക്?” (ഇണ്ണിച്ച) “എന്താ ഈണംന്നിത്ര? അത്ര തന്നെ. ബ്ലൗസൂരുന്നു! എന്റെ മേലത്തെ തൊലിയൂരാം; എന്നാലും ബ്ലൗസൂരില്ല്യ” തുടങ്ങിയ നാടക സംഭാഷണം അക്ഷരാർത്ഥത്തിൽ നാട്ടിൽ നടന്ന ആശയ ചർച്ചയുടെയും സാമൂഹ്യസംഘർഷത്തിന്റെയും അലയൊലികൾകൊണ്ട് മുഖരിതമാണ്. കീഴടക്കപ്പെട്ടവർ ഉയിർത്തെഴുന്നേല്ക്കുമ്പോൾ അധികാരബന്ധങ്ങൾ കീഴ്മേൽ മറിയാതെ വയ്യ. യാഥാസ്ഥിതികരുടെ ശബ്ദകോശത്തിൽ ഇതത്രേ ‘കലികാലവൈഭവ’മായി വിശേഷിപ്പിക്കപ്പെടുന്നത്. മഹൻ നമ്പൂതിരിയുടെ ‘കാലംപോയ പോക്ക്’ എന്ന പദ്യത്തിലെ “വെട്ടിന്നു-ഹന്ത! മുടിമീശ വടിച്ചുവേഷം കെട്ടുന്ന ഭാര്യയോടുകൂടി നടന്നിടുന്നു” (തുടങ്ങിയ ഈരടികൾ (കവിതയും സാമൂഹികപരിവർത്തനവും) ഉണർന്നു കഴിഞ്ഞ സ്ത്രീകളുടെ മേൽ വന്നുവീഴുന്ന ഇരുട്ടടികളാണ്. ബ്ലൗസ് ധരിച്ച സ്ത്രീ സദാചാരവിരുദ്ധയായിത്തീർന്നതുപോലുള്ള ഒരു സാംസ്കാരിക അന്തരീക്ഷമാണ് രവിവർമ്മ പുരാണനായികമാരെ സാരിയുടുപ്പിച്ചുകൊണ്ട് വ്യവസ്ഥാപിതബോധത്തെ വെല്ലുവിളിക്കാൻ തുനിഞ്ഞപ്പോഴുണ്ടായത്. ഇതിലന്തർഭവിച്ച പാശ്ചാത്യസ്വാധീനമല്ല, അതുയർത്തിയ കലാപശക്തിയാണ് കേരളീയ സാമൂഹികപരിണാമത്തെ സംബന്ധിച്ചിടത്തോളം പ്രസക്തം. കിഴക്കേപ്രവും ഉണ്ണിച്ചയും പ്രതിനിധീകരിക്കുന്ന യാഥാസ്ഥിതിക കാഴ്ചപ്പാട് ദേവകി ഉയർത്തിയ സ്വാതന്ത്ര്യബോധത്തിനു മുമ്പിൽ കമിഴ്ന്നടിച്ചു വീഴുന്ന നാടകക്കാഴ്ച നാടുവാഴിത്വത്തിന്റെ പതനത്തിന്റെയും നവോത്ഥാന വിജയത്തിന്റെയും വിളംബരമാണ്.

ആഫ്രിക്കയിലെ നീഗ്രോകളെ വസ്ത്രം ധരിക്കാൻ പരിശീലിപ്പിച്ചവർ മാഞ്ചസ്റ്ററിലെ തുണിമിൽ മുതലാളിമാർക്ക് വിപണിയൊരുക്കുക

യായിരുന്നു എന്ന റസ്സലിന്റെ നിരീക്ഷണം (Impact of Science on Society) ശരിയായിത്തീരുന്നത് വസ്ത്രം ഒരു ഭാരമായി മാറുന്ന പഴയ ഗോത്ര പരിസരത്തിനകത്ത് മാത്രമാണ്. ഞങ്ങൾക്ക് വസ്ത്രം ധരിക്കണം എന്നൊരു ജനവിഭാഗം ആവശ്യപ്പെടുന്നതും നിങ്ങൾ ഇന്ന വിധത്തിൽ വസ്ത്രം ധരിച്ചിരിക്കണമെന്ന് മറ്റുള്ളവർ കല്പിക്കുന്നതും വ്യത്യസ്തമായി വേണം തിരിച്ചറിയേണ്ടത്. അൾജീരിയക്കാർ നടത്തിയ ഫ്രഞ്ച് വിരുദ്ധ പ്രക്ഷോഭത്തിൽ 'പർദ്ദ' വഹിച്ച പങ്ക് വിശകലന വിധേയമാക്കി 'ഫാനൻ' നടത്തുന്ന നിരീക്ഷണം ഓർക്കുക (*A Dying Colonialism*) ബൊളീവിയയിലെ നിരക്ഷരനായ ഖനിത്തൊഴിലാളി രോഗബാധക്കെതിരായി കുത്തിവെപ്പിനെ നിരാകരിക്കുന്നത് സ്വാതന്ത്ര്യത്തിനുവേണ്ടിയാണ്. "ഈ കുളന്മാർ ഞങ്ങളെ മന്ദബുദ്ധികളാക്കാൻ എന്തു മാലിന്യമാണ് കുത്തിവെക്കുന്നതെന്ന് ആരറിഞ്ഞു" (*A Dying Colonialism*) എന്ന ചോദ്യവും 'പത്മപുരാണം' കുത്തിവെപ്പിനെ അംഗീകരിക്കുന്നില്ല, അതുകൊണ്ട് അത് വർജ്ജ്യമാണ് എന്ന നിലപാടും മൗലികമായി വ്യത്യസ്തമാണ്. കുത്തിവെപ്പിനേക്കാൾ വലുതാണ് സ്വാതന്ത്ര്യം എന്നത് വിമോചനത്തിന്റെ ശരിയാണ്. എന്നാൽ എല്ലാറ്റിനും മേലെയാണ് 'പത്മപുരാണം' എന്നത് പുനരുത്ഥാനത്തിന്റെ ബാലിശമായ പൊങ്ങച്ചമാണ്. രണ്ടും കുത്തിവെപ്പിനെതിരാണ് എന്ന ബാഹ്യയുക്തി അവഗണിക്കുന്നത് സൂക്ഷ്മരാഷ്ട്രീയ യാഥാർത്ഥ്യങ്ങളെയാണ്. യോഗക്ഷേമസഭയുടെ രണ്ടാം വാർഷിക(1910)ത്തിൽ വസൂരി കുത്തിവെപ്പിനെ എതിർത്തത് അത് പത്മപുരാണത്തിന് എതിരായതുകൊണ്ടാണ്. അതിനെ വിലയിരുത്തേണ്ടത് സ്വാതന്ത്ര്യസമരത്തിന്റെ ഭാഗമായിട്ടല്ല, ഭീകരമായ പുനരുത്ഥാനപ്രീണനത്തിന്റെ പ്രകടനമായിട്ടാണ്.

'അടേങ്ങളും മനുശന്മാരല്ലേ'

ഉല്പാദനമണ്ഡലം പുരുഷനും പ്രത്യുല്പാദനമണ്ഡലം സ്ത്രീക്കുമായി നീക്കിവെക്കുന്ന ചൂഷകനീതിയെ സ്വാഭാവികവല്ക്കരിച്ചും ആദർശവല്ക്കരിച്ചുമാണ് അധികാരം വ്യത്യസ്തവിതാനങ്ങളിൽ ആധിപത്യം ഉറപ്പിക്കുന്നത്. വർഗ്ഗവിഭജനത്തോടെ തന്നെ സാമൂഹ്യജീവിതത്തിൽ സംഘടിതമായി ആരംഭിച്ച സ്ത്രീപീഡനത്തെ ന്യായീകരിക്കുന്ന സിദ്ധാന്തസംഹിതകൾ ശക്തിപ്പെടുത്തുന്നത് നാടുവാഴിത്വവ്യവസ്ഥിതിക്ക് കീഴിലാണ്. അദ്ധ്വാനകേന്ദ്രിതമായ ജീവിതത്തെ ഇകഴ്ത്തുകയും ധ്യാനകേന്ദ്രിത ജീവിതത്തെ പുകഴ്ത്തുകയും ചെയ്യുന്ന ഉല്പാദനബന്ധങ്ങളും അതിനെ ഉറപ്പിക്കുന്ന ഉപരിവർഗ്ഗവീക്ഷണവുമാണ് പൊതുവിൽ ജീവിതനിഷേധങ്ങളുടെ ആദർശവല്ക്കരണങ്ങൾക്ക് നേതൃത്വം നല്കുന്നത്. ധ്യാനാത്മകചിന്തയ്ക്ക് ലഭിച്ച മേല്ക്കോയ്മയ്ക്ക് കീഴിലാണ് ജീവിതം ഒരപഹാസ്യമായി പരിണമിച്ചത്. ബാലവിവാഹവും സതിയും അനുഷ്ഠിച്ചവർ അതോടെയാണ് ഉൽകൃഷ്ടകുലജാതരായി മാറിയത്. അതിൽനിന്ന് വ്യത്യസ്തമായി സ്വതന്ത്രജീവിതം നയിച്ച കീഴാളവിഭാഗം മൂല്യരഹിതരും കൊള്ളരുതാത്തവരുമായിത്തീർന്നത് മേൽച്ചൊന്ന ആശയസമുച്ചയങ്ങൾ ജീവിതത്തിന്റെ സമസ്തമണ്ഡലത്തിലും ആധിപത്യം സ്ഥാപിച്ചതുകൊണ്ടാണ്.

നവോത്ഥാനത്തിന്റെ ലക്ഷണങ്ങളായി എണ്ണിപ്പറയുന്ന വിധവാവിവാഹം, സതിനിരോധനം, ബാല വിവാഹ നിരോധനം, ഘോഷബഹിഷ്കരണം, സ്ത്രീപുരുഷന്മാർക്ക് പരസ്പരം മനസ്സിലാക്കാനുള്ള സന്ദർഭം, തൊഴിൽ ചെയ്യാനുള്ള അവകാശം തുടങ്ങി സ്ത്രീപുരുഷബന്ധത്തിന്റെ മണ്ഡലം മൊത്തം പരിശോധിച്ചാൽ ഇതൊന്നും കീഴാളജനവിഭാഗങ്ങളെ കീഴ്പ്പെടുത്തിയ പ്രശ്നമായിരുന്നില്ലെന്ന് വ്യക്തമാവും.

രാജാറാം മോഹൻറായി, റാനഡേ തുടങ്ങിയവരുടെ മുഖ്യധാരാ നവോത്ഥാനത്തിൽനിന്നും വ്യത്യസ്തമായ സമീപനം ജ്യോതി ബഫുലയും ഇ വി ആറും മുന്നോട്ട് വെക്കുന്നതിന്റെ പശ്ചാത്തലം ഇതാണ്.

കേരളത്തിൽ സവർണ്ണവല്ക്കരണത്തിനെതിരെ ആഞ്ഞടിച്ച വൈകുണ്ഠ സ്വാമി മുതൽ ശ്രീനാരായണഗുരുവരെയുള്ളവർ സ്വയം സവർണ്ണവല്ക്കരണം സ്വീകരിച്ചത് ഒരു സമരരൂപം എന്ന നിലയിലാണ്. എന്നാൽ കേരളത്തിലെ സവർണ്ണ നവോത്ഥാനപ്രസ്ഥാനമെന്ന് സമഗ്രമായ അർത്ഥത്തിൽ വിശേഷിപ്പിക്കാവുന്ന 'നമ്പൂതിരി യുവജനസംഘം' സ്വയം അവർണ്ണവല്ക്കരിക്കാനാണ് ബോധപൂർവ്വം ശ്രമിച്ചത്. "ആഭിജാത്യമെന്നാൽ അധഃപതനമാണ്" എന്ന *അഫ്ഫന്റെ മകളി*ലെ പ്രസ്താവം അവരുടെ വിശ്വാസപ്രമാണമായി ശക്തിപ്പെടുന്നത് പൊതുവിൽ മുപ്പതുകൾക്കു ശേഷമാണ്. സവർണ്ണരുടെ ആയുധങ്ങൾ പിടിച്ചെടുത്തുകൊണ്ട് അവരെ ആക്രമിക്കുന്നതിനാണ് ശ്രീനാരായണ ഗുരു നേതൃത്വം നല്കിയതെങ്കിൽ, സ്വയംരക്ഷയ്ക്കുവേണ്ടി സ്വന്തം മുൻഗാമികൾ മൂർച്ച കൂട്ടിവെച്ച പഴയ ആയുധങ്ങൾ ഓരോന്നായി അഴുക്കുചാലിലേക്ക് വലിച്ചെറിയുകയാണ് വി ടിയുടെ നേതൃത്വത്തിലുള്ള നമ്പൂതിരി യുവജന സംഘം ചെയ്തത്. സവർണ്ണാധിപത്യം നിഷേധിച്ച അവകാശങ്ങൾ പിടിച്ചെടുക്കാനാണ് അവർണ്ണനവോത്ഥാനപ്രസ്ഥാനങ്ങൾ ശ്രമിച്ചതെങ്കിൽ, കാലാകാലങ്ങളായി മനുഷ്യരാകാൻ വേണ്ടി നാടുവാഴിത്വപ്രത്യയശാസ്ത്രം നിർമ്മിച്ച മേൽജാതി എന്ന ചരിത്രമിഥ്യയിൽനിന്ന് പുറത്തുകടക്കാൻ വേണ്ടി സവർണ്ണസമൂഹത്തിലെ ജനാധിപത്യവാദികൾ നിർവ്വഹിച്ച തീക്ഷ്ണമായ സമരത്തിന്റെ സ്വപ്നമാണ് അവരുടെ സാഹിത്യ സാംസ്കാരിക സംരംഭങ്ങളെ അത്യന്തം ശ്രദ്ധേയമാക്കുന്നത്. നൂറ്റാണ്ടുകളോളം നിലനിന്ന നരച്ച നീതിയുടെ പൊന്തക്കാടുകൾക്ക് കൈപൊള്ളുമെന്നറിഞ്ഞു കൊണ്ടുതന്നെയാണ് അവർ തീ കൊടുത്തത്. ഭാഷയും വേഷവും ആചാരവും വിചാരവും പദവികളും പ്രത്യേകതകളുമടക്കം സമസ്തജീവിത വ്യവഹാരങ്ങളെയും അവർ വിമർശനവിധേയമാക്കി. അവരുടെ സാഹിത്യം കൂറ് പ്രഖ്യാപിച്ചത് അതിശയോക്തിയുടെ അലംകൃത ലോകങ്ങളോടല്ല, വാസ്തവോക്തിയുടെ പരുക്കൻ ലോകങ്ങളോടാണ്. വി ടിയുടെ *അടുക്കള* മുതൽ അജ്ഞാതരായ അന്തർജ്ജനങ്ങൾ സംയുക്തമായി രചിച്ച *തൊഴിൽകേന്ദ്രം* വരെയുള്ള നാടകങ്ങളിലും, *ഉണ്ണി നമ്പൂതിരി*, *പാശുപതം* തുടങ്ങിയ പ്രസിദ്ധീകരണങ്ങളിൽ അച്ചടിച്ചു വന്ന അസംഖ്യം പ്രബന്ധങ്ങളിലും ഇ എം എസിന്റെ പ്രസിദ്ധമായ ഓങ്ങല്ലൂർ പ്രസംഗത്തിലും നിറഞ്ഞുനില്ക്കുന്നത് ഒരു മരണാനന്തര പരിശോധനയുടെ അസുഖകരമായ അന്തരീക്ഷമാണ്.

കേരളത്തിന്റെ ആശയചരിത്രത്തിലെ ഏറ്റവും സത്യസന്ധമായ കാലഘട്ടങ്ങളിലൊന്നായി നവോത്ഥാനം മാറിയത് സിദ്ധാന്ത - പ്രയോഗങ്ങളുടെ അത്യപൂർവ്വമായ സമന്വയംകൊണ്ടാണ്. സ്വന്തം കാലത്തോടും സ്വന്തം സമുദായത്തോടും തുറന്നു സംസാരിക്കാനാണവർ

സാഹിത്യം രചിച്ചത്. ഭാവനാസമ്പന്നരായ സ്വന്തം മുൻഗാമികളുടെ അച്ചീചരിതങ്ങളുടെ എതിർമുഖമാണവർ അവതരിപ്പിച്ചത്. സ്ത്രീയെ അവയവങ്ങളായി പിരിച്ചെഴുതുന്നതിനു പകരം അവരെ 'മനുഷ്യരായി' തിരുത്തിയെഴുതുകയാണവർ ചെയ്തത്. അവരുടെ സമസ്ത ഇടപെടലുകളുടെയും അടിത്തറയായി മാറിയത് അദ്ധ്വാനകേന്ദ്രിതമായ ഒരു ജീവിതവീക്ഷണത്തിന്റെ അബോധമാതൃകയാണ്. നമ്പൂതിരിയെ മനുഷ്യനാക്കുക എന്ന മുദ്രാവാക്യം 'നമ്പൂരിത്തം' എന്ന വൈദികപ്രത്യയ ശാസ്ത്ര നിർമ്മിതിയെ മറികടക്കുക എന്ന ആഹ്വാനമായിട്ടാണ് ഫലത്തിൽ മാറിയത്. വ്യാജപരിവേഷങ്ങളുടെ കൃത്രിമലോകത്തിൽനിന്നും സാധാരണ ലോകത്തിലേക്ക് സന്തോഷപൂർവ്വം ഇറങ്ങിവന്ന 'പരിഷ്കരണവാദികൾ' സാമ്പ്രദായിക അർത്ഥത്തിൽ സ്വയം വിധേയരായത് ഒരുതരം 'സ്ഥാനത്യാഗ'ത്തിനാണ്. ഭൂതകാലത്തിലെ ജീർണ്ണിച്ച ഓർമ്മകൾ മുഴുവൻ കുഴിവെട്ടി മൂടി, ജ്വലിക്കുന്ന ഒരു വർത്തമാനം സൃഷ്ടിക്കാൻ വേണ്ടി 'അക്ഷരങ്ങളിൽ വാളോങ്ങിനിന്ന' അവർക്ക് ആഭിജാത്യത്തിന്റെ ചിതലു പിടിച്ച അസ്ഥിക്ഷേണങ്ങൾക്ക് ചായം തേക്കുന്ന പണി സ്വീകരിക്കാൻ കഴിയുമായിരുന്നില്ല.

യുവജനസംഘത്തിന് നേതൃത്വം നല്കിയ വി ടിയും എം ആർ ബിയും പ്രേംജിയും ഇ എം എസും അപ്ഫൻമാരായിരുന്നു. അവരുയർത്തിയ സജാതീയവിവാഹം എന്ന മുദ്രാവാക്യം സവർണ്ണസമൂഹങ്ങളിൽ ഏകാധിപതിയായി പരിണമിച്ചുകഴിഞ്ഞ 'കാരണവരുടെ' ഭരണത്തിനെതിരെയുള്ള ശക്തമായ സമരമായിരുന്നു. മരുമക്കത്തായത്തിനും കൂട്ടുകുടുംബത്തിനും അതിന്റെ അനിവാര്യഭാഗമായി മാറിയ കാരണവർ ഭരണത്തിനുമെതിരെ ആരംഭിച്ചു കഴിഞ്ഞ സമരങ്ങളാണ് നമ്മുടെ നവോത്ഥാനചരിത്രത്തിലെ ഒരു പ്രധാന സംഭവം. സംബന്ധത്തിനെതിരെ നായർ സമൂഹത്തിൽ രൂപപ്പെട്ട ജനാധിപത്യ കാഴ്ചപ്പാടുകളോട് ഐക്യപ്പെടുകയാണ് നമ്പൂതിരി യുവജനസംഘം ചെയ്തതെങ്കിൽ അവർക്കിടയിലെ യാഥാസ്ഥിതിക കാരണവന്മാരും ആഢ്യന്മാരും അതിനെ എതിർക്കുന്നതിൽ ഒന്നിക്കുകയാണ് ചെയ്തത്. നായർ റെഗുലേഷനും നമ്പൂതിരി നിയമവും രൂപംകൊള്ളുന്നത് രണ്ട് സമൂഹങ്ങളിലും നടന്നുവന്ന നവോത്ഥാനത്തിന്റെ ഭാഗമായിട്ടാണ്. *അടുക്കള* മുതൽ *മറക്കുട* വരെയുള്ള കൃതികളിലെ പ്രതിനായകസ്ഥാനത്ത് നില്ക്കുന്ന കഥാപാത്രങ്ങളൊക്കെയും ഒന്നുകിൽ കാരണവന്മാരോ അല്ലെങ്കിൽ അവരുടെ സിൽബന്ധികളോ ആണ്. 'ഭാഗം ഭംഗിയല്ല', 'ഭാഗമേ ഭംഗിയാവൂ' തുടങ്ങിയവയായിരുന്നു അന്നത്തെ ചർച്ചാവിഷയം! "രാത്രിയിൽ കണ്ണടച്ച് വിശ്രമിക്കുന്ന കാരണവരുടെ കഴുത്തിൽ നീണ്ട കച്ചമുണ്ട് പിരിച്ചുചുറ്റി അനന്തിരവർ അപ്പുറത്തും ഇപ്പുറത്തും നിന്ന് 'പാലാഴിമഥനം' നടത്തിയതു നിമിത്തം ശ്വാസംമുട്ടി മരിച്ച കാരണവരുടെ മൂക്കിൽക്കൂടി തെറിച്ച ചോര മോന്തായത്തിൽ പറ്റിയിരിക്കുന്നു എന്നും മറ്റുമുള്ള വിശേഷവാർത്തകളോടുകൂടിയാണ് അക്കാലങ്ങളിൽ മിക്ക വർത്തമാനപത്രങ്ങളും

പുറപ്പെട്ടുകൊണ്ടിരുന്നത്." (*എന്റെ ജീവിതസ്മരണകൾ* - മന്നത്ത് പത്മനാഭൻ) അതുകൊണ്ട് നവോത്ഥാന സാഹിത്യം ഇതിവൃത്തങ്ങൾക്കു വേണ്ടി ഭൂതകാലങ്ങളിൽ പരതിയില്ല. കാരണം സ്വന്തം വീട്ടിനകത്തു തന്നെ അത് അവരെ കാത്തിരിക്കുന്നുണ്ടായിരുന്നു.

'ജാതിക്കുമ്മി'യുടെയും 'ചണ്ഡാലഭിക്ഷുകി'യുടെയും വഴിയിൽ നിന്നുകൊണ്ട് "അടേ്യങ്ങളും മനുശന്മാരല്ലേ?" എന്നൊരു ചെറുമി ചോദിക്കുന്നു 'അടുക്കള'യുടെ കേന്ദ്രപ്രമേയം നമ്പൂതിരിസമുദായത്തിലെ അന്തർജ്ജനങ്ങളുടെ മോചനമായിട്ടുപോലും ഇതുപോലുള്ള മറ്റു പ്രശ്നങ്ങൾ കടന്നുവരുന്നത് 'കീഴാള നവോത്ഥാനം' നമ്മുടെ ജീവിത്തെ ഉഴുതുമറിച്ചതുകൊണ്ടും അതുമായി ജൈവബന്ധം പുലർത്താൻ വി ടിക്ക് കഴിഞ്ഞതുകൊണ്ടുമാണ്. സവർണ്ണനവോത്ഥാന കഥാപാത്രങ്ങൾ ഊർജ്ജം സ്വീകരിച്ചത് വൈദികതയിൽ നിന്നല്ല മനുഷ്യവേദനകളിൽ നിന്നാണ്. വ്യത്യസ്ത വിതാനങ്ങളിൽ വികസിച്ചു വന്ന സാമൂഹ്യ ഇടപെടലുകൾ അമ്മാവന്മാരും മരുമക്കളും തമ്മിലുള്ള സംഘർഷമായിട്ടാണ് കൂട്ടുകുടുംബങ്ങളിൽ കടന്നുവന്നത്. തറവാട് തകരുന്നു എന്ന മുറവിളി യഥാർത്ഥത്തിൽ ഒരു പുതിയ ബന്ധമാതൃക നിലവിൽ വരുന്നതിനെതിരെയുള്ള യാഥാസ്ഥിതികരുടെ മുറുമുറുപ്പുകൾ മാത്രമായിരുന്നു. "അമ്മായിയമ്മയെ കല്ലിന്മേൽ വച്ചിട്ട് മറ്റൊരു കല്ലോണ്ട് നാരായണ........" എന്ന നാടൻപാട്ട് മുതൽ "ഞങ്ങൾക്ക് ചെലവിന് തരാതെ ഇവിടുന്നു മാറുകയില്ല. അല്ലെങ്കിൽ തേങ്ങ അടർത്തി ഞങ്ങളുടെ തലയിലിടുക" എന്ന് സ്വന്തം വലിയമ്മാവനോട് പറഞ്ഞ പന്ത്രണ്ടുകാരനായ പൽപ്പുവിന്റെ പ്രതികരണം വരെ വ്യക്തമാക്കുന്നത് ഒരു വിധേനയും മറച്ചുവെക്കാനാവാത്തവിധം പൊട്ടിപ്പിളർന്ന ഒരു ഗാർഹികാന്തരീക്ഷത്തിലെ വിള്ളലുകളാണ്. സാമൂഹ്യജീവിതത്തിൽ സംഭവിക്കുന്ന വിപ്ലവങ്ങൾ ഗാർഹികാന്തരീക്ഷത്തിൽ സജീവമായ മാറ്റത്തിന് വഴിയൊരുക്കും എന്നത് ഒരു ചരിത്രയാഥാർത്ഥ്യമാണ്. 'ഇംഗ്ലീഷ് വിദ്യാഭ്യാസ'ത്തിനുള്ള ചെലവ് വഹിക്കാൻ സന്നദ്ധനാകാത്ത സ്വന്തം കാരണവരെ പ്രതിക്കൂട്ടിൽ നിർത്താൻ തയ്യാറായ ഒരു നായർ തറവാട്ടിലെ അനന്തിരവനെ 1885 ഡിസംബറിൽ പുറത്തിറങ്ങിയ *കേരളപത്രിക* വാഴ്ത്തുന്നത് കെ എൻ പണിക്കർ (*Culture, Ideology, Hegemony*) ഉദ്ധരിക്കുന്നു. 1850 ന് മുമ്പായിരുന്നെങ്കിൽ 'കുലദ്രോഹി' എന്നാക്ഷേപിക്കുന്ന ഒരു സംഭവമാണ് ഇവിടെ അഭിനന്ദിക്കപ്പെടുന്നത്.

ഇതിഹാസപുരാണങ്ങൾക്കുമപ്പുറം കടന്ന് ജീവിതം കാണാനുള്ള ധീരതയാണ് സവർണ്ണ നവോത്ഥാനം പ്രകടിപ്പിച്ചത്. വൈദിക വിദ്യാഭ്യാസത്തിനെതിരെ കൊളോണിയൽ വിദ്യാഭ്യാസത്തെ സ്വീകരിക്കുകയാണ് പൊതുവിൽ നവോത്ഥാന പ്രസ്ഥാനങ്ങളൊക്കെയും ചെയ്തത്. പഠിക്കുക എന്നതിന് വൈദികജ്ഞാനസമ്പ്രദായത്തെ തള്ളിക്കളയുക എന്നു മാത്രമായിരുന്നു അന്നർത്ഥം. ഓത്തന്മാർ സമരോത്സുകമായ സവർണ്ണ സാഹിത്യത്തിന് സ്ഥിരം പരിഹാസപാത്രങ്ങളാവുന്നതും

സംസ്കൃതത്തിന്റെ സ്ഥാനം ഇംഗ്ലീഷ് കൈയേല്ക്കുന്നതും അതുകൊണ്ടാണ്. സിഗരറ്റ്, കാപ്പി എന്നിവയുടെ പ്രചാരംപോലും അന്നത്തെ സാഹചര്യത്തിൽ പുരോഗമനപരമായിരുന്നു! സിഗരറ്റ് വലി ആരോഗ്യത്തിന് ഹാനികരമാണെങ്കിലും സദാചാരവിരുദ്ധമല്ലെന്ന് യാഥാസ്ഥിതികരെ ഇ എം എസ് ഓർമ്മിപ്പിക്കുന്നത് ഇത്തരമൊരു പശ്ചാത്തലത്തിലാണ്. കേരളീയ സമൂഹത്തെ മുന്നോട്ട് നയിച്ചത് വൈദിക വിദ്യാഭ്യാസമല്ലാ പരിമിതികളൊക്കെ നിലനില്ക്കെത്തന്നെ കൊളോണിയൽ വിദ്യാഭ്യാസമാണ്. സ്വാതന്ത്ര്യം, സമത്വം, സാഹോദര്യം തുടങ്ങിയ ആധുനികാശയങ്ങളുമായി പരിചയം നേടിയ ഒരു മദ്ധ്യവർഗ്ഗവിഭാഗം ഇവിടെ വളർന്നുവന്നതിന്റെ പിന്നിൽ ആംഗലേയ വിദ്യാഭ്യാസം വഹിച്ച പങ്ക് പ്രധാനമാണ്. അദ്ധ്വാന കേന്ദ്രിതമായ കീഴാളപാരമ്പര്യവുമായി ഐക്യപ്പെടുന്നതിനു പകരം കൊളോണിയൽ വിദ്യാഭ്യാസവും വൈദികവിദ്യാഭ്യാസവും ഇന്ത്യയിൽ മുമ്പേ നടപ്പാക്കിയ ഗ്രന്ഥകേന്ദ്രിത കാഴ്ചപ്പാടുമായി ഒത്തുപോകുന്ന സമീപനമാണ് പൊതുവിൽ സ്വീകരിച്ചത്. അന്വേഷണങ്ങളും സംവാദങ്ങളും അസാദ്ധ്യമാക്കുന്ന ഗുരുശിഷ്യ ബന്ധത്തിന്റെ ലോകത്തേക്കാൾ എന്തുകൊണ്ടും വികസിച്ചതാണ് അദ്ധ്യാപക - വിദ്യാർത്ഥി ലോകം. എല്ലാവർക്കും വിദ്യാഭ്യാസം എന്നതും നിയമത്തിനു മുമ്പിലെ തുല്യതയും തത്ത്വത്തിലെങ്കിലും അംഗീകരിക്കപ്പെടുന്നത് മുതലാളിത്തവല്ക്കരണത്തിന്റെ ഭാഗമായിട്ടാണ്. കേരളീയനവോത്ഥാനത്തിന്റെ മുഖ്യമുദ്രാവാക്യമായി അവർണ്ണ - സവർണ്ണ ഭേദമെന്യേ സകലരും കൊളോണിയൽ വിദ്യാഭ്യാസത്തിന്റെ കൊടിക്ക് കീഴെ അണിനിരന്ന ചരിത്രാനുഭവം തീർച്ചയായും പ്രസ്തുത വിദ്യാഭ്യാസത്തിന്റെ മഹത്വത്തെയല്ല, വൈദിക വിദ്യാഭ്യാസത്തിന്റെ ജനവിരുദ്ധതയോടുള്ള വെറുപ്പിനെയാണ് വെളിപ്പെടുത്തുന്നത്. 'വിദ്യകൊണ്ട് പ്രബുദ്ധരാവുക, സംഘടനകൊണ്ട് ശക്തരാകുക' എന്ന ശ്രീനാരായണഗുരുവിന്റെ ആഹ്വാനവും 'ഞങ്ങടെ കുട്ടികളെ സ്കൂളിൽ കടത്തിയില്ലെങ്കിൽ ഞങ്ങൾ പാടത്ത് പണിക്കിറങ്ങില്ലെന്ന' അയ്യങ്കാളിയുടെ താക്കീതും, 'പഠിപ്പിലും മീതെ ഒന്നുമില്ലെന്ന' സവർണ്ണനവോത്ഥാന നിലപാടും ശരിവെക്കുന്നത് വിദ്യാഭ്യാസം ഔപചാരികതലത്തിലെങ്കിലും ഒരു 'നിരപ്പാക്കൽ' പ്രക്രിയയ്ക്ക് നേതൃത്വം നല്കുന്നതിൽ അന്ന് വിജയിച്ചിരുന്നു എന്നാണ്.

മനുവും ഹിറ്റ്ലറും

ആധിപത്യവിധേയത്വ ബന്ധങ്ങളുടെ പുനരുല്പാദനത്തിന് സഹായകമാകും വിധം ജീവിതത്തെ പൂർണ്ണമായും അധികാരപരിധിക്കുള്ളിൽ പരിമിതപ്പെടുത്തുന്നതിൽ ജാതിസമ്പ്രദായത്തോളം വികസിച്ച സ്ഥാപനങ്ങൾ ലോകചരിത്രത്തിൽ അപൂർവ്വമാണ്. ജാതിപീഡനം അനുഭവിക്കുന്ന കീഴാളരുടെ പ്രസ്ഥാനങ്ങൾ ജാതിയെ തകർക്കുക എന്ന സമീപനം മുന്നോട്ട് വെക്കുന്നതും ജാതിയെ പിന്തുണയ്ക്കുന്ന ഗ്രന്ഥങ്ങൾ കത്തിക്കാനാഹ്വാനം ചെയ്യുന്നതും അതുകൊണ്ടാണ്. വേദങ്ങൾ ഒരു ബ്രാഹ്മണ പണ്ഡിതന് സ്വീകാര്യമായിരിക്കുമ്പോൾ അതൊരു അബ്രാഹ്മണ പണ്ഡിതന് അസ്വീകാര്യമായിരിക്കുമെന്ന അംബേദ്കറുടെ പ്രസ്താവനയെ ഇത്തരമൊരു കാഴ്ചപ്പാടിന്റെ പ്രകടന പത്രികയായി കാണാവുന്നതാണ്. ബ്രാഹ്മണ - ബ്രാഹ്മണേതര പ്രത്യയശാസ്ത്രങ്ങളുടെ സംഘർഷത്തെ അവഗണിച്ചുകൊണ്ട്, വർത്തമാനകാല ഇന്ത്യൻ സാംസ്കാരികാവസ്ഥയെ അതിന്റെ വേരിൽ സ്പർശിച്ചുകൊണ്ട് അപഗ്രഥിക്കുക അസാദ്ധ്യമാണ്.

നവോത്ഥാനം നിരാകരിച്ച വൈദിക അനുഷ്ഠാനങ്ങളിൽ പലതും ഇന്നും നമ്മുടെ സാംസ്കാരിക ജീവിതത്തിന്റെ അടിത്തറയായി തുടരുന്ന പശ്ചാത്തലത്തിൽ മറ്റുതരത്തിലുള്ള പരിശോധനകൾ യാഥാർത്ഥ്യത്തിൽ നിന്നുള്ള പലായനമായിരിക്കും. ജ്യോതി ബഫൂലെയും അംബേദ്കറും ഇ വി ആറും സൈദ്ധാന്തികമായി വികസിപ്പിച്ച വൈദികവിരുദ്ധ കാഴ്ചപ്പാടുകൾ കേരളീയ കീഴാള നവോത്ഥാനം അതുപോലെ കടമെടുക്കുകയുണ്ടായില്ല. അവർണ്ണമുന്നേറ്റത്തിന് പ്രായോഗികവും സൈദ്ധാന്തികവുമായ സംവിധാനമുണ്ടാക്കിയ ശ്രീനാരായണഗുരു വേദവിരുദ്ധമായ ഒരു സൈദ്ധാന്തിക സമരം വികസിപ്പിക്കുന്നതിനല്ല, ആസന്നമായ

സാമൂഹ്യ പ്രശ്നങ്ങളെ സമരോന്മുഖമായി സമീപിക്കുന്നതിലാണ് ശ്രദ്ധി ച്ചത്. ചട്ടമ്പി സ്വാമികൾ ബ്രാഹ്മണരുടെ വേദാധികാരകുത്തകയെയും സംസ്കൃതമേല്ക്കോയ്മയെയും സൈദ്ധാന്തികമായി വെല്ലുവിളിച്ചത് അധഃസ്ഥിതരിലും പ്രത്യേകിച്ച് നായർ സമുദായത്തിലും ഉണർവ്വു ണ്ടാക്കി. എന്നാൽ ബ്രാഹ്മണരുടെ വേദകുത്തകക്കെതിരെ അദ്ദേഹം നടത്തിയ വിമർശനം ഒരിക്കലും വേദത്തിന്റെ സമ്പൂർണ്ണ നിരാകരണ മായിരുന്നില്ല. വിഗ്രഹങ്ങൾ വലിച്ചെറിയാനാഹ്വാനം ചെയ്ത വാഗ്ഭടാ നന്ദനും അത്യന്തം വിപ്ലവകരവും, മതേതരവുമായ ആനന്ദമതത്തിന് പിറവി നല്കിയ ബ്രഹ്മാനന്ദ ശിവയോഗിയും ബഫൂലെ, ഇ വി ആർ അംബേദ്കർ ചിന്തകളിൽനിന്ന് അകന്നാണ് നിലകൊള്ളുന്നത്.

ഇത്രയും സൂചിപ്പിക്കുന്നത് സമഗ്രവും തീവ്രവുമായ ഒരു ദളിത് വിമർശനം സാമാന്യമായി കേരളീയനവോത്ഥാനം വികസിപ്പിച്ചിട്ടില്ലെന്ന വസ്തുത വ്യക്തമാക്കാനാണ്. ബഫൂലെ 'മഹാബലി'യെയും ഇ വി ആർ 'രാവണനെ'യും പ്രതിഷ്ഠിച്ചതുപോലുള്ള, 'ഞങ്ങൾടെ വിദ്യാദേവത സര സ്വതിയല്ല, സാവിത്രി ഫൂലെ'യാണെന്ന സത്യശോധക് സമാജിന്റെ പ്രസ്താവന പോലുള്ള പൊള്ളുന്ന വിമർശനങ്ങൾ മുഖ്യതന്തുവായി കേരളീയ നവോത്ഥാനപരിസരത്തിൽ മാറുകയുണ്ടായില്ല. ചാതുർവർണ്ണ്യ ത്തെക്കുറിച്ചുള്ള ഉപരിവർഗ്ഗമിത്തുകളെ ബഫുലെ നേരിട്ടത് ബ്രഹ്മാവിന്റെ വായ ബ്രാഹ്മണരുടെ ഗർഭപാത്രമാണോ എന്ന തുളച്ചു കയറുന്ന പരി ഹാസം ഉയർത്തിക്കൊണ്ടാണ് (*Slavery* - ബഫൂലെ) ജാതിപ്രത്യയ ശാസ്ത്രത്തിന്റെ അടിത്തറയായി മാറിയ *മനുസ്മൃതി* കത്തിക്കുന്നതി നാണ് അംബേദ്കർ നേതൃത്വം നല്കിയത്. ആർഷപുരാണങ്ങളെല്ലാം അസംബന്ധങ്ങളും ദ്രാവിഡസമൂഹത്തിനെതിരെയുള്ള മർദ്ദനോപകര ണങ്ങളുമാണെന്ന് പ്രഖ്യാപിക്കുകയാണ് ഇ വി ആർ ചെയ്തത്. എന്നാൽ, കേരളത്തിലാകട്ടെ *മനുസ്മൃതി* കത്തിക്കുന്നതിനു പകരം അവർണ്ണർക്ക് സഞ്ചാരസ്വാതന്ത്ര്യം നിഷേധിക്കപ്പെട്ട വഴികളിൽ തന്റെ ചരിത്ര പ്രസിദ്ധമായ 'വില്ലുവണ്ടി' ഓട്ടി 'തടയാനാരുണ്ട് കാണട്ടെ' എന്ന് വെല്ലുവിളിക്കുകയാണ് അയ്യങ്കാളി ചെയ്തത്.

പ്രക്ഷോഭജനകമായ ദളിത് ആശയങ്ങളും ആനുഷംഗിക പ്രതിക രണങ്ങളും പരിമിതമായ തോതിൽ നവോത്ഥാനം നിർമ്മിച്ച ആശയാ ന്തരീക്ഷത്തിൽ നിലനിന്നിരുന്നു. സാമാന്യബോധത്തെ ഇളക്കി മറിച്ച പ്രസ്തുത ആശയങ്ങളാണ് 'പരിധി അതിക്രമിക്കുന്നു' എന്ന വിചാര ശീലന്മാരുടെ ആശങ്കകളെ മുഴുവൻ അപ്രസക്തമാക്കിക്കൊണ്ട് വിമർശ നാത്മക ചിന്തയുടെ കത്തുന്ന ആമുഖങ്ങളായി നമ്മുടെ സാംസ്കാരിക മണ്ഡലത്തിൽ പ്രത്യാശയുടെ ഒരു ആയുധപ്പുര പോലെ ഇന്നും സജീ വമായി നില്ക്കുന്നത്. അംബേദ്കറെപ്പോലെ പ്രകടമാംവിധത്തിൽ *മനു സ്മൃതി* കത്തിക്കുന്നതിന് നേതൃത്വം നല്കിയില്ലെങ്കിലും 'ശാസ്ത്രഗതി

ക്കൊത്ത് ലോകമല്ല, ലോകഗതിക്കൊത്ത് ശാസ്ത്രമാണ് മാറേണ്ട'തെന്ന് പ്രഖ്യാപിക്കുന്നതിന് സഹോദരപ്രസ്ഥാനം നേതൃത്വം നല്കിയിരുന്നു.

> സ്മൃതികൾ പണ്ടത്തെ മീൻകാഫ്കളാണ് ഹിറ്റ്ലറുടെ ആര്യസിദ്ധാന്തവും മനുവിന്റെയും മറ്റും വർണ്ണസിദ്ധാന്തവും തമ്മിൽ ഒരു വ്യത്യാസവുമില്ല. മനുവിനോടും മറ്റും താരതമ്യം ചെയ്യുമ്പോൾ ഹിറ്റ്ലർ പാവമാണ്. മനുവും മറ്റും അനവധിവർഗ്ഗങ്ങളെ അടിമത്തം സ്വയം സമ്മതിക്കുന്ന കൂട്ടരാക്കി മാറ്റി മെരുക്കി. അത്ര ദ്രോഹം ഹിറ്റ്ലർക്ക് ജൂതന്മാരോട് ചെയ്യാൻ സാധിച്ചിട്ടില്ല; സാധിക്കുകയുമില്ല.

അനീതിക്കെതിരെ കത്തിജ്ജ്വലിച്ച ഒരു സമഗ്രമായ ദളിത് വിമർശനത്തിന്റെ അഭാവം നിമിത്തമാണ് മുപ്പതുകളിൽപ്പോലും നമുക്ക് ഇതിഹാസപുരാണങ്ങളുടെ പുറമ്പോക്കിലേക്ക് എടുത്തെറിയപ്പെട്ട കീഴാള കഥാപാത്രങ്ങളോട് തീവ്രമായ ആഭിമുഖ്യം പങ്കുവെക്കാൻ കഴിയാതെ പോയത്. 'രാവണപക്ഷം' ബലഹീനമാംവിധം മുമ്പും ഉണ്ടായിരുന്നു. 'രാമപക്ഷം' തന്നെയാണ് വ്യത്യസ്ത വ്യാഖ്യാനങ്ങളോടെ അപ്പോഴും മേല്ക്കോയ്മ തുടർന്നത്. താടകയും ശൂർപ്പണഖയും ധൈഷണിക താല്പര്യത്തിന്റെ തിളച്ചുമറിയുന്ന കേന്ദ്രങ്ങളായിത്തീരുന്നത് ഇപ്പോഴാണ്. ഏകലവ്യനും ശബരിക്കും ശംബൂകനും സമീപകാലത്ത് ലഭിച്ച ശാപമോക്ഷവും സാമൂഹ്യ ജീവിതത്തിലെ ദളിത് ഉണർവ്വുകളും പരസ്പരം ബന്ധപ്പെട്ടിരിക്കുന്നു. പഴമയുടെ കാഴ്ചബംഗ്ലാവായി പരിണമിച്ച ഇറ്റലിക്കെതിരെ പൊട്ടിത്തെറിച്ച ഫ്യൂച്ചറിസ്റ്റുകളുടെ സാദ്ധ്യതകൾ സ്വാംശീകരിച്ചുകൊണ്ട് ഒരു നവലോകനിർമ്മിതിക്ക് ധീരമായി ആഹ്വാനം ചെയ്ത കേസരിക്കുപോലും ഇതിഹാസപുരാണങ്ങളുടെ സമഗ്രമായ വിമർശനത്തിന് നേതൃത്വം നല്കാൻ കഴിഞ്ഞില്ല. 'രാമായണം വീണ്ടുമെഴുതുമ്പോൾ' എന്ന കേസരിയിലെ 1934 ലെ മുഖപ്രസംഗം "രാവണായണംകൊണ്ട് സാധിക്കാൻ താൻ ശ്രമിക്കുന്ന കാര്യം 'കുമാരനാശാൻ' രാമായണമെഴുതി തന്നെ സാധിക്കുമായിരുന്നു" എന്ന് രാവണപക്ഷപാതിയായ പള്ളത്ത് രാമനെ ബോദ്ധ്യപ്പെടുത്താനാണ് ശ്രമിച്ചത്. ആധിപത്യം വഹിക്കുന്ന ഇതിഹാസപാഠങ്ങളുടെ വിപ്ലവകരമായ വ്യാഖ്യാനത്തിന്റെ മികച്ച മാതൃകകളിലൊന്നായ *ചിന്താവിഷ്ടയായ സീത*യെ ശരിയാംവിധം ഉയർത്തിപ്പിടിച്ച വിമർശകർക്ക് കീഴാളപക്ഷത്തുനിന്ന് രൂപപ്പെടാൻ ശ്രമിച്ച അവികസിതമെങ്കിലും കേരളീയ സാഹചര്യത്തിൽ അന്നും ഇന്നും അനിവാര്യമായ ഒരു സമാന്തരധാരയെ കാലം ആവശ്യപ്പെടുംവിധം ഉൾക്കൊള്ളാൻ കഴിയാതെ പോയത് എന്തുകൊണ്ടാണ്?

സമരോത്സുകമായ ഒരു ബദൽ അന്വേഷണത്തെ സൂക്ഷ്മമമായി പിന്തുണയ്ക്കുന്ന ഒരു സാമൂഹ്യ സാഹചര്യത്തിന്റെ അഭാവം നിമിത്തമാകാം അങ്ങനെ സംഭവിച്ചത്.

ദൈവം മനുഷ്യസൃഷ്ടിയാണെന്നും പിതൃവാത്സല്യം കൃത്രിമമാണെന്നും ഈഡിപ്പസ് കോംപ്ലക്സ് നിമിത്തം പിതൃപുത്രവൈരം ജനിക്കുന്നു എന്നും കുടുംബജീവിതവും വ്യവഹാരവും മർദ്ദിതലക്ഷങ്ങളെ അടക്കിവെച്ചുകൊണ്ട് പോകാൻ മാത്രമുപകരിക്കുന്നതും സന്താനങ്ങളെ കൊള്ളരുതാത്തവരാകാൻ സഹായിക്കുന്നതും മാത്രമാണെന്നും മറ്റുമുള്ള നരവംശശാസ്ത്രത്തിന്റെയും മനഃശാസ്ത്രത്തിന്റെയും കണ്ടുപിടിത്തങ്ങൾ ഇന്നുണ്ടായിരിക്കുന്ന സ്ഥിതിക്ക് പിതൃഭക്തനും ഏകഭാര്യാവ്രതം അനുഷ്ഠിച്ചവനും വൈദികരുടെ അടിമയും ഭാര്യയെ മോഷ്ടിച്ചുകൊണ്ടുപോയ രാജാവിന്റെ നിരപരാധികളായ പ്രജകളെ നിഹനിച്ചു നശിപ്പിച്ചവനുമായ രാവണനൻ ശ്രീ. വള്ളത്തോൾ എന്തു പറഞ്ഞാലും അടുത്ത ഭാവിയിലെ കേരളീയ യുവാക്കന്മാർ മാതൃകാപുരുഷനും-മാർഗ്ഗദർശിയുമായി സ്വീകരിക്കുകയില്ല തന്നെ.

(*കേസരിയുടെ സാഹിത്യ വിമർശനങ്ങൾ*)

അയ്യങ്കാളി ഇരുന്ന കസേരയിൽ ഇരിക്കാനുള്ള അർഹത ചിത്തിര തിരുനാൾ രാജാവിനു മുമ്പിൽ പഞ്ചപുച്ഛമടക്കി നില്ക്കുന്ന ആഢ്യന്മാർക്കുണ്ടോ എന്ന് പരിഹസിക്കാൻ കഴിഞ്ഞ കേസരിക്കു പോലും പള്ളത്തിൽ മുള പൊട്ടിയ രാവണപക്ഷപാതം തിരിച്ചറിയാൻ കഴിഞ്ഞില്ല. കേസരി മാതൃകാപുരുഷൻ എന്ന നിലയിൽനിന്നും രാമനെ നിരാകരിക്കാൻ മുന്നിൽവെച്ച ഏകഭാര്യാവ്രതം അനുഷ്ഠിച്ചവൻ, പിതൃഭക്തൻ എന്നീ ന്യായങ്ങളേക്കാൾ എന്തുകൊണ്ടും ഇന്ത്യനവസ്ഥയിൽ ഏറെ ഫലപ്രദം കേസരിതന്നെ എടുത്തുപറഞ്ഞ 'വൈദികദാസ്യ'വും നിരപരാധികളുടെ വധവുമാണ്. നവോത്ഥാനത്തിന്റെ വീര്യം ജ്വലിച്ചുനില്ക്കുന്ന മാരാരുടെ *വാല്മീകിയുടെ രാമനി*ലും ധർമ്മാധർമ്മങ്ങളുടെ സന്ദിഗ്ദ്ധതകളിൽ സ്പർശിക്കുന്ന *ഭാരതപര്യടന*ത്തിലും നവോത്ഥാനം സൃഷ്ടിച്ച തീവ്രയുക്തിബോധത്തിന്റെ തിളക്കമുണ്ട്. എന്നാൽ രാമനും സീതയ്ക്കുമിടയിൽ സ്തംഭിച്ചു നില്ക്കുന്ന സാഹിത്യാന്വേഷണത്തിന് പുതിയൊരു ഭൂമിയും ആകാശവും ഒരുക്കിക്കൊടുക്കാൻ കേരളീയ നവോത്ഥാനത്തിന് കഴിയാതെ പോയത് സംഘടിതമായ ഒരു ദളിത് മുന്നേറ്റത്തിന്റെ അഭാവം കാരണമാണ്. ഇന്ന് നമ്മുടെ സമൂഹത്തിൽ സാമാന്യമായി രാമൻ/ രാവണൻ, സീത/ താടക, അർജ്ജുനൻ/ ഏകലവ്യൻ തുടങ്ങിയ ദ്വന്ദ്വങ്ങൾ സ്വീകരിക്കപ്പെടുന്നത് ധാർമ്മികമൂല്യങ്ങളുടെ മണ്ഡലത്തിൽ വെച്ചല്ല, അധികാരസംഘർഷത്തിന്റെ ലോകത്തിൽ വെച്ചാണ്. കീഴാളനവോത്ഥാനത്തിൽനിന്ന് ഊർജ്ജം സ്വാംശീകരിച്ച് വളർന്ന ദളിത് പ്രസ്ഥാനങ്ങളുടെയും മതേതരമായ ബദൽ അന്വേഷണങ്ങളുടെയും ഭാഗമായി എഴുപതുകൾക്കു ശേഷമാണ് ഇത്തരമൊരു ഭാവുകത്വ പരിണാമം നടന്നത്. ഇതിഹാസപുരാണങ്ങളെ 'സാഹിത്യം' മാത്രമായി സ്വാംശീകരിക്കാനുള്ള

സാംസ്കാരിക സന്നദ്ധത മുമ്പേ തന്നെ കേരളത്തിലെ നവോത്ഥാന പ്രസ്ഥാനങ്ങൾ രൂപപ്പെടുത്തിയതുകൊണ്ടാണ് ഒരു വിഭാഗം ജനങ്ങൾക്കിടയിലും ഇത്തരമൊരു ജനാധിപത്യ മാനസികാവസ്ഥ വികസിച്ചുവന്നത്. *അടുക്കളയിൽനിന്ന് അരങ്ങത്തേക്ക്, മറക്കുടയ്ക്കുള്ളിലെ മഹാനരകം, ഋതുമതി, തൊഴിൽ കേന്ദ്രത്തിലേക്ക്* തുടങ്ങിയ ഒരൊറ്റ നാടകത്തിലും, 'രജനീരംഗം' മുതൽ മുപ്പതുകളിലെഴുതപ്പെട്ട കഥകളിലും അതേകാലത്തെഴുതപ്പെട്ട കവിതകളിലും പ്രബന്ധങ്ങളിലും ഇതിഹാസപുരാണ കഥാപാത്രങ്ങൾ വർത്തമാന മാതൃകകളായി പൊതുവിൽ അവതരിപ്പിക്കപ്പെടുന്നില്ല.

ഐതിഹ്യങ്ങൾക്കുള്ളിലും ഇരുട്ട്

ആയിരത്തി തൊള്ളായിരത്തി ഒമ്പതിനും 1934 നും ഇടയിൽ സമാഹൃതമായ കൊട്ടാരത്തിൽ ശങ്കുണ്ണിയുടെ *ഐതിഹ്യമാല*യും 1995 ൽ പ്രസിദ്ധീകൃതമായ മാധവൻ നമ്പൂതിരിയുടെ *ഐതിഹ്യകഥ*കളും കുഞ്ഞുണ്ണിമാഷ് 1991 ൽ പ്രസിദ്ധപ്പെടുത്തിയ *നമ്പൂതിരിഫലിത*ങ്ങളും പ്രസിദ്ധീകരിക്കപ്പെട്ടതും അല്ലാതെയുമുള്ള പഴഞ്ചൊല്ലുകളും ശൈലികളും നിരവധി വ്യത്യസ്തതകൾക്കും വൈരുദ്ധ്യങ്ങൾക്കുമിടയിലും സൂക്ഷിക്കുന്ന സമാനതകളിലൊന്ന് ജാതിജന്മിനാടുവാഴിത്തത്തിന്റെ നീതിശാസനകളുടെ ഒരു പൊതു അന്തരീക്ഷമാണ്. ജാതിപ്രത്യയശാസ്ത്രം പുനരുല്പാദിപ്പിക്കുന്ന ഉത്തമ /അധമ വിഭജനത്തിന്റെ വേർതിരിക്കപ്പെട്ട ലോകങ്ങളിലാണ് നമ്മുടെ ഐതിഹ്യങ്ങൾ മുതൽ തമാശകൾ വരെയുള്ള സമസ്ത വ്യവഹാരങ്ങളും നിലനില്ക്കുന്നത്. മഹാഭാഷ്യം, തലക്കുളത്തൂർ ഭട്ടതിരിയും പാഴൂർ പടിപ്പുരയും, പാമ്പുമേക്കാട്ടു നമ്പൂതിരി, പാഴൂർ പെരുംതൃക്കോവിൽ, കുമാരമംഗലത്തു നമ്പൂതിരി തുടങ്ങി *ഐതിഹ്യമാല*യിലെയും നമ്പൂതിരിയും കൊള്ളക്കാരും, കല്ലൂരു നമ്പൂതിരി, ഭട്ടതിരിയും പ്രേതവും, കൊണ്ടമറുകു നമ്പൂതിരി തുടങ്ങി *ഐതിഹ്യമാല*കളിലെയും പ്രധാന തന്തുക്കളിലൊന്ന് മന്ത്രസിദ്ധിയും വിശ്വാസശക്തിയും സംബന്ധിച്ച വൈദികവീക്ഷണമാണ്.

നമ്പൂതിരി ഫലിതങ്ങളിൽ പ്രകടമായ നവോത്ഥാന വിരുദ്ധ നിലപാടുകളാണ് പലപ്പോഴും തലപൊക്കി നില്ക്കുന്നത്.

> നമ്പൂതിരി ഒരമ്പലത്തിൽ തൊഴാൻ ചെന്നപ്പോൾ സുന്ദരിയായ ഒരു വാരസ്യാരെ കണ്ടു. ഉടൻ അവളോട്: രാത്രി വാരം കഴിഞ്ഞ് വാര്യത്തേക്ക് വര്ണ്ട്. അതുകേട്ട് വാരസ്യാർ: അയ്യോ! അതു മാത്രം വയ്യവ്ട്ന്നേ! വേറെന്ത് വേണങ്കിലും അടിയൻ ചെയ്തു

> തരാം. ന്നാ പ്പത്തന്നെ വരാം. നിയ്ക്ക് നെന്റട്ത്ത്ന്ന് അഷ്ടാദ്ധ്യായി വിസ്തരിച്ചൊന്ന് പഠിക്കണം. അതടിയനറിയില്ല്യാലോവ്ട്ന്നേ. അതന്യാ ഏഠേ, നെന്നോട് ആദ്യം പറഞ്ഞത് നെനക്കൊന്നേറീള്ളു. അതങ്ങട് സന്തോഷായിട്ട് സമ്തിക്ക്യാ ഭേദം.

സ്ത്രീവിരുദ്ധമായ പരിഹാസവും പുച്ഛവും നുരച്ച് പതയുന്ന മുൻചൊന്ന ഫലിതത്തിൽ 'ഫലിതങ്ങൾ'ക്ക് പൊതുവിൽ സഹജമായ സൗഹൃദപൂർവ്വമായ പരിഹാസത്തേക്കാൾ അധികാരത്തിന്റെ അനിവാര്യ ഭാഗമായ ഭീഷണിയോടാണ് അടുപ്പം. പതിഞ്ഞ മട്ടിലാണെങ്കിലും ഇരയെ വാക്കുകൾകൊണ്ട് വലിച്ചുകീറി കീഴ്പ്പെടുത്തുകയാണതിന്റെ ലക്ഷ്യം. സ്വയം ആദർശവല്ക്കരിച്ചും വാരസ്യാരെ അകാരണമായി ആക്ഷേപിച്ചുമാണ് 'മേൽച്ചൊന്ന ഫലിതം' സ്വന്തം മേല്ക്കോയ്മ സ്ഥാപിക്കുന്നത്. സ്ത്രീകൾക്കൊപ്പം സവർണ്ണ ഫലിതങ്ങളുടെ ഹിംസാത്മകതയ്ക്ക് വിധേയമായ മറ്റൊരു വിഭാഗം 'കീഴാള' ജനതയാണ്.

> കോടതിയിൽവന്ന് താഴെ പ്രതിക്കൂട്ടിൽ നില്ക്കുന്ന നമ്പൂതിരിയോട് ഉയരത്തിൽ ഇരിക്കുന്ന കീഴ്ജാതിക്കാരനും അല്പനും അഹങ്കാരിയുമായ ഒരു മജിസ്ട്രേറ്റ്: ഞാനുയരത്തിലിരിക്കുകയും നമ്പൂതിരിപ്പാട് താഴത്തു നില്ക്കുകയും ചെയ്യുന്നതുകൊണ്ട് വെഷമമുണ്ടോ? ഹേയ്, ഒരു വെഷമോല്ല്യ, മജിസ്ട്രേറ്റിന്റെ അച്ഛൻ ഇതിലും ഒരുപാടുയരമുള്ള സ്ഥലത്തിരിക്കുന്നത് ഞാൻ താഴെ നിന്ന് ശ്ശി കണ്ടടക്ക്ണു.

(അയാൾ പന ചെത്തുകാരനായിരുന്നു) "ചെറുമന് അധികാരപ്പണി കിട്ടിയതുപോലെ" എന്ന തരം പഴഞ്ചൊല്ലുകളും 'കൊട്ടി' തുടങ്ങി ഈഴവരെ അപഹസിക്കുന്ന പ്രയോഗങ്ങളും മേൽച്ചൊന്ന തരത്തിലുള്ള ഫലിതങ്ങളും കീഴാളവിരുദ്ധത പ്രകടിപ്പിക്കുന്നവയാണ്. ഇത് പ്രവർത്തിക്കുന്നത് കായികാദ്ധ്വാനത്തെ ഇകഴ്ത്തിയും മാനസികാദ്ധ്വാനത്തെ വാഴ്ത്തിയും നമ്മുടെ ജീവിതത്തെ തന്നെ കീഴ്മേൽ മറിക്കുന്ന ഒരു സവർണ്ണയുക്തി പ്രയോഗിച്ചാണ്. ശുദ്ധധ്യാനവും അതിന്റെ ഭാഗമായ ഗ്രന്ഥജ്ഞാനവും ശ്രേഷ്ഠവും അതേ സമയം അതിനെല്ലാമടിസ്ഥാനമായ ഉല്പാദനപ്രവർത്തനത്തിന്റെ ഉറവിടമായ കായികാദ്ധ്വാനത്തെ മ്ലേച്ഛവും ആക്കി മാറ്റുന്നത്.

നമ്പൂതിരി പറയുന്ന തെറിയും, ദളിത് തെറിയും തമ്മിലുള്ള അന്തരം ദളിത് പണ്ഡിതനായ കവിയൂർ മുരളി അപഗ്രഥിക്കുന്നുണ്ട്. (ദളിത് ഭാഷ) നമ്പൂതിരി ഉപയോഗിക്കുന്ന 'മ്ലേച്ഛൻ, അശ്രീകരം, അസുരവിത്ത്, (കുശവൻ, ചെറുമൻ, പുലയൻ)' തുടങ്ങിയ പ്രയോഗങ്ങൾ അദ്ധ്വാനവിരുദ്ധവും അധഃസ്ഥിതവിരുദ്ധവുമായിരിക്കുമ്പോൾ ദളിതരുപയോഗിക്കുന്ന 'എച്ചെലുനക്കി, കാലാപെറുക്കി. മിഞ്ചംതീനി, തെങ്കരകൊട്ടി, ചീക്കപ്പോത്ത്' തുടങ്ങിയവ അദ്ധ്വാനത്തിൽനിന്ന് വിട്ട് നില്ക്കുന്നവരെ ആക്ഷേപിക്കു

ന്നതാണ്. ദേഷ്യം വർദ്ധിക്കുമ്പോൾ പൊതുപ്രയോഗമായി പരിണമിച്ചതും ഇപ്പോഴും ഭാഗികമായി തുടരുന്നതുമായ കുശവൻ, കള്ളാടി, പുലയൻ, പറയൻ, ചെറുമൻ തുടങ്ങിയവ ഒരു ജനവിഭാഗത്തിന്റെ ജാതിപ്പേരുകളാണ്. മേൽജാതിക്കാരുടെ ഇല്ലവും മഠവും ഭവനവും പുരയും പരിക്കേല്ക്കാതെ നില്ക്കുമ്പോഴും അധഃസ്ഥിതരുടെ താമസസ്ഥലമായ ചെറ്റയും കുപ്പയും തെറിപ്പദങ്ങൾ കൂടിയാണ്. ഇതിന് പിന്നിൽ പ്രവർത്തിക്കുന്നത് 'വൈദികജ്ഞാനമണ്ഡലവുമായും ജീവിതവുമായും ഉള്ള ബന്ധമാണ് യോഗ്യതയുടെ മാനദണ്ഡം' എന്ന സവർണ്ണ മിഥ്യയാണ്. സംവരണ ചർച്ചകളിൽ സാമാന്യമായി ഉയർന്ന് കേൾക്കുന്ന നിരുപദ്രവകരമെന്ന് തോന്നാവുന്ന 'യോഗ്യത ബലികഴിക്കുന്നു' എന്ന വാദം പോലും നൂറ്റാണ്ടുകളോളം ഇവിടെ എതിരില്ലാതെ ആധിപത്യം പുലർത്തിയ സവർണ്ണ മേല്ക്കോയ്മയുടെ ഒരു ഓമനസൃഷ്ടിയാണ്. ഒരു ദളിത് ചിന്തകനായ 'കാഞ്ച ഇളയ്യ' വിശദമാക്കുന്നതുപോലെ, മേൽജാതി മാനസികാവസ്ഥയ്ക്ക് ബ്രാഹ്മണഗ്രന്ഥവിജ്ഞാനത്തേക്കാൾ കൂടുതൽ മൂല്യമുള്ളത് ദളിതരുടെ പ്രായാഗികജ്ഞാനത്തിലാണെന്ന് മനസ്സിലാക്കാൻ കഴിയാത്തത് തൊഴിലാണ് യോഗ്യതയെ ഉല്പാദിപ്പിക്കുന്നതെന്ന് തിരിച്ചറിയാനവർക്കു കഴിയാത്തതുകൊണ്ടാണ്. (*Why I am not a Hindu*) അദ്ധ്വാനപ്രക്രിയയിൽനിന്ന് വിട്ടുനില്ക്കുന്ന ഉപരിവർഗ്ഗത്തിന്റെ വിഭ്രാന്തിയിൽ നിന്നാണ് ഈ ലോകം യഥാർത്ഥമാണോ അയഥാർത്ഥമാണോ എന്ന മട്ടിലുള്ള തർക്കങ്ങൾ തുടങ്ങുന്നത്. തലകീഴായി നില്ക്കുന്ന ഈ പ്രപഞ്ചബോധം തന്നെയാണ് കൃഷിക്കാരൻ, പണ്ഡിതൻ എന്നിങ്ങനെ അർത്ഥമുള്ള 'പൊലയൻ' കീഴടക്കപ്പെട്ടപ്പോൾ, കൊള്ളരുതാത്തവൻ എന്നർത്ഥംവരുന്ന ഒരു പദമായി മാറി! *പൊലയർ നൂറ്റാണ്ടുകളിൽ* എന്ന ചരിത്രപഠനത്തിൽ കുന്നുകുഴി എസ് മണി (1989) ഗുണ്ടർട്ട് മുതൽ ഇപ്പോൾ മലയാളത്തിൽ ഏറെ പ്രചാരം നേടിക്കഴിഞ്ഞ *ശബ്ദതാരാവലി* എന്ന നിഘണ്ടു രചയിതാക്കൾ വരെ സ്വീകരിച്ച സമീപനത്തെക്കുറിച്ച് ഇങ്ങനെ എഴുതി: " മണ്ണിന്റെ മക്കളായ പൊലയരെ വ്യഭിചാരികളെന്നും കൂട്ടിക്കൊടുപ്പുകാരെന്നും മറ്റും ഏറ്റവും നിന്ദ്യമായ അർത്ഥകല്പന ചെയ്തിരിക്കുന്ന ഇത്തരം വിവരംകെട്ട നിഘണ്ടുക്കൾ പൊലയ ജനതയ്ക്ക് ആക്ഷേപകരമാണ്." പുലക്കള്ളി, പുലയാടി തുടങ്ങിയ ആക്ഷേപാർഹമായി മാറിക്കഴിഞ്ഞ പദങ്ങൾ അടിമത്തം കത്തി നിന്ന ഒരു കാലത്തിന്റെ അവശിഷ്ടമാണ്. ജനാധിപത്യ സമൂഹം അതിനെ വലിച്ചെറിയുന്നതിനു പകരം ഇപ്പോഴും സ്വന്തം നിഘണ്ടുക്കളിൽ നിലനിർത്തുന്നതിന് നീതീകരണമില്ല. മ്യൂസിയത്തിനുള്ളത് അതിന് നല്കാതിരിക്കുന്നത് മനുഷ്യനിന്ദയും ചരിത്ര നിഷേധവുമാണ്.

നവോത്ഥാനവും കർഷക പ്രസ്ഥാനവും സൃഷ്ടിച്ച ഒരു പുതിയ പ്രവണതയുടെ പ്രതിനിധി, അല്ലെങ്കിൽ സ്വന്തം കാലത്തിന്റെ ജീർണ്ണതകൾക്കെതിരെ കത്തി നിന്ന ഒരു പ്രക്ഷോഭകാരി – ആഢ്യത്വവും, ആഭിജാത്യവും കൈവെടിഞ്ഞ് സാധാരണക്കാരുമായി കൂട്ടുകൂടി നടന്നിരുന്ന

കോക്കര തുപ്പൻ നമ്പൂതിരിയെ - ഒരു വിധേനയും ആഢ്യവഴക്കത്തിന കത്ത് പ്രതിഷ്ഠിക്കുക സാദ്ധ്യമല്ല. ഭക്ഷണത്തിന് പാലോ, മോരോ, തൈരോ ഒന്നും ഉപയോഗിക്കാത്ത നമ്പൂതിരി സാധാരണമായ തേവാര ങ്ങളൊന്നും അനുഷ്ഠിക്കാത്ത, നാട്ടുകാരുമായി ഇടപഴകിക്കഴിയുന്ന പാവ ങ്ങളെക്കുറിച്ച് ഉൽക്കണ്ഠപ്പെടുന്ന, പ്രഭുക്കന്മാർക്കെതിരെ ജനപക്ഷത്ത് നില്ക്കുന്ന ഒരു യുവസംഘത്തിന് രൂപം നല്കിയ ഐതിഹ്യത്തിലെ തുപ്പൻ നമ്പൂതിരിയെ നമ്പൂതിരി യുവജനസംഘത്തിന്റെ പിറവിയോടെ ആരംഭിച്ച നവോത്ഥാനകേരളത്തിന്റെ പൂർവ്വആദർശ മാതൃകയായി പരി ഗണിക്കാവുന്നതാണ്. ആഢ്യന്മാരായ മറ്റു നമ്പൂതിരിമാർ 'മാറ്റിത്ത' ക്കാരായി മുദ്രകുത്തിയവരുടെ പിന്മുറക്കാരാണ് പില്ക്കാലത്ത് മതേതര കേരളത്തിന്റെ പ്രിയപ്പെട്ടവരായി മാറിയത്! അദ്ധ്വാനത്തെ അനാദരിക്കു മ്പോഴാണ് കേവലമായ ആത്മീയത മന്ത്ര-തന്ത്ര ആഭിമുഖ്യമായി മാറു ന്നത്. മന്ത്രശക്തിയെ മഹത്വപ്പെടുത്തുന്ന 'നമ്പൂതിരിയും കൊള്ളക്കാരും' പോലുള്ള കഥകൾ സത്യത്തിൽ ശരീരത്തെയും സംഘത്തെയും അവ ഹേളിക്കുന്ന അദ്ധ്വാനവിരുദ്ധ മനോഭാവത്തിന്റെ ആവിഷ്കാരങ്ങളാണ്.

കൊള്ള ജനാധിപത്യ വിരുദ്ധപ്രവർത്തനമാണ്. എന്നാൽ, കൊള്ള ക്കാർക്ക് അനുകൂല പശ്ചാത്തലത്തിൽ തങ്ങളുടെ ശരീരശക്തി അനുവ ദിക്കുന്നത്ര മാത്രമേ മറ്റുള്ളവരെ കീഴ്പ്പെടുത്താൻ കഴിയൂ. എന്നാൽ നമ്പൂതിരിയുടെ മന്ത്രശക്തിക്ക് സ്ഥലകാലനിരപേക്ഷമായി അത്ഭുതം പ്രവർത്തിക്കാൻ പറ്റുന്നു. കൊള്ളയും പിടിച്ചുപറിയും സാമാന്യമായി അധഃസ്ഥിതരുടെ തൊഴിലാണ്. വാല്മീകിയായി മാറിയ കാട്ടാളനെക്കു റിച്ചുള്ള ഐതിഹ്യവും സ്തുതിക്കുന്നത് സപ്തർഷികളുടെ മന്ത്രശക്തി യെയാണ്. ഏതഴുക്കുചാലിലെ വെള്ളത്തെയും പുണ്യാഹമാക്കുന്ന മന്ത്ര ത്തെയും ഏത് കഠിനശിലയെയും ദൈവമാക്കുന്ന തന്ത്രത്തെയുമാണ് വിചിത്രമെന്ന് തോന്നാവുന്ന വിധത്തിൽ കേരളീയനവോത്ഥാനം വെല്ലു വിളിച്ചത്. 'യോഗക്ഷേമസഭ' മാത്രമല്ല, എൻ എസ് എസും ആഭിജാത്യ ത്തിൽനിന്നും പുറത്തു കടന്ന്, സ്വന്തമായി അദ്ധ്വാനിക്കാൻ സ്വസമുദാ യങ്ങളോട് നിരന്തരം ആവശ്യപ്പെടാനാരംഭിക്കുന്നത്, ബ്രിട്ടീഷാഗമന ത്തോടെ ആരംഭിച്ച മുതലാളിത്തവല്ക്കരണത്തോടുള്ള പ്രതികരണമാ യിട്ടാണ്. റെയിൽവേ, യന്ത്രം, ബേങ്ക്, തോട്ടങ്ങൾ, ജോയിന്റ് സ്റ്റോക്ക് കമ്പനികൾ തുടങ്ങി നാടുവാഴിത്തസമൂഹത്തിന്റെ തന്നെ മുഖച്ഛായ തുടച്ചു മാറ്റുന്ന നിരവധി മാറ്റങ്ങൾക്ക് തുടക്കം കുറിച്ച കൊളോണിയൽ ശക്തികൾ പരമ്പരാഗത സമൂഹത്തിലേല്പിച്ച കനത്ത പ്രഹരത്തോടുള്ള വ്യത്യസ്ത പ്രതികരണങ്ങളുടെ ആകത്തുകയാണ് നമ്മുടെ നവോ ത്ഥാനം.

സർക്കാർവക സ്വന്തം ചോറ്!

നമ്പൂതിരിക്ക് വേളിയിലൊരുണ്ണി, സമ്മന്തത്തിലുമുണ്ടൊരു മകൻ, രണ്ടാളും മലർന്നു കിടന്ന് കളിക്കുന്ന പ്രായം. എന്തോ കാരണത്താൽ രണ്ടു കുട്ടികളും കരയാൻ തുടങ്ങി. കരച്ചിൽ കേട്ടു നമ്പൂതിരി അങ്ങോട്ട് ചെന്നു. എന്നിട്ട് രണ്ടു കുട്ടികളെയും മാറി മാറി നോക്കിക്കൊണ്ട് ആത്മ ഗതം ചെയ്തു. 'വെഷമായിലോ! ഇതില് ഉണ്ണ്യേതാ കൊശവനേതാന്ന് മനസ്സിലാവ്ണല്ല്യ, അതറ്യാണ്ട്ത്താ ശുദ്ധം മാറില്ലെ!' മേൽച്ചൊന്ന ഫലി തത്തിൽ നമ്പൂതിരി 'കൊശവൻ' എന്ന് വിളിച്ച വിജാതിയിലെ ഉണ്ണിക്ക് തിരിച്ച് തന്റെ അമ്മയുടെ ഭർത്താവിനെ 'അച്ഛാ' എന്ന് വിളിക്കാനും അവ കാശമുണ്ടായിരുന്നില്ല. അച്ഛനും മക്കൾക്കുമിടയിലും അയിത്തം! സ്വന്തം അച്ഛനെപ്പോലും 'അച്ഛമ്പ്രാൻ' എന്ന് സംബോധന ചെയ്യേണ്ടി വരുന്ന അവസ്ഥ. ഇത്തരമൊരു ഹൃദയശൂന്യതയുടെ മർമ്മം പിളർക്കുംവിധമുള്ള ഹൃദയസ്പർശിയായ ഒരു സന്ദർഭം *അപ്ഫന്റെ മകൾ* എന്ന നോവലി ലുണ്ട്.

അച്ഛമ്പ്രാനെന്ന പതിവ് വിളി തെറ്റിച്ച് സുലോചന മരണശയ്യയിൽ കിടന്ന് ആദ്യമായും അവസാനമായും 'അച്ഛാ' എന്ന് വിളിച്ചു. അതേക്കു റിച്ച് മുത്തിരിങ്ങോട്ട് എഴുതിയത് 'ജാത്യാഭിമാനവും ആഭിജാത്യവും അകന്ന് ഏകാന്തനിർമ്മലമായ പിതൃത്വം അവിടെ വെളിപ്പെട്ടു' എന്നത്രെ.

> പാമ്പുകടിയേറ്റ് മരിച്ച ഒരു പട്ടരുടെ ജഡം വിഷഹാരിയുടെ വീട്ടിൽ നിന്നും മടക്കിക്കൊണ്ടുപോകുന്നത് കണ്ട് നമ്പൂതിരി: 'ഇവിടെ എറക്ക്, ഞാനൊന്നു നോക്കട്ടെ.' ശവം ചുമന്നിരുന്നവർ അനുസ രിച്ചു. ഉടനെ നമ്പൂതിരി ശവത്തിന്റെ ചെവിയിൽ എന്തോ ഒന്ന് പറഞ്ഞു. അതിന്റെ മറ്റേ ചെവിയിലും എന്തോ ഒന്ന് പറഞ്ഞു. എന്നിട്ട് ശവത്തിന്റെ ഉടമസ്ഥനോട്: കൊണ്ട് പോയി കുഴിച്ചിട്ടോള്'

എന്ന് പറഞ്ഞു. അപ്പോൾ അതെല്ലാം കണ്ടു നിന്നിരുന്ന ഒരാൾ നമ്പൂതിരിയോട് എന്താ ചെയ്തതെന്ന് ചോദിച്ചു. 'അതോ ഇന്ന മ്പലത്തില് ഊട്ട്ണ്ട്ന്ന് പറ്യേ ആദ്യം ചെയ്തത്. ഊട്ട്ന്ന് കേട്ടാ പട്ടെരെണീക്കാണ്ടിരിക്കില്ല്യ. എത്ര വയ്യെങ്കിലും, പക്ഷേങ്കില് എണീറ്റില്ല്യ. അതോണ്ട് ഈരണ്ടണ പ്രതിഗ്രഹോണ്ട്ന്ന് പറഞ്ഞു. ഇതുകേട്ട് ശരീരത്തില് ലേശങ്കിലും ജീവണ്ടെങ്കില് പട്ടർ ചാട്യ്യേണി റ്റേനീം. അത്ണ്ടായില്ല. അതോണ്ടൊറപ്പായി ഇവന് മരിച്ചട ക്ക്ണുന്ന്. അതോണ്ടാ പറഞ്ഞ കൊണ്ടോയ് കുഴിച്ച്ട്ടോളാൻ.

ഒരു സമൂഹത്തോടുള്ള പുച്ഛം നുരച്ച് പതയുന്ന മേൽച്ചൊന്ന പരി ഹാസം പട്ടർക്ക് മാത്രമല്ല നവോത്ഥാനപൂർവ്വകാലത്തെ നമ്പൂതിരിക്കും പൊതുവിൽ ബാധകമാകും.

ബ്രാഹ്മണരെ സകലനിലയ്ക്കും സംരക്ഷിക്കുകയും സേവിക്കു കയും ചെയ്യേണ്ടത് സമൂഹത്തിന്റെ മൊത്തം ഉത്തരവാദിത്വമാണെന്ന് മറ്റുള്ളവരെക്കൊണ്ട് അംഗീകരിപ്പിക്കുന്നതിൽ 'വൈദികപ്രത്യയ ശാസ്ത്രം' നേടിയ വൻവിജയമാണ് ഊട്ടും പ്രതിഗ്രഹവുമടക്കമുള്ള സർവ്വസൗകര്യങ്ങൾക്കുമടിസ്ഥാനം. മുറജപത്തിൽ പങ്കെടുക്കുന്ന ഒരു സാധാരണ നമ്പൂതിരിക്ക് വിശിഷ്ട ഭക്ഷണവും താമസവും തേച്ചുകുളി തുടങ്ങിയ സൗകര്യങ്ങൾക്കും ശേഷം ദിവസംപ്രതി മൂന്നരപ്പണവും, വാദ്ധ്യാന്മാർക്ക് നൂറ് പണമുള്ള കിഴിയുമാണ് അനുവദിച്ചിരുന്നത്. 1804 ൽ ബാലരാമവർമ്മയുടെയും വേലുത്തമ്പിയുടെയും മേൽനോട്ടത്തിൽ നടന്ന മുറജപത്തെപ്പറ്റി എഴുതപ്പെട്ട *മുറജപപ്പാന* അന്നത്തെ ഭക്ഷണ വിഭവങ്ങളെക്കുറിച്ച് ഇങ്ങനെ വിവരിക്കുന്നു.

'കനകപ്രഭയ്ക്കാർത്തി വളർത്തുന്നു:
പനസച്ചുള മർദ്ദനം ചെയ്തുടൻ
കനിവോടങ്ങുവെച്ചു പ്രഥമൻ
ദിനംതോറും വിളമ്പുന്നനവധി
തത്രംകൊണ്ട് കുറുക്ക് പുളിശ്ശേരി
വക്രമെന്നിയേ കൊണ്ടു വിളമ്പുന്നു..."

ഇത് കൂടാതെ *മുറജപമഞ്ജരിയും* *മുറജപചരിതവും* എഴുതപ്പെട്ടി ട്ടുണ്ട്. (*ചില കേരളചരിത്രവിഭവങ്ങൾ* - അടൂർ രാമചന്ദ്രൻ നായർ) ശക്തൻ തമ്പുരാന്റെ ഭരണത്തിൻ കീഴിലുണ്ടായിരുന്ന തൃശ്ശിവപേരൂർ ഊട്ടുപുരയെക്കുറിച്ച് പുത്തേഴത്ത് രാമൻമേനോൻ എഴുതി:

ഊട്ടിന് ഒരുദിവസം ഒരു മോർ കാളനും പിറ്റേ ദിവസം പുളിങ്ക റിയും പിറ്റേ ദിവസം എരിശ്ശേരിയും പിറ്റേദിവസം ഒരു കൂട്ടുക റിയും കുരുമുളക് വെള്ളവും ഇതും വണ്ണം നാലു ദിവസം കൂടു മ്പോൾ മാറി മാറി വെച്ചുകൊള്ളണം. അതാതു കൂട്ടാനും വറു

ക്കേണ്ടും സാധനങ്ങൾ കരിഞ്ഞുപോകാതെ നല്ലവണ്ണം വറുത്തു കൂട്ടിക്കൊള്ളണം. ചുക്കുവെള്ളത്തിന് മുതിരപ്പരിപ്പും ചീരകവും ചുക്കും ഇട്ട് നല്ലവണ്ണം തിളപ്പിച്ചുണ്ടാക്കി കൊള്ളണം.

(*കേരളചരിത്രം പരശുരാമനിലൂടെ*)

ഊട്ടുപുരകളിൽ നല്കപ്പെട്ടിരുന്നത് വിഭവസമൃദ്ധമായ ഭക്ഷണമായിരുന്നെന്നും ഭരണകൂടം ഇക്കാര്യത്തിൽ കണിശമായ ശ്രദ്ധ ചെലുത്തിയിരുന്നെന്നും അന്ന് വിതരണം ചെയ്തിരുന്ന വിധത്തിലുള്ള ചുക്കുവെള്ളം ഇന്നുപോലും കിട്ടുന്നില്ലെന്നും ഇതിനൊക്കെയുള്ള ചേരുവകൾ വമ്പിച്ച നികുതിയിലൂടെ ജനങ്ങളിൽനിന്ന് പിഴിഞ്ഞെടുത്തതാണെന്നും ഓർക്കുമ്പോഴാണ് അധഃസ്ഥിതജനതയ്ക്കുമേൽ ഇത്തരം സ്ഥാപനങ്ങൾ അടിച്ചേല്പിച്ച ഭാരം വ്യക്തമാകുന്നത്. ക്ഷാമകാലങ്ങളിൽ തുറന്ന കമ്പോളങ്ങളിൽ ബ്രാഹ്മണരൊഴിച്ചുള്ളവരെ ആവശ്യക്കാർക്ക് വില്പന നടത്തിയിരുന്നു. അപ്പോഴും സവർണ്ണർക്ക് സുഭിക്ഷം തന്നെ: *ദിവാൻ മൺറോ ഒരു പഠനം* എന്ന ഗ്രന്ഥത്തിൽ എൻ കെ ജോസ് എഴുതി: "1891 ലെ കണക്കനുസരിച്ച് ബ്രാഹ്മണരുടെ ഊണിന് വേണ്ടി തിരുവിതാംകൂറിൽ പ്രതിവർഷം നാല് ലക്ഷം രൂപയാണ് സർക്കാരിന് ചെലവായിക്കൊണ്ടിരുന്നത്."

ഭാഷ സമൂഹം പ്രത്യയശാസ്ത്രം

പുനരുത്ഥാനം പുളകംകൊള്ളുന്ന 'സംസ്കൃതപൂജയോട്' കടുത്ത പുച്ഛവും പ്രതിഷേധവുമാണ് വി ടി മുതൽ ഇ എം എസ് വരെയുള്ള നവോത്ഥാനനായകർ പുലർത്തിയത്.

> മലയാളം മ്ലേച്ഛമാണ്. ദേവഭാഷയായ സംസ്കൃതമാണ് ബ്രാഹ്മണർക്ക് അനുയോജ്യം. അമ്മിഞ്ഞപ്പാലോടെ പഠിച്ചു ശീലിച്ചതായാലും അമ്മ, അച്ഛൻ എന്നീ പദങ്ങൾ നികൃഷ്ടങ്ങളായതുകൊണ്ട് പകരം മാതാ, പിതാ എന്നീ സംസ്കൃത പദങ്ങൾ ഞാൻ പ്രയോഗിച്ചു തുടങ്ങി. സഹജമായ ശീലം നിമിത്തം വൈദികക്രിയക്കിടയിൽ വല്ലപ്പോഴും അബദ്ധത്തിന് ഒരു മലയാളപദം നാവിൽ നിന്ന് വീണുപോയാൽ 'ശൂ' ശബ്ദം മുഴക്കി മറ്റുള്ളവർ എന്നെ വിലക്കുകയും വിമർശിക്കുകയും പതിവായിരുന്നു. 'പലക എവിടെ കാട്ടിത്തരൂ' എന്ന ആവശ്യം ഒരു ഉണ്ണി ഒരിക്കൽ വെളിപ്പെടുത്തിയത് ഇങ്ങനെയായിരുന്നു: 'കുത്ര ആസനം ദദർശ.' ഇത്രയ്ക്ക് ആഭാസവും ആക്ഷേപാർഹവുമായ അന്നത്തെ ജീവിതാനുഭവങ്ങൾ ഓർക്കുമ്പോൾ ഇന്ന് ഞാൻ നടുങ്ങിപ്പോകുന്നു.
>
> (*കർമ്മവിപാകം*)

'തമ്പുരാക്കന്മാർക്ക് കിടന്നുറങ്ങുന്നതു കുറെ പോരായ്കയാണ്. അതുകൊണ്ടവർ 'പള്ളിക്കുറുപ്പ്പു' കൊള്ളുകയേ ചെയ്യുള്ളൂ. എടപ്രഭുക്കന്മാർ 'വീണുപിരിയുക'യാണത്രേ

പതിവ്, പള്ളിയറ, പള്ളിക്കട്ടിൽ, പള്ളിവിരിപ്പ് എന്നുള്ളതിന്റെ അർത്ഥമൊക്കെ ഊഹിക്കാമെങ്കിലും 'പള്ളി തിരിയുക' എന്നു വെച്ചാൽ 'തൊട്ടുകൂടാതെ കണ്ടാവുക', 'ദൂരത്താവുക', 'പുറത്താവുക', 'തീണ്ടാ

രുക' എന്നർത്ഥം. മറ്റുള്ളവർ വണ്ടിയിലല്ല മോട്ടോർ കാറിൽ സഞ്ചരിച്ചാലും 'വിടോണ്ടു വന്നു', 'വിടോണ്ടു പോയി' എന്നേ പറഞ്ഞുകൂടൂ. നമ്പൂതിരിയോ തമ്പുരാനോ പറപറനടന്നാലും 'എളുകയോ' 'എഴുന്നള്ളുകയോ' ആണത്രേ." (*കേസരി നായനാരുടെ കൃതികൾ*) അധഃസ്ഥിതരുടെ തല തങ്ങൾക്ക് കാല് വെക്കാനുള്ള സ്ഥലമാണെന്ന് ശഠിച്ച ആഭിജാത്യം ഭാഷയിൽ അടിച്ചേല്പിച്ച ജനാധിപത്യവിരുദ്ധതയെയാണ് 'ആചാരഭാഷ' പ്രതിനിധീകരിക്കുന്നത്. സംസ്കൃതവല്ക്കരണത്തിൽ നിന്നാണ് ആചാരഭാഷ ശക്തി സംഭരിക്കുന്നത്. സംസ്കൃത കോളേജ് തുടങ്ങുന്നതിനെ ഒരു നൂറ്റാണ്ട് മുമ്പുതന്നെ 'രാജാറാം മോഹൻ റോയി' എതിർത്തിരുന്നു എന്ന വസ്തുത നവോത്ഥാനവാദികൾ പോലും ഇപ്പോൾ ഓർക്കാറില്ല. സംസ്കൃതം പഠിക്കുന്നതുകൊണ്ട് പഠിക്കുന്നവർക്കും സമൂഹത്തിനും ഒരു പ്രയോജനവുമില്ലെന്നാണ് അന്നദ്ദേഹം അഭിപ്രായപ്പെട്ടത്. (*A History of Indian Journalism*) 'സംസ്കൃതമഹത്വവാദം' അസംബന്ധമാണെന്ന് സ്ഥാപിക്കാനാണ് ചട്ടമ്പിസ്വാമികൾ 'ആദിഭാഷ' രചിച്ചത്. *മോക്ഷപ്രദീപം* എന്ന ബ്രഹ്മാനന്ദസ്വാമിശിവയോഗിയുടെ ശ്രദ്ധേയമായ ഗ്രന്ഥത്തിലെ 'ഭാഷാനിന്ദാഖണ്ഡനാദി' എന്ന ആശയമാണ് ശക്തമായി അവതരിപ്പിച്ചിരിക്കുന്നത്. ഇത്രയും സൂചിപ്പിക്കുന്നത് വരേണ്യനവോത്ഥാനം വികസിപ്പിച്ച സംസ്കൃതവിമർശനമാണ് ഐക്യകേരള കാഴ്ചപ്പാടിനും ജനകീയ മലയാളത്തിനും ഊർജ്ജം പകർന്നതെന്ന വസ്തുത വ്യക്തമാക്കാൻ മാത്രമല്ല, മറിച്ച് വർത്തമാനകാലത്ത് ശക്തിപ്പെടുന്ന 'നവപുനരുത്ഥാനവാദം' സംസ്കൃതത്തെ ഇന്ത്യയുടെ ഔദ്യോഗികഭാഷയാക്കി മാറ്റാൻ മുന്നോട്ടുവെക്കുന്ന 'സംസ്കൃതത്തിലേക്ക് മടങ്ങുക' എന്ന പുത്തൻ മുദ്രാവാക്യത്തിന്റെ വരേണ്യസ്വഭാവം വിശദമാക്കാൻ കൂടിയാണ്. സാഹിത്യസമ്പന്നത, ശാസ്ത്രസമ്മതി, കംപ്യൂട്ടർ ചങ്ങാത്തം (Computer-friendly) തുടങ്ങിയ ഗുണങ്ങൾക്കൊപ്പം ഇതൊരു സംസ്ഥാനത്തിന്റെയും മാതൃഭാഷയല്ലെന്നുള്ളതും ഔദ്യോഗിക ഭാഷയാകാനുള്ള സംസ്കൃതത്തിന്റെ യോഗ്യതയിൽ ഉൾപ്പെടുത്തിയിരിക്കുന്നു. (Back to Sanskrit H, 2000, Hindu)

പദമാത്രജ്ഞാനത്തിൽ നിന്നെന്നപോലെ ഉപരിപ്ലവമായ ബന്ധങ്ങളിൽനിന്നും ഒരു ജനത മോചനം നേടുന്നതിന്റെ പല മാനദണ്ഡങ്ങളിൽ ഒന്ന് സ്വന്തം ഭാഷയിൽ എത്രത്തോളം അവർക്ക് താന്താങ്ങളെ ആവിഷ്കരിക്കാൻ കഴിയുമെന്നതിനെ ആശ്രയിച്ചിരിക്കുന്നു. ഓരോ മനുഷ്യന്റെ ഉള്ളിന്റെയുള്ളിലുള്ള വികാരവിചാരങ്ങൾ മറകൾ പൊളിച്ച് വെളിയിൽ വരാനാരംഭിക്കുന്നത് മാതൃഭാഷ പഠനമാദ്ധ്യമവും ഭരണഭാഷയും ജീവിതാന്തരീക്ഷവുമായി മാറുന്ന ഒരു സമൂഹത്തിൽ മാത്രമായിരിക്കും. ഭാഷ കലങ്ങുമ്പോൾ മറിഞ്ഞുവീഴുന്നത് 'ബാബേൽ ഗോപുരമല്ല' നമ്മുടെ ജനാധിപത്യജീവിതമാണ്. മാതൃഭാഷകൾ രണ്ടാംതരമാണെന്ന അപകർഷതാബോധം കീഴടക്കപ്പെടുന്നവരിൽ അടിച്ചേല്പിച്ചും, ഭാഷകളെ മതവല്ക്കരിച്ചുമാണ് അധികാരികൾ ജനങ്ങൾക്കുമേൽ സ്വന്തം സാസ്കാ

രികാധിപത്യം അടിച്ചേല്പിക്കുന്നത്. പതിനാലാം നൂറ്റാണ്ടിൽ ബൈബിൾ ഇംഗ്ലീഷിലേക്ക് പരിഭാഷപ്പെടുത്തിയ വിക്ലിഫ് എന്ന വേദപണ്ഡിതനെ ജീവിച്ചകാലത്ത് ശിക്ഷിക്കാൻ കഴിയാത്തതിന്റെ പക യാഥാസ്ഥിതിക മതനേതൃത്വം തീർത്തത് അദ്ദേഹം മരിച്ച് മൂന്ന് പതിറ്റാണ്ടുകൾ കഴിഞ്ഞതിനുശേഷമാണ്! കുഴിമാടത്തിൽനിന്നും അദ്ദേഹത്തിന്റെ എല്ലുകൾ പെറുക്കിയെടുത്ത് അവർ കടലിലേക്ക് വലിച്ചെറിഞ്ഞു! വള്ളത്തോളിന് ബാധിര്യം ബാധിച്ചത് അദ്ദേഹം രാമായണം മലയാളത്തിലേക്ക് വിവർത്തനം ചെയ്തതുകൊണ്ടാണെന്ന് പണ്ഡിതനായ കൊച്ചുണ്ണിത്തമ്പുരാൻപോലും നിസ്സന്ദേഹം വിധി കല്പിച്ചു. അറബി സ്വർഗ്ഗഭാഷയാണെന്നും അത് ബോർഡിലെഴുതുന്നതുപോലും കുറ്റകരമാണെന്നും സംസ്കൃതം ദേവഭാഷയാണെന്നും അത് ഉൽകൃഷ്ടകുലജാതർക്ക് സംവരണം ചെയ്യപ്പെട്ടതാണെന്നും മറ്റുമുള്ള ധാരണകൾക്ക് ഇന്ന് പ്രസക്തി നഷ്ടപ്പെട്ടിട്ടുണ്ടെങ്കിൽ അതിനു കാരണം മതത്തിനകത്തെ ജനാധിപത്യ പ്രസ്ഥാനമായ നവോത്ഥാനത്തിന്റെ വളർച്ചയാണ്. ഭാഷ ഉച്ചരിക്കപ്പെടുന്ന ശബ്ദങ്ങളും അവയ്ക്കിടയിലുള്ള മൗനങ്ങളും അടങ്ങുന്ന സംസ്കാരത്തിന്റെ അടിസ്ഥാനമാണ്. സർവ്വഭാഷകളും മതജാതിവിമുക്തമാണ്. വാക്കുകൾക്ക് അർത്ഥമാറ്റം സംഭവിക്കുന്നതിന്റെ കാരണം അന്വേഷിക്കേണ്ടത് ശബ്ദകോശത്തിലോ മതങ്ങളുടെ അനുശാസനങ്ങളിലോ അല്ല, മറിച്ച് സാമൂഹ്യാവസ്ഥകളിലാണ്. നവോത്ഥാനത്തിന്റെ ചരിത്രം പൊതുവിൽ ദേശീയഭാഷകളുടെ വികാസത്തിന്റെ ചരിത്രം കൂടിയാണ്.

സംസ്കൃതം ഒരു കാലത്തും ജനകീയഭാഷയായി നിലനിന്നിട്ടില്ലെന്ന ചരിത്രയാഥാർത്ഥ്യം ഇ എം എസ് നിരന്തരം ആവർത്തിച്ചത് സംസ്കൃതത്തോടുള്ള വിരോധം കൊണ്ടല്ല. ജനങ്ങളെ ഐക്യപ്പെടുത്തുന്നതിനോ അവരുടെ വികാരവിചാരങ്ങളുടെ ചൂട് ഉൾക്കൊള്ളുന്നതിനോ അതിനൊരിക്കലും കഴിയാത്തതുകൊണ്ടാണ്. പുനരുത്ഥാനവാദത്തിന്റെ ഉരുപ്പടികളിൽ ഇന്നും ഉലച്ചിൽ തട്ടാത്ത ഒന്നാണ് സംസ്കൃത പൂജ, 'എണ്ണംപറഞ്ഞ' എന്നൊരു വാക്കുപയോഗിച്ചതിന് ക്ലാസിൽനിന്നും പുറത്തുപോകേണ്ടിവന്ന വ്യക്തിയാണ് പിന്നീട് ഐക്യകേരളത്തിലെ ആദ്യത്തെ വിദ്യാഭ്യാസമന്ത്രിയായ ജോസഫ് മുണ്ടശ്ശേരി! അന്ന് ക്ലാസിൽനിന്നും ഇറങ്ങിപ്പോയത് ഒരു കുട്ടി തനിച്ചായിരുന്നില്ല. അടിച്ചമർത്തപ്പെട്ട ഒരു ഭാഷയും അവന് കൂട്ടുണ്ടായിരുന്നു. പിന്നീട് ഇതേ മുണ്ടശ്ശേരി കേരള നിയമസഭയിൽ മാനേജ്മെന്റിന് 'മൂക്ക് കയറിടും' എന്ന് പ്രസ്താവിച്ചപ്പോൾ ഒരംഗം പ്രതികരിച്ചത് മന്ത്രി മുമ്പ് കാളവണ്ടിക്കാരനായിരുന്നോ എന്ന് പരിഹസിച്ചുകൊണ്ടാണ്. ഭാഷയുടെ കീഴാളവല്ക്കരണത്തെ പല വിധത്തിൽ തടസ്സപ്പെടുത്തുന്ന പുനരുത്ഥാനപ്രവണതകൾക്കെതിരെ കേരളത്തിൽ തുടർച്ചയായി മുഴങ്ങിക്കേട്ട ജനാധിപത്യത്തിന്റെ ശബ്ദം എന്ന നിലയ്ക്കാണ് ഇ എം എസിന്റെ ഭാഷാപരമായ ഇടപെടലുകളെ വിശകലനം ചെയ്യേണ്ടത്. സംസ്കൃതവല്ക്കരണത്തിനെതിരെ കീഴാള വല്ക്കരണം എന്ന മുദ്രാവാക്യം ധീരമായി നടപ്പാക്കിയതുകൊണ്ടാണ്

കീഴാളരുടെ ഭാഷയും അവരുടെ ഐതിഹ്യങ്ങളും അനുഷ്ഠാനങ്ങളും ആഭിജാത്യ സൗന്ദര്യബോധത്തെ അട്ടിമറിച്ചുകൊണ്ട് നമ്മുടെ സാഹിത്യമണ്ഡലത്തിന്റെ നേതൃത്വമേറ്റെടുക്കാനുള്ള കെല്പ് നേടിയത്. 'മാതാവേ ജലം തന്നാലും' എന്ന് ചോദിച്ച സ്വന്തം മകന്റെ പുറത്ത് തവി കൊണ്ടടിച്ച ഒരു ഉമ്മയ്ക്ക് മലയാള സാഹിത്യത്തിൽ ശിരസ്സുയർത്തി നില്ക്കാനുള്ള അന്തരീക്ഷമൊരുക്കിയത് മലയാളഭാഷയിലെ കീഴാള മുന്നേറ്റമാണ്.

'ഓര് നിന്റെ ഭാവിഭർത്താവല്ലെ' എന്ന് ചോദിച്ച സുഹൃത്തിനോട് 'നിയ് മലയാളത്തില് പറി' എന്ന് പ്രതികരിച്ച കെ ടി മുഹമ്മദിന്റെ *കാഫറ*ടക്കമുള്ള കൃതികളിലെ കഥാപാത്രങ്ങൾക്ക് കാലിടറാതെ നില്ക്കാൻ കഴിഞ്ഞത് ജനാധിപത്യപ്രസ്ഥാനങ്ങൾ ഭാഷയിൽ ഒരു ഉഴുതുമറിക്കൽ നടത്തിയതുകൊണ്ടാണ്. മംഗളകരമായ പേര് സവർണ്ണർക്ക് മാത്രം സംവരണം ചെയ്യുകയും അവരുടെ ഭാഷ മാത്രമാണ് ഉൽകൃഷ്ടമെന്ന് വിധിക്കുകയും ചെയ്യുന്നവരെ അമ്പരപ്പിച്ചുകൊണ്ട് മലയാളഭാഷയിൽ സംഭവിച്ച സാംസ്കാരികമായ കുതിപ്പിന്റെ പുതിയ പശ്ചാത്തലത്തിലാണ് പണിക്കരോ അതോ പണിക്കനോ എന്ന ർ/ൻ പ്രശ്നത്തെക്കുറിച്ച് പകലന്തിയോളം തർക്കിച്ച മുൻകാല പണ്ഡിതന്മാരുടെ മനസ്സിന്റെ ഭൂപടം വരയ്ക്കാൻ ഇന്നു നമുക്ക് കഴിയാത്തത്. ഭാഷയ്ക്കുള്ളിൽ സങ്കുചിതത്വത്തിന്റെ മറുഭാഷ സൃഷ്ടിച്ച നാമകരണങ്ങളുടെ നിർമ്മാതാക്കളാണ് ഇന്ത്യയിൽ ആധിപത്യസംബോധനകളുടെ ഇളകാത്ത മാതൃകകൾ ഉല്പാദിപ്പിച്ചത്. സവർണ്ണസംസ്കാരം ദൃഢപ്പെടുത്തിയ 'മ്ലേച്ഛം' എന്ന പരപുച്ഛം നുരയുന്ന കേന്ദ്രപദത്തിന് ചുറ്റുമാണ് ഗ്രഹങ്ങൾക്ക് ചുറ്റും ഉപഗ്രഹങ്ങളെന്നപോലെ മുമ്പവർ രൂപം നല്കിയ സമസ്ത ആചാരപദങ്ങളും ഇന്നും കറങ്ങുന്നത്. പൊതുജീവിതത്തിൽ നിന്ന് ജനാധിപത്യ സമ്മർദ്ദങ്ങളുടെ ഭാഗമായി പിൻവലിഞ്ഞ ആചാരപദങ്ങളിൽ പലതും സ്വകാര്യ ജീവിതത്തിൽ സസുഖം ഇന്നും ആർത്തുപുളച്ച് ജീവിക്കുന്നു. ഭാഷയെ മേൽ - കീഴ് ബന്ധത്തിന്റെ പുനരുല്പാദന കേന്ദ്രമാക്കി മാറ്റുന്ന അധികാരപ്രയോഗങ്ങൾക്കുനേരെ നിതാന്ത ജാഗ്രത പുലർത്തേണ്ട പൊതുബോധത്തിൽപ്പോലും പിളർപ്പുണ്ടാക്കും വിധം ഇപ്പോഴും ഇരച്ചുവരുന്ന ആചാരപദങ്ങളെ അലസമായി അംഗീകരിക്കുന്നവർ ജനാധിപത്യത്തിന്റെ അർത്ഥവ്യാപ്തിയെക്കുറിച്ച് അജ്ഞരാണ്.

ആരുടെ മലയാളം

സാമൂഹികബന്ധങ്ങളിൽ മാറ്റം വരുത്താൻ കഴിയുന്നതും എന്നാൽ ഭാഷാപ്രയോഗങ്ങളിൽ മാറ്റം വരുത്താൻ കഴിയാത്തതുമായ ഒരു വിപ്ലവവും അപൂർവ്വമാണെന്ന ടെറി ഈഗിൾട്ടന്റെ നിരീക്ഷണത്തിന് ആചാരപദങ്ങളോടുള്ള ആസക്തി വർദ്ധിച്ച തോതിൽ തിരിച്ചുവരുന്ന സമകാലീന കേരളീയ സമൂഹത്തിൽ അത്യധികം പ്രാധാന്യമുണ്ട്. ആചാരപദ

ങ്ങൾ അപകർഷതാബോധം ഉല്പാദിപ്പിക്കുന്നതുകൊണ്ട് ഇനി മുതൽ ഒരു കാരണവശാലും അതുപയോഗിക്കരുതെന്ന് അധഃസ്ഥിതസമൂഹങ്ങളോട് നമ്പൂതിരി യുവജനസംഘം അഭ്യർത്ഥിച്ചതും, ശൂദ്രനാമം ഇനി മേൽ വേണ്ടെന്ന് 'നായർ ഭൃത്യസംഘം' തീരുമാനിച്ചതും അരനൂറ്റാണ്ടിനും മുമ്പാണെന്ന് നാം സൗകര്യപൂർവ്വം മറക്കുന്നു. പ്രാദേശിക ഭാഷകളുടെയും കീഴാളവല്ക്കരണത്തിന്റെയും കുതിപ്പിന് കളമൊരുക്കിയ ജനാധിപത്യമുന്നേറ്റങ്ങളാണ് നമ്മുടെ ജീവിതത്തിൽ പുതിയൊരു ഭാവുകത്വപരിസരം സൃഷ്ടിച്ചത്. സംസ്കൃതവല്ക്കരണമല്ല കീഴാളവല്ക്കരണമാണ് കേരളം ഇന്നനുഭവിക്കുന്ന സമസ്ത ജനാധിപത്യ സൗകര്യങ്ങളുടെയും ജനകീയസാഹിത്യത്തിന്റെയും അടിസ്ഥാനമെന്ന ചരിത്രയാഥാർത്ഥ്യത്തെയാണ് നവയാഥാസ്ഥിതികർ സമർത്ഥമായി തുരങ്കം വെക്കാൻ ശ്രമിക്കുന്നത്. തങ്ങളൊഴിച്ചുള്ളവരെ മുഴുവൻ പുച്ഛിക്കുന്ന സവർണ്ണസംസ്കാരം മലയാളഭാഷയിലും മാലിന്യം സൃഷ്ടിച്ച കാലത്തു തന്നെയാണ് കുമാരനാശാൻ *ചണ്ഡാലഭിക്ഷുകി* രചിച്ചത്. സവർണ്ണസംസ്കാരത്തെ സംഭ്രമിപ്പിച്ചുകൊണ്ട് കുമാരനാശാന്റെ ബുദ്ധഭിക്ഷു ഒരു നീചനാരിയെ 'പുണ്യശാലിനി' എന്നു വിളിച്ചത് അന്നെന്നപോലെ ഇന്നും ജനാധിപത്യമനസ്സുകളെയാകെ പുളകംകൊള്ളിക്കുന്നു. വാക്കുകൾ വർഗ്ഗസമരത്തിന്റെ വേദിയാകുന്നു എന്ന് ലൂയി അൽത്തൂസറും ചരിത്രസംഭവത്തേക്കാൾ ഒരു കാലയളവിനെ ഉച്ചൈസ്തരം പ്രഖ്യാപിക്കുന്നത് വാക്കുകളാണെന്ന് എറിക് ഹോബ്സും സവിശേഷ അധികാരഘടനയിൽ വാക്കുകൾക്ക് വന്നുചേരുന്ന അർത്ഥവ്യത്യാസങ്ങളെക്കുറിച്ച് ഫൂക്സും ചിലപ്പോൾ ചില വാക്കുകൾ സാമൂഹികജീവിതത്തെ മുഴുവനായും തുറക്കുന്ന താക്കോൽ പദങ്ങളായി തീരുന്നതിനെക്കുറിച്ച് റായ്മണ്ട് വില്യംസും നിരീക്ഷിക്കുന്നത് ഒരു നിമിഷം ഓർക്കുക. ഒരു പേരിലെന്തിരിക്കുന്നു എന്ന അധികാരത്തിന്റെ അഹന്ത കലർന്ന ചോദ്യത്തെ സ്വന്തം പേര് തീരുമാനിക്കാൻ അവകാശം നേടിക്കഴിഞ്ഞ ഒരു ജനതയും അലസമായി സ്വീകരിക്കുകയില്ല.

പലരും കരുതുന്നതുപോലെ എളുപ്പം മനസ്സിലാവുന്ന ഒരു 'ലളിത മലയാളത്തിൽ' അവസാനിക്കുന്ന ഒന്നല്ല ഇ എം എസിന്റെ ഭാഷാന്വേഷണം. *ഒന്നേകാൽ കോടി മലയാളികൾ, കേരളം മലയാളികളുടെ മാതൃഭൂമി* എന്നീ പ്രസിദ്ധമായ സ്വന്തം ഗ്രന്ഥനാമങ്ങൾ സൂചിപ്പിക്കുന്നതുപോലെ ഒരാധുനിക ജനാധിപത്യസമൂഹത്തിന്റെ സ്വത്വ രൂപീകരണവുമായി ബന്ധപ്പെട്ട ഒരു സുപ്രധാന സാംസ്കാരിക രാഷ്ട്രീയ വിശകലനത്തിന്റെ അനിവാര്യഘടകം എന്ന അർത്ഥത്തിലാണ് ഇ എം എസ് എപ്പോഴും ഭാഷാപരമായ അന്വേഷണങ്ങളിൽ വ്യാപൃതനായത്. പഴമ/പുതുമ, ദുർഗ്രഹം/ലളിതം, സ്വദേശം/വിദേശം, സംസ്കൃതം/ ഇംഗ്ലീഷ് തുടങ്ങിയ വിരുദ്ധദ്വന്ദ്വങ്ങൾക്കകത്തുനിന്നും പരിഹരിക്കാനാവാത്തവിധം സൂക്ഷ്മമായ ഭാഷാപ്രശ്നങ്ങളെയാണ് അദ്ദേഹം അപഗ്രഥനവിധേയമാക്കിയത്. അപകർഷതാബോധത്തിൽനിന്ന് രൂപം കൊള്ളുന്ന ഇംഗ്ലീഷ്

ഭ്രമത്തെയെന്നപോലെ, ഉല്ക്കർഷതാബോധത്തിന്റെ ഉല്പന്നമായ സംസ്കൃതഭ്രമത്തെയും വിമർശനവിധേയമാക്കുക മാത്രമല്ല, മറിച്ച് ഇവ രണ്ടിന്റെയും അടിത്തറ എന്തെന്നുകൂടി പരിശോധിക്കുകയാണ് ഇ എം എസ് ചെയ്തത്.

ജാതിജന്മിനാടുവാഴിത്വത്തോടും നവകൊളോണിയൽ ആധിപത്യത്തോടും ഒരേസമയം എതിരിടുന്ന ഒരു ജനകീയ മലയാളത്തിന്റെ രൂപീകരണ പ്രക്രിയയ്ക്ക് ഊർജ്ജം പകരാനുള്ള സാംസ്കാരിക പ്രവർത്തനത്തിനാണ് അദ്ദേഹം നേതൃത്വം നല്കിയത്. 'മലയാളം മരിക്കുന്നു' എന്ന വിലാപത്തിനും 'മലയാളത്തെ ലോകഭാഷയാക്കുക' എന്ന മോഹന ചിന്തയ്ക്കും അപ്പുറം നിന്നുകൊണ്ട് 'മലയാള ഭാഷയെ ചരിത്രവല്ക്കരിക്കുക' എന്ന മുദ്രാവാക്യമാണ് അദ്ദേഹം സ്വന്തം ഭാഷാന്വേഷണങ്ങളിലൂടെ മുന്നോട്ട് വെച്ചത്. "ലോകഭാഷ എന്ന ആശയംതന്നെ അപ്രായോഗികമാണെന്ന് യാഥാർത്ഥ്യബോധമുള്ള ഏതൊരാളും അംഗീകരിക്കും. എന്തുകൊണ്ടെന്നാൽ വിവിധ രാജ്യങ്ങളിലെ ജനങ്ങൾക്ക് താന്താങ്ങളുടേതായ ഭാഷകളുണ്ട്. അവ തമ്മിൽ പരിപൂർണ്ണസമത്വമാണ് സാർവ്വദേശീയ സമൂഹം അംഗീകരിച്ചിട്ടുള്ളത്." (*കേരളജനതയുടെ ഭാഷ*) സൂക്ഷ്മമായി പരിശോധിക്കുമ്പോൾ ലോകഭാഷയെന്നപോലെ ദേശീയ ഭാഷ, മാനകഭാഷ, മാതൃഭാഷ തുടങ്ങിയ പരികല്പനകളിലെല്ലാം അധികാര പ്രത്യയശാസ്ത്രങ്ങൾ പ്രവർത്തിക്കുന്നതായി കാണാൻ കഴിയും. അതുകൊണ്ടാണ് ഇന്ത്യയിലെ ഭൂരിപക്ഷം ജനങ്ങൾ സംസാരിക്കുന്ന ഹിന്ദിയെ(?) പോലും ദേശീയഭാഷയായി അംഗീകരിക്കുന്നതിന് മാർക്സിസ്റ്റ്-ലെനിസിസ്റ്റുകൾ എതിരാണെന്ന് ഇ എം എസ് അഭിപ്രായപ്പെട്ടത്. മാതൃഭാഷയെ അധികാരവിമുക്തമാക്കാനുള്ള ഏകവഴി കീഴാള ജീവിതത്തിൽനിന്ന് കരുത്തും കാന്തിയുമാർജ്ജിക്കാൻ പാകത്തിൽ അതിനെ തുറന്നുവെക്കുക മാത്രമാണ്. ഗ്രാമ്യമെന്നും അശ്ലീലമെന്നുമുള്ള പേരിൽ ആഢ്യന്മാരാൽ അവഗണിക്കപ്പെട്ടിരുന്ന പല പദങ്ങളും ശൈലീ പ്രയോഗങ്ങളും സാഹിത്യഭാഷയിലേക്ക് കൊണ്ടുവരേണ്ടതിന്റെ അനിവാര്യതയെക്കുറിച്ചും ബസാർ ഭാഷയുടെ പ്രാധാന്യത്തെക്കുറിച്ചുമുള്ള ഇ എം എസിന്റെ നവനിരീക്ഷണങ്ങൾ ഇത്തരമൊരു പശ്ചാത്തലത്തിൽ നിന്നുകൊണ്ടാണ് പരിശോധിക്കേണ്ടത്. ആംഗലവല്ക്കരണത്തിന്റെ പിടിയിൽനിന്നും രക്ഷപ്പെടാൻ ഭാരതപ്പഴമയിൽ അഭിരമിക്കുന്ന ആനുകാലിക ധൈഷണികശ്രമങ്ങളുടെ മർമ്മം പിളർക്കുന്ന ഒരു ചിന്താധാര ഇ എം എസിന്റെ ഭാഷാന്വേഷണങ്ങളിലുടനീളം ഇനിയും വേണ്ടത്ര അറിയപ്പെട്ടിട്ടില്ലാത്തവിധം നിലകൊള്ളുന്നത് തിരിച്ചറിയുമ്പോഴാണ് അദ്ദേഹത്തിന്റെ ഭാഷാചിന്തയുടെ രാഷ്ട്രീയം വ്യക്തമാകുന്നത്.

ഒരു ജനവിഭാഗത്തെ ജീവിതാന്ത്യംവരെ നികൃഷ്ടമായി നിലനിർത്തുന്ന വിധത്തിലാണ് 'ജാതിപ്രത്യയശാസ്ത്രം' മനുഷ്യബന്ധങ്ങളെ അസംഖ്യം ആചാരങ്ങൾകൊണ്ട് ബന്ധിപ്പിച്ചിരിക്കുന്നത്. ഉത്തമ-അധമ വിഭജനത്തിന്റെ പിടിയിൽനിന്ന് ഭാഷയും വിമുക്തമല്ല, ഉത്തമർ ഭുജി

ക്കുന്നത് അമൃതേത്താണ്. അധമർ മോന്തുന്നതോ കരിക്കാടിയും. അധഃസ്ഥിതന്റെ തൊലി മാത്രമല്ല അവരുമായി ബന്ധപ്പെട്ട സർവ്വതും വിരൂപം. പാപം, മ്ലേച്ഛം എന്ന അർത്ഥത്തിൽ കറുപ്പാണ്. അവരുടെ നടപ്പിലും നോട്ടത്തിലും ശബ്ദത്തിലും ആംഗ്യത്തിലും മൗനത്തിലുമടക്കം എല്ലാത്തിലും അന്ധമായ വിധേയത്വമാണ് നിറഞ്ഞു നില്ക്കുന്നത്. അധഃസ്ഥിത ജാതിപ്പേരുകൾ പോലും ജനാധിപത്യപരമായ സാമൂഹികമാറ്റങ്ങൾക്ക് ശേഷവും തെറിപ്പദങ്ങളായിട്ടാണ് മലയാള ഭാഷയിൽ തുടരുന്നത്. 'വേശ്യാസ്തുതി'കളെഴുതിയ കവികളുടെ നാടും വീടും ജനനത്തീയതിയും അറിയുന്ന നമുക്ക് കരിങ്കല്ലിൽ കവിത കൊത്തിയ ശില്പികളുടെ ജീവിതം അജ്ഞാതമായിരിക്കുന്നതും, ചമ്പുകാവ്യങ്ങൾ വർഷങ്ങളോളം നീണ്ടുനില്ക്കുന്ന പഠനം അർഹിക്കുന്നുണ്ടെന്ന് കരുതുന്നവർ നാടൻപാട്ടിലും പഴഞ്ചൊല്ലിലും എന്തോന്ന് ഗവേഷണം എന്ന് ചോദിക്കുന്നതും ജാതിപ്രത്യയ ശാസ്ത്രത്തിനനുകൂലമായി സാംസ്കാരിക ജീവിതത്തിൽ സംഭവിച്ച ഒരട്ടിമറിയുടെ ഭാഗമാണ്.

സ്വാതന്ത്ര്യാനന്തര ഇന്ത്യയിലെ ജീവിതസങ്കല്പങ്ങൾ മുതൽ സാഹിത്യസമീപനങ്ങളിൽവരെ ഇന്നും ആധിപത്യം പുലർത്തുന്ന പ്രസ്തുത പ്രത്യയശാസ്ത്രത്തിനെതിരെ ഉള്ള സൈദ്ധാന്തികസമരമാണ് ഇ എം എസ് ഭാഷാന്വേഷണത്തിന്റെ മണ്ഡലത്തിലും പരിമിതമായ തോതിൽ വികസിപ്പിക്കാൻ ശ്രമിച്ചത്. സി വി രാമൻപിള്ള, ചന്തുമേനോൻ, പൂന്താനം, എഴുത്തച്ഛൻ തുടങ്ങിയ എഴുത്തുകാരെക്കുറിച്ചുള്ള നിരീക്ഷണങ്ങളിലും ഭാരതീയ സാഹിത്യത്തെക്കുറിച്ചുള്ള അദ്ദേഹത്തിന്റെ നിലപാടുകളിലും ഇത്തരമാശയങ്ങളാണ് ചിതറിക്കിടക്കുന്നത്. ഏതോ ഒരു ആദിസത്തയുടെ പ്രകാശനമാണ് ഭാരതീയ സാഹിത്യം എന്ന സാമാന്യധാരണയോട് ഇ എം എസ് ഒരിക്കലും സന്ധി ചെയ്യുകയുണ്ടായില്ല. വിവിധ ഉപദേശീയവിഭാഗങ്ങൾ സൃഷ്ടിച്ച നിരവധി ദേശീയ സാഹചര്യങ്ങൾ പുഷ്പിച്ചുളവായതാണ് ഭാരതീയ സാഹിത്യം എന്ന ജനാധിപത്യനിലപാടാണ് അദ്ദേഹം എപ്പോഴും മുന്നോട്ട് വെച്ചത്. ആദിമദ്ധ്യകാലത്തുണ്ടായിരുന്ന ഭാരതീയസാഹിത്യം വരേണ്യവർഗ്ഗത്തിന്റെ ഭാഷയായിരുന്നുവെന്നും അത് രചിച്ച സംസ്കൃതഭാഷ വരേണ്യവർഗ്ഗത്തിന്റെ ഭാഷയായിരുന്നുവെന്നും അദ്ദേഹം വ്യക്തമാക്കി. പ്രാദേശിക ഭാഷകളുടെ വളർച്ചയെ സഹായിച്ച ഭക്തിപ്രസ്ഥാനത്തിന്റെ സാദ്ധ്യതകൾ ഉയർത്തിപ്പിടിച്ചുക്കൊണ്ടുതന്നെ അതിന്റെ ഉള്ളടക്കത്തിന്റെ പരിമിതികൾ അദ്ദേഹം അപഗ്രഥിച്ചു. നിയോകൊളോണിയൽ 'അടിപൊളി'ക്കു പകരം വൈദിക പാരമ്പര്യത്തിന്റെ 'ചവിട്ടിപ്പൊളിക്ക്' സ്തുതി പാടാനുള്ള ശ്രമങ്ങൾ ശക്തിപ്പെടുന്ന ഒരു സന്ദർഭത്തിലാണ് ഇ എം എസിന്റെ ഭാഷാന്വേഷണങ്ങളുടെ പ്രസക്തി കൂടുതൽ വർദ്ധിക്കുന്നത്. രതികേളികളുടെ കൊളോണിയൽ ലോകത്തിന് മന്ത്രധ്വനികളുടെ ഫ്യൂഡൽ ലോകം ഒരു ബദലേയല്ലെന്നും മറിച്ച് അവ പരസ്പരം പുണർന്ന് വളരുന്ന വേർപിരിയാത്ത ഇണകളാണെന്നും പാരമ്പര്യ പൂജകരെ പൊള്ളിക്കും വിധത്തിൽ ഇ

എം എസ് നിരന്തരം പറഞ്ഞുകൊണ്ടിരുന്നു. പൂന്താനമടക്കമുള്ള കവികളെ ഇ എം എസടക്കമുള്ള ജനാധിപത്യവാദികൾ ഉയർത്തിപ്പിടിച്ചത് ആഢ്യഭാഷയായ സംസ്കൃതത്തിനെതിരെ അവർ മലയാളം ഉയർത്തിപ്പിടിച്ചതുകൊണ്ടാണ്. അല്ലാതെ ഭാരതത്തനിമയെ വാഴ്ത്തിയതുകൊണ്ടല്ല. ജീവിതരീതികളിൽ കാലാനുസൃതമായി വരുന്ന ജനാധിപത്യപരമായ മാറ്റങ്ങളെ തള്ളിക്കളയുകയല്ല, അത് നമ്മുടെ സാമൂഹ്യജീവിതത്തെ ഏത്രകണ്ട് മുമ്പോട്ട് കൊണ്ടുപോകുന്നു എന്നും പരിശോധിക്കുകയാണ് യഥാർത്ഥത്തനിമ ഉയർത്തിപ്പിടിക്കുന്നവർ ചെയ്യേണ്ടത്. മലയാളഭാഷയുടെ കെട്ടുറപ്പും വളർച്ചയും സംസ്കൃതത്തെമാത്രം ആശ്രയിച്ചാണ് സ്ഥിതിചെയ്യുന്നതെന്ന 'ഫ്യൂഡൽ മിത്തി'ന് ജനാധിപത്യപരമായ ഭാഷാന്വേഷണങ്ങളിലൊന്നും ഇനി മുതൽ നിറഞ്ഞ് നില്ക്കാൻ ഇടം കിട്ടുകയില്ല.

പൗരസ്ത്യവാദത്തിനും ആംഗലേയവാദത്തിനുമിടയിൽ സ്വന്തം ഇടം ശരിയായ വിധത്തിൽ തിരിച്ചറിയാത്ത 'സ്ഥലവിഭ്രമം' ഭാഷാന്വേഷണത്തെ വഴിതെറ്റിക്കുന്നതിന്റെ വിപല്ക്കരമായ അവസ്ഥകളാണ് മലയാളഭാഷ ഇപ്പോഴും അനുഭവിച്ചുകൊണ്ടിരിക്കുന്നത്. ഭാഷയിൽ സ്ഥാപിക്കപ്പെടുന്ന ആധിപത്യത്തെയും ഭാഷകൾക്കിടയിൽ സംഭവിക്കുന്ന സമന്വയത്തെയും വേണ്ടവിധത്തിൽ വേർതിരിച്ചു കാണുന്നതിനുള്ള വീഴ്ചയാണ് പലപ്പോഴും അനാവശ്യ വിവാദങ്ങൾക്ക് വഴിയൊരുക്കുന്നത്. ഇംഗ്ലീഷ് പേരുകൾ മാറ്റുന്നതിന്റെ മറവിൽ 'വരേണ്യവല്ക്കരണം' ഇരച്ചുവരുന്നതും, സാങ്കേതികപദവിവർത്തനങ്ങൾക്കു പുറകിൽ 'സംസ്കൃതം' പതുങ്ങിനില്ക്കുന്നതും ഭാഷയുടെ ജനാധിപത്യവല്ക്കരണത്തിന് സംഭവിച്ചിട്ടുള്ള സ്തംഭനത്തിന്റെ അനന്തരഫലമാണ്. അന്യഭാഷാകളങ്കമേല്ക്കാത്ത 'ഭാഷാശുദ്ധി' എന്നുള്ളത് ചരിത്രം നിരാകരിച്ച ഒരു മിത്താണ്. ജീവിതത്തിന്റെ വ്യത്യസ്തതലങ്ങളിലെന്നപോലെ കലർപ്പുകൾ കൂടുകയല്ലാതെ കുറയുകയില്ല. സംസ്കൃതത്തിന്റെയും ഇംഗ്ലീഷിന്റെയും ആധിപത്യ-സ്വാധീന മുദ്രകൾക്കൊപ്പം പോർച്ചുഗീസ്, അറബി, പേർഷ്യൻ ഭാഷകളുടെ സാന്നിദ്ധ്യവും മലയാള ഭാഷയിലിപ്പോഴും സജീവമാണ്.

നിത്യജീവിതത്തിലെ പ്രയോഗങ്ങളിൽ മുതൽ സാഹിത്യരചനകളിൽ വരെ പെട്ടെന്ന് വേർതിരിച്ചറിയാൻ പോലും കഴിയാത്തവിധം അവയിൽ പലതും മലയാളഭാഷയിൽ അലിഞ്ഞ് ചേർന്നിരിക്കുന്നു. ഏലം, ലേലം, കപ്പിത്താൻ, കോപ്പ, തൂവൽ, വരാന്ത, മേസ്തിരി തുടങ്ങിയ പോർച്ചുഗീസ് പദങ്ങളും വക്കീൽ, കീശ, വക്കാലത്ത്, ഹാജർ, ഹർജി, ഒസ്യത്ത് തുടങ്ങിയ അറബി പദങ്ങളും ഉറുമാൽ, കാനേഷുമാരി, തഹസീൽദാർ, പീരങ്കി, മൈതാനം, സർക്കാർ പേർഷ്യൻ പദങ്ങളും സ്വന്തം/അന്യം എന്ന വിഭജനത്തെ അപ്രസക്തമാക്കുംവിധം ഇന്ന് മലയാളഭാഷയുടെ അനിവാര്യഭാഗമാണ്. ബെഞ്ച്, ഡസ്ക്, മൈക്ക്, ബസ്, പെൻസിൽ, ഫോട്ടോ തുടങ്ങിയ മലയാളം തന്നെയായി മാറിക്കഴിഞ്ഞ ഇംഗ്ലീഷ് വാക്കു

കൾക്ക് തത്തുല്യമായ തനി മലയാളം തന്നെയായി മാറിക്കഴിഞ്ഞ ഇംഗ്ലീഷ് വാക്കുകൾക്ക് തനി മലയാളപദങ്ങൾ തെരയുന്നതിനു പോലും ഇപ്പോൾ പ്രസക്തിയില്ല. നമ്മുടെ സ്കൂളിന് തത്തുല്യമായ മലയാളം പെട്ടെന്ന് തോന്നാതിരിക്കുന്നതും, കേരളത്തിൽ മുമ്പുപയോഗിച്ചിരുന്ന 'പലക'യ്ക്ക് സമാനമായ ഇംഗ്ലീഷ് പദം പെട്ടെന്ന് ഓർക്കാനാവാത്തതും ഭാഷാപരമായ പ്രശ്നം എന്നതിനപ്പുറം ജീവിതാന്തരീക്ഷവുമായി ബന്ധപ്പെട്ട കാര്യങ്ങളാണ്. ചെരിപ്പ്, ചപ്പൽസ് എന്നീ പദങ്ങൾ മനസ്സിലാവുന്നത്ര എളുപ്പത്തിൽ 'മെതിയടി' മനസ്സിലാവാത്തത് സാംസ്കാരികമായ കാരണങ്ങൾ കൊണ്ടാണ്. 'Unity is strength' എന്ന ഇംഗ്ലീഷ് ശൈലിക്ക് 'ഐകമത്യം മഹാബലം' എന്നതിനേക്കാൾ ചേർച്ച 'ഒരുമയുണ്ടെങ്കിൽ ഉലക്കമേലും കിടക്കാം' എന്ന മലയാളശൈലിയോടാണ്.

വിവർത്തനം ആവശ്യപ്പെടുന്നത് ആശയങ്ങളുടെ വെച്ചുമാറ്റം മാത്രമല്ല അനുഭവങ്ങളുടെ ഒത്തുനോക്കൽ കൂടിയാണ് ഇ എം എസിന്റെ ഭാഷാ ചിന്തകൾ മുഖ്യമായും കൈകാര്യം ചെയ്യുന്നത് ഭാഷയെ സംബന്ധിക്കുന്ന സാങ്കേതിക കാര്യങ്ങളല്ല, മറിച്ച് സാംസ്കാരിക പ്രശ്നങ്ങളാണ്. സംസ്കൃതത്തിലെ സന്ധിനിയമങ്ങളെ അടിസ്ഥാനമാക്കി ചില പദങ്ങളുടെ ശരിതെറ്റുകളെക്കുറിച്ച് ഉപന്യസിക്കുമ്പോഴും അദ്ദേഹം ഊന്നൽ നല്കുന്നത് ജനജീവിതത്തിന്റെ സർഗ്ഗാത്മകതയിൽ തന്നെയാണ്. വ്യാകരണനിയമങ്ങളെ മുൻപിൻ നോക്കാതെ നിരാകരിക്കുന്നത് ഭാഷയെ ശിഥിലമാക്കുമെന്ന് ശരിയായി തിരിച്ചറിഞ്ഞുകൊണ്ടു തന്നെ ഒരു ഭാഷ കൈകാര്യം ചെയ്യുന്ന ജനതയുടെ കൈകൾ സ്ഥിരമായി ബന്ധിക്കാൻ ഒരു പണ്ഡിതനും അധികാരമില്ല എന്ന നിലപാടാണ് ഇ എം എസ് ഉയർത്തിപ്പിടിക്കുന്നത്. മലയാളത്തോടുള്ള ആഭിമുഖ്യം തലതിരിഞ്ഞ മലയാളത്തനിമാവാദത്തോടുള്ള ആരാധനയായും ആംഗ്ലി മലയാളത്തോടുള്ള അമർഷം ഇംഗ്ലീഷ് ഭാഷയോടുള്ള വിരോധമായും സങ്കോചിക്കാനുള്ള പ്രവണതയെ അദ്ദേഹം മറികടക്കുന്നത് ഭാഷാന്വേഷണത്തിന്റെ കേന്ദ്രം കേവലഭാഷയല്ലെന്നും സാമൂഹ്യസമഗ്രതയാണെന്നുമുള്ള ചരിത്രപരമായ സമീപനം പകരം വെച്ചുകൊണ്ടാണ്. ഇത്തരമൊരു കാഴ്ചപ്പാടിന്റെ അഭാവം നിമിത്തമാണ് 'പ്ലാറ്റ്ഫോം ടിക്കറ്റി'ന് 'അഗ്നിശകടവിരാമസ്ഥല പ്രവേശന പത്രിക' എന്ന അത്യന്തം 'ലളിത'മായ മലയാളവിവർത്തനം പിറക്കുന്നത്.

അമിതമായ ഇംഗ്ലീഷ് ഭ്രമമെന്നതുപോലെ സ്വഭാഷാഭ്രാന്തും ചരിത്രരഹിതമായ സമീപനത്തിന്റെ ഭാഗമാണ്. ഇംഗ്ലീഷ് പദാവലികളുടെ സൂക്ഷ്മമായ അർത്ഥം വ്യക്തമായി സൂചിപ്പിക്കാൻ കഴിയുന്ന മലയാളപദങ്ങൾ രൂപപ്പെടുന്നതുവരെ ഇംഗ്ലീഷ് പദങ്ങൾ അതേപോലെ തുടർന്നു പയോഗിക്കുന്നതിൽ ഇ എം എസിന്റെ നിരീക്ഷണം ഓർക്കുക. അതേ സമയം മലയാളപദങ്ങൾ ഉള്ളപ്പോൾ അതുപേക്ഷിച്ച് കൊച്ചിയെ കൊച്ചിനും ആലപ്പുഴയെ ആലപ്പിയും ആക്കി മാറ്റുന്നതും, 'വാം വെൽക്കം' പോലുള്ള വാക്കുകളെ നമ്മുടെ ജീവിതപരിസരവുമായി ഒരുവിധത്തിലും

ഒത്തുപോകാത്തവിധം, 'ഊഷ്മളമായ അഭിവാദ്യം' എന്ന് വിവർത്തനം ചെയ്യുന്നതും ജനങ്ങളുമായി അടുത്തുനില്ക്കുന്ന ബസാർ ഭാഷയ്ക്കു പകരം ജനങ്ങളിൽ നിന്നകന്നു ക്ലാസിക്കൽ ഭാഷാപ്രയോഗങ്ങളിൽ അഭിരമിക്കുന്നതും നമ്മുടെ ജീവിതത്തിൽ ജനവിരുദ്ധവീക്ഷണങ്ങൾക്കു ലഭിച്ചുകൊണ്ടിരിക്കുന്ന മേല്ക്കോയ്മയെയാണ് സൂചിപ്പിക്കുന്നത്. തന്റെ ഭാഷാന്വേഷണത്തിലുടനീളം ജനാധിപത്യപരമായ ഒരു ലോകവീക്ഷണം ഉയർത്തിപ്പിടിക്കുമ്പോഴും ലാളിത്യത്തിന്റെ ഏകമാത്രക്കുറ്റിയിൽ കെട്ടിയൊതുക്കാൻ കഴിയുന്നതല്ല ഭാഷയെന്ന് അദ്ദേഹം തിരിച്ചറിയുന്നു. എളുപ്പം മനസ്സിലാവുന്ന മാതാവ്, പിതാവ്, പുത്രൻ, പത്നി, ഉദ്ഗ്രഥനം, വിഭവസമാഹരണം എന്നീ പദങ്ങളെപ്പോലും മലയാളഭാഷയിൽ നിലനിർത്തുന്നതെന്തിനെന്നുള്ള ഇ എം എസിന്റെ ചോദ്യം മുന്നേ സൂചിപ്പിച്ചപോലെ ലളിതം, ദുർഗ്രഹം എന്നീ ദ്വന്ദ്വങ്ങൾക്കപ്പുറത്താണ് കടന്നുനില്ക്കുന്നത്. ഇ എം എസിന്റെ നിരീക്ഷണമനുസരിച്ച് അച്ഛൻ, അപ്പൻ, ബാപ്പ തുടങ്ങിയ പദങ്ങൾ മതേതരമായ പച്ചമലയാളപദങ്ങളായി മാറിയിരിക്കുന്നു. അപ്പോൾ പിന്നെ എന്തിന് സംസ്കൃതം 'പിതാവ്'? ഈ ചോദ്യം മുന്നോട്ട് വെക്കുന്ന ജനാധിപത്യതത്ത്വം പൂർണ്ണമായും ശരിയാണ്. പക്ഷേ, കേരളം ഇന്നും ഈ തത്ത്വത്തെ സ്വന്തം ഹൃദയത്തിലേറ്റുവാങ്ങാനാവുംവിധം വളർന്നിട്ടില്ല. ഇ എം എസ് പറയുന്നതുപോലെ മേൽച്ചൊന്ന അച്ഛൻ, ബാപ്പ ഇരട്ടകളുടെ അർത്ഥം ഒന്നുതന്നെയെന്ന് മലയാളികളൊക്കെ മനസ്സിലാക്കുമെങ്കിലും യഥാക്രമം ഈ രണ്ടു പദങ്ങളും ഇപ്പോഴും ഹിന്ദു, മുസ്ലീം മതവിഭാഗങ്ങൾക്കിടയിൽ പരിമിതപ്പെട്ട് കിടക്കുന്ന മതമുദ്ര പതിഞ്ഞ പദങ്ങളാണ്. അവ എങ്ങാനും പരസ്പരം മാറിപ്പോയാൽ ലോകമാകെ ഇടിഞ്ഞുപൊളിയുമെന്ന് പേടിക്കുന്നവരുടെ കാലം അവസാനിച്ചിട്ടില്ല. എന്നാൽ സംസ്കൃതസാന്നിദ്ധ്യമുള്ളതുകൊണ്ട് ഒഴിവാക്കിക്കൂടേ എന്ന് ചോദിക്കുന്ന മാതാപിതാക്കൾക്ക് കബളിപ്പിക്കുന്ന ഒരു മതേതര മുഖച്ഛായയുണ്ട്. അച്ഛനും ബാപ്പയ്ക്കും ഏറ്റുമുട്ടലൊഴിവാക്കി, പിതാവിൽ ഒളിക്കാനുള്ള പഴുതുണ്ട്. ഈശ്വരനും അല്ലാഹുവുമെന്നപോലെ അച്ഛനും ബാപ്പയും നമ്മുടെ ഔപചാരിക മതേതരത്വത്തിന്റെ മഹത്തായ മാതൃകകളാണ്. സാംസ്കാരിക പിന്നോക്കാവസ്ഥ ഭാഷയുടെ മണ്ഡലത്തിലുണ്ടാക്കുന്ന ഒരു പ്രതിസന്ധിയാണിത്. ലളിതം/ദുർഗ്രഹം, ശരി/തെറ്റ്, നല്ലത്/ചീത്ത എന്നിങ്ങനെയുള്ള വിരുദ്ധദ്വന്ദ്വങ്ങൾക്കിടയിൽ വെച്ച് ശിലാസദൃശമായൊരു ശീലത്തിന്റെ സാംസ്കാരിക മുദ്രകൾ വഹിക്കുന്ന ഇതുപോലുള്ള പദങ്ങളെ അർത്ഥം മാത്രം നോക്കി അപഗ്രഥിക്കുക അസാദ്ധ്യമാണ്. അർത്ഥത്തിനപ്പുറത്തേക്ക് വ്യാപിച്ചുനില്ക്കുന്ന സംസ്കാര രൂപീകരണപ്രക്രിയകളിലേക്കും അതിൽ പ്രവർത്തിക്കുന്ന പ്രത്യയശാസ്ത്രങ്ങളിലേക്കും വെളിച്ചം വിതറുന്ന ചിന്തകളാണ് ഇ എം എസിന്റെ ഭാഷാന്വേഷണത്തിലുടനീളം ചിതറിക്കിടക്കുന്നത്. സംക്ഷിപ്തമായി പറഞ്ഞാൽ ഭാഷയെ സംബന്ധിച്ച് നവോത്ഥാനം വികസിപ്പിച്ച ജനാധിപത്യകാഴ്ചപ്പാടുകളുടെ സൂക്ഷ്മമായ

ക്രോഡീകരണവും സിദ്ധാന്തവല്ക്കരണവുമാണ് ഇ എം എസ് നിർവ്വഹിച്ചിട്ടുള്ളത്. സവർണ്ണം അവർണ്ണം എന്ന വിഭജനത്തെ തന്നെ അസാദ്ധ്യമാക്കുംവിധമുള്ള ഒരു ജനകീയഭാഷയായി 'മലയാളം' മാറുന്നത് ഇത്തരമൊരു പശ്ചാത്തലത്തിലാണ്.

എന്നാലിന്നും 'നല്ല മലയാള'മായി സ്വയം നടിക്കാൻ കഴിയുന്നത്, 'കീഴാളമലയാളത്തേക്കാൾ' നന്നായി 'സവർണ്ണമലയാള'ത്തിനാണെന്ന സത്യം, ഭാഷയുടെ ലോകത്തിലും 'നവോത്ഥാനസമരം' തുടരേണ്ടതിന്റെ അനിവാര്യതയെയാണ് നിരന്തരം ഓർമ്മിപ്പിക്കുന്നത്.

ഭാഗം രണ്ട്

കേരളീയനവോത്ഥാനത്തിന്റെ വർത്തമാനം

ദേശം സംസ്കാരം മതനിരപേക്ഷത

ഒന്ന്

നവോത്ഥാനം സാദ്ധ്യമാക്കിയ സംവാദാത്മകതയെ ശിഥിലമാക്കിയും വൈകാരികതയെ മാത്രം തൊട്ടുണർത്തുന്ന ചില പ്രത്യേക രംഗങ്ങളിൽ ഊന്നിക്കൊണ്ടുള്ള പ്രവർത്തനങ്ങളിലൂടെയുമാണ് സാംസ്കാരിക ജീവിതത്തിൽ ആധിപത്യമുറപ്പിക്കാൻ വർഗ്ഗീയതയടക്കമുള്ള വിദ്വേഷപ്രത്യയശാസ്ത്രങ്ങൾ എപ്പോഴും ശ്രമിക്കുന്നത്. ഒരു മതേതരസമൂഹത്തിൽ നിലവിലുള്ള വിശ്വാസം, ആചാരം, ഭാഷ, ഭക്ഷണം, വസ്ത്രം, സാമാന്യബോധം, ദേശീയത, ബന്ധങ്ങൾ എന്നിവയെ മുൻനിർത്തി, സങ്കുചിത രാഷ്ട്രീയം കടന്നുവരുന്ന രീതികളും പ്രവർത്തനങ്ങളും വിശദീകരിക്കുന്നതിനാണ് ഈ പ്രബന്ധത്തിൽ ശ്രമിക്കുന്നത്.

ശ്രീരാമകൃഷ്ണപരമഹംസർ നല്കുന്ന നിർവ്വചനമനുസരിച്ച് 'മൻഹസായ' ആളാണ് 'മാനുഷ്'. ആരുടെ 'ഹസ്' അഥവാ 'ജീവൻ' മനസ്സിലിരിക്കുന്നുവോ അയാളാണ് മനുഷ്യൻ. മാർക്സിന് മനുഷ്യൻ സാമൂഹ്യബന്ധങ്ങളുടെ ആകത്തുകയാണ്. തൊലിയിൽ മാത്രം അഭിരമിക്കുന്നവർ അദ്ദേഹത്തിന്റെ കാഴ്ചപ്പാടിൽ ജന്തുതുല്യർ മാത്രമാണ്.

പ്രസിദ്ധ ഇസ്ലാമിക ചിന്തകനായ അലി ശരിഅത്തിനെ സംബന്ധിച്ചിടത്തോളം മനുഷ്യൻ ദൈവത്തിന്റെ സഹപ്രവർത്തകനും സുഹൃത്തും ബന്ധുവും സൂക്ഷിപ്പുകാരനും വിദ്യാർത്ഥിയുമാണ്. ആത്മബോധം, ഇച്ഛാശക്തി, ക്രിയാത്മകത എന്നീ ത്രിമാനഗുണങ്ങളുള്ളവനാണ് ഭൂമിയിൽ ദൈവത്തിന്റെ പ്രതിനിധിയാകുന്നത്. ഈ ഗുണങ്ങളില്ലാത്തവർ അദ്ദേഹത്തെ സംബന്ധിച്ചിടത്തോളം 'ഇൻസാൻ'(മനുഷ്യൻ) അല്ല, മറിച്ച്, 'ബശർ'(ജൈവമനുഷ്യൻ) മാത്രമാണ്. സങ്കുചിത മതവാദികളും

മതമൗലികവാദികളും മനുഷ്യരെ സംബന്ധിച്ച മതേതരമാനദണ്ഡം മാത്രമല്ല മതാത്മക മാനദണ്ഡം കൂടി തള്ളിക്കളയുന്നവരാണ്. മതഭ്രാന്തർ യഥാർത്ഥത്തിൽ ഭ്രാന്തിന് പരിഷ്കൃതസമൂഹം നല്കുന്ന ആനുകൂല്യങ്ങൾക്ക് അർഹരോ യഥാർത്ഥ മതവിശ്വാസം ഭ്രാന്തമാം വിധം സ്വയം സ്വാംശീകരിച്ചവരോ അല്ല. അവർ സ്വന്തം അല്പത്തരങ്ങൾക്കുവേണ്ടി സ്വന്തം ദൈവങ്ങളെപ്പോലും ശല്യപ്പെടുത്തുകയും ആക്രമിക്കുകയും ചെയ്യുന്നവരാണ്.

മതത്തിനും ജാതിക്കുമപ്പുറം ഞങ്ങളും മനുഷ്യരാണ് എന്ന ഉത്തമബോദ്ധ്യം മനുഷ്യരായ മനുഷ്യർക്കിടയിലൊക്കെയും ഉല്പാദിപ്പിക്കുന്നതിന്റെ ഉത്തരവാദിത്വമേറ്റെടുക്കാൻ മതേതര ചിന്തയ്ക്കൊപ്പം മതചിന്തകൾക്കും കഴിയും. മനുഷ്യവർഗ്ഗം തന്നെയും അവസാനിച്ചുപോകുമോ എന്ന ആശങ്ക ആധിപത്യം വഹിക്കുന്ന കാലത്ത് മനുഷ്യവർഗ്ഗത്തിന്റെ നിലനില്പിനുവേണ്ടി മറ്റെല്ലാ അഭിപ്രായവ്യത്യാസങ്ങളും മാറ്റിവെക്കാനുള്ള വിനയവും വിവേകവുമാണ് കാലം ആവശ്യപ്പെടുന്നത്.

വിശ്വാസം സ്വയംബോദ്ധ്യത്തിന്റെ വെളിപ്പെടലാണ്. ബലപ്രയോഗത്തിന് അതിൽ യാതൊരു സ്ഥാനവുമില്ല. വിശ്വാസികൾ നടത്തുന്ന നിരന്തര അന്വേഷണത്തിലൂടെ നിർമ്മലമായി മാറുന്ന 'വിശ്വാസം' എതിർക്കലിനും അനുകൂലിക്കലിനും അപ്പുറത്തുള്ളൊരു ലോകത്തിലാണ് ജീവിക്കുന്നത്. അസ്സഹിഷ്ണുതയുടെ പൊടിപടലങ്ങളും പകയുടെ പിരിയൻ മാളങ്ങളുമില്ലാത്ത സ്നേഹത്തിന്റെ സുന്ദരശീതള ലോകമാണത്. പക്ഷേ, ഇന്നത്തെ മനുഷ്യർ ജീവിക്കുന്നത് 'കണ്ണുനീർപോലും മലിനമാവുകയും പൂവിന്റെ കണ്ണുകൾ കരിയുകയും' ചെയ്യുന്ന മറ്റൊരു ലോകത്തിലാണ്. വിശ്വാസം സംരക്ഷിക്കാൻ വേണ്ടി വിവിധ വിഭാഗക്കാർ സായുധസേനകൾ രൂപീകരിക്കുകയും അതിനെ ശക്തിപ്പെടുത്തുകയും ചെയ്യുന്ന തിരക്കിലാണ്! യഥാർത്ഥത്തിൽ, പുറത്തുനിന്നുള്ള 'കാവൽ' ആവശ്യമില്ലാത്ത ഒരു വസ്തു 'വിശ്വാസ'മാണ്. പക്ഷേ, മതരാഷ്ട്രീയം അതിന് സൈനിക സംരക്ഷണം ഉറപ്പുനല്കുന്നു. ഇതിന്റെ ലക്ഷ്യം 'മോക്ഷ'സാക്ഷാൽക്കാരമല്ല, അധികാര സമ്പാദനമാണ്. ഏകാന്തധ്യാനത്തിന്റെ ധന്യമുഹൂർത്തങ്ങളിൽ 'മഹർഷി'മാർ ഉച്ചരിച്ച 'മന്ത്രങ്ങളും' 'മനുഷ്യസ്നേഹത്തിന്റെ വചനങ്ങളു'മല്ല, താല്ക്കാലികാവശ്യങ്ങളെ മുൻനിർത്തിയുള്ള മുദ്രാവാക്യങ്ങൾ മാത്രമാണിവർ മുഴക്കുന്നത്. 'മതങ്ങൾ'ക്ക് രൂപം കൊടുത്ത മഹാന്മാരായ പ്രവാചകന്മാരും 'മഹർഷി'മാരും നിശ്ശബ്ദതയുടെ കൊടുമുടിയിൽ നിന്നുകൊണ്ടാണ് ലോകത്തെ ഇളക്കിമറിച്ച ശബ്ദങ്ങൾക്ക് ജന്മം കൊടുത്തത്. അവരുടെ പിന്മുറക്കാരെന്ന് അവകാശപ്പെടുന്നവരാകട്ടെ ഉന്മത്തരായ ആൾക്കൂട്ടത്തിന്റെ മുമ്പിൽ ബഹളമുണ്ടാക്കി മാത്രം ജീവിക്കുന്നവരാണ്.

പർവ്വതത്തിന്റെ മുകളിലും വനത്തിന്റെ നടുവിലുംനിന്ന് മുമ്പ് മഹർഷിമാർ അനുഷ്ഠിച്ച 'തപസ്സ്' അധികാര സ്ഥാപനങ്ങളോടുള്ള വെല്ലുവിളികൂടിയായിരുന്നുവെന്ന് 'തപസ്സു'കളുടെ സ്വഭാവം പൊതുവിൽ

സൂചിപ്പിക്കുന്നുണ്ട്. ആകാശത്തിലിരിക്കുന്ന ദൈവങ്ങളോട് കൈകൂപ്പി യാചിക്കുവാനല്ല, തുല്യരോടെന്നപോലെ സംസാരിക്കുവാനാണ് അവർ അന്നാഗ്രഹിച്ചത്. സംഘടനകളിലൂടെ ശക്തരായി അവകാശം നേടാൻ കഴിയാതിരുന്നൊരു കാലത്ത് നിർവ്വഹിക്കപ്പെട്ട, അവികസിതമെങ്കിലും ശക്തമായ ഒരു സമരമുറ എന്ന നിലയിൽ 'തപസ്സിനെ'പ്പോലും തിരിച്ചറിയേണ്ടതുണ്ട്. ഇച്ഛാശക്തിയുടെ കരുത്തൊന്നുകൊണ്ടുമാത്രം അധികാരസ്ഥാപനങ്ങൾക്കെതിരെ സമരം നടത്തിയ മഹർഷിമാരുടെ പാരമ്പര്യത്തെ പിന്തുടരുന്നവർക്ക് ഒരു നാളും അധികാരത്തിന് പാദസേവ ചെയ്യാൻ കഴിയുകയില്ല. അവർക്കൊരിക്കലും മനുഷ്യർ തമ്മിൽ തല്ലിത്തെറിക്കുന്ന ചോരയിൽ കുളിച്ച് ഉന്മത്തരായി ഇളകിയാടാനാവില്ല. 'വരം' എന്നത് 'ദൈവങ്ങൾ' വെറുതെ മനുഷ്യർക്ക് നല്കിയ അനുഗ്രഹമല്ല, മനുഷ്യർ ദൈവങ്ങളിൽനിന്നും പിടിച്ചെടുത്ത അവകാശമാണ്. നമ്മുടെ പാരമ്പര്യം മറ്റേത് രാജ്യത്തെയുംപോലെ അവകാശ സമരങ്ങളിലൂടെ മുന്നോട്ടുപോകുന്ന മനുഷ്യരുടേതാണ്. അത് നമ്മുടെ ജീവിതത്തിന് മുമ്പിൽ തുറന്നിടുന്നത് സാദ്ധ്യതകളുടെ ലോകമാണ്.

ധ്യാനത്തിന്റെ ശാന്തമായ ലോകത്തുനിന്ന് വിശ്വാസത്തെ രാഷ്ട്രീയത്തിന്റെ സംഘർഷഭൂമിയിലേക്ക് വലിച്ചിഴയ്ക്കുന്ന 'മതരാഷ്ട്രീയ'മാണ് പാരമ്പര്യത്തെ നിശ്ചലമാക്കിത്തീർക്കുന്നത്. മനുഷ്യമനസ്സിന്റെ ആഴത്തിൽനിന്ന് മുളപൊട്ടുന്ന മുള്ളില്ലാത്ത ഭക്തി 'മതരാഷ്ട്രീയ'ത്തിലേക്ക് മറിഞ്ഞുവീഴുന്നതോടെ ഏതോ മാന്ത്രിക സ്പർശത്തിലെന്നപോലെ 'കൊമ്പുള്ള ഭക്തി'യായി തീരുന്നു! ഭക്ഷണത്തിന്റെയും ആചാരത്തിന്റെയും ഭാഷയുടെയും ബന്ധങ്ങളുടെയും വായനയുടെയും അഭിരുചികളുടെയും മണ്ഡലത്തിലേക്ക് ഇന്നീ കൊമ്പുകൾ നീണ്ടുവരുന്നത് ഒരു നടുക്കത്തോടെ നാം കാണുന്നു. ജീവിതത്തിന്റെ എല്ലാ മണ്ഡലത്തിലും ഏകാധിപത്യം അടിച്ചേല്പിക്കാനാണ് 'മതരാഷ്ട്രീയ'ക്കാർ ശ്രമിക്കുന്നത്. അതിനെ പൂർണ്ണമായും പരാജയപ്പെടുത്തി ജീവിതത്തിന്റെ സർവ്വതലത്തിലും ജനാധിപത്യം വിജയിപ്പിക്കുമ്പോൾ മാത്രമാണ് സമഗ്രമായ അർത്ഥത്തിൽ ഒരു മതേതര സമുദായം രൂപംകൊള്ളുന്നത്. അതിനാൽ മതേതരത്വത്തിന്റെ വിശാലവേദികൾ ഉണ്ടാക്കിക്കൊണ്ടേ ജനാധിപത്യപ്രസ്ഥാനങ്ങൾക്ക് മുന്നോട്ടു പോകാനാവുകയുള്ളു. മതേതരത്വം സൂക്ഷ്മമായ അർത്ഥത്തിൽ ഒരടഞ്ഞ സമുദായത്തിന്റെ അകത്തുനിന്നുകൊണ്ട് വിവിധ മതസമൂഹങ്ങൾ ഉണ്ടാക്കുന്ന താല്ക്കാലിക ഒത്തുതീർപ്പുകളല്ല; അതൊരു തുറന്ന സമുദായത്തിന്റെ തത്ത്വചിന്തയാണ്.

രണ്ട്

ഇന്ന് മതനേതൃത്വം തത്ത്വചിന്തയുടെ കൊടുമുടിയിൽ കാലുകുത്തിയവരുടെ കൈകളിലല്ല, അധികാരത്തിന്റെ സിംഹാസനത്തിൽ കണ്ണ് നട്ടിരിക്കുന്ന മതരാഷ്ട്രീയക്കാരുടെ കൈകളിലാണ്. എല്ലാ അന്വേഷ

ണങ്ങൾക്കും അന്ത്യം കുറിച്ചുകൊണ്ട് 'ആചാര'ങ്ങൾക്ക് ഒന്നാം സ്ഥാനം നല്കുവാനും അതുവഴി മതത്തിന്റെ തന്നെ ചൈതന്യത്തെ നശിപ്പിക്കുവാനുമാണവർ ശ്രമിക്കുന്നത്.

> ഒരു ദേശത്തിന് ദുഷ്കാലം വരുമ്പോൾ അത് മുഖ്യവസ്തുവിനെ വിട്ടുകളയുന്നു. അപ്പോൾ അപ്രധാനമായത് ആ സ്ഥാനത്തെ ആക്രമിച്ച് കൈക്കലാക്കുന്നു. അപ്പോൾ പക്ഷി പറന്നുപോകുകയും കൂടുമാത്രം ബാക്കിയാവുകയും ചെയ്യുന്നു. നമ്മുടെ നാട്ടിലും അതുതന്നെയാണ് സംഭവിച്ചിട്ടുള്ളത്...താമസികതയുടെ നിരർത്ഥകമായ, ആചാരഗതമായ ഭാരം മാത്രം വഹിച്ച് നാം അലസരായിത്തീർന്നിരിക്കുന്നു. അതുകൊണ്ട് ഭാരതത്തിലെ സമുദായം മനുഷ്യരെ ആചാരാനുഷ്ഠാനങ്ങളിൽ ബന്ധിച്ച് അകപ്പെടുത്തുന്ന വലയാണെന്ന് പറയുന്നതായാൽ നമ്മുടെ മനസ്സിൽ കോപം തോന്നാമെങ്കിലും, അതിനു മറുപടി നല്കാൻ പ്രയാസമാണ്. കുളം വറ്റിപ്പോകുമ്പോൾ വല്ലവരും അതിനെ കുഴി എന്ന് പറയുന്നതായാൽ അത് നമ്മുടെ പിതൃസ്വത്താണെങ്കിലും മൗനം ദീക്ഷിക്കാനേ തരമുള്ളു.

വിചാരം പോയി 'ആചാരം' മാത്രം ബാക്കിയായ മതത്തെ നോക്കി ടാഗോർ എഴുതിയ ഈ വരികൾക്ക് അന്നത്തേക്കാൾ കൂടുതൽ പ്രസക്തി ഇന്നുണ്ട്.

ആചാരങ്ങളിൽ അടിമുടി മുങ്ങിക്കിടന്ന കേരളീയ സമൂഹത്തോട് പത്തൊമ്പതാം നൂറ്റാണ്ടിന്റെ അന്ത്യത്തിൽ വിവേകാനന്ദൻ ഇങ്ങനെ പ്രസംഗിച്ചു:

> മലബാറിൽ ഞാൻ കണ്ടതിനേക്കാൾ കവിഞ്ഞ വിഡ്ഢിത്തം ഇതിനു മുമ്പ് ലോകത്തിലെവിടെയെങ്കിലും ഉണ്ടായിട്ടുണ്ടോ? സവർണ്ണർ നടക്കുന്ന തെരുവുകളിൽക്കൂടി പാവപ്പെട്ട പറയന് നടന്നുകൂടാ. പക്ഷേ, സങ്കീർണ്ണമായ ഒരു ഇംഗ്ലീഷ് പേര് അല്ലെങ്കിൽ ഒരു മുഹമ്മദീയന്റെ പേര് സ്വീകരിച്ചാൽ മതി എല്ലാം ഭദ്രമായി! ഈ മലബാറുകാരെല്ലാം ഭ്രാന്തന്മാരാണ്; അവരുടെ വീടുകളത്രയും ഭ്രാന്താലയങ്ങളും! അവർ തങ്ങളുടെ പെരുമാറ്റം നന്നാക്കുകയും അറിവ് മെച്ചപ്പെടുത്തുകയും ചെയ്യുന്നതുവരെ മറ്റു വംശക്കാരെല്ലാം അവരോട് അറപ്പോടും വെറുപ്പോടും പെരുമാറണമെന്നല്ലാതെ മറ്റെന്ത് അനുമാനത്തിൽ നിങ്ങൾ എത്തും? ഇത്തരം നീചവും പൈശാചികവുമായ ആചാരങ്ങൾ വച്ചു പുലർത്തുന്ന ഇക്കൂട്ടർക്ക് ലജ്ജയില്ലല്ലോ.

വിവേകാനന്ദൻ അപലപിച്ച ഇത്തരം ആചാരങ്ങളെ *മനുസ്മൃതി* കൊണ്ടാടുന്നു! ആചാരനിഷ്ഠമായി ജീവിച്ചാൽ നൂറു സംവത്സരം ജീവി

ക്കുമെന്ന് *മനുസ്മൃതി* ഉറപ്പു നല്കുന്നു! വിവേകാനന്ദന്റെ വെളിച്ചം വിതറുന്ന വാക്കുകളോടല്ല *മനുസ്മൃതി*യോടാണ് മതമൗലികവാദികൾ കൂറു പുലർത്തുന്നത്. ജനനം മുതൽ മരണംവരെയും അതിനുശേഷവും ഇന്ന് നമ്മുടെ ജീവിതത്തിൽ പുലരുന്ന ആചാരങ്ങൾക്ക് അതിരില്ല. മതത്തിന്റെ മറപറ്റി മനുഷ്യരെതന്നെ തിന്നുതീർക്കുന്ന ഒരാചാരത്തോടും 'മനുഷ്യർ' ആദരവ് പുലർത്തേണ്ടതില്ല. "മതത്തിന്റെ പേരിൽ പവിത്രമാക്കപ്പെട്ട സാമൂഹ്യക്രമക്കേടുകൾമൂലം ജീവിതം അർത്ഥശൂന്യമായിത്തീർന്ന കോടിക്കണക്കിനാളുകൾ ഇന്നുണ്ട്. തങ്ങൾക്ക് താങ്ങാനാവാത്ത ആഡംബരമായി മതത്തെ അവർ തള്ളിക്കളയുന്ന പക്ഷം അവരെ മാപ്പാക്കണം....സാമ്പത്തികവും മതപരവുമായ നിഷ്ഠുരതയെ ചെറുക്കേണ്ടത് ദേശാഭിമാനികളായ ഏതൊരാളുടേയും കടമയാണ്." ഇതു പറഞ്ഞത് തത്ത്വചിന്തകനായ ഡോ. എസ് രാധാകൃഷ്ണനാണ്.

> അടുക്കളയുടെ വെളിയിലുള്ള വരാന്തയിൽ ഒരു പട്ടം വീണുപോയതിനാൽ അതെടുക്കാൻവേണ്ടി താണജാതിക്കാരനായ ഒരു ബാലൻ ആ വരാന്തയിൽ കയറി എന്നതുകൊണ്ട് അടുക്കളയിലിരുന്ന ചോറെല്ലാം ദൂരെ എറിഞ്ഞുകളഞ്ഞ തരത്തിലുള്ള സംഭവങ്ങൾപോലും ഉണ്ടായിട്ടുണ്ട്. എങ്കിലും ആ വരാന്തയിൽ എപ്പോഴും പട്ടി വന്നു പോകുന്നുണ്ട്. അതിനാൽ ചോറ് അശുദ്ധമാകുന്നില്ലതാനും! ഈ ആചാരത്തിന്റെ അടിത്തട്ടിൽ തീരെ അസഹ്യമായ രീതിയിൽ കാണുന്ന മനുഷ്യനോടുള്ള വെറുപ്പ് അത്രത്തോളംതന്നെ യഥാർത്ഥമായി ഉള്ളതാണോ? നമ്മുടെ ആന്തരമായ സ്വഭാവത്തിൽ മനുഷ്യനോട് ഇത്രമാത്രം വെറുപ്പ് നമ്മിൽ സ്വാഭാവികമായിത്തന്നെ ഉണ്ടെന്ന് ഞാൻ സമ്മതിക്കയില്ല. ഇക്കാര്യത്തിൽ നമ്മുടെ ധർമ്മം നമ്മുടെ ഹൃദയത്തേക്കാളും എത്രയോ താഴെയാണ് കിടക്കുന്നത്-

ഇതു പറയുന്നത് രവീന്ദ്രനാഥ ടാഗോറാണ്. സ്ത്രീകൾക്ക് മാറ് മറയ്ക്കുവാനും പുരുഷന്മാർക്ക് മീശവയ്ക്കുവാനും കേരളത്തിൽ അവകാശം കിട്ടുന്നത് തൽസംബന്ധമായി നടന്ന നിരവധി സമരങ്ങൾക്കുശേഷമാണ്! ആസുരമായ ആചാരങ്ങൾ പലതും ഇപ്പോഴും ഇന്ത്യൻസമുദായത്തിൽ 'ആധിപത്യം' തുടരുകയാണ്.

സമൂഹത്തിൽ ആധിപത്യം പുലർത്തുന്ന പല ആചാരങ്ങളുടെയും അടിയിൽ പ്രവർത്തിക്കുന്നത്, ആചരിക്കാതിരുന്നാൽ ഞങ്ങൾ സമൂഹത്തിൽനിന്നും പുറന്തള്ളപ്പെടുമോ എന്ന 'ജനങ്ങളുടെ' പേടിയാണ്. ആചാരങ്ങൾ പാലിക്കാനുള്ള അസംസ്കൃത വസ്തുവായി മനുഷ്യൻ മാറുന്നു എന്നതിനർത്ഥം മനുഷ്യബന്ധങ്ങളുടെ മുമ്പിൽ 'മതിലുകൾ' ഉയർന്നു കഴിഞ്ഞു എന്നു മാത്രമാണ്. ബന്ധങ്ങളുടെ തുറന്ന ലോകത്തിലേക്ക് വിടരേണ്ടവരെ നിലനില്ക്കുന്ന അവസ്ഥകളിലേക്ക് വെട്ടിച്ചുരുക്കുന്ന ഏതൊരാചാരവും കാലഹരണം വന്ന ചരിത്രഘട്ടങ്ങളുടെ സായുധരായ

കാവൽക്കാരാണ്. ആചാരങ്ങൾക്കുവേണ്ടി മനുഷ്യർ എന്നാവരുത്, മനുഷ്യർക്കുവേണ്ടി ആചാരങ്ങൾ എന്നാവണം നമ്മുടെ സമീപനം. നമ്മെ അഭിമുഖീകരിക്കുന്ന അരക്ഷിതാവസ്ഥയും അനാഥത്വവും ഭീതിയും ദുരൂഹതയും അവസാനിപ്പിക്കാൻ ആചാരങ്ങളുടെ പിന്നിൽ ഒളിച്ചതുകൊണ്ട് കാര്യമില്ല. സ്വയം നിർമ്മിച്ചുകൊണ്ടിരിക്കുന്ന മനുഷ്യർ പ്രസ്തുത പ്രക്രിയയിൽ ആത്മബോധത്തോടെ പങ്കെടുക്കുകയാണ് വേണ്ടത്. ആന്തരികമായ ഭീതിക്ക് അടിമയാകുന്ന ഒരാളിൽനിന്നും ചോർന്നുപോകുന്നത് സ്വന്തം അസ്തിത്വത്തെ മനുഷ്യന് ചേർന്നവിധം അഭിമുഖീകരിക്കാനുള്ള കഴിവാണ്. അത്തരത്തിൽപ്പെട്ട ആരും സ്വാതന്ത്ര്യത്തിന്റെ 'സ്വാദോ' വിമർശനബോധത്തിന്റെ 'വീര്യ'മോ അറിയുന്നില്ല. ആചാരങ്ങളുടെ പ്രളയത്തിൽ മുങ്ങിമരിക്കുന്ന തലമുറയ്ക്ക് തിളങ്ങുന്ന ഭാവിയെക്കുറിച്ചുള്ള ജീവത്തായൊരു സ്വപ്നംപോലും സൂക്ഷിക്കാനാവില്ല.

ആചാരങ്ങളുടെ തടവറയിൽ കിടന്ന് ശ്വാസം മുട്ടുന്ന തലമുറ സകല ആചാരങ്ങളെയും അറുത്തുമുറിക്കുന്ന ഒരു ആയുധം കിനാവു കാണുന്നത് സ്വാഭാവികമാണ്. പക്ഷേ, പ്രശ്നം സർവ്വ ആചാരങ്ങളെയും ഇല്ലാതാക്കുന്നതല്ല - അതസാദ്ധ്യവും അതിനുള്ള ശ്രമം അസംബന്ധവുമാണ്. ആചാരങ്ങൾ ആധിപത്യവുമായി ബന്ധം സ്ഥാപിക്കുന്ന രീതി കണ്ടുപിടിക്കുകയും അതവസാനിപ്പിക്കുകയുമാണ് വേണ്ടത്. ഇപ്പോൾ 'സ്വാഭാവികം' എന്ന രീതിയിൽ സ്വീകരിച്ചുപോരുന്ന ആചാരങ്ങൾ സ്വാഭാവികമല്ല, വിവിധ കാലഘട്ടങ്ങളിൽ വിവിധ ആവശ്യങ്ങൾക്കുവേണ്ടി ഉല്പാദിപ്പിക്കപ്പെട്ടതാണ്. പഴയ സമൂഹങ്ങൾ സ്വാഭാവികം എന്ന നിലയിൽ സ്വീകരിച്ച പല ആചാരങ്ങളും ആധുനികസമൂഹത്തിന് അസ്വാഭാവികമായി തോന്നുന്നത് സാമൂഹ്യാവസ്ഥകളിലുണ്ടായ മാറ്റത്തിന്റെ ഫലമായിട്ടാണ്. ആചാരങ്ങൾ, ചിലർ കരുതുന്നതുപോലെ 'ഉത്തമമനുഷ്യ'രുടെ കണ്ടുപിടിത്തങ്ങളല്ല, പരസ്പരബന്ധത്തിനുള്ള പിടച്ചിലിൽനിന്നും പിറന്നതാണ്. നമ്മുടെ ആഭിമുഖ്യത്തിന്, അടുപ്പത്തിന്, വെറുപ്പിന്, പൊതുവിൽ വിചാര-വികാര-അനുഭൂതികൾക്ക് ഏതെങ്കിലും ഒരു ബാഹ്യചേഷ്ടയിലൂടെയല്ലാതെ 'വെളിയിൽ' വരാനാവില്ല. ഇത്തരം ചേഷ്ടകളുടെ ഭാവപ്രകടനങ്ങളുടെ സവിശേഷക്രമീകരണമാണ് ചടങ്ങുകളിലും ആചാരങ്ങളിലുമുള്ളത്. ചരിത്ര വികാസത്തിനിടയിൽ സ്വയം പുതുക്കപ്പെടാൻ വിസമ്മതിക്കുന്ന ആചാരമാണ്, ചലനാത്മകത ചോർന്ന് ചൈതന്യരഹിതമായിത്തീരുന്ന ആചാരംതന്നെയാണ്, പിന്നീട് 'അനാചാര'മായി പരിണമിക്കുന്നത്. ആചാരങ്ങളുടെ ബാഹുല്യം പ്രകൃതി-മനുഷ്യബന്ധത്തിന്റെ മണ്ഡലത്തിൽ അസ്വാതന്ത്ര്യത്തിന്റെ അടയാളമാണ്. ഒരു ജനവിഭാഗം പുലർത്തുന്ന ഐക്യബോധത്തിന്റെ അടിസ്ഥാനങ്ങളിൽ ഒന്നായി നില്ക്കുന്ന ആചാരം, വിവിധ ജനവിഭാഗങ്ങൾ വേർതിരിയുന്ന അതിർത്തി കൂടിയാണ്. ജനങ്ങൾ പാരമ്പര്യമായി തുടർന്നുപോരുന്നതും അതാത് സ്ഥലങ്ങളിലെങ്കിലും സമൂഹസമ്മതം ലഭിച്ചിട്ടുള്ളതുമായ സകല ചടങ്ങുകളും-മന്ത്രവാദം മുതൽ ബലികർമ്മംവരെ - ആചാരമാ

ണ്. ആചാരമെന്നത് വെറും വിശ്വാസമല്ല; വിശ്വാസത്തിന്റെ സമഗ്രമോ ഭാഗികമോ ആയ, നടത്തിപ്പാണ്. ആചരണത്തിലാണ് ആചാരത്തിന്റെ ജീവിതം സ്ഥിതി ചെയ്യുന്നത്. 'മര്യാദ', 'മുറ', 'ചട്ടം', 'അനുഷ്ഠാനം' എന്നീ അർത്ഥങ്ങളുള്ള ആചാരപാലനത്തിന്റെ ലക്ഷ്യങ്ങളിൽ ഒന്ന് തീർച്ചയായും 'അച്ചടക്ക'മുള്ള സമുദായമാണ്. എന്നാലിന്ന് ചോദ്യം 'അച്ചടക്കം ആരുടെ ചെലവിൽ', 'ആരുടെ സുരക്ഷിതത്വത്തിന്' എന്നാണ്.

വർഗ്ഗങ്ങളില്ലാത്ത പ്രാകൃത സമുദായത്തിൽ പ്രകൃതിയെ സ്വാധീനിക്കാനുള്ള നിരവധി ചടങ്ങുകൾ ഉണ്ടായിരുന്നു. എന്നാലവയിലൊന്നും ഒരു വിഭാഗത്തിന്റെ താല്പര്യം മറ്റൊരു വിഭാഗത്തിന്റെ ചെലവിൽ നേടാനുള്ള ശ്രമം കാണാനാവില്ല. മീൻപിടിക്കാൻ പോകുന്ന ബ്രിട്ടീഷ് ന്യൂഗിനിയയിലെ ഒരു വർഗ്ഗക്കാർ വലയിൽ മീനൊന്നും വീഴുന്നില്ലെങ്കിൽ വസ്ത്രങ്ങളെല്ലാം വലിച്ചെറിഞ്ഞ് ഒന്നും അറിയാത്തമട്ടിൽ സ്വയം വലയിൽ ചെന്ന് വീഴും. അതോടെ മീനുകൾ വലയിലേക്ക് ഇരച്ചുകയറുമെന്നാണവർ കരുതുന്നത്. മീൻ കിട്ടാൻവേണ്ടി നടത്തുന്ന ഈ ചടങ്ങ് ആർക്കും എതിരല്ല. മീൻ കിട്ടാനുള്ള സൂത്രം മാത്രമാണ്. എന്നാൽ രാജാവിന്റെ എച്ചിൽ തിന്നാൽ രോഗം മാറുമെന്ന വിശ്വാസം 'കേവലവിശ്വാസ'മല്ല രാജാവിന്റെ അധികാരത്തിന് കീഴ്പ്പെടുന്ന രാഷ്ട്രീയ വിധേയത്വമാണ്. ഇവ രണ്ടിനെയും ഒരുപോലെയുള്ള 'പ്രാചീന ആചാരങ്ങളായി' കാണുന്നതിലെ 'രാഷ്ട്രീയം' തിരിച്ചറിയപ്പെടേണ്ടതാണ്. പ്രാചീനമായ ചടങ്ങുകൾ മാത്രമല്ല, വിശ്വാസങ്ങളും വംശത്തിന്റെ നിലനില്പിനെ അടിസ്ഥാനമാക്കിയാണ് ആവിഷ്കരിക്കപ്പെട്ടിട്ടുള്ളത്. മാനിനെ തിന്നാൽ കാലിന് വേഗം കൂടുമെന്നും പരുന്തിനെ തിന്നാൽ കണ്ണ് തെളിയുമെന്നും പുലിയെ തിന്നാൽ ധൈര്യമുണ്ടാകുമെന്നുമുള്ള എല്ലാ അപരിഷ്കൃത ആലോചനകളിലും അടങ്ങുന്നത് മനുഷ്യന്റെ നിരീക്ഷണശക്തിയും സ്വന്തം പരിമിതികളെ മറികടക്കാനുള്ള മോഹാവേശവും കലർന്നുണ്ടായ അവികസിതമായ വിശ്വാസങ്ങൾ മാത്രമാണ്. അത് പൊതുവിൽ മനുഷ്യന്റെ ഇച്ഛാശക്തിയെ വളർത്തുകയല്ലാതെ, പ്രകൃതിയെ നേരിടാൻ കൂടുതൽ ആത്മവിശ്വാസം പകരുകയല്ലാതെ, സ്വന്തം അവസ്ഥയിൽ ആരെയും ഒതുക്കാൻ ഉദ്ദേശിച്ചുള്ളതല്ല. സ്വന്തം സാദ്ധ്യതകൾ സാഹസികമായി സാക്ഷാൽക്കരിക്കാനുള്ള ശ്രമങ്ങളാണ് പ്രാചീന ആചാരങ്ങളിലും വിശ്വാസങ്ങളിലും അടങ്ങുന്നത്. സാദ്ധ്യതകൾ തടയുന്ന 'എന്തും' മർദ്ദനമാണ്. സമുദായം വർഗ്ഗവിഭജിതമായിത്തീരുന്നതോടെ 'ചൂഷകർ' മറ്റുള്ളവരുടെ ചെലവിൽ സ്വയം വളരുന്നു. അതോടെയാണ് നിരുപദ്രവകരമായ പഴയ ആചാരങ്ങൾപോലും പൊങ്ങച്ചം പ്രകടിപ്പിക്കാൻ വേണ്ടിയുള്ള ഉപാധികളായിചുരുങ്ങിയത്. കോലംകെട്ട എല്ലാ ചടങ്ങുകളെയും, സാമൂഹ്യവളർച്ചയ്ക്കു മുമ്പിൽ വഴിമുടക്കി നില്ക്കുന്ന സകല ആചാരങ്ങളെയും ഇല്ലാതാക്കാനുള്ള സമരം ഇന്ന് സാമൂഹ്യ മുന്നേറ്റങ്ങളുടെ ഭാഗമാണ്.

അവികസിതമായ ഒരു തലത്തിൽ നിന്നുകൊണ്ടാണെങ്കിലും വിവിധ

വിഭാഗം ജനങ്ങളുടെ പരസ്പരബന്ധത്തെ ശക്തിപ്പെടുവാൻ സഹായിക്കുന്ന ഏത് ആചാരവും, അവ പ്രത്യക്ഷമായി ജനവിരുദ്ധപ്രവർത്തനങ്ങളിൽ പങ്കുചേരുന്നില്ലെങ്കിൽ അപകടകരമല്ല. പ്രസ്തുത ആചാരങ്ങളിലും പെരുമാറ്റരീതികളിലും അനിവാര്യമായും അടങ്ങുന്ന യാഥാസ്ഥിതികവശത്തെ 'മതേതരമായ രീതി' പകരം വച്ചുകൊണ്ടാണ്, പുനരുത്ഥാനവാദികൾ അടിച്ചേല്പിക്കാൻ നോക്കുന്നതുപോലെ 'ശുദ്ധമതപരത' പകരം വച്ചുകൊണ്ടല്ല മറികടക്കേണ്ടത്. 'ആചാരശുദ്ധി'യുടെ മറവിൽ നിന്നുകൊണ്ട് പുനരുത്ഥാനവാദികൾ നടത്തുന്ന പ്രചാരണം ഒരു ബഹുമതരാജ്യത്തെ സംബന്ധിച്ചിടത്തോളം അപകടകരമാണ്. ഓരോ മതവിഭാഗവും അവർ ജീവിക്കുന്ന പ്രദേശത്തിന്റെയും സംസ്കാരത്തിന്റെയും സവിശേഷത ഉൾക്കൊണ്ടുകൊണ്ടാണ്, പുനരുത്ഥാനവാദികൾ മോഹിക്കുന്നതുപോലെ സ്വന്തം മതഗ്രന്ഥങ്ങളെ മാത്രം കേവലമായി പിന്തുടർന്നുകൊണ്ടല്ല, സമൂഹത്തിൽ ജീവിക്കുന്നത്. സ്വന്തം ചരിത്രത്തെ കാറ്റിൽ പറത്തി, വേരുകളെല്ലാം മുറിച്ചുമാറ്റി, ഓരോ മതവിഭാഗവും അവർക്കിടയിലുള്ള പുനരുത്ഥാനവാദികൾ കല്പിക്കുന്നതുപോലെ 'കലർപ്പില്ലാത്ത ജീവിതം' നയിക്കാൻ നോക്കുമ്പോൾ വിവിധസമുദായങ്ങൾ തമ്മിലുള്ള ഏകീകരണമല്ല, വേദനാജനകമായ വിഭജനമായിരിക്കും ശക്തിപ്പെടുന്നത്. ഒന്നുകിൽ അവികസിതമെങ്കിലും ജനവിരുദ്ധമല്ലാത്ത പരമ്പരാഗതമൂല്യങ്ങൾക്ക് മുൻഗണന നല്കുന്ന സമീപനം പുലർത്താൻ ജനങ്ങളെ അനുവദിക്കുക; അല്ലെങ്കിൽ ജീവിതത്തിന്റെ സമസ്തമണ്ഡലങ്ങളിലും മതേതരമായ സമീപനം ഉയർത്തിപ്പിടിക്കാൻ പൊരുതുക- ജനാധിപത്യവാദികൾ ഇന്നത്തെ കാലത്ത് ഇതിനാണ് പ്രധാന്യം കൊടുക്കേണ്ടത്. സാമുദായിക സൗഹാർദ്ദത്തെ ജീവനുതുല്യം സ്നേഹിക്കേണ്ട ഒരു രാഷ്ട്രീയസന്ദർഭത്തിൽ അവരെ സംബന്ധിച്ചിടത്തോളം ഒരു മൂന്നാം മാർഗ്ഗം തിരക്കിപ്പോകുന്നത് വെറുതെയാണ്. ജനജീവിതത്തിന്റെ അടിത്തറയിൽനിന്ന് രൂപംകൊണ്ട ആചാരങ്ങളെയും അനുഷ്ഠാനങ്ങളെയും യാന്ത്രികമായി അട്ടിമറിക്കുകയല്ല, മതേതരമായ അടിസ്ഥാനത്തിൽ ചരിത്രപരമായി വികസിപ്പിക്കുകയാണ് അനിവാര്യമായിട്ടുള്ളത്. ആചാരശുദ്ധിയുടെ പേരിൽ മനുഷ്യസമാധാനത്തെ വേട്ടയാടാൻ ഇറങ്ങിപ്പുറപ്പെട്ടവർ, സ്വന്തം കുളത്തിലെ മത്സ്യത്തെ പിടിക്കാൻ വന്നവനെ കൊന്ന ജൈനസന്ന്യാസിയുടെ കാരുണ്യത്തെയാണ് ഓർമ്മിപ്പിക്കുന്നത്.

മൂന്ന്

മാതൃഭാഷയുടെ 'മാദ്ധ്യമിക'തയിലൂടെ സൃഷ്ടിക്കപ്പെടുന്ന സാമൂഹ്യബന്ധങ്ങൾക്കകത്താണ്, 'ഏകാന്തത' പോലും ഒരു വൻസാദ്ധ്യതയാകുന്നത്. സാമൂഹ്യബന്ധങ്ങൾക്ക് പുറത്തത് അസ്സഹനീയമായ ശിക്ഷയാണ്. എല്ലാവർക്കുമിടയിൽ, ഒറ്റയായിരിക്കുന്നതുപോലെ സുഖപ്രദമല്ല; ആരാരുമില്ലായ്മയിലെ ഒറ്റപ്പെടൽ. ആദ്യത്തേതിൽ സ്വതന്ത്രമായ ഒരു

തെരഞ്ഞെടുപ്പിന്റെ സുഖമാണുള്ളതെങ്കിൽ, രണ്ടാമത്തേതിൽ; അടിച്ചേല്പിക്കലിന്റെ പീഡാനുഭവമാണുള്ളത്.

കുമാരനാശാന്റെ *ചിന്താവിഷ്ടയായ സീത* തീ തിന്ന ഏകാന്തനിമിഷങ്ങളിൽപ്പോലും പങ്കുവെച്ചത് നിർവൃതിയുടെ പുളകമാണ്. 'പടുരാക്ഷസ ചക്രവർത്തി എന്നുടൽ മോഹിച്ചത് എന്റെ തെറ്റോ' എന്ന സീതയുടെ ചോദ്യത്തിൽ, പീഡിതയായൊരു ലിംഗവിഭാഗമൊന്നിച്ചാണ് ശബ്ദിച്ചത്. പ്രതിരോധിക്കാനും പൊട്ടിത്തെറിക്കാനും ഒരു സമൂഹത്തിന് കഴിയുന്നത്, ഭാഷയിൽക്കൂടി അവർ ആഴത്തിൽ ജീവിക്കുമ്പോഴാണ്. സജീവമായ ഭാഷ സാമൂഹ്യസമ്പർക്കത്തിന്റെ ദാർഢ്യംതന്നെയാണ് അനുഭവിപ്പിക്കുന്നത്. ഏകാന്തതയുടെ നേരങ്ങളിൽ നാവിലുണരുന്ന മൂളിപ്പാട്ടുമുതൽ, മനസ്സിലിളക്കമുണ്ടാക്കുന്ന നിനവുകൾമുതൽ, സമസ്തവും സാദ്ധ്യമാക്കുന്നതും അസ്തിത്വത്തെ സുഗമമാക്കുന്നതും മാതൃഭാഷതന്നെയാണ്. ഒറ്റയ്ക്കായിരുന്നപ്പോഴും, 'ഭാഷ'യിൽ അസംഖ്യം മനുഷ്യർക്കൊപ്പമായിരുന്നതുകൊണ്ടാണ് കുമാരനാശാന്റെ 'സീത'ക്കൊന്ന് പൊട്ടിത്തെറിക്കാനെങ്കിലും അന്ന് കഴിഞ്ഞത്!

ഒറ്റപ്പെടുമ്പോളൊക്കെയും കൂട്ടായി ഒരു ഭാഷ ഉണ്ടാകുന്നതിന്റെ നിർവൃതിയിൽവെച്ചാണ്, ചാരനിഴലുകളൊക്കെയും പിന്തള്ളി ജീവിതമതിന്റെ പച്ചപ്പുകൾ വീണ്ടെടുക്കുന്നത്. പ്രവാചകനായ അബ്രഹാമിനാൽ മരുപ്പറമ്പിന്റെ ഏകാന്തതയിലേക്ക് വലിച്ചെറിയപ്പെട്ട ഹാജിറയെന്ന അടിമപ്പെണ്ണും, ദാഹാർത്തനായി നിലവിളിച്ച അവളുടെ പിഞ്ചുകുഞ്ഞും ആരാരുമില്ലാത്ത നേരങ്ങളിൽ ആശ്ലേഷിച്ചത് സ്വന്തം ഭാഷയെയായിരിക്കണം. സഫ, മർവ കുന്നുകൾക്കിടയിൽ, രക്ഷതേടി അവർ നിലവിളിച്ചോടിയപ്പോൾ, അവരോടൊപ്പം, അന്നോടിയതും അവരുടെ സ്വന്തം മാതൃഭാഷയായിരുന്നിരിക്കണം. നിസ്സഹായയായ ഒരു മാതാവിനും, നിലവിളിക്കുന്ന കുഞ്ഞിനുമിടയിൽ, മരുഭൂമിയുടെ ഉള്ളറകളിലെവിടെയോ നിന്ന് ഒഴുകിവന്ന 'സംസം' വെള്ളമായി മാറിയത് ആ മാതൃഭാഷയുടെതന്നെ മഹാസ്വപ്നമായിരിക്കണം!

ഭാഷ സംഭാഷണവും ശക്തിയുമാണ്. അതൊരാശ്ലേഷവും ആശ്രയവുമാണ്. അതില്ലാതാവുമ്പോൾ, അനാഥമാവുന്നത് സാമൂഹ്യജീവിതത്തിന്റെ സാദ്ധ്യതകളാണ്, സൂക്ഷ്മാർത്ഥത്തിൽ സാമൂഹ്യജീവിതം തന്നെയാണ്. മനുഷ്യരെ പരസ്പരം ഐക്യപ്പെടുത്തുന്ന പാരസ്പര്യത്തിന്റെ പാലം തകരാനാരംഭിക്കുന്നത്, 'മാതൃഭാഷ' രോഗബാധിതമാകുമ്പോഴാണ്. മുദ്രാവാക്യങ്ങളിൽനിന്ന് തീയണയുന്നതും കവിതകളിൽനിന്ന് കിളികൾ പറന്നകലുന്നതും, തത്ത്വചിന്തയിൽ തുളകൾ വീഴുന്നതും, സാങ്കേതിക വിദ്യകളിൽനിന്ന് ആർദ്രതകൾ അപ്രത്യക്ഷമാകുന്നതും, മാതൃഭാഷ മരവിക്കുന്നതും, ഒരേസമയത്തുതന്നെ സംഭവിക്കുന്ന സാമൂഹ്യസ്തംഭനത്തിന്റെ സൂചനകളാണ്.

വളർത്തൽ ചുറ്റുപാടുകൾ ഉൾക്കൊള്ളുന്ന മതവും ജാതിയും തൊഴിലുമെല്ലാം ഏതെങ്കിലും തരത്തിലുള്ള 'പരിമിതികൂടി' ഉൾക്കൊ

ള്ളുമ്പോൾ, ഭാഷ മാത്രമാണ് സർവ്വതലങ്ങളിലുമുള്ള സർഗ്ഗാത്മക സാദ്ധ്യതയായി നിറഞ്ഞുതുളുമ്പുന്നത്. ജാതിക്കും മതത്തിനുമപ്പുറം ഞങ്ങളും മലയാളികളെന്ന് കേരളീയരായ മനുഷ്യർക്കൊക്കെയും അഭിമാനത്തോടെ പ്രഖ്യാപിക്കാൻ കഴിയുന്നത് നമ്മളൊക്കെയും 'മലയാളം' ശരിക്കും പഠിച്ചതുകൊണ്ടല്ല, മറിച്ച് മലയാളത്തിന്റെ അന്തരീക്ഷത്തിൽ വളർന്നതുകൊണ്ടാണ്. കേട്ടും പറഞ്ഞും എഴുതിയും വായിച്ചും, പിച്ചവെച്ചും കിടന്നും ഓടിയും വളർന്ന മലയാളം തന്നെയാണ്, മലയാളിയുടെ സാംസ്കാരികവളർച്ചയുടെ വഴികളൊക്കെയും വികസിപ്പിച്ചത്.

രാഷ്ട്രീയമായി 1956 ൽ ഐക്യകേരളം ഒരു സത്യമാകുന്നതിന് മുമ്പുതന്നെ, സാംസ്കാരികമായി അത് ഒന്നായിക്കഴിഞ്ഞിരുന്നു. പൊട്ടിവീഴാത്ത ഇഴയടുപ്പങ്ങളിലൂടെ, ഒരു പുതിയ സ്വത്വം, കേരളീയർക്കിടയിൽ മലയാളഭാഷ സൃഷ്ടിച്ചുകഴിഞ്ഞിരുന്നു. അടിക്കണക്കിൽ ശാസ്ത്രീയമായിത്തന്നെ അകന്നുനിന്ന ജാതിപ്പറ്റങ്ങളെ, മനുഷ്യരെന്ന അർത്ഥത്തിൽ പരസ്പരം ചേർത്തുനിർത്തിയതിൽ നിർണ്ണായകപങ്കാണ് മലയാളഭാഷ വഹിച്ചത്. അസമത്വത്തിന്റെ സമസ്ത അടയാളങ്ങളും നിലനില്ക്കെ തന്നെ, ഒരു പുതിയ അടുപ്പമാണ് അതാഘോഷിച്ചത്. എന്നാലിന്ന് ചിതറിതെറിച്ചുപോയവരെ ഐക്യപ്പെടുത്തുന്നതിൽ നേതൃത്വപരമായ പങ്കു വഹിച്ച മലയാളത്തിന് എന്തുപറ്റിയെന്ന ചോദ്യമാണ്, മലയാളികളായ മലയാളികളുടെ മനസ്സിലൊക്കെയും ഉയർന്നുകൊണ്ടിരിക്കുന്നത്?

നാല്

ഭാഷകളൊക്കെ ആവിഷ്കാരവും അസ്തിത്വവുമാണ്. 'തന്നതില്ലപരന് ഉള്ളുകാട്ടുവാൻ നരനുപായമീശ്വരൻ' എന്ന കുമാരനാശാന്റെ നിലവിളിയിൽ, തെളിയുന്നത് സ്വന്തം ഉള്ളിനെ ആവിഷ്കാരത്തിന്റെ ഔന്നത്യത്തിലേക്ക് ഉയർത്താനാവാത്തതിലുള്ള സങ്കടമാണ്. പ്രസ്തുത 'ഉള്ളിനെ' അകംപുറമില്ലാതെ വിനിമയം ചെയ്യാനാവുംവിധം ഭാഷ സ്വന്തവും സ്വതന്ത്രവുമാവുമ്പോഴാണ് 'ആവിഷ്കാരം' സജീവമാകുന്നത്. നിലവിൽവരേണ്ട ഒരു പുതിയ കാലവും നിലനില്ക്കുന്ന ഭാഷയുടെ പരമ്പരാഗത രൂപങ്ങളും തമ്മിലുള്ള പൊരുത്തമില്ലായ്മയാണ്, ഒരു നിലവിളിയായി ആശാനിൽ നിറഞ്ഞത്. എന്നാലിന്ന് ഭാഷയുടെ യാഥാസ്ഥിതിക രൂപങ്ങൾ വെല്ലുവിളിക്കപ്പെടുകയും, ആവിഷ്കാരങ്ങൾ ഒരുഭാഗത്ത് സജീവമാകുകയും ചെയ്യുമ്പോൾതന്നെയാണ് മറുഭാഗത്ത് മലയാളം ആർക്കുംവേണ്ടാത്ത ഒരവസ്ഥയിലേക്ക് തള്ളപ്പെടുന്നത്.

സത്യത്തിൽ 'മലയാളി' എന്ത് പഠിക്കുമ്പോഴും മലയാളത്തെ മാറ്റിവെക്കപ്പെടാനാവാത്ത ഒരു മഹാസാന്നിദ്ധ്യമായി വളർത്തുകയായിരുന്നു വേണ്ടിയിരുന്നത്. നഴ്സറിക്ലാസുമുതൽ ഗവേഷണപഠനത്തിൽവരെ, മലയാളത്തെ സജീവമാക്കി നിലനിർത്തിക്കൊണ്ടുള്ള വിദ്യാഭ്യാസപദ്ധതിയാണ് കേരളം ഇന്നാവശ്യപ്പെടുന്നത്. തമിഴനിൽനിന്ന് തമിഴും, മലയാ

ളിയിൽനിന്ന് മലയാളവും മാറ്റിവെച്ച് നടത്തുന്ന വിദ്യാഭ്യാസ അന്വേഷണങ്ങൾ, മനുഷ്യരെയും ഭാഷയെയുംകുറിച്ചുള്ള ആഴത്തിലുള്ള അജ്ഞതയെയാണ് വെളിപ്പെടുത്തുന്നത്. ഏതു വിഷയമാണ് പഠിക്കുന്നതെന്നുള്ളത് മാത്രമല്ല, ആരാണ് പഠിക്കുന്നവർ, എന്നുള്ളതും പഠനത്തിൽ പരമപ്രധാനമാണ്.

മൂലധന സർവ്വാധിപത്യത്തിന്റെ ആക്രമണലക്ഷ്യങ്ങളിലൊന്ന് പ്രാദേശികഭാഷകളായിരിക്കെ, മുതലാളിത്തത്തിന്റെ പഴയ യുക്തിവെച്ച് ഭാഷാപഠനത്തിന്റെ വർദ്ധിച്ച അനിവാര്യതയെ കുറച്ച് കാണുന്നവരും പ്രാഥമിക വിദ്യാഭ്യാസത്തിൽ മാത്രമായി അതിനെ ചുരുക്കുന്നവരും, വർത്തമാനകാലത്ത് മാതൃഭാഷകൾ വെല്ലുവിളിക്കപ്പെടുന്നതിനെ അവഗണിക്കുന്നവരാണ്. 'മലയാളം പോയി തുലയട്ടെ, ശാസ്ത്രം വളരട്ടെ' എന്നാശംസിക്കുന്നവർ, അങ്ങനെ വളരുന്ന ശാസ്ത്രം, 'മനുഷ്യപ്പറ്റില്ലാത്തതായി' മാറാനുള്ള സാദ്ധ്യതയാണ് തള്ളിക്കളയുന്നത്. മിണ്ടിപ്പറയാനൊരു ഭാഷ പോരേ എന്ന ക്രൂരമായ ചോദ്യത്തിൽവെച്ച്, അലസിപ്പോവുന്നത്, പ്രാഥമിക ആവിഷ്കാരമാധ്യമം എന്ന നിലയിലുള്ള മാതൃഭാഷയുടെ അസ്തിത്വമാണ്.

ഭാഷയെ സാമൂഹ്യവികാസത്തിന്റെ സിദ്ധിയായി കാണുന്നതിനു പകരം 'മതത്തിന്റെ ഉല്പന്ന'മായി കാണുന്ന സമീപനമാണ് ഭാഷാപരമായ വർഗ്ഗീയതയ്ക്കും തൽഫലമായുണ്ടാകുന്ന മിഥ്യാഭിമാനങ്ങൾക്കും ഇടം നല്കുന്നത്. ഗിരിവർഗ്ഗക്കാരുടെ, ലിപി രൂപപ്പെട്ടിട്ടില്ലാത്ത ഭാഷ മുതൽ ശാസ്ത്രസാങ്കേതിക സാഹിത്യസമ്പത്തുകൊണ്ട് വികസിച്ചുനില്ക്കുന്ന ആധുനികഭാഷകൾവരെ അതാത് ജനവിഭാഗങ്ങൾക്കിടയിൽ വിനിമയം നിർവ്വഹിക്കുന്നുണ്ട്. സമൂഹങ്ങൾ വളരുന്നതിനനുസരിച്ചും പരസ്പരമുള്ള ഇടപെടലിന്റെ അളവും ഗുണവും കൂടുന്നതിനനുസരിച്ചും വിവിധ ഭാഷകളിലെ പദങ്ങൾ രാജ്യങ്ങളുടെ അതിർത്തികടന്ന് ഒന്നിച്ചുകൂടുന്നതും, വിവർത്തനങ്ങൾ വഴി വേദപുസ്തകങ്ങളടക്കം സകലഭാഷക്കാർക്കും സ്വന്തം ഭാഷയിൽത്തന്നെ കിട്ടുന്നതും നാം കാണുന്നുണ്ട്. ഭാഷയെ അടിസ്ഥാനമാക്കിയുള്ള ശ്രാവ്യവിനിമയത്തിനുമുകളിൽ ഭാഷയെ അപ്രസക്തമാക്കുന്ന 'ദൃശ്യമാധ്യമസംസ്കാരം' വളരുന്ന കാലത്താണ് നാം ജീവിക്കുന്നത്. എന്നിട്ടും ആശയവിനിമയത്തിന്റെ ലോകത്തിൽ മദ്ധ്യകാലത്തിന്റെ അവശിഷ്ടങ്ങളാണ് വർഗ്ഗീയമതമൗലികസംഘടനകളുടെ അജണ്ടയിലെ മുഖ്യമുദ്രാവാക്യം! വേദപുസ്തകങ്ങൾ വിവർത്തനം ചെയ്യുന്നതിനെതിരെ മതയാഥാസ്ഥിതികത്വം നിരത്തിയ വാദങ്ങളുടെ വികസിച്ച മുഖമാണ് ഭാഷാവർഗ്ഗീയതയുടെ അടിയിലുള്ള ഒരു ഘടകം. വിശ്വാസത്തെ ആത്മബോധത്തിന്റെ ഹൃദയമാക്കാൻ പൊരുതിയ മതപരിഷ്കർത്താക്കളുടെ പാരമ്പര്യമല്ല, മതത്തെ ആചാരപരതയിൽ ഒതുക്കാൻ ശ്രമിച്ച യാഥാസ്ഥിതികരുടെ പാരമ്പര്യമാണ് 'മതരാഷ്ട്രീയം' ഭാഷയുടെ കാര്യത്തിലടക്കം പിന്തുടരുന്നത്. 'അറബി' സ്വർഗ്ഗഭാഷയാണെന്നും അത് ബോർഡിലെഴുതുന്നതുപോലും കുറ്റമാണെന്നും

സംസ്കൃതം 'ദേവഭാഷ'യാണെന്നും അത് ഉൽകൃഷ്ടകുലജാതർക്ക് സംവരണം ചെയ്യപ്പെട്ടതാണെന്നും മറ്റുമുള്ള ധാരണകൾക്ക് ഇന്ന് പ്രസക്തി നഷ്ടപ്പെട്ടിട്ടുണ്ടെങ്കിൽ അതിനു കാരണം മതത്തിന്റെ അകത്തെ ജനാധിപത്യപ്രസ്ഥാനത്തിന്റെ വളർച്ചയാണ്. ഭാഷയെ പാപത്തിന്റെയും പുണ്യത്തിന്റെയും തുലാസിലിട്ട് തൂക്കി ഗുണം നിർണ്ണയിക്കാനുള്ള ശ്രമം അപഹാസ്യമാണ്.

ഭാഷ ഉച്ചരിക്കപ്പെടുന്ന ശബ്ദങ്ങളും അവയ്ക്കിടയിലുള്ള മൗനങ്ങളും അടങ്ങുന്ന സംസ്കാരത്തിന്റെ അടിസ്ഥാനമാണ്. സകല ഭാഷകളും മതജാതി മുക്തമാണ്. വാക്കുകൾക്ക് അർത്ഥമാറ്റം സംഭവിക്കുന്നതിന്റെ കാരണം അന്വേഷിക്കേണ്ടത് ശബ്ദകോശത്തിലോ മതങ്ങളുടെ അനുശാസനങ്ങളിലോ അല്ല, സാമൂഹ്യ അവസ്ഥകളിലാണ്. 'നേരെ വാ നേരെ പോ' സമീപനം സ്വീകരിക്കുന്നതുകൊണ്ട് ജീവിതമത്സരങ്ങളിൽ തോറ്റുപോകുന്നവനെ 'വങ്കൻ' എന്ന അർത്ഥത്തിൽ 'ശുദ്ധൻ' എന്ന് വിളിക്കുമ്പോഴും എന്തു കൊള്ളരുതായ്മകളും കാട്ടി പണവും പദവിയും നേടുന്നവരെ 'മാന്യൻ','സമർത്ഥൻ', 'ജീവിക്കാൻ പഠിച്ചവൻ' എന്നൊക്കെ വിളിക്കുമ്പോഴും വാക്കുകളുടെ അർത്ഥം വ്യവസ്ഥാനുകൂലമായിട്ടാണ് മാറുന്നത്. മതവും കലയുമടക്കമുള്ള സാമൂഹ്യബോധത്തിന്റെ സർവ്വ ആവിഷ്കാരങ്ങളും ഇത്തരത്തിലുള്ള ഒരു 'വിനിമയ പ്രതിസന്ധി'യെ അഭിമുഖീകരിക്കുന്നുണ്ട്.

നവോത്ഥാനത്തിന്റെ ചരിത്രം പൊതുവിൽ ദേശീയ ഭാഷകളുടെ വികാസത്തിന്റെ ചരിത്രംകൂടിയാണ്. ഇന്ത്യൻ ദേശീയപ്രസ്ഥാനത്തെ ശിഥിലമാക്കാൻ ബ്രിട്ടീഷുകാർ നടപ്പിലാക്കിയ ബംഗാൾ വിഭജനം ബംഗാളി സംസാരിക്കുന്നവരെ 'മതമനുഷ്യരാക്കി' മാറ്റി തമ്മിൽ തല്ലിക്കാനായിരുന്നു. ഭാഷയെ അടിസ്ഥാനമാക്കി ദേശീയ ജനവിഭാഗങ്ങളുടെ ഏകീകരണം എന്ന മുദ്രാവാക്യം ഇതിനുള്ള ബദലായി ഉയർത്തിക്കൊണ്ടാണ് ദേശീയപ്രസ്ഥാനം മുന്നോട്ട് പോയത്. ഭാഷാസംസ്ഥാനങ്ങൾ നിലവിൽ വന്നിട്ട് പതിറ്റാണ്ടുകൾ കഴിഞ്ഞുവെങ്കിലും ഭാഷാപ്രശ്നത്തെ ദേശീയ കാഴ്ചപ്പാട് പുലർത്തി പരിഹരിക്കുവാൻ നമുക്കിന്നും കഴിഞ്ഞിട്ടില്ല. 'ത്രിഭാഷാപദ്ധതി'യിൽ ഇന്നും മേല്ക്കോയ്മ വഹിക്കുന്നത് ഇംഗ്ലീഷും ഉത്തരേന്ത്യൻ ഉപരിവർഗ്ഗത്തിന്റെ സംസ്കൃതവല്ക്കരിക്കപ്പെട്ട ഹിന്ദിയുമാണ്. ഗാന്ധിജി നിർദ്ദേശിച്ച ജനകീയ ഹിന്ദിയുടെയും ഉറുദുവിന്റെയും സങ്കലനമായ ഹിന്ദുസ്ഥാനിയും 'മാതൃഭാഷകളും' അവഗണിക്കപ്പെടുന്നു. ഗാന്ധിജി ഉയർത്തിപ്പിടിച്ച 'ഹിന്ദുസ്ഥാനി' ഒരു ചന്തഭാഷയാണെന്നും അതിനൊരു ദേശീയഭാഷയുടെ ആവശ്യങ്ങൾ നിറവേറ്റാനാവില്ലെന്നും വാദിച്ചുകൊണ്ട് സമ്പൂർണ്ണാനന്ദ് എഴുതി. "ഏതു രാജ്യത്തായാലും ചന്തഭാഷ ഒരു പരിഷ്കൃതസമൂഹത്തിന്റെ ഭാഷയുടെ ആവശ്യങ്ങൾ നിറവേറ്റുകയില്ല". ജനങ്ങളുടെ ഭാഷയെ ചന്തപ്പറമ്പിന്റെ ഭാഷയാക്കി ചുരുക്കുന്നതിനു പിറകിൽ നിവർന്നുനില്ക്കുന്നത് നാടുവാഴിത്തബോധമാണ്.

മാനവജീവിതത്തിന്റെ വളർച്ചയ്ക്കിടയിൽനിന്നും രൂപംകൊള്ളുന്ന ഭാഷയെ വർഗ്ഗീയവാദത്തിന്റെ പേരിൽ ഉപയോഗിക്കുന്നവർ മനുഷ്യബന്ധത്തിന്റെ ശത്രുക്കളാണ്. നൂറ്റാണ്ടുകളുടെ വിവരണവിധേയമല്ലാത്ത വിനിമയദാഹത്തിന് വഴിതുറന്ന വിവിധ ഭാഷകളെ സഹജാതർ എന്ന നിലയ്ക്ക് സമീപിക്കുന്നതിനു പകരം ശത്രുക്കളായി അവതരിപ്പിക്കാനുള്ള ഏതൊരു ശ്രമവും സാംസ്കാരിക വളർച്ചയെ മുരടിപ്പിക്കും. നമ്മുടെ ഭരണകൂടം തുടരുന്ന മതപ്രീണന 'നയത്തിന്റെ'യും, വിശ്വാസത്തിന്റെ പേരിൽ ജനങ്ങളെ വീതിച്ചെടുക്കാനുള്ള വർഗ്ഗീയപ്രസ്ഥാനങ്ങളുടെ ശ്രമത്തിന്റെയും ഭാഗമായി ഭാഷ മതമുദ്ര കുത്തപ്പെട്ട് മരണത്തിനുള്ള കാരണമായിത്തീർന്നുകൊണ്ടിരിക്കുന്നു. രണ്ട് പദങ്ങൾ കൂടിച്ചേരുമ്പോൾ ഉദിക്കുന്ന നക്ഷത്രം കാണാൻ നോക്കിനില്ക്കുന്നവരുടെ കണ്ണുകളിലേക്ക് ചോരത്തുള്ളികൾ വന്നുവീഴുന്നു. പരസ്പരം പുണർന്ന് പുളകം പകർന്ന ഹിന്ദിയുടെയും ഉറുദുവിന്റെയും പേരിൽ ഉത്തർപ്രദേശിലെ ബദുനിൽ 1989 ൽ ചതഞ്ഞുവീണത് നിർജ്ജീവമായ അക്ഷരങ്ങളല്ല, ജീവനുള്ള മനുഷ്യരാണ്. കണ്ണീരിനും ചോരയ്ക്കുമിടയിൽ ഒരല്പം കനിവിനുവേണ്ടി കരയുന്നവർക്കിടയിലേക്ക് വിഷം പുരണ്ട വാക്കുകളാണ് വർഗ്ഗീയവാദികൾ വാരിവിതറുന്നത്. മനുഷ്യർ മുഴുവൻ മരിച്ചാലും 'ഭാഷ' സ്വയം ജീവിച്ചുകൊള്ളും എന്നവർ കരുതുന്നു!

ഉറുദു ഇന്തോ-ഇസ്ലാമിക് സംസ്കാരത്തിന്റെ മഹനീയ സമന്വയത്തെയാണ് സൂചിപ്പിക്കുന്നത്. വർഗ്ഗീയവാദികൾ പ്രചരിപ്പിക്കുന്നതുപോലെ അത് മുഗൾകൊട്ടാരത്തിലെ ഭാഷയല്ല, ഇന്ത്യൻ ജനങ്ങൾക്കിടയിലെ ഒരു വിഭാഗത്തിന്റെ ഭാഷയാണ്. 1857 ലെ ബ്രിട്ടീഷ് വിരുദ്ധ കലാപത്തെ തുടർന്നാണ് ഹിന്ദിയും ഉറുദുവും ഹിന്ദു-മുസ്ലീം സംഘട്ടനത്തിന്റെ ഭാഗമായി മാറുന്നത്. ഇന്ത്യൻ ജനങ്ങളുടെ ഐക്യത്തെ തകർക്കാൻ സഹായകമായ സകലതും എടുത്തുപയോഗിച്ച കൂട്ടത്തിൽ ബ്രിട്ടീഷ് സാമ്രാജ്യത്വം ഉറുദുവിനെയും ഉപയോഗിച്ചു എന്നു മാത്രം. 1875 ൽ അയോദ്ധ്യയിലെ ചീഫ് കമീഷണർ ഉറുദുവിനുപകരം ഹിന്ദിയെ കോടതി ഭാഷയാക്കുന്നതിനെക്കുറിച്ചുള്ള അഭിപ്രായം ആരാഞ്ഞപ്പോൾ ബ്രിട്ടീഷ് ഉദ്യോഗസ്ഥനായ ഡബ്ല്യു എ ക്രാഫ്റ്റ് അതിനെ എതിർത്തു. ഉറുദുവും ഹിന്ദിയും ഒരേ ഭാഷയുടെ രണ്ട് ശാഖകൾ മാത്രമാണെന്നും നമ്മളതിനെ ബലാല്ക്കാരമായി വിഭജിക്കുന്നത് സംഘട്ടനത്തിനു മാത്രമേ കാരണമാകൂ എന്നും ക്രാഫ്റ്റ് ചൂണ്ടിക്കാട്ടി. വിവിധ വിഭാഗം ജനങ്ങളെ ശത്രുക്കളാക്കാൻ ശ്രമിച്ചുകൊണ്ടിരുന്ന സാമ്രാജ്യത്വം അദ്ദേഹത്തിന്റെ അഭിപ്രായം സ്വീകരിച്ചില്ല.

അഞ്ച്

പരബ്രഹ്മത്തിനു മുമ്പിൽ എന്നും അന്നബ്രഹ്മമുണ്ടായിരുന്നു. അന്നവിചാരം മുന്നവിചാരമെന്നത് ജീവിതത്തിന്റെ തിരിച്ചറിവാകുന്നത് അതു

കൊണ്ടാണ്. ഭൗതികോല്പാദന പ്രവർത്തനങ്ങളുടെ ഉറവകളടഞ്ഞാൽ ജീവിതത്തിൽ ഇരുൾ പരക്കുമെന്നത് ഉറപ്പാണ്. വിദ്യാധനം സർവ്വധ നാൽ പ്രധാനം എന്നത് ശരിയാണ്. എന്നാൽ വിശക്കുന്നവന് മുമ്പിൽ ദൈവംപോലും അപ്പത്തിന്റെ രൂപത്തിൽ മാത്രമേ പ്രത്യക്ഷപ്പെടാൻ ധൈര്യപ്പെടൂ എന്നത് അതിനേക്കാളും വലിയ ശരിയാണ്! അപ്പംകൊണ്ട് മാത്രമല്ല മനുഷ്യർ ജീവിക്കുന്നതെന്നത് പ്രസക്തമാകുന്നത്, മനുഷ്യർക്ക് ആവശ്യത്തിന് അപ്പം ലഭിച്ചതിനുശേഷം മാത്രമാണ്. അതുകൊണ്ടാണ് വിശന്നുമരിക്കുന്ന കുഞ്ഞിനുമുമ്പിൽ നിങ്ങളുടെ സാഹിത്യമൊക്കെയും വ്യർത്ഥമാണെന്ന് സാർത്ര് മുമ്പ് പറഞ്ഞത്. വിപ്ലവം അപ്പത്തിനുവേണ്ടി യുള്ള സമരമല്ലെന്നും, അത് ആത്മബോധം ഉയർത്തിപ്പിടിക്കാനുള്ള സമ രമാണെന്നും പ്രഖ്യാപിച്ച ഫ്രാന്റസ് ഫാനൺ, അപ്പവും അതിലുൾപ്പെടും എന്ന് അമർത്തി പറഞ്ഞതും, 'അപ്പം' ജീവിതത്തിന്റെ അച്ചുതണ്ടായതു കൊണ്ടുതന്നെയാണ്.

'ഊട്ടിയുറപ്പിക്കൽ' പരസ്പര ബന്ധത്തിന്റെ ഉള്ളടക്കം തന്നെയായി തീരുന്നതും, തൊട്ടുണ്ണുന്നവരും തൊട്ടുണ്ണാത്തവരുമായി ഒരു സമൂഹം നെടുകെ പിളരുന്നതും ചിലരുടെ ഭക്ഷണപദാർത്ഥങ്ങൾ മറ്റുചിലർക്ക് വിസർജ്ജ്യം പോലെ വർജ്ജ്യമാകുന്നതും, മിശ്രഭോജനം സാമൂഹ്യമു ന്നേറ്റത്തിന്റെ നേതൃത്വമാകുന്നതും, ഭക്ഷണം ഉപേക്ഷിക്കൽ ഒരു സമര രീതിയായി തീരുന്നതും അക്ഷയപാത്രത്തെക്കുറിച്ചും കല്പകവൃക്ഷ ത്തെക്കുറിച്ചും കാമധേനുവിനെക്കുറിച്ചുമുള്ള മിത്തുകൾ ഒരു ജനസമൂ ഹത്തിന്റെ മഹാസ്വപ്നമായി തീരുന്നതും അപ്പത്തിന്റെ അനിവാര്യത യെയാണ് വ്യത്യസ്തവിധങ്ങളിൽ അടയാളപ്പെടുത്തുന്നത്. ദൈവ ശാസ്ത്രം വികസിപ്പിച്ച 'പരലോകം' ഒന്നുകിൽ ഭക്ഷണമുക്തമാ വുകയോ, അല്ലെങ്കിൽ സമൃദ്ധ ഭക്ഷണശാലയായി തീരുകയോ ചെയ്യു ന്നതും, മരണാനന്തരവും തുടരുന്ന ഭക്ഷണ ആഭിമുഖ്യത്തെയാണ് ഭിന്ന വിധങ്ങളിൽ ആവിഷ്കരിക്കുന്നത്!

ആട്ടക്കഥകൾക്കുമുമ്പിൽ ചമ്രം പടിഞ്ഞിരുന്നും ചുമ്മാ മുറുക്കിയും, അക്ഷരശ്ലോകങ്ങളിൽ രസിച്ചുമിരുന്ന പഴയ കാലത്തിന്റെ അകത്തള ത്തിൽ സ്ഫോടനങ്ങൾ സൃഷ്ടിച്ചുകൊണ്ടാണ് ചായയും കാപ്പിയും ബ്രേക്ക്ഡാൻസും കേരളത്തിലും കൊടിപറത്തിയത്. നാടുവാഴിത്ത ജീവി ത്തിന്റെ മന്ദതാളത്തെയാണ് കൊളോണിയൽ ആധുനികത അതിന്റെ തീവ്രവേഗങ്ങൾകൊണ്ട് ഇളക്കിമറിച്ചത്. എന്നാൽ നാടുവാഴിത്തത്തെ പരിമിതമായ രീതിയിൽ അലോസരപ്പെടുത്താനല്ലാതെ കൊളോണിയൽ ആധുനികതയ്ക്ക് പുതിയൊരു ജനകീയരുചിക്ക് അടിത്തറയൊരുക്കാൻ കഴിയുമായിരുന്നില്ല. തദ്ദേശീയ ജീവിതരീതികളിൽ പുതുമകൾകൊണ്ട് വിഭ്രമം സൃഷ്ടിക്കാനല്ലാതെ, അതിന്റെ നന്മകളെ നിലനിർത്താനോ വിക സിപ്പിക്കാനോ അതിന് കഴിയുമായിരുന്നില്ല. ആരോഗ്യത്തിന് ഹാനികര മാകുന്നതൊക്കെയും രുചികരമാവുകയും, രുചികരമായതൊക്കെയും ആരോഗ്യത്തിന് ഹാനികരമാകുകയും ചെയ്യുംവിധം രുചിഭേദങ്ങളെ

കീഴ്മേൽ മറിച്ചതിൽ ചൂഷണ താല്പര്യങ്ങൾക്കുള്ള പങ്ക് സൂക്ഷ്മമായി പഠിക്കപ്പെടേണ്ടതായിട്ടാണിരിക്കുന്നത്. വ്യവസ്ഥാപിത ഭക്ഷണരീതികൾ ആ അർത്ഥത്തിൽ വിചാരണ കാത്തിരിക്കുക തന്നെയാണ്. കാപ്പിയും ചായയുമടക്കമുള്ള പാനീയങ്ങൾ, ജീവിതചര്യയുടെ അനിവാര്യഭാഗമായി മാറിയതിനു പിന്നിലുള്ള അടിയൊഴുക്കകളൊക്കെയും ആ അർത്ഥത്തിലും അപഗ്രഥിക്കപ്പെടേണ്ടതുതന്നെയാണ്.

നാം ജീവിക്കുന്നത് പഴങ്കഥകളുടെ പൂതൽ പിടിച്ച ലോകത്തുനിന്ന് പുറത്ത് കടന്ന് ഭീതിജനകമായ സത്യത്തെ സമചിത്തതയോടെ സമീപിക്കേണ്ട ഒരു രാഷ്ട്രീയ സന്ദർഭത്തിലാണ്. ഇന്ത്യയിലിന്ന് വാരിവിതറേണ്ട സന്ദേശം 'ഇന്നിന്ന ജന്തുവിനെ തിന്നരുത്' എന്നല്ല, 'ഒന്നിന്റെ പേരിലും മനുഷ്യർ പരസ്പരം കൊല്ലരുത്' എന്നാണ്. മൃഗത്തോടുള്ള ആഭിമുഖ്യം മനുഷ്യരോടുള്ള വിരോധമായി മാറുമ്പോൾ മരിക്കുന്നത് നമ്മുടെ പ്രിയപ്പെട്ട ജീവിതമാണ്. തകരുന്നത് സ്വന്തം ചോരയിലും വിയർപ്പിലും കുതിർന്ന സംസ്കാരമാണ്. ഭക്ഷണത്തിന്റെ മറവിൽ നടക്കുന്ന ഇത്തരം നീക്കങ്ങൾ വിവിധ വിഭാഗം ജനങ്ങൾക്കിടയിൽ ചരിത്രപരമായി രൂപംകൊണ്ട ഭിന്ന ഭക്ഷണ രീതികളെ നിഷേധിക്കുന്ന ഫാസിസമാണ്. ഭക്ഷണയിനങ്ങളിൽ ചിലതിൽ മഹത്വവും മറ്റു ചിലതിൽ മ്ലേച്ഛതയും ആരോപിക്കുന്നവർ സങ്കുചിതമായ സ്വന്തം ആത്മനിഷ്ഠതയുടെ തടവറയിൽ കിടന്ന് കറങ്ങുന്നവരാണ്. അതിലുപരി ഇത്തരക്കാർ സ്വന്തം ആത്മനിഷ്ഠതയെ സംസ്കാരത്തിന്റെ അതിർത്തിയായി തെറ്റിദ്ധരിക്കുന്നവരും മറ്റുള്ളവരുടെ ആത്മനിഷ്ഠതയെ ബഹുമാനിക്കാത്ത സങ്കുചിതവാദികളുമാണ്. പശുവിനെ ആരാധിക്കാനുള്ള ഒരു വിഭാഗത്തിന്റെ അവകാശം ആരാധിക്കാതിരിക്കാനുള്ള മറ്റൊരു വിഭാഗത്തിന്റെ അവകാശത്തിനെതിരെ അങ്കത്തിനൊരുങ്ങുന്നത് മതേതരത്വത്തെ സംബന്ധിച്ചിടത്തോളം ആത്മഹത്യാപരമാണ്..

ഹിന്ദു സവർണ്ണരിലൊരു വിഭാഗം ഗോമാംസം കഴിക്കുന്നത് പാപമായി കാണുന്നതിലും മുസ്ലീങ്ങൾ പന്നിമാംസം കഴിക്കുന്നത് 'ഹറാമായി' കാണുന്നതിലും ഓരോരുത്തരുടെയും വിശ്വാസം എന്ന അർത്ഥത്തിൽ അപാകതകളില്ല. എന്നാൽ പരലോകവും പുനർജ്ജന്മവുമായി ബന്ധപ്പെട്ട 'പാപ-പുണ്യസങ്കല്പങ്ങളെ' രാഷ്ട്രനിയമത്തിന്റെ മണ്ഡലത്തിൽപ്പെട്ട കുറ്റകൃത്യങ്ങളുടെ തലത്തിലേക്ക് വലിച്ചിഴയ്ക്കുന്നത് ഗുരുതരമായ പ്രത്യാഘാതമുണ്ടാക്കും. 'ഹദ്ദടി'കൾക്കും 'ഭ്രഷ്ടു'കൾക്കും നിയമ സാധൂകരണം ലഭിച്ചുകഴിഞ്ഞാലുള്ള ഭീതിജനകമായ അവസ്ഥയെക്കുറിച്ചൊന്നോർത്തു നോക്കൂ. അതിലാഹ്ലാദിക്കുന്നവർക്കു മാത്രമേ ഭക്ഷണകാര്യത്തിൽ നിയമനിർമ്മാണം നടത്തണമെന്ന് പറയാനാവൂ. ഭിന്ന മതവിഭാഗങ്ങൾക്കിടയിൽ പല കാരണങ്ങളാൽ രൂപംകൊണ്ട മുൻവിധികളെ ഇല്ലാതാക്കി സൗഹാർദ്ദം ശക്തിപ്പെടുത്തേണ്ട ഘട്ടത്തിൽ ആചാരാനുഷ്ഠാനങ്ങളുടെയും ഭക്ഷണരീതികളുടെയും തലത്തിൽ നിലനില്ക്കുന്ന മുൻവിധികളെ രാഷ്ട്രീയ മൂലധനമാക്കി മാറ്റാനാണ് മത

മൗലികവാദികൾ ശ്രമിക്കുന്നത്. ഇത് ഫാസിസം വളരെ ദൂരത്തല്ല എന്നതിന്റെ മുന്നോടിയാണെന്ന് കാണാതിരിക്കുന്നത് അപകടമാണ്.

ആറ്

വസ്ത്രം നഗ്നത മറയ്ക്കുക മാത്രമല്ല, നഗ്നതയെ നിർവ്വചിക്കുകയും ചെയ്യുന്നുണ്ട്. നഗ്നതയെ അടച്ചു മാത്രമല്ല, തുറന്നുവെച്ചുമാണ് വസ്ത്രം സ്വന്തം സ്ഥാനം ഉറപ്പിക്കുന്നത്. കാലാവസ്ഥ, അഭിരുചി, നഗ്നത എന്നിവയോടൊപ്പം വസ്ത്രധാരണത്തിൽ, 'അധികാരവും' സൗന്ദര്യബോധവും വിശ്വാസപ്രമാണങ്ങളും പ്രധാനപങ്കു വഹിക്കുന്നുണ്ട്. രാജാവിനെയും പ്രജയേയും, സവർണ്ണരേയും അവർണ്ണരേയും പുരുഷനേയും സ്ത്രീയേയും ജാതിമതവ്യത്യാസങ്ങളേയും വേർതിരിക്കുംവിധം 'വസ്ത്രം' പ്രവർത്തിക്കുമ്പോൾ, സ്വാഭാവികമെന്ന് തോന്നിപ്പിക്കുംവിധം, 'അധികാര പ്രത്യയശാസ്ത്രങ്ങളെ' പിന്തുണയ്ക്കുകയാണവ ചെയ്യുന്നത്. വിധേയത്വത്തെ സൂചിപ്പിക്കുംവിധം അരയിൽ കെട്ടിയ തോർത്തുമുണ്ട്, തലയിൽ കെട്ടുമ്പോൾ, തലയിൽ കെട്ടിയ മുണ്ടെടുത്ത് നെറ്റിയിൽ കെട്ടുമ്പോൾ, കൂപ്പുകൈ മുഷ്ടിയായി മാറുമ്പോഴുള്ളതുപോലുള്ള ഒരർത്ഥമാറ്റമാണ് സംഭവിക്കുന്നത്. മുണ്ട് മാടിക്കുത്തി, മീശപിരിച്ച്, തലയിൽ കെട്ടി, ബീഡി പുകയ്ക്കുന്ന തൊഴിലാളിക്ക്, ഒരു റൗഡിയുടെ മുഖച്ഛായ പകർന്നുനല്കിയത്, തൊഴിലാളിവിരുദ്ധ പ്രത്യയശാസ്ത്രങ്ങളാണ്. തൊഴിലാളിയിൽ പഴയ അടിമയെയും കുടിയാനെയും തിരക്കി ഇച്ഛാഭംഗം നേരിട്ടവരുടെ ആധിപത്യമോഹത്തെയാണ് ഗഫൂർ കാർട്ടൂണുകളിൽ പലതും പ്രതിനിധീകരിച്ചത്. പൊലീസുകാരുടെ ഹാഫ്ട്രൗസർ മാറ്റാൻ പാടില്ലെന്നും, സ്കൂൾ ടീച്ചർമാർ സാരിതന്നെ ധരിക്കണമെന്നും നിർബ്ബന്ധം പിടിക്കുന്നവർ വസ്ത്രധാരണ സ്വാതന്ത്ര്യത്തെ തന്നെയാണ് വെല്ലുവിളിക്കുന്നത്.

ഏതെങ്കിലുമൊരു പ്രത്യേക വസ്ത്രധാരണ രീതിക്ക്, കേവലമായ ഒരു മഹത്വവുമില്ല. സന്ദർഭങ്ങളും ആവശ്യങ്ങളും സൗകര്യങ്ങളും, അഭിരുചികളും, വിശ്വാസങ്ങളും പരമാവധി സ്വാതന്ത്ര്യവുമാണ് മറ്റെന്തിനെയെന്നപോലെ വസ്ത്രധാരണത്തെയും നിർണ്ണയിക്കേണ്ടത്. മനുഷ്യശരീരത്തിന്റെയും സംസ്കാരത്തിന്റെയും സാദ്ധ്യതയാവേണ്ട വസ്ത്രങ്ങളെ, ബാദ്ധ്യതയും ഭാരവുമാക്കുന്നവർ സാമൂഹ്യവികാസം സാദ്ധ്യമാക്കിയ സൗകര്യങ്ങളെതന്നെ, അസൗകര്യമാക്കി തീർക്കുകയാണ് ചെയ്യുന്നത്. സ്ത്രീകളുടെ വസ്ത്രധാരണത്തെക്കുറിച്ചുള്ള ചർച്ചയുടെ കേന്ദ്രം, സ്ത്രീകളെക്കുറിച്ചുള്ള പുരുഷാധിപത്യകാഴ്ചകൾക്ക് ചുറ്റും കറങ്ങുന്നതും, പുരുഷന്മാരുടെ വസ്ത്രധാരണത്തെക്കുറിച്ചുള്ള ചർച്ച വസ്ത്രത്തിൽ മാത്രം ചുറയുന്നതും സ്ത്രീകൾക്കെതിരെ നിലനില്ക്കുന്ന വിവേചനത്തിന്റെ ഭാഗമാണ്.

പിറന്ന് വീഴുന്ന നാൾ മുതൽ പെൺകുട്ടികൾക്കും ആൺകുട്ടി

കൾക്കും വ്യത്യസ്ത വസ്ത്രധാരണരീതികളും, അണിഞ്ഞൊരുങ്ങൽ സമ്പ്രദായങ്ങളും നിർദ്ദേശിക്കപ്പെട്ടത്, അത്ര നിരുപദ്രവകരവും നിഷ്കളങ്കവുമായ ഒന്നായികാണാൻ കഴിയില്ല. വിധേയരുടെ ദൗത്യം നിർവ്വഹിക്കുംവിധം സ്ത്രീകളെമുഴുവൻ ഇരവൽക്കരിക്കുന്നതിൽ വസ്ത്രവും പ്രധാനദൗത്യം നിർവ്വഹിച്ചു പോരികയാണ്. അവരുടെ മേൽ ചാർത്തപ്പെട്ട വർണ്ണശബളമായ വസ്ത്രങ്ങൾ, വർണ്ണരഹിതമായ ഒരു കീഴാള ജീവിതത്തിന്റെ വിവശതകളാണ് ഇത്രയും നാളും വിളിച്ചോതിയത്. വിവേചനത്തിന്റെ തുടക്കം കൊച്ചുന്നാളിലെ ആരംഭിക്കുന്നതുകൊണ്ട് ആൺകുട്ടികളെയും പെൺകുട്ടികളെയും 'ലിംഗപദവി' സംബന്ധിച്ച പഴയ കാഴ്ചപ്പാടുകളെ അവഗണിച്ചുകൊണ്ട് തുല്യതയുടെ അടിസ്ഥാനത്തിൽ വളർത്തുകയാണ് വേണ്ടത്. എത്രയോ പതിറ്റാണ്ടുകൾക്കുമുമ്പ് നവോത്ഥാന നായകനായ ഇ വി ആർ വാദിച്ചത്, പ്രത്യക്ഷ തലത്തിലുള്ള ആൺപെൺ വ്യത്യാസംതന്നെ ഇല്ലാതാക്കുംവിധമുള്ള വസ്ത്രധാരണരീതിക്കുവേണ്ടിയായിരുന്നു. തലമുടിനീട്ടൽ, അലങ്കാരങ്ങൾ എന്നിവയിലുൾപ്പെടെ ആൺ-പെൺ വിവേചനങ്ങളേ ആവശ്യമില്ലെന്ന കാഴ്ചപ്പാടാണ് ആധുനികതയുമായി പൊരുത്തപ്പെടുന്നത്. കാല്പനികരായ എഴുത്തുകാർ കൃത്രിമമായി വികസിപ്പിച്ച പെൺസങ്കല്പങ്ങളെ പൊളിച്ചുകളയുന്ന ജനാധിപത്യ പ്രക്രിയയാണ് മുന്നോട്ട് പോകേണ്ടത്.

ആൺകുട്ടിയെയും പെൺകുട്ടിയെയും ഒറ്റക്കാഴ്ചയിൽതന്നെ വേറിട്ട് മനസ്സിലാക്കാനാവുംവിധമുള്ള വേർതിരിവ് വസ്ത്രത്തിലും ഭാവത്തിലും ചേഷ്ടകളിലും വേണമെന്ന നിർബ്ബന്ധത്തിന് പിറകിൽ പതിയിരിക്കുന്നത് ആൺ-പെൺ ലിംഗവിഭാഗങ്ങളെക്കുറിച്ചുള്ള ശരിയായ സമീപനമല്ല, മറിച്ച് ആണത്തം/പെണ്ണത്തം തുടങ്ങിയ 'ലിംഗപദവി' സംബന്ധിച്ച പ്രത്യയശാസ്ത്ര പരികല്പനകളാണ്. 'ആണായൊന്ന് പിറന്നിട്ടുണ്ടോ....' നീയൊരു പെണ്ണല്ലേ, തുടങ്ങിയ പ്രയോഗങ്ങൾ ജീവശാസ്ത്രപരമായ സത്യങ്ങളല്ല അടയാളപ്പെടുത്തുന്നത്, മറിച്ച് 'ലിംഗപദവി' സംബന്ധിച്ച മിത്തുകളാണ്. തലമുടി നീട്ടിവളർത്തി, പൂചൂടി, വാലിട്ട് കണ്ണെഴുതി, സാരിയുടുത്ത്, തലകുനിച്ച് നില്ക്കുന്ന 'കേരളസ്ത്രീ' നവോത്ഥാനവും ബഹുജനപ്രസ്ഥാനവും വളർത്തിയെടുത്ത ആത്മബോധമുള്ള സ്ത്രീയല്ല. 'ഞാനല്പം കറുത്തിട്ടാണ് എനിക്കൊരു കോന്ത്രം പല്ലുമുണ്ട്' എന്ന് സ്വന്തം ശരീരത്തെക്കുറിച്ച് ചെറുകാടിന്റെ മുത്തശ്ശിയിലെ നാണിമിസ്ട്രസ്സിനെപ്പോലെ തുറന്നു പറയാനവർക്ക് കഴിയാത്തത്, അദൃശ്യമായൊരു ബ്യൂട്ടിപാർലർ കോംപ്ലക്സ് അവരെ പിടികൂടിയതുകൊണ്ടാണ്!

നഗ്നരായി നടന്ന ആദിമ ആഫ്രിക്കൻ മനുഷ്യരെ മിഷനറിമാർ വസ്ത്രമുടുപ്പിച്ച്, നാഗരികരാക്കാൻ ശ്രമിച്ചതിനെ മാഞ്ചസ്റ്ററിലെ തുണിമിൽ മുതലാളിമാരുടെ വിപണിയുടെ വളർച്ചയുമായി ബന്ധപ്പെടുത്തിയാണ് മുമ്പ് റസ്സൽ പരിഹസിച്ചത്. സത്യത്തിൽ ഏത് നാഗരികവല്ക്കരണവും, വിപണിയോടൊപ്പമാണ് വികസിച്ച് വന്നതെന്നറിയുമ്പോൾ, റസ്സലിന്റെ പരിഹാസത്തിന്റെ വീര്യം ചോരും! 'മനുഷ്യർ സ്വതന്ത്രരായി ജനി

ക്കുന്നു' എന്ന റൂസ്സോവിന്റെ കാഴ്ചപ്പാടിന്റെ സ്വാധീനത്തിന് കീഴ്പ്പെട്ട പ്പോഴായിരിക്കണം 'റസ്സൽ' ഇത്തരമൊരു ഫലിതം പൊട്ടിച്ചത്. എന്നാൽ, മനുഷ്യർ പരാധീനതകളിരമ്പുന്ന ഒരു കടമകളുടെ കടലിലാണ് പിറന്നു വീണതെന്നും, സ്വാതന്ത്ര്യം പിന്നീട് അവർ ആർജ്ജിക്കുകയാണ് ചെയ്യു ന്നതെന്നും തിരിച്ചറിഞ്ഞാൽ, ആ പ്രക്രിയയിൽ വിപണിക്കുള്ള പങ്ക് സ്വയം വ്യക്തമാകും. അതോടൊപ്പംതന്നെ 'വിപണി' വസ്ത്രത്തിന്റെ വിനിമയകേന്ദ്രമാകുന്നതിനു പകരം, ഇപ്പോൾ മനുഷ്യശരീരത്തിൽ അധീ ശത്വം സ്ഥാപിക്കുംവിധം ഇന്ന് വളർന്നു കഴിഞ്ഞുവെന്ന വസ്തുതക ളെയും വിസ്മരിക്കാൻ കഴിയില്ല. വസ്ത്രത്തെ കേന്ദ്രമാക്കി നിലനിന്ന പഴയ ആഭിജാത്യത്തെ ഒരു പരിധിവരെ പൊളിച്ച വിപണിതന്നെയാണ്, ശരീരത്തിനും മനസ്സിനും മേൽ ഇന്ന് മേൽക്കോയ്മ സ്ഥാപിച്ചുകൊണ്ടി രിക്കുന്നത്!

സാരിയെ ചിലർ ഇന്ത്യൻ സംസ്കാരത്തിന്റെ ഏകമാതൃകയായി കൊണ്ടാടുന്നതിന് അവരുടെ സ്വന്തം അഭിരുചി സങ്കുചിതത്വത്തോടല്ലാ തെ, സംസ്കാരവുമായി ഒരു ബന്ധവുമില്ല. ബി ബി സി അവതാരക യായ ഷരൂണ ഒരിക്കൽ സാരിധരിച്ച് സ്ക്രീനിൽ പ്രത്യക്ഷപ്പെട്ടതിനെ തുടർന്ന് നടത്തിയ പത്രപ്രസ്താവനയിൽ അവകാശപ്പെട്ടത് ഭാരതീയ സംസ്കാരത്തിന് തന്നാൽ ആവുന്ന ഒരു സംഭാവന ചെയ്തു എന്നായി രുന്നു! ഇന്നും പലരുടെയും മനസ്സിൽ, 'സാരി' ഒരു സംസ്കാര ചിഹ്നമാ യും, മറ്റ് വസ്ത്രങ്ങൾ സംസ്കാര വിരുദ്ധ ചിഹ്നമായുമാണ് നിലനില്ക്കു ന്നത്! സ്ത്രീകളുടെ വ്യത്യസ്ത വസ്ത്രരീതികൾ അനിവാര്യമായും സാരിയിലേക്കു വളരും എന്നൊരു അബോധമാണ് ഇന്നും വസ്ത്ര വ്യവ ഹാരങ്ങളെയാകെ നിയന്ത്രിക്കുന്നത്. വസ്ത്രത്തിൽ ഒന്നെന്ന നിലയിൽ നിന്ന് സാരിയെ മാത്രം വേർതിരിച്ചെടുത്ത്, ശ്രേഷ്ഠവൽക്കരിക്കുന്നതാണ് വളരെ വൈകിയാണെങ്കിലും ഇപ്പോൾ ചോദ്യം ചെയ്യപ്പെട്ടിരിക്കുന്നത്! ചുരിദാർ ഉടുത്തും അദ്ധ്യാപികമാർക്ക് വിദ്യാലയത്തിൽ പ്രവേശിക്കാ മെന്ന ഓർഡർ വന്നത് 2008 ലാണെന്ന് മനസ്സിലാക്കുന്ന ഭാവിയിലെ തലമുറ നമ്മെക്കുറിച്ചോർത്ത് ആർത്ത് ചിരിക്കും!

മനുഷ്യശരീരത്തെ ശ്ലീലാശ്ലീലങ്ങളുടെ സംഘർഷവേദിയാക്കുന്ന തിൽ, ശരീരത്തിന്റെ സ്വകാര്യവല്ക്കരണത്തിനും ഒരു പങ്കുണ്ട്. കായി കാദ്ധ്വാനത്തിന്റെ സുദീർഘമായ അനുഭവംകൊണ്ട് കൂടിയായിരിക്കണം പുരുഷ ശരീരങ്ങൾക്ക് സ്ത്രീയുടെ ശരീരഭീതികളെ അപേക്ഷിച്ച് സ്വത ന്ത്രമായിരിക്കാൻ കഴിഞ്ഞത്. തീപടർന്ന് കത്തുമ്പോഴും വസ്ത്രം ഊരി യെറിഞ്ഞ് രക്ഷപ്പെടാനാവാത്തവിധമുള്ള സംഘർഷം, സ്വാതന്ത്ര്യത്തെ യല്ല പാരതന്ത്ര്യത്തെയാണ് സൂചിപ്പിക്കുന്നത്. പ്രാണനേക്കാൾ ഉടു വസ്ത്രം വലുതാവുന്നതിന് പിറകിലെ വിവരണവിധേയമല്ലാത്ത വേദ നകളാണ് വിസ്മരിക്കപ്പെടുന്നത്. സ്ത്രീശരീരത്തെക്കുറിച്ചുള്ള അടി ച്ചേല്പിക്കപ്പെട്ട സങ്കല്പങ്ങളുടെ ആഘോഷമാണ്, അവികസിതകാഴ്ച പ്പാടുകളായി ആവിഷ്കരിക്കപ്പെടുന്നത്. മാന്യതയുടെയും കുലീനതയു

ടെയും പേരിൽ സാരിയെമാത്രം പ്രശംസിക്കുന്നവർ, സ്വഭാവം, പെരുമാറ്റം, സമീപനം, മൂല്യബോധം തുടങ്ങിയവയ്ക്കുപോലും മുകളിലേക്ക് ഒരേയൊരു വസ്ത്രത്തിനുമാത്രം സ്ഥാനക്കയറ്റം നല്കുന്നതാണ് ഭയപ്പെടുത്തുംവിധം കൗതുകകരമായിരിക്കുന്നത്.

മുമ്പ് മാറ് മറച്ചാൽ ദൈവങ്ങൾപോലും കോപിക്കുമായിരുന്നു! അവിടെപ്പോലും ഇന്ന് ചുരിദാറുടുത്ത് ചെല്ലാമെന്നായിരിക്കുന്നു. ചെറിയ മുറുമുറുപ്പുകളില്ലാതെ ഏത് മാറ്റമാണ് സമൂഹത്തിൽ സംഭവിച്ചിട്ടുള്ളത്. ദേവാലയത്തിൽപോലും അനുവദനീയമായി തീർന്ന ഒരുവസ്ത്രം, 'സരസ്വതീകേന്ദ്രത്തിൽ'കൂടി സ്വീകാര്യമായി തീർന്നതോർത്ത് സന്തോഷിക്കുന്നതിനുപകരം, ചുരിദാറുടുത്തുവന്ന അദ്ധ്യാപികമാരുടെ പടം കൊടുത്ത് കുട്ടിയെയും, ടീച്ചറെയും കണ്ടാൽ തിരിച്ചറിയാനാവില്ലെന്ന് അടിക്കുറിപ്പ് നൽകുന്ന മാനസികാവസ്ഥകൾ ആഴത്തിലുള്ള അപഗ്രഥനമാണാവശ്യപ്പെടുന്നത്. 'പഴയ ഗുരു' കോംപ്ലക്സിൽനിന്നും ഇത്തരക്കാർ ഇനിയും പുറത്തുകടന്നിട്ടില്ല. ഒരേ ബസിൽ സഞ്ചരിച്ച്, ഒരേ കാന്റീനിൽനിന്ന് ഭക്ഷണം കഴിച്ച്, ഒരേപോലുള്ള ആവശ്യങ്ങൾക്ക് ഒന്നിച്ചുനിന്ന് ഒരേപോലെ അദ്ധ്യാപക വിദ്യാർത്ഥി ഐക്യം സിന്ദാബാദ് എന്ന് ഒന്നിച്ച് വിളിച്ച് കഴിയുന്ന പുതിയ അദ്ധ്യാപക-വിദ്യാർത്ഥികൾക്കിടയിൽ ഗുരുകുലകാലത്ത് നിലനിന്ന 'അകലങ്ങൾ' അടിച്ചേല്പിക്കാൻ ആഗ്രഹിക്കുന്നവരെയാണ് ചുരിദാർ ചോദ്യശരങ്ങൾകൊണ്ട് മുറിപ്പെടുത്തുന്നത്. ചുരിദാറുടുത്തും വിദ്യാലയങ്ങളിൽ വരാമെന്ന സർക്കാർ ഉത്തരവിറങ്ങിയിട്ടും ചില വിദ്യാലയങ്ങളിലെ മേധാവികൾക്ക് ഇതുൾക്കൊള്ളാൻ കഴിഞ്ഞിട്ടില്ലെന്നാണ് മനസ്സിലാവുന്നത്. 1930കളിലാണ് മാറുമറയ്ക്കാത്ത നായർസ്ത്രീയെ കാണാൻ മോഹിച്ചുനിന്ന ദൈവങ്ങൾക്ക് നേരെ മന്നത്തു പത്മനാഭൻ പൊട്ടിത്തെറിച്ചത്. 2008 ൽ സാരിയുടുത്തവരെമാത്രം കാണാൻ മോഹിച്ചു നില്ക്കുന്നവർക്കുനേരെ ആരും പൊട്ടിത്തെറിക്കാതെതന്നെ, അവർ സ്വയം പൊടിഞ്ഞുതീരും. എന്തുകൊണ്ടെന്നാൽ മുമ്പ് സ്ത്രീകൾക്കുവേണ്ടി ശബ്ദിക്കാൻ മന്നത്തിനെപ്പോലുള്ള പുരുഷന്മാർ വേണ്ടിയിരുന്നു. എന്നാലിന്ന് അക്കാര്യം സ്വയം നിർവ്വഹിക്കാൻ മാത്രം സ്ത്രീകൾ ശക്തരാണ്.

സർവ്വകലകളും സംഗീതത്തിന്റെ പദവിയിലെത്താൻ പിടയുകയാണെന്ന് മുമ്പ് കലാപ്രതിഭയായ വാൾട്ടർ പേറ്റർ! സർവ്വ സ്ത്രീ വസ്ത്രങ്ങളും സാരിയാവാൻ സ്വപ്നം കാണുകയാണെന്ന് ഇന്ന് ചില വസ്ത്രപ്രതിഭകൾ!

ഇപ്പോൾ സജീവമായി തീർന്ന വസ്ത്രസംവാദം സാരിക്കും ചുരിദാറിനുമിടയിൽ സ്തംഭിച്ചുപോവാത്തവിധം വികസിപ്പിക്കുകയാണ് അനിവാര്യമായിട്ടുള്ളത്. ജൈവവ്യത്യാസത്തെ, സാംസ്കാരിക വ്യത്യാസങ്ങളാക്കി മാറ്റുന്നതിനെതിരെയുള്ള രാഷ്ട്രീയ ജാഗ്രതയാണ് 'വസ്ത്രവിവാദം' ഉല്പാദിപ്പിക്കേണ്ടത്.

1822 മുതൽ 1859 വരെ നടന്ന ചാന്നാർ സമരം, 1908 ൽ രൂപംകൊണ്ട

യോഗക്ഷേമസഭയുടെ നേതൃത്വത്തിൽ നടന്ന ബ്ലൗസിടൽ സമരം തുടങ്ങിയ സമരങ്ങൾക്കു ശേഷമാണ്, കേരളസ്ത്രീകൾ സ്വന്തം വസ്ത്രം അണിഞ്ഞുതുടങ്ങിയതെന്ന് ചരിത്രബോധമുള്ളവർ മറക്കുകയില്ല. 'കുപ്പായമിടുക' എന്നതിന്ന് 'മതം മാറുക' എന്നൊരർത്ഥം കൂടി മുമ്പുണ്ടായിരുന്നു! മാറുമറച്ചതിന്ന് സ്വന്തം മരുമകളോട് സി വിയുടെ അമ്മ രോഷപൂർവ്വം പ്രതികരിച്ചത് 'ഉമ്മാച്ചികളെപ്പോലെ' ആവേണ്ട എന്നായിരുന്നു! സ്ത്രീകൾ മാറ് മറയ്ക്കുന്നതിനെ മര്യാദകേടും അഹങ്കാരവുമായിട്ടായിരുന്നു 19-ാം നൂറ്റാണ്ടിലെ കേരളത്തിലൊരു വിഭാഗം വീക്ഷിച്ചത്.

...മരണത്തേക്കാൾ ഭീകരവും ദയനീയവുമായിരുന്നു മാറുമറയ്ക്കൽ. എല്ലാ ആഭിജാത്യവും മാറുമറയ്ക്കുന്നതോടെ ചേതപ്പെടുന്നു! ടിപ്പുവിന്റെ പടയോട്ടകാലത്ത് മുല അരിഞ്ഞുകളഞ്ഞാലും ചേലകൊണ്ട് മാറ്മറച്ച് ആചാരവിരോധം ചെയ്യില്ലെന്ന് ശഠിച്ച വീരാംഗനമാരായിരുന്നു നമ്മുടെ പൂർവ്വികർ. "കുപ്പായമിടുക എന്നാൽ മതം മാറുക" എന്നാണർത്ഥം.(പി ഭാസ്കരനുണ്ണി).

ചുരിദാറുടുക്കുമ്പോഴും അങ്ങനെവല്ലതും സംഭവിക്കും എന്ന് പേടിക്കുന്നതുകൊണ്ടാവുമോ സാരിക്കൊപ്പം ചുരിദാറുമാവാം എന്ന വസ്ത്രവൈവിദ്ധ്യത്തെ ഉൾക്കൊള്ളുന്ന ഒരു പ്രാഥമിക ജനാധിപത്യ സമീപനത്തോട് പോലും ചിലർക്ക് പൊരുത്തപ്പെടാനാവാത്തത്. 'നാനാത്വത്തിൽ ഏകത്വമെന്ന്' താളത്തിൽ നീട്ടിപ്പാടുന്നവർ, പരിമിതികളോടെയെങ്കിലും 'നാനാത്വം' നിലവിൽ വരുമ്പോൾ കിടന്ന് തുള്ളുന്നതാണ് നാമിപ്പോൾ കാണുന്നത്!

ഏഴ്

ആചാരവും ഭാഷയും ഭക്ഷണവും വസ്ത്രവും ബന്ധങ്ങളുമടക്കം മനുഷ്യജീവിത പ്രശ്നങ്ങൾ ഒന്നും സ്വയം സംഘട്ടനം നടത്തുകയില്ല. വിവിധ സാമൂഹ്യ വിഭാഗങ്ങൾ തമ്മിലുള്ള ബന്ധം ശത്രുതാപരമായി മാറുന്ന സന്ദർഭത്തിലാണ് ഭക്ഷണവും വസ്ത്രവുമടക്കം സകലതും സംഘട്ടനത്തിനുള്ള കാരണമായി തീരുന്നത്. യഥാർത്ഥ ദുരിതങ്ങളിൽനിന്നു ജനങ്ങളുടെ ശ്രദ്ധ തിരിച്ചുകൊണ്ടും ജനങ്ങൾക്കിടയിൽ മതജാതി അടിസ്ഥാനത്തിൽ നിലനില്ക്കുന്ന മുൻവിധികളെ രാഷ്ട്രീയ മൂലധനമാക്കി മാറ്റിക്കൊണ്ടുമാണ് ചൂഷകരും മതമൗലികവാദികളും കലാപങ്ങൾക്ക് തീകൊളുത്തുന്നത്. 'സാമാന്യബോധ'ത്തിന്റെ തീയും 'വികാര'ത്തിന്റെ പുകയും ഇക്കാര്യത്തിൽ ജനശത്രുക്കളെ കലവറയില്ലാതെ സഹായിക്കുന്നു.

സാമാന്യബോധം ആ പേര് ഭ്രമിപ്പിക്കുന്നതുപോലെ ജനസാമാന്യത്തിന്റെ ശരിയായ ബോധമോ വ്യക്തികൾ 'ഒറ്റപ്പെട്ട ജീവിത വ്യാപാരങ്ങളിൽ പ്രകടിപ്പിക്കുന്ന' യുക്തിബോധമോ അല്ല. അത് വളർത്തൽ ചുറ്റുപാടുകളുടെയും ഭരണകൂട ഇടപെടലുകളുടെയും സംയുക്തമാണ്.

അതിൽ കീഴാളന്റെ ചതഞ്ഞ മോചനസ്വപ്നം മുതൽ മേലാളന്റെ കനത്ത ആധിപത്യമോഹംവരെ പ്രത്യക്ഷത്തിൽ വേർതിരിക്കാനാവാത്ത വിധം കൂടിച്ചേർന്ന് കിടക്കുന്നുണ്ട്. ജീവിതത്തിന്റെ അർത്ഥം, സാമൂഹ്യ പ്രതിഭാസങ്ങളുടെ വിശദീകരണം, ബന്ധങ്ങളുടെ സ്വഭാവം തുടങ്ങി ഓരോ കാലത്തേയും മനുഷ്യ സ്വഭാവത്തെ നിർവ്വചിച്ചുറപ്പിക്കുന്ന സാമാന്യബോധം പ്രത്യയശാസ്ത്രത്തിന്റെ ഭാഗമാണ്. മുൻവിധികളുടെ മണ്ഡലത്തിൽ മനുഷ്യജീവിതത്തെ ഒതുക്കിനിർത്താനുള്ള അതിന്റെ കഴിവിന് നമ്മുടെ വർത്തമാനകാലജീവിതം തെളിവുമാണ്. വൈജ്ഞാനിക മണ്ഡലത്തിലും സാമൂഹ്യവ്യവസ്ഥയിലും സംഭവിക്കുന്ന മാറ്റത്തിനനുസരിച്ച് ഓരോ കാലത്തിന്റെയും വികസിക്കുന്ന ബോധം വ്യക്തിയുടെ യുക്തിബോധമായി, നിലപാടും സമീപനവുമായി വികസിക്കുന്നതിനുപകരം, സാമൂഹ്യബോധം തന്നെ സ്തംഭിക്കുന്നത് സാമാന്യബോധത്തിന്റെ ശക്തിയെയാണ് കാണിക്കുന്നത്. ഭൗതികസമൃദ്ധിയുടെ നടുവിലും മനുഷ്യരനുഭവിക്കുന്ന ആത്മീയ ദാരിദ്ര്യം ആശയവാദികൾ പറഞ്ഞുപരത്തുന്നതുപോലെ അജ്ഞാതമായ ഏതോ ദൈവത്തിന്റെ കാര്യമല്ല. മനുഷ്യബന്ധങ്ങളുടെ സ്വാഭാവികമായ വികാസത്തെ തടയുന്ന മുൻവിധികളുടെ സാന്നിദ്ധ്യമാണ്. 'പുറം' വെളിച്ചത്തിൽ കുളിച്ചുനില്ക്കുമ്പോഴും 'അകം' ഇരുട്ടിന്റെ തട്ടിൻപുറമായിതീരുന്നതിന്റെ കാരണം 'ശാസ്ത്രം' പുറത്തും 'സാമാന്യബോധം' അകത്തും സ്ഥിതി ചെയ്യുന്നതാണ്.

പ്രതിസന്ധികൾക്ക് മുമ്പിലെത്തുമ്പോൾ 'വിധി' 'തലയിലെഴുത്ത്' എന്നിവയിൽ ആശ്വാസംകൊള്ളാനുള്ള പ്രവണത, 'കാര്യ'ങ്ങളോരോന്നായി തകരുമ്പോഴും അതിന്റെ കാരണങ്ങൾ അപഗ്രഥിക്കാതെ സർവ്വതും ഒരിക്കൽ നേരെയാവുമെന്ന പൊള്ളയായ ശുഭാപ്തി വിശ്വാസം, ഒന്നുരണ്ട് സംഭവങ്ങൾ ഉദ്ദേശിച്ചതിന്റെ വിപരീതമായി സംഭവിക്കുമ്പോൾ 'ഇനിയൊന്നും നേരെയാവില്ല' എന്ന കേവലമായ അശുഭാപ്തിവിശ്വാസം, 'കള്ളക്കടത്തുകാരനാണെങ്കിലും അവരെന്റെ മതക്കാരനാണല്ലോ' എന്ന ആനുകൂല്യം നല്കൽ തുടങ്ങി സാമാന്യബോധത്തിന്റെ പ്രവർത്തനമണ്ഡലം ജീവിതം മുഴുവനും പരന്നുകിടക്കുന്നു. തത്ത്വചിന്തയുടെ നാട്ടാചാരരൂപമായി സാമാന്യബോധത്തെ വിവരിച്ചപ്പോൾ ഗ്രാംഷി ഊന്നിയത് സകല സാമൂഹ്യവിതാനത്തിലുമുള്ള വിശേഷബോധം പുലർത്തുന്ന നിർജ്ജീവ സ്വഭാവത്തിലാണ്. പലായന സ്വഭാവം പുലർത്തുന്ന പ്രസ്തുത പ്രപഞ്ച ബോധത്തെ മറികടന്നുകൊണ്ടല്ലാതെ പ്രയോഗത്തിന്റെ മണ്ഡലത്തിലേക്ക് കാലെടുത്തുവെക്കാൻ കഴിയില്ല. തിരിച്ചറിവിന്റെ തീനാളം കെട്ടുപോകുന്നത് ജീവിതത്തിന്റെ എണ്ണ തീരുന്നതുകൊണ്ടല്ല, അതിനു മുകളിൽ സാമാന്യബോധത്തിന്റെ വെള്ളംവന്ന് വീഴുന്നതുകൊണ്ടാണ്.

മനുഷ്യർക്ക് ലോകം മാറ്റാൻ കഴിയുമെന്നും അവർക്ക് സ്വന്തം കാലത്തെ മനുഷ്യരായി വളരണമെങ്കിൽ ലോകം മാറ്റാനുള്ള പ്രവർത്തനങ്ങളിൽ പങ്കെടുക്കേണ്ടതുണ്ടെന്നുമുള്ള ചരിത്രജന്യമായ പ്രതീക്ഷ

യുടെ ചോര തുളുമ്പുന്ന ഹൃദയമാണ് ആത്യന്തികമായി സാമാന്യ ബോധം പറിച്ചു മാറ്റുന്നത്. പ്രയാസത്തിന്റെ പാത ഉപേക്ഷിച്ച് സൗകര്യ ത്തിന്റെ ലോകത്തിലൊതുങ്ങാൻ ജനങ്ങൾക്ക് പ്രോത്സാഹനം കൊടു ക്കലാണ് പൊതുവിൽ സാമാന്യബോധത്തിന്റെ സ്വഭാവം. മനുഷ്യന്റെ ബോധപരിസരത്തിൽ ചൂഷക ഭരണകൂടത്തിന്റെ നിരന്തരമായ ഇടപെ ടൽ നിമിത്തം ശക്തിപ്പെടുന്ന സാമാന്യബോധം, സർവ്വസ്പർശിയായ ഒരാധിപത്യ രൂപമെന്ന നിലയിൽ, മറ്റെല്ലാ മാദ്ധ്യമങ്ങളുടെയും മാദ്ധ്യമം എന്ന നിലയിൽ ചൂഷകവ്യവസ്ഥയുടെ അടുത്ത രാഷ്ട്രീയ ബന്ധുവാണ്. അന്വേഷണങ്ങൾക്ക് അവധികൊടുത്ത് സാമാന്യബോധത്തിന്റെ ശീതള ലോകത്ത് കഴിയുന്നവർ ഭരണവർഗ്ഗത്തിന്റെ വിനീതദാസന്മാർ മാത്ര മാണ്. വർദ്ധിച്ച പ്രചാരം നേടിക്കഴിഞ്ഞ 'പൈങ്കിളി', ഭരണവർഗ്ഗനിയ ന്ത്രണത്തിന് പൂർണ്ണമായും കീഴ്പെട്ടു കഴിഞ്ഞ സാമാന്യബോധത്തിന്റെ നാട്ടുപേര് മാത്രമാണ്. ചൂഷകന്റെ മൂലധന താല്പര്യത്തെ സേവിക്കാൻ വർത്തമാനകാല അറിവിനെയും അവബോധത്തെയും വളച്ചൊടിച്ചും, അവരുടെ ഉല്പാദനരീതി അനുഭവിക്കുന്ന പ്രതിസന്ധിയെ വ്യക്തിയുടെ സ്വഭാവദൂഷ്യത്തിന്റെയും തൊഴിലാളികളുടെ അച്ചടക്കമില്ലായ്മയുടെയും പേര് പറഞ്ഞ് വിശദീകരിച്ചും നിലനില്ക്കുന്ന അവസ്ഥയെ പൈങ്കിളി കൾ ആദർശവല്ക്കരിക്കുന്നു. പൈങ്കിളി, സാഹിത്യത്തിന്റെ മാത്രം ആകാ ശത്തിൽ പറക്കുന്ന ഒരു പക്ഷിയല്ല; സാമൂഹ്യബോധത്തിന്റെ ഭാഗമായ രാഷ്ട്രീയം, തത്ത്വശാസ്ത്രം, ശാസ്ത്രം, സദാചാരം, മതം തുടങ്ങി സകല മണ്ഡലത്തിലും സർവ്വശക്തിയോടുംകൂടി അതുണ്ട്. പൈങ്കിളി ത്തരം എന്നത് ബന്ധത്തിലും പെരുമാറ്റത്തിലും സമീപനത്തിലും ശക്തി പ്പെട്ടുകൊണ്ടിരിക്കുന്ന ഉപരിപ്ലവമായ ഒരു ജീവിതരീതിയുടെ തന്നെ ചുരു ക്കപ്പേരാണ്. ഇതിനെ മറികടക്കാൻ ജനങ്ങളൊന്നിക്കുകയും അവരുടെ തിരിച്ചറിവിന്റെ തെളിച്ചം കൂട്ടുകയുമല്ലാതെ മറ്റൊരു വഴിയുമില്ല.

സാമൂഹ്യബന്ധങ്ങളെ അവയുടെ പരസ്പര ബന്ധത്തിലും ആന്ത രികമായ അർത്ഥത്തിലും ഗ്രഹിക്കാനുള്ള കഴിവാണ് തിരിച്ചറിവ്. അറിവും തിരിച്ചറിവും വേർതിരിയുന്ന അതിർത്തി നേർത്തതും പരസ്പരം സ്ഥാന മാറ്റം സംഭവിക്കുന്നതുമാണ്. എവറസ്റ്റ് കൊടുമുടിയുടെ ഉയരവും നൈൽനദിയുടെ നീളവും എത്രയെന്നറിയൽ നമ്മുടെ പൊതു അറിവിന്റെ ഭാഗമാണ്. അതറിയാത്തതുകൊണ്ടുമാത്രം പൊതുവിൽ ഒരാളും ശ്വാസം മുട്ടി ചത്തുപോകുന്നില്ല. എന്നാൽ തങ്ങൾ ജീവിക്കുന്ന പ്രദേശത്തെ അന്തരീക്ഷം മലിനമായാൽ അവിടെയുള്ളവർ അതറിഞ്ഞാലും ഇല്ലെ ങ്കിലും രോഗികളാവും. അതൊഴിവാക്കാനുള്ള മാർഗ്ഗം മാലിന്യം എന്തു കൊണ്ട് എന്ന് ചോദിക്കുകയും കാരണം കണ്ടെത്തുകയും അതില്ലാതാ ക്കാനുള്ള ശ്രമത്തിൽ ഏർപ്പെടുകയുമാണ്. ഇത് തീർച്ചയായും ഒരു തിരി ച്ചറിവിന്റെ പ്രശ്നമാണ്. ഇവിടെ അറിവ് ഒരലങ്കാരമോ പൊതുവിജ്ഞാ നത്തിന്റെ നിരുപദ്രവകരമായ ഭാഗമോ അല്ല; അത് ലോകം മാറ്റാനുള്ള ആയുധമാണ്. തിരിച്ചറിവ് അലസമായ അറിവുകളുടെ ആകത്തുകയല്ല;

അറിവിന്റെ സജീവമായ പ്രയോഗസന്നദ്ധതയും അതിലടങ്ങുന്ന അഗാധമായ സാമൂഹ്യബോധവുമാണ്.

പ്രാകൃതകാലത്ത് ഗോത്രത്തിനുള്ളിൽ പരിമിതമായ ഐക്യം പുലർന്നിരുന്നു. അപ്പോഴും വിവിധ ഗോത്രങ്ങൾക്കിടയിൽ ഐക്യം ഉണ്ടായിരുന്നില്ല. അപ്പോഴും വിവിധ ഗോത്രങ്ങൾക്കിടയിൽ ആഭിചാര ഭീതിയുടെ ഇരുണ്ട അന്തരീക്ഷമാണ് നിലനിന്നിരുന്നത്. ഒരു ഗോത്രത്തിൽ രോഗം വന്നാൽ മറ്റൊരു ഗോത്രത്തിലെ ആരോ ദുർമന്ത്രവാദം ചെയ്തു എന്ന് ആരോപിക്കുകയായിരുന്നു പതിവ്. ചരിത്രത്തിൽ നാം എത്രത്തോളം പിറകോട്ട് പോകുന്നുവോ അത്രത്തോളം ജനവാസകേന്ദ്രങ്ങൾ തമ്മിലുള്ള അകലം കൂടുകയാണെന്ന് പുരാവസ്തു ഗവേഷകർ നിരീക്ഷിച്ചിട്ടുണ്ട്. അറിവിന്റെ പരിമിതി നിമിത്തം രൂപപ്പെട്ട പ്രാകൃത വർഗ്ഗ ധാരണകളാണ് മേൽച്ചൊന്ന പരിമിതികളെ പലതരത്തിൽ മറികടന്ന ഇന്നും മന്ത്രവാദത്തെയും വിവിധ ജനവിഭാഗങ്ങൾ തമ്മിലുള്ള അകൽച്ചയെയും അടക്കിഭരിക്കുന്നത്. മുൻവിധി ഗോത്രബോധത്തിന്റെ ഇപ്പോഴും തുടരുന്ന അവശിഷ്ടമാണ്. അജ്ഞതയും യുദ്ധങ്ങളും സംഘർഷങ്ങളും ഭീതിയും അനിവാര്യമാക്കിയ അകൽച്ചയുടെ ഉല്പന്നമാണത്. ഗോത്രകാലത്ത് തന്നെ രൂപപ്പെടുകയും പിന്നീട് മത ജാതി കൊളോണിയൽ ചൂഷക സംവിധാനങ്ങൾക്ക് ശക്തിപകരുകയും അതോടൊപ്പം സ്വയം ശക്തിപ്പെട്ടുകൊണ്ടിരിക്കുകയും ചെയ്യുന്ന ഒരാധിപത്യസ്ഥാപനമാണത്. ചൂഷകമൂല്യങ്ങളെ പിന്തുണയ്ക്കുകയും പുനരുല്പാദിപ്പിക്കുകയും ചെയ്യുന്ന സാമാന്യബോധത്തിന്റെ ഏറ്റവും ചെലവ് കുറഞ്ഞ സാമൂഹ്യരൂപങ്ങളിലൊന്നാണ് ഇന്ന് മുൻവിധി. വിമർശനാത്മകമായ അപഗ്രഥനത്തിനു പകരം അന്ധമായ അനുസരണം അടിച്ചേല്പിച്ചും സ്വയം സൃഷ്ടിച്ചെടുത്ത സാങ്കല്പിക ഉൽകൃഷ്ടതകൊണ്ട് മറ്റുള്ളവരെ നികൃഷ്ടരാക്കി ഉറപ്പിച്ചും ഫാസിസം, വർഗ്ഗീയത തുടങ്ങിയ പ്രാകൃതരാഷ്ട്രീയ പ്രസ്ഥാനങ്ങളുടെ എക്കാലത്തെയും മൂലധനമായി ഇന്ന് അത് ശക്തിപ്പെട്ടിരിക്കുന്നു. സ്വന്തം എപ്പോഴും ശരിയും, അന്യം എപ്പോഴും തെറ്റുമാണെന്ന അന്ധമായ പക്ഷപാതം ഒരടഞ്ഞ ലോകത്തിന്റെ വികലമായ മനസ്സിലാക്കലിന്റെ വിളംബരമാണ്. പുതിയ സങ്കല്പങ്ങളെ ശീലങ്ങളാക്കി മാറ്റുന്നതിനു പകരം പഴയ ശീലങ്ങളെ ദൃഢപ്പെടുത്തുകയാണ് സാമാന്യബോധവും അതിന്റെ ഭാഗമായ മുൻവിധികളും നിരന്തരം ചെയ്തുകൊണ്ടിരിക്കുന്നത്. മുൻവിധികളോരോന്നായും കൂട്ടമായും മുറിഞ്ഞുവീഴുന്നത് ആശയരംഗത്തും പ്രായോഗിക രംഗത്തും നിരന്തര സമരങ്ങൾ നടക്കുമ്പോഴാണ്. പരസ്പരം അകന്നു കഴിഞ്ഞ ജാതിമതപ്പറ്റങ്ങൾ ആധുനിക ജനാധിപത്യ സമൂഹമായി രൂപപ്പെടുന്ന പ്രക്രിയക്കിടയിലാണ് മുൻവിധികളോരോന്നായി അപ്രത്യക്ഷമായത്. ജാതി, ജന്മി, നാടുവാഴി വ്യവസ്ഥിതിക്കെതിരെ നടന്ന സമരങ്ങളെ വിസ്മരിച്ചുകൊണ്ട് ജനാധിപത്യത്തെക്കുറിച്ചും മതേതരത്വത്തെക്കുറിച്ചും ഒരു വാക്കുപോലും ഉച്ചരിക്കാനാവില്ല.

ജാതിമതബോധത്താൽ നിർണ്ണയിക്കപ്പെടുന്ന സാമൂഹ്യബോധത്തിന് മുൻവിധികളെ മുറിച്ച് കടക്കുക അസാദ്ധ്യമാണ്. പുറമേക്ക് പകിട്ടേറിയ മുദ്രാവാക്യങ്ങൾ മുഴക്കുമ്പോഴും മതരാഷ്ട്രീയത്തിന്റെ മൂലധനം മദ്ധ്യകാലം ഉല്പാദിപ്പിച്ച അധമവും പ്രാകൃതവുമായ മുൻവിധികളല്ലാതെ മറ്റൊന്നുമല്ല. സ്വന്തം മാത്രം ശ്രേഷ്ഠവും അന്യമെല്ലാം മ്ലേച്ഛവുമായി മാറുന്ന മുറയ്ക്കാണ് മുൻവിധികൾക്ക് മൂർച്ച കൂടുന്നത്. പരസ്പരം മനസ്സിലാക്കുക അസാദ്ധ്യമാകുംവിധം അകന്നു ജീവിച്ച ഒരു കാലത്തിന്റെ അവശിഷ്ടം തന്നെയാണ് ആധുനിക ജീവിതത്തെ കടന്നാക്രമിക്കുന്ന മാരകായുധമായി മാറുന്നത്. സമീപകാലത്ത് സംഭ്രമിപ്പിക്കും വിധം ശക്തിപ്പെട്ടുകൊണ്ടിരിക്കുന്ന ആചാരപരതയ്ക്ക് പിന്നിലും ജനാധിപത്യത്തെ പുച്ഛിക്കുന്ന വിവാദങ്ങളിലും പതിയിരിക്കുന്നത് ഭൂതകാലപൂജയും ലജ്ജിപ്പിക്കുന്ന മുൻവിധി വിധേയത്വവുമാണ്. സാമൂഹ്യവളർച്ചക്കൊപ്പം സ്വയം വളരാനോ, അല്ലെങ്കിൽ വളർന്നുകൊണ്ടിരിക്കുന്ന ജീവിതത്തിന്റെ മുമ്പിൽ നിന്ന് വഴിമാറിക്കൊടുക്കാനോ കഴിയാത്ത ആചാരങ്ങൾ തന്നെയാണ് അനാചാരങ്ങളായി മാറുന്നത്. ചടങ്ങുകൾ മനോഹരമായ ഒരാരംഭത്തിനുള്ള ആമുഖങ്ങളാകുന്നതിനു പകരം ചങ്ങലകളാകുന്നത് സന്ദർഭങ്ങളോട് തത്സമയം പ്രതികരിക്കാനുള്ള കഴിവ് അതിന് നഷ്ടപ്പെടുമ്പോഴാണ്. 'കണ്ടോ ഞങ്ങളെത്ര കേമം' എന്നു സ്ഥാപിക്കാനുള്ള സങ്കുചിത ശ്രമങ്ങൾക്ക് ഇന്ന് ഊർജ്ജം പകരുന്നത് മതതത്ത്വശാസ്ത്രങ്ങളല്ല, മറിച്ച് മത ജാതി മുൻവിധികളും അതിന്റെ ഭാഗമായ അനുഷ്ഠാനങ്ങളുമാണ്. ശാസ്ത്രീയമായ അറിവിന്റെ അഭാവത്തിൽ രൂപപ്പെടുന്ന അന്ധമായ പക്ഷപാതം മാത്രമല്ല മുൻവിധി. മറിച്ച് തങ്ങളൊഴിച്ച് മറ്റാർക്കും മോക്ഷം കിട്ടുകയില്ലെന്നും അവരൊന്നും ഗുണം പിടിക്കില്ലെന്നും അവർക്കൊന്നും യഥാർത്ഥ കഴിവുകളില്ലെന്നും കരുതുന്ന അപകടകരമായ സങ്കുചിതത്വമാണത്. സമസ്തസങ്കുചിതത്വങ്ങളോടും വിടചോദിക്കാനുള്ള വീര്യമാർന്ന ശ്രമം ആരംഭിക്കുന്നിടത്തുവെച്ചാണ് സ്വാതന്ത്ര്യത്തിന്റെ ലോകം ആരംഭിക്കുന്നത്.

എട്ട്

സ്വാതന്ത്ര്യമെന്നാൽ അഭിമാനകരവും ആഹ്ലാദപൂർണ്ണവുമായ, വികസിച്ച ജനാധിപത്യ മതേതരജീവിതമാണ്. ഭക്ഷണം, വസ്ത്രം, പാർപ്പിടം, ആരോഗ്യം, വിദ്യാഭ്യാസം, തൊഴിൽ, വിനോദം എന്നിവ ആവശ്യാനുസരണം ലഭിക്കാനും, വികസിച്ച മനുഷ്യബന്ധങ്ങളിൽ ലഹരി കൊള്ളാനുമുള്ള അവസരമാണ് അത്. സമഗ്രമായ സ്വാതന്ത്ര്യത്തിന്റെ ലോകം ആരംഭിക്കുന്നത് ആധിപത്യവും വിധേയത്വവും അവസാനിക്കുന്നിടത്തുവെച്ചാണ്. കല്പിക്കുന്നവർക്കും അനുസരിക്കുന്നവർക്കുമിടയിൽ സ്വാതന്ത്ര്യത്തെ തെരയുന്നത് വെറുതെയാണ്! പരാശ്രയമല്ല പാരസ്പര്യമാണ്, കൃത്രിമമായ ഏകത്വത്തിലേക്കുള്ള സങ്കോചമല്ല വൈവിദ്ധ്യ

ങ്ങളുടെ ജനാധിപത്യപൂർണ്ണമായ വികാസമാണ് സ്വാതന്ത്ര്യം. അനിവാര്യതകളെ മനസ്സിലാക്കിക്കൊണ്ട് അതിനെ മാറ്റി മറിക്കുന്ന പ്രവർത്തനം മുമ്പോട്ട് പോകുന്ന മുറയ്ക്കാണ് മനുഷ്യർ സ്വതന്ത്രരാകുന്നത്. 'മനുഷ്യർ സ്വതന്ത്രരായി ജനിക്കുന്നു' എന്നത് മനോഹരമായ ഒരു കാല്പനിക കവിതയാണ്. കടപ്പാടുകളുടെയും കടമകളുടെയും ഇരമ്പുന്ന കടലുകളിലേക്കാണ് സത്യമായും മനുഷ്യർ പെറ്റുവീഴുന്നത്! സാമൂഹ്യ പ്രയോഗങ്ങൾ അനുഭവിക്കുന്ന സാദ്ധ്യതയുടെ പരിധിക്കുള്ളിൽ ഓരോരുത്തരും അനുഭവിക്കുന്ന ആത്മബോധത്തിന്റെ ആപേക്ഷികതയെയാണ് ഓരോ ചരിത്രഘട്ടത്തിലും 'സ്വാതന്ത്ര്യം' അടയാളപ്പെടുത്തുന്നത്. നവകാല്പനികർക്ക് ഏറെ പ്രിയങ്കരമായി അനുഭവപ്പെടുന്ന ആദിമകാലത്തെ സ്വാതന്ത്ര്യം സത്യത്തിൽ അസ്വാതന്ത്ര്യത്തിന്റെ തന്നെ മറ്റൊരു രൂപമായിരുന്നു! 'ഉള്ളതിൽ' ഒതുങ്ങിക്കഴിയുമ്പോഴല്ല മറിച്ച് വേണ്ടത് ഉണ്ടാക്കാനുള്ള കഴിവ് ആർജ്ജിക്കുമ്പോഴാണ് 'സ്വാതന്ത്ര്യ'ത്തിന്റെ പ്രശ്നം തന്നെയും ആവിർഭവിക്കുന്നത്. സ്വാതന്ത്ര്യമെന്നത് ഇല്ലായ്മയുടെ സമത്വപൂർണ്ണമായ വിതരണമല്ല, സാദ്ധ്യതകളുടെ ഉല്പാദനവും എല്ലാവരുടേയും സാക്ഷാൽക്കാരവുമാണ്. 'കാരിരുമ്പുണ്ടകളെ തൂവലായ് മാറ്റുന്ന' 'വർഗ്ഗങ്ങൾക്കപ്പുറത്തെ മഹാകാശത്തിന്റെ സംഗീതം' സൃഷ്ടിക്കാനുള്ള ശ്രമത്തിൽ പങ്കെടുക്കലാണ്. 'മനസ്സ് നിർഭയവും ശിരസ്സ് ഉന്നതവുമാകും വിധം' സാമൂഹ്യജീവിതത്തെ ഉഴുതുമറിക്കുന്ന രാഷ്ട്രീയ-സാംസ്കാരിക പ്രയോഗങ്ങളുടെ പശ്ചാത്തലത്തിലാണ് സ്വാതന്ത്ര്യം എന്ന പദം പ്രസക്തമാകുന്നത്. എന്നാലിന്ന് സ്വാതന്ത്ര്യം പ്രധാനമായും ഒരു പരസ്യപദം എന്നർത്ഥത്തിലാണ് മനുഷ്യർക്കിടയിൽ പ്രയോഗിക്കപ്പെടുന്നത്. 'സ്വാതന്ത്ര്യം' ഈയൊരു പദമില്ലെങ്കിൽ മറ്റ് പദങ്ങളൊക്കെയും പാഴ്വാക്കുകൾ എന്ന് ഇംഗർസോൾ പറഞ്ഞത് എത്രയും ശരിയാണ്. എന്നാൽ സ്വതന്ത്രമായ ഒരു ജീവിതത്തിൽ സംഭവിക്കേണ്ട സമഗ്രമാറ്റത്തെ അവഗണിച്ച് ഒരു പദത്തിൽ കേവലമായി അഭിരമിക്കുന്ന പ്രവണത സ്വാതന്ത്ര്യമല്ല, പാരതന്ത്ര്യമാണ്.

നാടുവാഴിത്തത്തിനെതിരായുള്ള ചരിത്രപ്രസിദ്ധമായ പോരാട്ടത്തിൽ സമരോത്സുകത പ്രകടിപ്പിച്ച യുവ ബൂർഷ്വാവർഗ്ഗം 'കൂറ്' എന്ന പദത്തിന് പകരം ഉയർത്തിയ 'സ്വാതന്ത്ര്യം' പദതലത്തിലും ഒരു വിച്ഛേദം (Breake) ഉദ്ഘാടനം ചെയ്തു എന്നത് സത്യമാണ്. എന്നാൽ അതിന്റെ ഉള്ളടക്കം അദ്ധ്വാനശക്തിയെ കെട്ടഴിച്ചുവിടുന്ന ഒരു ചരിത്രഘട്ടത്തിൽ ബൂർഷ്വാവർഗ്ഗം നിർവ്വഹിച്ച വർഗ്ഗദൗത്യത്തിലാണ് അന്വേഷിക്കേണ്ടത്. സ്വാതന്ത്ര്യം, ജനാധിപത്യം തുടങ്ങിയ കാഴ്ചപ്പാടുകൾക്ക് ഭാഗികമായി രൂപം നല്കിയ പ്ലേറ്റോ, മിൽട്ടൻ, ജഫേഴ്സൺ, സ്റ്റുവർട്ട് മിൽ എന്നിവരുടെ ചിന്തകളിലും വർഗ്ഗ-ലിംഗ പരിമിതി പ്രകടമാണ്. ഇന്ത്യയിലെത്തുമ്പോൾ ഇതിനോടൊപ്പം 'ജാതിപരിമിതി' കൂടിച്ചേരും. അങ്ങ് ഈ പറയുന്ന സ്വാതന്ത്ര്യം അടിമകൾക്ക് ബാധകമാണോ എന്നു ചോദിച്ച ശിഷ്യനോട് "ഞാൻ മനുഷ്യരെക്കുറിച്ചാണ് സംസാരിക്കുന്നത്" എന്ന പ്രതി

വദിച്ച പ്ലേറ്റോവിന് അടിമകളുടെ അദ്ധ്വാനംക്കൊണ്ട് പുലരുന്ന ഭൗതിക ലോകം അയാഥാർത്ഥമാണെന്നും ഉടമകളുടെ തലയിൽ സ്ഥിതിചെയ്യുന്ന 'ആശയലോകം' മാത്രമാണ് ആത്യന്തിക സത്യമെന്നും അഗാധമായി സ്വയം ബോദ്ധ്യപ്പെട്ടതിൽ അത്ഭുതമില്ല! പ്ലേറ്റോയുടെ 'കുലീനാധിപത്യ' ത്തിന് ജനാധിപത്യത്തിന്റെ മുഖം പതിച്ചു നല്കുന്നതുപോലെതന്നെ വിഭാഗീയമാണ് ഇന്നത്തെ ഭരണകൂടങ്ങൾക്ക് കേവലജനാധിപത്യ പദവി നല്കാനുള്ള പ്രവണതകളും. ഒരു ജനതയുടെ തിരിച്ചറിവിന്റെ തീയ ണയ്ക്കുകയല്ല അതിനെ വീണ്ടും ജ്വലിപ്പിക്കുന്ന ജോലി അനുസ്യൂതം തുടരുകയാണ് സ്വാതന്ത്ര്യവുമായി ബന്ധപ്പെട്ട ആശയസമരങ്ങൾ ഇന്ന് നിർവ്വഹിക്കേണ്ടത്. എന്നാൽ സ്വാതന്ത്ര്യാനന്തര ഇന്ത്യയിൽ ആശയരം ഗത്ത് ഇപ്പോൾ ആധിപത്യം പുലർത്തുന്ന പ്രധാന പ്രവണതകൾ സ്വാതന്ത്ര്യപൂർവ്വ കൊളോണിയൽ ഘട്ടം നിർമ്മിച്ച ആംഗലേയ വാദവും (Anglican) പൗരസ്ത്യ (Orientalism) വാദവുമാണ്. ഇതിലൊന്നിനെ എതിർത്തുകൊണ്ട് കൊളോണിയൽ ചിന്താലോകത്തോട് എതിരിടുന്ന വർപോലും അപരത്തെ ആശ്ലേഷിച്ചുകൊണ്ട് സ്വയമറിയാതെ കൊളോ ണിയൽ സ്തുതി പരോക്ഷമായി തുടരുന്ന അവസ്ഥയാണ് ഇപ്പോൾ നിലനില്ക്കുന്നത്! സാമ്പത്തിക രംഗത്തെന്നപോലെ ആശയരംഗത്തും ഇപ്പോൾ നിയോകൊളോണിയൽ ആക്രമണങ്ങൾ തുടരുന്നത് ആഗോ ളവല്ക്കരണത്തിന്റെ മറപറ്റിയാണ്. മൂന്നാം ലോകമാകുന്ന കോഴിയെ കൊല്ലുന്നതിനുമുമ്പ് അതിനോട് നിന്നെ ഏതു വിധത്തിലാണ് പാകപ്പെ ടുത്തേണ്ടത് എന്നാരായുന്ന പാചകക്കാരനോടാണ് റൂബർക്ക്റിക്രുപറോ സാമ്രാജ്യത്വത്തെ തുല്യപ്പെടുത്തിയിരിക്കുന്നത്! ബുദ്ധിപരമായ സ്വത്ത വകാശം കൈകാര്യം ചെയ്തിരുന്ന 'വൈപ്പോ' വിന്റെ (WIPO-World Intellectual property organization) അധികാരം ചുങ്കം കൈകാര്യം ചെയ്തിരുന്ന ഗാട്ട് (GATT) കൈയേറിയിരിക്കുന്ന നമ്മുടെ കാലം സമീ പകാല ചരിത്രത്തിലെ ഏറ്റവും ഭീതിദമായ കാലംതന്നെയാണ്. ദേശീയ നിഷേധിയും മനുഷ്യത്വവിരുദ്ധമായ മൂലധനവാദത്തിന്റെ അത്യന്തം വിനാശകരമായ വിളവെടുപ്പും അതോടൊപ്പം വിതയുമാണ് ഇപ്പോൾ നടക്കുന്നത്!

'രാഷ്ട്രങ്ങൾ ആ വാക്കിന്റെ ആധുനികമായ അർത്ഥത്തിൽ മദ്ധ്യ കാലഘട്ടത്തിന്റെ അവസാനംവരെ ഉദയം ചെയ്തിട്ടില്ല'. (ഇ എച്ച് കാർ) 'ബ്രിട്ടീഷ് അധിനിവേശത്തിനു മുമ്പ് ഇന്ത്യയിൽ ദേശീയതകളുടെ ഉദ യത്തിനുള്ള അടിത്തറയുണ്ടായിരുന്നില്ല. അക്കാലത്തെ പ്രാദേശിക സാഹിത്യത്തിന്റേതായി അവശേഷിക്കുന്ന ഒരു കൃതിയിലും ദേശീയബോ ധത്തിന്റെ ലാഞ്ഛനപോലും ഇല്ല'. (ഇർഫാൻ ഹബീബ്).

നാടുവാഴിത്ത നിർമ്മാർജ്ജനത്തിനു വേണ്ടി ബൂർഷ്വാ വർഗ്ഗം നയിച്ച സമരത്തിൽനിന്നാണ് യൂറോപ്പിൽ ദേശീയ രാഷ്ട്രങ്ങൾ രൂപപ്പെടുന്നത്. ഇന്ത്യയിലാവട്ടെ കൊളോണിയൽ ആധിപത്യത്തിനെതിരെ നടന്ന രാഷ്ട്രീയ സാംസ്കാരിക സമരത്തിന്റെ സൃഷ്ടിയാണത്. സംഘടിത

ബുദ്ധമതവും അതിനു മുമ്പുള്ള കീഴാളമതങ്ങളും ഭക്തി നവോത്ഥാന പ്രസ്ഥാനങ്ങളും ദേശീയ രൂപീകരണത്തിന് അനിവാര്യമായ ഒരു ജനാധിപത്യ അന്തരീക്ഷം വളർത്തുന്നതിൽ പ്രധാന പങ്കു വഹിച്ചു എന്നത് ശരിയാണ്. എന്നാലിവയ്ക്കൊന്നിനും ഒരു പൊതു ദേശീയതയ്ക്ക് രൂപം നല്കാൻ കഴിയുമായിരുന്നില്ല. ചാതുർവർണ്ണ്യത്തിന്റെ ആശയപ്രപഞ്ചത്തോടാണവർ പ്രധാനമായും എതിരിട്ടത്. ചാതുർവർണ്ണ്യത്തിന്റെ തന്നെ അടിത്തറ തകർക്കുന്ന വിധത്തിലുള്ള ഒരു പുതിയ സാമ്പത്തിക വ്യവസ്ഥയ്ക്ക് തുടക്കം കുറിക്കാൻ കഴിവുള്ള വർഗ്ഗങ്ങൾ ഉയർന്നു വരാതിരുന്നതുകൊണ്ടാണ് അന്നവരുയർത്തിപ്പിടിച്ച ആശയങ്ങൾക്ക് ഔപചാരികമായ മേൽക്കോയ്മ പോലും നേടിയെടുക്കാൻ കഴിയാതെ പോയത്. ഇന്ത്യൻ സാമൂഹ്യസാമ്പത്തിക വ്യവസ്ഥയിൽ ഒരു മൗലികമായ മാറ്റത്തിന്റെ അഭാവത്തിൽ, ആദ്ധ്യാത്മിക വിപ്ലവത്തിന് ഒരു ദർപ്പണ വിപ്ലവമാകാനേ സാധിക്കുകയുള്ളു എന്ന ഡി പി മുഖർജിയുടെ നിലപാട് ശരിയാണ്.

ഒരു ദേശീയ രാഷ്ട്രീയത്തിന്റെ അടിസ്ഥാനമായി കരുതപ്പെടുന്നത് പൊതുദേശം, പൊതുസാമ്പത്തിക ജീവിതം, പൊതുഭാഷ, പൊതു സംസ്കാരം എന്നിവയാണ്. സാമാന്യബോധം വിഭ്രമിപ്പിക്കാൻ ശ്രമിക്കുന്നതുപോലെ അതൊരു ആദിസത്തയുടെ ആവിഷ്കാരമോ ദൈവത്തിൽ നിന്നും നേരിട്ട് രൂപംകൊണ്ടതോ അല്ല. രക്തബന്ധം, വംശശുദ്ധി, മതം, രാഷ്ട്രത്തോടുള്ള നിരുപാധികമായ കൂറ് എന്നിവയിലധിഷ്ഠിതമായതും ചരിത്രാതീതകാലം മുതൽ രൂപം കൊണ്ടതുമായ ഒന്നല്ല ദേശീയത. വ്യത്യസ്ത തലങ്ങളിലുള്ള ഒന്നിച്ചുള്ള ജീവിതത്തിലൂടെ സമൂഹത്തിൽ രൂപപ്പെടുന്ന മനുഷ്യബന്ധങ്ങളുടെ ചരിത്രപരമായ ഒരു ചട്ടക്കൂടാണത്. പ്രാദേശികവും ദേശീയവും സാർവ്വദേശീയവുമായ മൂന്ന് തലങ്ങളിലൂടെയാണ് അത് നമ്മുടെ ജീവിതത്തിൽ മൂർത്തരൂപം സ്വീകരിക്കുന്നത്. ദേശീയ നിഷേധിയായ ഏകലോകവാദവും ദേശീയതകളെ കൃത്രിമമായി ഇടിച്ച് നിരത്തി ലോകത്തെ മുഴുവൻ ഒരു വലിയ വിപണി മാത്രമായി വികസിപ്പിക്കാൻ ശ്രമിക്കുന്ന അക്രാമകമായ ആഗോളവല്ക്കരണവും ആത്യന്തികമായി ലക്ഷ്യം വെക്കുന്നത് വ്യത്യസ്ത വിതാനത്തിലുള്ള സമരങ്ങളിലൂടെ വികസിച്ച് വന്ന ലോകത്തെങ്ങുമുള്ള വിമോചന ശക്തികളുടെ സാർവ്വദേശീയബോധം തകർക്കാനാണ്. സാർവ്വദേശീയത ഉള്ളടക്കവും ദേശീയത രൂപവുമാണെന്ന സ്റ്റാലിന്റെ ശ്രദ്ധേയമായ നിരീക്ഷണത്തോടൊപ്പം ആഗോളവല്ക്കരണത്തിന്റെ ആസന്ന സാഹചര്യത്തിൽ പ്രാദേശികതയുടെ സവിശേഷ പ്രസക്തി മുമ്പെങ്ങുമില്ലാത്തവിധം ദേശീയാന്വേഷണത്തിന്റെ പ്രധാന ഘടകമായി മാറിക്കഴിഞ്ഞിരിക്കുന്നു. ദേശീയതയുടെ മൂർത്തവും പ്രായോഗികവുമായ സുപ്രധാന രൂപമായി പ്രാദേശികതയെ വിശാലമായ അർത്ഥത്തിൽ തിരിച്ചറിയുകയും വികസിപ്പിക്കുകയും ചെയ്യാതെ ഇനി മുതൽ നമ്മുടെ ദേശീയ ബോധത്തിന്

മുന്നോട്ടു പോവുക പ്രയാസകരമായിരിക്കും! 'ഞാനെന്റെ മുരിങ്ങാമരത്തിന്റെ ചോട്ടിൽ നിന്നാണ് നക്ഷത്രങ്ങളെ കാണുന്ന'തെന്ന ചെറുകാടിന്റെ പഴയ പരാമർശത്തിലുള്ളത് ഇത്തരമൊരു ദേശീയ - പ്രാദേശിക - സാർവ്വദേശീയ ബോധത്തിന്റെ ബീജരൂപമാണ്. ഇന്ത്യയുടെ സ്വാതന്ത്ര്യത്തിന് മുമ്പും പിമ്പും നടത്തിയ രൂക്ഷമായ സമരങ്ങളിലൂടെ നേടിയെടുത്ത പരിമിതമായ ഭാഷാ ദേശീയതയുടെ തന്നെ സമരോത്സുകവും സമീപസ്ഥവുമായ രൂപം എന്ന നിലയിൽ അതിന് മുമ്പൊന്നുമില്ലാത്ത വിധത്തിലുള്ള പ്രാധാന്യവും പ്രസക്തിയുമുണ്ട്. സൂക്ഷ്മമായ അർത്ഥത്തിൽ സമകാലീന ദേശീയതയുടെ ഏറ്റവും വികസിച്ച പ്രായോഗിക രൂപമായിരിക്കാനും അതിന് കഴിയുന്നത് ചരിത്രപരമായ പരിമിതികൾ തിരിച്ചറിഞ്ഞുകൊണ്ടുതന്നെ സ്വയം ചരിത്രബോധം സാക്ഷാൽക്കരിക്കുന്നതുകൊണ്ടാണ്.

സാമ്രാജ്യത്വ ചൂഷകവിരുദ്ധ സമരമനോഭാവത്തോടൊപ്പം, വളർത്തൽ ചുറ്റുപാടിന്റെ ഏറ്റവും അടുത്ത പരിസരമായ പ്രാദേശികാവസ്ഥകളോടുള്ള സർഗ്ഗാത്മക പ്രതികരണമാണ് ഇന്നത്തെ ദേശീയതയുടെ യഥാർത്ഥ അടിസ്ഥാനം. മതം, ജാതി, വംശം, തെരഞ്ഞെടുക്കപ്പെട്ട ഭൂമി തുടങ്ങിയ പരികല്പനകളിൽ അഭിരമിക്കുന്ന പ്രവണതകൾക്ക് നമ്മുടെ ദേശീയബോധത്തിന് ശക്തി പകരാനാവില്ല. സ്വന്തം മുരിങ്ങാമരത്തിന്റെ ചോട്ടിലിരുന്ന് മുരിങ്ങയില മാത്രം കാണുന്നവർക്കിടയിൽ നിന്നും നക്ഷത്രക്കാഴ്ചകളുടെ ലോകത്തിലേക്ക് കടക്കുക അപ്പോൾ അസാദ്ധ്യമായിത്തീരും! മറ്റുള്ളവരോട് പുച്ഛം നുരച്ച് പതയുന്നതിന്റെ പിന്നിലുള്ളത് ദേശീയബോധമല്ല അത്യന്തം സങ്കുചിതവും അപകടകരവുമായ വംശമേന്മാവാദമാണ് (Ethnocentrism). നിരവധി തലങ്ങളിൽ ഒരേ സമയം പ്രവർത്തിക്കുന്ന 'പ്രലംബന പ്രക്രിയ (Process of projection)കളിലൂടെയാണ് സ്വവംശമേന്മാവാദം സ്വന്തം പ്രത്യയശാസ്ത്രം നിരന്തരം പുനരുല്പാദിപ്പിക്കുന്നത്. 'ഒരു വൈകാരിക പ്രതികരണത്തെ, ഈ പ്രതികരണത്തിന്റെ ഉറവിടവുമായി സകാരണമായ ബന്ധമില്ലാത്ത ഒരു വസ്തുവിലേക്ക് ലക്ഷ്യീകരിക്കുന്ന മനഃശാസ്ത്രസംവിധാനത്തെയാണ് പ്രലംബനപ്രക്രിയ' എന്നതുകൊണ്ട് വിവക്ഷിക്കുന്നത്. ജിപ്സികൾ, നീഗ്രോകൾ, അധഃസ്ഥിതർ, ന്യൂനപക്ഷങ്ങൾ, സ്ത്രീകൾ, ദരിദ്രർ എന്നിവർക്കെതിരെ നിലവിലുള്ള സാമ്പത്തിക ബന്ധങ്ങളുടെ വർഗ്ഗ സ്വഭാവവുമായി ബന്ധപ്പെട്ടുകൊണ്ടും സാമൂഹ്യവിവേചനങ്ങളുമായി കെട്ടുപിണഞ്ഞുമാണ് വംശമേന്മാവാദം പ്രവർത്തനക്ഷമമാകുന്നത്. അജ്ഞതയെ ചൂഷണം ചെയ്തും ജ്ഞാനത്തെ ഉപയോഗിച്ചും 'സമ്മതം' നിർമ്മിച്ചും അനിവാര്യമായാൽ ബലം പ്രയോഗിച്ചുമാണ് മുൻവിധികളിലധിഷ്ഠിതമായ വംശമേന്മാവാദത്തിന്റെ പ്രാമാണിക പാഠങ്ങൾ ഇപ്പോഴും ഉരുത്തിരിയുന്നത്!

ഒമ്പത്

മതതത്ത്വങ്ങളോടുള്ള അതിരില്ലാത്ത ആഭിമുഖ്യമോ മതപരമായ ജീവിതം നയിക്കാനുള്ള തീവ്രമായ വെമ്പലോ അല്ല വർഗ്ഗീയവാദത്തിന് പിറകിലുള്ളത്. മതത്തിലടിയുറച്ച സാമൂഹ്യബോധത്തെ രാഷ്ട്രീയാവശ്യങ്ങൾക്കുവേണ്ടി സമർത്ഥമായി വിനിയോഗിക്കുന്ന ഒരു നിരന്തര വിലപേശിപ്രസ്ഥാനമാണ് അത്. അധികാരം ലഭിക്കുന്ന നിമിഷം ഏത് വർഗ്ഗീയസംഘടനയും സ്വന്തം വർഗ്ഗസ്വഭാവം പരസ്യമായി പ്രകടിപ്പിക്കും! സ്വന്തം മതത്തിലുള്ള മർദ്ദിത വർഗ്ഗത്തെ മതത്തിന്റെ മറവിൽനിന്ന് വീണ്ടും മർദ്ദിക്കുന്ന വർഗ്ഗീയവാദം ഒരാധുനിക പ്രതിഭാസമാണ്. അതിന്റെ രാഷ്ട്രീയം പ്രാചീന കാലത്തിന്റെ രാജാധിപത്യരാഷ്ട്രീയമോ മദ്ധ്യകാലത്തെ പൗരോഹിത്യരാഷ്ട്രീയമോ അല്ല. അത് അടിസ്ഥാനപരമായി ആധുനിക കാലത്തിന്റെ സവിശേഷതയായി വികസിച്ചു വന്ന ജനകീയ രാഷ്ട്രീയത്തിന്റെ ഒരു വികല രൂപമാണ്! സമൂഹത്തെ അതിന്റെ പരസ്പരബന്ധത്തിലും മാറ്റത്തിലും നിന്നുകൊണ്ട് സമഗ്രമായി വീക്ഷിക്കുന്ന ഒരു സമീപനം വർഗ്ഗീയപ്രസ്ഥാനങ്ങളിൽ നിന്ന് പ്രതീക്ഷിക്കുന്നതിലർത്ഥമില്ല. ഹിന്ദു - മുസ്ലീം വർഗ്ഗീയസംഘടനകളെ മതതാല്പര്യങ്ങളെ പ്രതിനിധീകരിക്കുന്നവരായി കാണുന്നവരുണ്ട്. അവർ സ്വയമറിയാതെ വർഗ്ഗീയവാദികളുടെ അർത്ഥശൂന്യമായ ഒരവകാശവാദത്തെ അംഗീകരിക്കുകയാണ് ചെയ്യുന്നത്! ബിപിൻ ചന്ദ്ര വ്യക്തമാക്കിയതുപോലെ ഏതെങ്കിലുമൊരു മതസമുദായത്തിന്റെ പ്രതിനിധികളായി വർഗ്ഗീയവാദികളെ അംഗീകരിക്കുക എന്നാൽ വർഗ്ഗീയവാദത്തെ അംഗീകരിക്കുക എന്നാണർത്ഥം. കൊളോണിയൽ രാഷ്ട്രീയ സമുദായത്തെ ഒരു സമ്മർദ്ദശക്തിയാക്കാൻ അതാത് മതസമുദായത്തിലെ വരേണ്യന്യൂനപക്ഷം നടത്തിയ ശ്രമങ്ങളാണ് വർഗ്ഗീയരാഷ്ട്രീയത്തിന് അടിത്തറ പാകിയത്. കൊളോണിയൽ സാമ്പത്തികനയം, സ്വന്തം രാഷ്ട്രീയാധിപത്യം ശക്തിപ്പെടുത്താൻ അവർ നടത്തിയ ഭിന്നിപ്പിക്കൽ തന്ത്രം, സ്വാതന്ത്ര്യാനന്തര ഇന്ത്യൻ ഭരണകൂടത്തിന്റെ തുടർച്ചയായ ജനവിരുദ്ധ സാമ്പത്തിക-സാംസ്കാരിക നയം, സാർവ്വദേശീയ രംഗത്ത് സാമ്രാജ്യത്വം നേടിയ മേൽക്കോയ്മ, ഫാസിസ്റ്റ് - വർഗ്ഗീയ രാഷ്ട്രീയ പ്രസ്ഥാനങ്ങളുടെ മത്സരിച്ചുള്ള പ്രവർത്തനം, പുനരുത്ഥാന പ്രവണതകളെ അത്യന്തം പ്രിയങ്കരമായ സാംസ്കാരിക വിഭവങ്ങളാക്കി മാറ്റുന്ന മാധ്യമമർദ്ദനം എന്നിവയാണ് വർഗ്ഗീയവല്ക്കരണത്തെ പോഷിപ്പിക്കുന്നത്.

ഇന്ത്യയിൽ വർഗ്ഗീയതയ്ക്ക് അത്യന്തം ശക്തിപകരുന്ന ഒരു ജ്ഞാനമണ്ഡലം ചരിത്രമാണ്. ആംഗലേയവാദവും പൗരസ്ത്യവാദവും രൂപം നല്കിയ ചരിത്ര രചനാരീതി, സംസ്കാരം, രാഷ്ട്രീയം, ദർശനം തുടങ്ങിയ മണ്ഡലങ്ങളിൽ തുറന്ന അന്വേഷണത്തിനു പകരം ചില 'മിത്തുകളെ' സ്ഥാപിക്കാനുള്ള ശ്രമത്തിനാണ് ഊന്നൽ നല്കിയിരിക്കുന്നത്. പൗരസ്ത്യവാദവും ആംഗലേയവാദവും പ്രകടസമീപനത്തിൽ പരസ്പര

ഭിന്നത പുലർത്തിക്കൊണ്ട് തന്നെ ഇന്ത്യയെ സ്വന്തം വരുതിയിലൊതുക്കുന്ന കാര്യത്തിൽ എങ്ങനെ ഒരുമിച്ചു എന്നത് ശ്രദ്ധേയമാണ്. ആംഗലേയ വാദികൾ ഇന്ത്യൻ സംസ്കാരത്തെ ചവറെന്ന് പുച്ഛിച്ചപ്പോൾ ഓറിയന്റലിസ്റ്റുകൾ അതിനെ വിശുദ്ധമെന്ന് വാഴ്ത്തി. ആംഗലേയവാദികൾ ഇംഗ്ലീഷ് ഭാഷയ്ക്ക് ഊന്നൽ നല്കിയപ്പോൾ പൗരസ്ത്യവാദികൾ സംസ്കൃതത്തിൽ ഊന്നി! വിരുദ്ധ പക്ഷത്തുനിന്നാണവർ ഏറ്റുമുട്ടിയത്. പക്ഷേ ഇരുകൂട്ടരും അത് നിർവ്വഹിച്ചത് സാമ്രാജ്യത്വത്തിന്റെ അകത്ത് അച്ചടക്കത്തോടെ ഒതുങ്ങിക്കൊണ്ടാണ്. ആംഗലേയവാദികൾ പരസ്യമായി ഇന്ത്യാക്കാരെ ആക്ഷേപിച്ചതുകൊണ്ട് ഇന്ത്യക്കാർക്ക് അവരുടെ ആധിപത്യശ്രമം പ്രകടമാംവിധം മനസ്സിലാക്കാൻ കഴിഞ്ഞു. എന്നാൽ ഓറിയന്റലിസ്റ്റ് വ്യവഹാരം നിർമ്മിച്ച 'കൃത്രിമ കിഴക്ക്' ഭൂരിപക്ഷം ഇന്ത്യാക്കാരെയും അഭിമാനപുളകിതരാക്കുകയാണുണ്ടായത്! ഞങ്ങളില്ലെങ്കിൽ നിങ്ങളൊന്നിനും കൊള്ളില്ല എന്നതാണ് ഓറിയന്റലിസ്റ്റ് സമീപനത്തിന്റെ ചുരുക്കം! അവർ സ്ഥാപിച്ചത് നമുക്ക് അതിമഹത്തായ ഒരു സംസ്കാരമുണ്ടെന്നും എന്നാൽ അത് നമുക്ക് അറിയില്ലെന്നുമാണ്! ഇന്ത്യാക്കാരോട് ഇന്ത്യയെ മനസ്സിലാക്കാൻ വേണ്ടി സ്വന്തം കണ്ണ് പിഴുതെടുത്ത് പകരം ഒരു 'ഓറിയന്റലിസ്റ്റ് കണ്ണ്' സ്വീകരിക്കാനാണവർ ആവശ്യപ്പെട്ടത്. തങ്ങളുടെ പഠനങ്ങളിൽ പ്രാഥമിക പരിഗണന നല്കിയത് സാമ്പത്തിക സാമൂഹ്യ സംവർഗ്ഗങ്ങൾക്കല്ല മതവംശീയ സംവർഗ്ഗത്തിനാണ്! പൊതുവിൽ അവർ നിർമ്മിച്ച 'പൗരസ്ത്യം' വ്യവസായ വിപ്ലവാനന്തരം ഇളകി മറിഞ്ഞ യൂറോപ്പിൽ അവർക്ക് നഷ്ടപ്പെട്ട സമാധാനത്തിന്റെ ഒരു സാങ്കല്പിക നഷ്ടപരിഹാരം മാത്രമായിരുന്നു. പടിഞ്ഞാറിന്റെ സ്വയം ബിംബത്തിന് വിരുദ്ധമായിട്ടാണ് ഓറിയന്റലിസ്റ്റ് കിഴക്ക് രൂപപ്പെട്ടിരിക്കുന്നത്. പടിഞ്ഞാറ് യുക്തിപരം, കിഴക്ക് അയുക്തിപരം, പടിഞ്ഞാറ് ചലനാത്മകം, കിഴക്ക് നിശ്ചലം ഇങ്ങനെ പരസ്പരം എതിരിടുന്ന സാങ്കല്പിക സൃഷ്ടിയാണത്. കഥകളും ഐതിഹ്യങ്ങളും മിത്തുകളും കപട ബിംബങ്ങളും കൊണ്ട് അവർ മലിനമാക്കിയ ഒന്നാണത്. അത് പടിഞ്ഞാറിന്റെ രാഷ്ട്രീയാധിപത്യത്തെ ഉറപ്പിക്കാനായി നിർമ്മിക്കപ്പെട്ട ഒരാദർശ മാതൃകയാണ്. വർഗ്ഗാവബോധത്തെ തിരിച്ചറിയുന്നതിനു പകരം ചരിത്രത്തെ വർഗ്ഗീയ ഐക്യമുണ്ടാക്കാനുള്ള ഉപാധിയായി മാറ്റുന്ന അനുഭവമാണ് സ്വാതന്ത്ര്യാനന്തരവും ഇന്ത്യയിൽ ആവർത്തിക്കുന്നത്! ഇതെല്ലാം കണ്ട് ശവകുടീരത്തിൽ നിന്ന് ജെയിംസ് മിൽ ഇപ്പോഴും ചിരിക്കുന്നുണ്ടാവും! വർഗ്ഗീയത ഭൂതകാലത്തിൽ ചിക്കിപ്പരതുന്നത് ഒരു പുതിയ ജീവിതം കെട്ടിപ്പടുക്കാനുള്ള വസ്തുതകൾ തിരക്കിയല്ല, നിലവിലുള്ള ജീവിതത്തിലെ അല്പ വെളിച്ചത്തെയും തല്ലിക്കെടുത്താനാണ്.

മതനിരപേക്ഷതയുടെ മഹത്തായ സംസ്കാരത്തെ ജീവിതത്തിന്റെ സമസ്തമണ്ഡലത്തിലും ഉയർത്തിപ്പിടിച്ചുകൊണ്ടല്ലാതെ വർഗ്ഗീയമായ വിഭജനങ്ങളെ നമുക്ക് മറികടക്കാനാവില്ല. മതേതരത്വം സാക്ഷാൽക്കരിക്കുക എന്ന മുദ്രാവാക്യം സഫലമാകുന്നത് ഫാസിസത്തിനും വർഗ്ഗീയ

തയ്ക്കുമെതിരെയുള്ള മൂർത്തമായ സമരരൂപങ്ങൾ വികസിപ്പിക്കുന്നതിൽ വിജയിക്കുമ്പോഴാണ്. സാമ്പത്തിക രാഷ്ട്രീയ താത്ത്വിക മണ്ഡലങ്ങളിൽ അവിരാമം നിർവ്വഹിക്കേണ്ട വർഗ്ഗസമരവുമായി അത് അഭേദ്യമാം വിധം ബന്ധപ്പെട്ടിരിക്കുന്നു. അന്യൻ സമം ശത്രു എന്ന സങ്കുചിത സമീപനമല്ല, 'അറിയപ്പെടാത്ത അനേകായിരങ്ങളുമായി നീയെനിക്ക് സൗഹൃദം നല്കി' എന്ന് പാടാനാവും വിധം ജാതിമതഭേദമെന്യേ സ്വയം പുതുക്കിപ്പണിയാനുള്ള ജനാധിപത്യ പരിശീലനങ്ങളാണ് ഇന്ന് അനിവാര്യമായിട്ടുള്ളത്. ആന്തരികാവയവങ്ങൾ പോലും ജാതിമത പരിഗണനകൂടാതെ സസന്തോഷം സ്വീകരിക്കുന്നവർ ആരോഗ്യം തിരിച്ചുകിട്ടുമ്പോൾ മതജാതി പരിഗണനയ്ക്ക് പ്രാധാന്യം നല്കിക്കൊണ്ട് പെരുമാറാനാരംഭിക്കുന്നത് ഇന്നൊരു അപൂർവ്വസംഭവമല്ല! അപ്പോൾ രോഗബാധിതമാകുന്നത് നമ്മുടെ മാനുഷികതയ്ക്കാണെന്നെങ്കിലും ഓർക്കാനുള്ള വിനയം നമുക്കുണ്ടായിരിക്കണം. ജന്മം, വിവാഹം, മരണം തുടങ്ങിയ ജീവിതത്തിന്റെ നിർണ്ണായകമായ മണ്ഡലങ്ങളിൽ മതേതരത്വത്തിന്റെ മുദ്രകൾ പതിയാതെ പോകുന്നതിനെക്കുറിച്ച് നമുക്കാർക്കും പരാതികളില്ല! മതേതരത്വത്തെ ആത്മാർത്ഥമായി വാഴ്ത്തിക്കൊണ്ടുതന്നെ മുൻവിധികളുടെ ലോകത്തിലൂടെ കുറ്റബോധം കൂടാതെ സഞ്ചരിക്കാൻ ഇന്നും നമുക്ക് കഴിയുന്നു! അംഗീകൃത മാമൂൽ വിവാഹത്തിനപ്പുറത്തേക്കു നോക്കുന്ന സാധാരണ പ്രണയംപോലും ശരാശരി സാമൂഹ്യബോധത്തിന് സഹിക്കുന്നില്ല. അതൊരു ധിക്കാരമോ കുടുംബസ്നേഹമില്ലായ്മയോ നന്ദികേടോ, എന്തിനധികം മൂല്യച്യുതിപോലുമോ ആയി മാറിയിരിക്കുന്നു! പ്രണയം നമുക്കിന്ന് പൊറുക്കാനാവാത്ത പാപമാണ്! അടിച്ചു പുറംപൊളിക്കേണ്ട ശിക്ഷയാണ്. വിവിധ ജാതിമത വിഭാഗങ്ങൾക്കിടയിലാണെങ്കിൽ വർഗ്ഗീയ കലാപം പോലും സംഘടിപ്പിക്കാൻ സാദ്ധ്യത നൽകുന്ന ഒരൊന്നാന്തരം വിഷയവുമാണ്! 'നൊന്തുപെറ്റ തള്ളയെ മറന്നില്ലേ, പോറ്റിവളർത്തിയ തന്തയെ മറന്നില്ലേ' തുടങ്ങി സ്നേഹത്തിനെതിരെ എന്തുമാത്രം ശകാരങ്ങൾ! പോക്കറ്റ് മണിയുടെ പേരിൽ തന്തയെ തല്ലുന്നവരും അരസെന്റ് ഭൂമിക്കുവേണ്ടി കുടുംബത്തെമുഴുവൻ കോടതി കയറ്റുന്നവരും ഉദാത്തമായ കുടുംബസ്നേഹത്തിന്റെ തത്ത്വശാസ്ത്രം അവതരിപ്പിക്കുന്നത് പ്രണയം ഉന്നയിക്കുന്ന ജനാധിപിത്യ പ്രശ്നങ്ങളെ അഭിമുഖീകരിക്കേണ്ടിവരുമ്പോഴത്രേ. ജാതി, ജാതകം, മതം, സ്ത്രീധനം, ആഭരണം, ആർഭാടം, പൊങ്ങച്ചം, പുരോഹിത സാന്നിദ്ധ്യം തുടങ്ങിയതെല്ലാം മുറയ്ക്കും ക്രമത്തിനും ചേർന്നാൽ വിവാഹം വിശുദ്ധമായി എന്ന വഷളത്തം വലിച്ചെറിയാനുള്ള ആർജ്ജവം ഇന്നു നാം നേടിക്കഴിഞ്ഞിട്ടില്ല. അതിനേക്കാളും അന്ധാളിപ്പിക്കേണ്ട പ്രശ്നം സാമൂഹ്യ നവോത്ഥാനത്തിന്റെയും ജനാധിപത്യത്തിന്റെയും 'അജണ്ട'യിലെ പ്രധാന ഇനമായ 'ലളിതമായ മാനുഷിക വിവാഹം' എന്ന വസ്തുതപോലും നാം വിസ്മരിച്ചുകൊണ്ടിരിക്കുന്നു എന്നതാണ്! സ്വകുല വിവാഹത്തെ അപേക്ഷിച്ച് എന്തുകൊണ്ടും മെച്ചപ്പെട്ടത് മിശ്ര

വിവാഹമാണെന്ന സത്യം മത-ജാതി മുൻവിധി നിമിത്തം സാമൂഹ്യ ജീവിതത്തിന്റെ മറ്റു മണ്ഡലങ്ങളിൽ ഏറെ മുന്നോട്ട് പോയവർക്കും ശരിയായ വിധത്തിൽ ഉൾക്കൊള്ളാനാവുന്നില്ല. മതസൗഹാർദ്ദം ആകാശത്തോളം ഉയർത്തേണ്ട മൂല്യമാണെന്ന് വിശ്വസിക്കുന്നവർക്കുപോലും അതിനുള്ള പ്രായോഗികപദ്ധതികളിലൊന്നായി മിശ്രവിവാഹത്തെ നിർദ്ദേശിക്കാൻ കഴിയുന്നില്ല! ഇന്നും നമ്മുടെ ജീവിതത്തെ നിയന്ത്രിക്കുന്നത് പഴയ ലോകത്തിന്റെ നീതിശാസനകളാണ്. അതിനോട് ശൃംഗരിച്ചുകൊണ്ട് പുതിയ ലോകത്തിലേക്ക് കടക്കുക അസാദ്ധ്യമാണ്.

മതം ദൈവം രാഷ്ട്രീയം

ഒന്ന്

മനുഷ്യരെ വിശ്വാസികൾ, അവിശ്വാസികൾ എന്ന് വിഭജിച്ച് തമ്മിലടിപ്പിക്കാനുള്ള മൂലധനശ്രമങ്ങൾക്കെതിരെയുള്ള നിതാന്തജാഗ്രത ജ്വലിച്ചുനില്ക്കുന്നില്ലെങ്കിൽ, ജനാധിപത്യശക്തികൾ തന്നെയായിരിക്കും ശിഥിലമായിത്തീരുകയെന്ന് ഇന്ന് നാം തിരിച്ചറിയേണ്ടതുണ്ട്. അതുകൊണ്ടുതന്നെ, മതത്തിലെ പുനരുത്ഥാന മതമൗലിക കാഴ്ചപ്പാടുകൾക്കെതിരെ, മതത്തിലെ തന്നെ നവോത്ഥാന, വിമോചന കാഴ്ചപ്പാടുകളെ സജീവമാക്കാനുള്ള ശ്രമങ്ങളെ മനുഷ്യസ്നേഹികളായ വിശ്വാസികളും മതരഹിതരും ഒന്നിച്ചുനിന്ന് പിന്തുണക്കേണ്ടതുണ്ട്.

'മതം' എന്ന അമൂർത്ത പരികല്പന 'ഏട്ടിലെ പശു'വായതുകൊണ്ട് അതൊരിക്കലും പുല്ലുതിന്നുകയോ പാലുചുരത്തുകയോ ചെയ്യുകയില്ല. ഏത് മതം എന്ന ചോദ്യത്തേക്കാൾ ഇന്ന് പ്രസക്തം ഒരു പ്രത്യേക മതത്തിലെതന്നെ ഏതു പ്രവണതയെക്കുറിച്ചാണ് നിങ്ങൾ അപഗ്രഥനം നിർവ്വഹിക്കുന്നതെന്നുള്ളതാണ്. വിശകലന സൗകര്യത്തിനുവേണ്ടി ചുരുങ്ങിയത് ഏത് മതത്തെയും എട്ട് വിഭാഗങ്ങളായി വേർതിരിക്കാൻ കഴിയുമെന്നാണ് ഞാൻ കരുതുന്നത്. മതാത്മകമതം, സാമ്പ്രദായികമതം, നവോത്ഥാനമതം, പുനരുത്ഥാനമതം, വ്യക്തിഗതമതം, കമ്പോളമതം, വിമോചനദൈവശാസ്ത്രമതം, മതരഹിതമതം എന്നിങ്ങനെ.

ഇവയോരോന്നിലും ഉപവിഭാഗങ്ങൾ ഉണ്ടെന്നും, എട്ടിന് ഒരു മാന്ത്രിക വിശുദ്ധിയുമില്ലെന്നും തിരിച്ചറിഞ്ഞുകൊണ്ടാണ് മതത്തെ ഇവ്വിധം വിഭജിക്കുന്നത്. മതത്തിനകത്തെ നേരത്തെ വ്യക്തമാക്കിയ പ്രവണതകൾ, കൃത്യമാംവിധം വേറിട്ട് നില്ക്കാതെ പലപ്പോഴും പരസ്പരം കൂടിക്ക

ലർന്ന് അവിയൽ അവസ്ഥയിലാണ് പൊതുവിൽ കാണപ്പെടുന്നത്. സന്ന്യാസത്തിലെ പച്ചപ്പായി പ്രശംസിക്കപ്പെട്ട വിവേകാനന്ദ ചിന്തയിൽ മതത്തിലെ വ്യത്യസ്ത പ്രവണതകൾ മിന്നിമറയുന്നത് കാണാൻ കഴിയും.

മതാത്മകമതം എന്നതുകൊണ്ട് ഓരോ മതവും രൂപംകൊണ്ട ആദിമഘട്ടത്തെയാണ് സൂചിപ്പിക്കുന്നത്. നിലനില്ക്കുന്ന അവസ്ഥയോടുള്ള അമർഷവും, പൂർവ്വവിശ്വാസ പ്രമാണങ്ങളോടുള്ള തീക്ഷ്ണമായ വിയോജിപ്പുകളുമില്ലായിരുന്നെങ്കിൽ മതമോ പ്രവാചകരോ പിറക്കുമായിരുന്നില്ല. വ്യവസ്ഥാപിത മൂല്യബോധങ്ങളെ മുഴുവൻ വെല്ലുവിളിച്ചുകൊണ്ടാണവർ പ്രതിഷേധത്തിന്റെ തീപ്പന്തങ്ങൾ ഉയർത്തിയത്. അതിൽ കത്തിച്ചാരമായത് മതരഹിതരായിരുന്നില്ല, മറിച്ച് പൂർവ്വകാലത്തെ മതവിശ്വാസങ്ങൾ തന്നെയായിരുന്നു. ഓരോ മതവും പിറന്നത് മുമ്പ് രൂപപ്പെട്ട മതങ്ങളോടും നിലവിലുള്ള വിശ്വാസാചാരങ്ങളോടും ഏറ്റുമുട്ടിക്കൊണ്ടാണ്. അവയോരോന്നും ഇന്നും നിലനില്ക്കുന്നത് സ്വന്തം വിശ്വാസത്തിന്റെ അജയ്യത പ്രഖ്യാപിച്ചുകൊണ്ടുമാണ്.

ആധുനിക മതരഹിതമതത്തിന്റെ നയപ്രഖ്യാപനം, നാം ജാതിമതങ്ങൾ എന്നെന്നേക്കുമായി വിട്ടിരിക്കുന്നുവെന്ന ശ്രീനാരായണഗുരുവിന്റെ 1916 ലെ ചരിത്രപ്രസിദ്ധമായ വിളംബരത്തിൽ കാണാൻ കഴിയും. എന്നാലിത് ഇടമറുകിനെപ്പോലുള്ള യുക്തിവാദികൾ അവകാശപ്പെടും പോലെ ശ്രീനാരായണഗുരു ഭൗതികവാദിയായി മാറിയതിനുള്ള തെളിവല്ല, മറിച്ച് ആദ്ധ്യാത്മികമായ വെളിവുകൾ പരമാവധി വികസിക്കുമ്പോൾ, ഒരുപക്ഷേ പ്രതിഭാശാലികൾ എത്തിപ്പെടാവുന്ന ആദ്ധ്യാത്മികമായ ഒരവസ്ഥയാണ്. അതായത് 'മതരഹിതമത'ത്തിന് ഒറ്റപ്പെട്ട പ്രതിഭാശാലികളിലൂടെ സ്വയം പ്രകാശിതമാവാനല്ലാതെ ഒരു മതപ്രസ്ഥാനമാവാനൊരിക്കലും കഴിയില്ല. എന്നാൽ, ഭാവിയിൽ 'മതരഹിതമതം' സ്വയം സ്വീകരിക്കുന്നവരുടെ എണ്ണം വർദ്ധിക്കാനുള്ള സാദ്ധ്യതയുണ്ട്. അന്നായിരിക്കും മതം വ്യക്തികളുടെ പൂർണ്ണവിശ്വാസം മാത്രമായി വളരുന്നത്! മതം അതിന്റെ ആദിമവിശുദ്ധി നിലനിർത്തിയ 'മതാത്മകമത'ത്തിന്റെ ആധുനിക രൂപങ്ങളിലൊന്നായി 'മതരഹിതമതം' ഭാവിയിൽ പ്രവർത്തിച്ചുകൂടായ്കയില്ല. മനുഷ്യനും മനുഷ്യനും തമ്മിലും പ്രകൃതിയും മനുഷ്യനും തമ്മിലുമുള്ള വൈരുദ്ധ്യങ്ങൾ അവസാനിച്ചാലും, മനുഷ്യരിൽ തന്നെയുള്ള വൈരുദ്ധ്യങ്ങളിൽനിന്ന് എത്ര വികസിച്ച സമൂഹത്തിലും, ഏതെങ്കിലും തരത്തിലുള്ള 'ആത്മീയത' വളർന്നുകൂടായ്കയില്ല. ജീവിതം/മരണം എന്ന ദ്വിത്വം തന്നെ 'അതീതത്വ'ത്തെക്കുറിച്ചുള്ള വ്യത്യസ്ത അന്വേഷണങ്ങളെ തുടർന്നും സാദ്ധ്യമാക്കും.

വിശ്വാസ സംബന്ധമായ മനുഷ്യജീവിതത്തിന്റെ സങ്കീർണ്ണതകളെക്കുറിച്ച് ഇത്രയും പറയുന്നത്, അഗാധതലത്തിൽ തീർത്തും ദാർശനികമായ ഇത്തരമൊരു ഗൗരവവിഷയത്തെ പ്രചാരവേലയ്ക്കുള്ള ഉപാധിയാക്കി മാത്രം മാറ്റാനുള്ള വളരെ മോശമായ ഒരു പ്രവണത, ചില മത

പുരോഹിതരുടെ നേതൃത്വത്തിൽ ഇപ്പോൾ നടക്കുന്നതുകൊണ്ടാണ്. ഒരാളുടെ 'നിരീശ്വര ബോദ്ധ്യത്തെ' ഏറ്റവും ചുരുങ്ങിയത് വേറൊരാളുടെ 'ഈശ്വര ബോദ്ധ്യ'ത്തെപ്പോലെതന്നെ, ആഴത്തിലുള്ള സ്വയം ബോദ്ധ്യത്തിന്റെ വ്യത്യസ്ത ആവിഷ്കാരമായി വേർതിരിച്ചുകാണുന്നതിനു പകരം, ഒന്ന് സംസ്കാരവും രണ്ടാമത്തേത് സംസ്കാരവിരുദ്ധവുമാണെന്ന് ശാഠ്യം പിടിക്കുന്നത്, ദൈവപ്രതിജ്ഞയെയും, ദൃഢപ്രതിജ്ഞയെയും തുല്യമായി പരിഗണിക്കുന്ന ഒരു മതേതര രാഷ്ട്രത്തിലെങ്കിലും, ഭരണഘടനയ്ക്കും മനുഷ്യത്വത്തിനുമെതിരായ വെല്ലുവിളിയാണ്.

'അനുഭൂതിമതം' ഒരർത്ഥത്തിൽ സമ്പൂർണ്ണമായും വ്യക്തിഗതമാണ്. ഓരോ മനുഷ്യനും ഓരോ മതം എന്നുള്ളിടത്തോളം വൈവിദ്ധ്യമതിനുണ്ട്. ആചാരാനുഷ്ഠാനങ്ങളുമായി അതിനൊരു ബന്ധവുമില്ല. അതുകൊണ്ട് ഇതിനെ സൂഫിസത്തിലേക്കോ സന്ന്യാസ പുണ്യവാളത്തിലേക്കോ മാത്രമായി ചുരുക്കാനാവില്ല. കസൻദ്സാക്കിസിന്റെ അഗാധ മതവിശ്വാസിയായ ഒരു കഥാപാത്രം തന്റെ സുഹൃത്തിനോട്, എന്റെ വിശ്വാസം ശക്തമാണെങ്കിൽ ഞാനീ ഉരുക്കുകമ്പി തലകൊണ്ടടിച്ച് പൊട്ടിക്കും എന്ന് പറഞ്ഞുകൊണ്ട്, ഉരുക്കുകമ്പിയിൽ തലകൊണ്ടടിക്കുകയും; കമ്പിക്ക് പകരം സ്വന്തം തല പൊട്ടുകയും ചെയ്യുന്നുണ്ട്. തല പൊട്ടിയതിലുള്ള സങ്കടമല്ല, തന്റെ വിശ്വാസം ഇപ്പോൾ വേണ്ടത്ര ശക്തമായിട്ടില്ലെന്നും, അതിലെന്തോ പിഴവുണ്ടെന്നും, അത് പരിഹരിച്ച് ഞാനതിനെ ശക്തമാക്കുമെന്നും അന്ന് വീണ്ടും ഇതേ തലകൊണ്ട് ഇതേ ഉരുക്ക് കമ്പിയിൽ തന്നെ ഇടിക്കുമെന്നും, അന്ന് കമ്പി പൊട്ടും എന്നുമാണയാൾ പൊട്ടിയ തലയിൽനിന്നും ചോരവാർന്നുകൊണ്ടിരിക്കേ പ്രതീക്ഷാപൂർവ്വം പറഞ്ഞത്.

മതത്തിലെ വ്യത്യസ്ത പ്രവണതകൾ നിലനില്ക്കെതന്നെ മുമ്പെന്നപോലെ അവയിൽ ഇന്നും മുഖ്യം സാമ്പ്രദായിക മതമാണ്. മാതാപിതാക്കൾ, കുടുംബം, വളർത്തൽ ചുറ്റുപാട് എന്നിവയുടെ ഫലമായി ജനിച്ചുവീഴുന്ന അന്തരീക്ഷത്തിന്റെ ഭാഗമായി വ്യക്തികൾ സൂക്ഷ്മാർത്ഥത്തിൽ സ്വീകരിക്കാതെതന്നെ സ്വീകരിക്കുന്ന ഒരുതരം മതവിശ്വാസമാണിത്. ഇതനുസരിച്ച് ക്രിസ്തുമതത്തിൽ പിറന്നാൽ, 'ക്രിസ്ത്യാനി'യും ഇസ്ലാം മതത്തിൽ പിറന്നാൽ 'മുസ്ലി'മുമായി അറിയപ്പെടും! ഇനി ഇന്ന് നിലവിലില്ലാത്ത ഒരു 'പൂച്ച മത'ത്തിലാണ് ഒരു കുഞ്ഞുപിറന്നതെങ്കിൽ, നാളെ അനുസരണയുള്ള ഒരു 'പൂച്ചമതവിശ്വാസി'യായി ആ കുഞ്ഞും വളരും! മതത്തിന്റെ തത്ത്വചിന്തയല്ല, മറിച്ച് ആചാരാനുഷ്ഠാനങ്ങളാണ്, ഇത്തരത്തിൽ മനുഷ്യരെ, അവരുടെ ആദർശാഭിമുഖ്യങ്ങൾ ഗൗരവമായി പരിഗണിക്കാതെ സ്വന്തം മുദ്രകുത്തി സ്വന്തം മാത്രമാക്കുന്നത്!

ഒരു കുഞ്ഞ് സ്വന്തമായ മതം തെരഞ്ഞെടുക്കാൻ മാത്രം വളരുന്നതുവരെ കാത്തിരിക്കാൻ 'കാത്തിരിപ്പിന്' ദാർശനിക പദവി നല്കിയ മതങ്ങൾക്കൊന്നും കഴിയാത്തതെന്തുകൊണ്ടാണ്?! ഇഷ്ടമുള്ള മതം സ്വീകരിക്കാനുള്ള ഒരു കുഞ്ഞിന്റെ അവകാശത്തെ ഇല്ലായ്മ ചെയ്യാൻ രക്ഷിതാക്കൾക്ക് ആരാണ് അവകാശം നല്കിയത്?

രണ്ട്

സ്വയം ബോദ്ധ്യത്തിന്റെ അഗാധതകളിൽനിന്നും ഒരുറവപോലെ നിർമ്മലമായി ഒഴുകിവരേണ്ട വിശ്വാസത്തെ, മുകളിൽനിന്ന് രക്ഷാ കർത്തൃത്വം നല്കുന്ന 'അധികാര'മുപയോഗിച്ച് അടിച്ചേല്പിക്കുന്നത് ഉചിതമാണോ എന്ന്, പൗരാവകാശങ്ങളെക്കുറിച്ചുള്ള കാഴ്ചപ്പാടുകൾ അനുദിനം വികസിച്ചുകൊണ്ടിരിക്കുന്ന ഇന്നെങ്കിലും പുനർവിചാര ണയ്ക്ക് വിധേയമാക്കാൻ ജനാധിപത്യവിശ്വാസികളൊക്കെയും സന്ന ദ്ധമാവണം. കാര്യങ്ങൾ തിരിച്ചറിയാനുള്ള പ്രായത്തിൽ, ഓരോ മനു ഷ്യനും ഇഷ്ടമുള്ള മതം സ്വീകരിക്കുകയോ, മതങ്ങളെതന്നെ തിരസ്ക രിക്കുകയോ ചെയ്തുകൊണ്ട് ജീവിക്കാനുള്ള അവകാശത്തെയാണ് 'സാമ്പ്രദായികമതം' മോഷ്ടിച്ചെടുക്കുന്നത്. കുഞ്ഞുന്നാളിലേ കുട്ടികളെ 'പിടികൂടിയില്ലെങ്കിൽ' അവർ സ്വന്തം വരുതിയിൽനിന്നും കുതറിപ്പോകു മെന്ന് കരുതുന്നതുകൊണ്ടാവുമോ അവർ ഇവ്വിധം തിരക്ക് കൂട്ടുന്നത്?! കുട്ടികളെ പിതാക്കളുടെയോ മാതാക്കളുടെയോ പകർപ്പാക്കാനുള്ള നട പടിക്രമങ്ങൾ, നിലനില്ക്കുന്ന അവസ്ഥയുടെ അവികസിതമായ സുര ക്ഷിതത്വത്തിന് മാത്രമാണ് ഉറപ്പ് നല്കുന്നത്. 'അമ്മ എന്തിനാണ് കര യുന്നത്, കുട്ടി പാലുകുടിക്കാഞ്ഞിട്ടാണ്. എന്തിനാണ് പാല് കുടിക്കു ന്നത്, അച്ഛനെപ്പോലെ വളരാനാണ്' എന്നിപ്രകാരമുള്ള പാഠപുസ്തക പരാമർശങ്ങൾ, മനുഷ്യവികാസത്തിന്റെ നാളിതുവരെയുള്ള വികാസച രിത്രത്തെയാണ് വെല്ലുവിളിക്കുന്നത്.

അച്ഛന്മാർ എത്രമേൽ നല്ലവരായാലും, മക്കൾക്ക് പിന്നെയും അവി ടെനിന്ന് മുന്നോട്ട് പോകേണ്ടതുണ്ടെന്ന വളർച്ചയുടെ അനിവാര്യ നിയമ ങ്ങളാണ്, വ്യവസ്ഥാപിത കാഴ്ചപ്പാടു പുലർത്തുന്നവർ വിസ്മരിക്കുന്നത്. കുട്ടികളെ 'മനുഷ്യവംശത്തിന്റെ പിതാക്കളായി' കണ്ട വേഡ്സ്വർത്തും അവരെ 'ദീർഘദർശനം ചെയ്യും ദൈവജ്ഞ'രായി കണ്ട വൈലോപ്പി ള്ളിയും, 'അച്ഛൻ മഹത്വ'ത്തെ തന്നെയാണ് പ്രശ്നവൽക്കരിച്ചത്. 'അച്ഛൻ മഹത്വ'ത്തിന് മനുഷ്യരാശി എന്നും കപ്പം കൊടുത്തിരുന്നെ ങ്കിൽ പുതുവഴികളൊന്നും പിറക്കുമായിരുന്നില്ല. നഗ്നരായിരുന്ന പ്രാകൃ തമനുഷ്യരെ കേവലമായി പിന്തുടർന്നിരുന്നെങ്കിൽ മാഞ്ചസ്റ്ററിലൊരു തുണിമില്ല് തലപൊക്കുമായിരുന്നില്ല! പഴയ നാടോടി ജീവിതത്തിൽ നാം സ്തംഭിച്ചു പോയിരുന്നെങ്കിൽ ടൂറിനിലെ ഫിയറ്റ് കാർ മുതലാളിയായ അഗ്നല്ലിയെ, പുതിയ കണ്ടുപിടിത്തത്തിന്റെ പേരിൽ അഭിവാദ്യം ചെയ്ത് കത്തയക്കാൻ, പ്രക്ഷോഭ പ്രതിഭയായ അന്റോണിയോ ഗ്രാംഷിക്ക് കഴി യുമായിരുന്നില്ല! കിട്ടുന്നതുകൊണ്ട് കഴിഞ്ഞ, പഴയ 'സ്വാഭാവിക സമ്പദ് വ്യവസ്ഥയിൽ'നിന്ന് വേണ്ടത് ഉണ്ടാക്കികഴിക്കുന്ന 'പുതിയ' ചരക്കുല് പാദന വ്യവസ്ഥയിലേക്ക് മനുഷ്യസമൂഹം കുതിക്കുമായിരുന്നില്ല.

സാമ്പ്രദായിക മതത്തെയാണ് സത്യത്തിൽ മാർക്സ് 'കറുപ്പെന്ന്' വിവക്ഷിച്ചത്. മതത്തിലെ വ്യത്യസ്ത പ്രവണതകൾ മുഴുവൻ പ്രസ്തുത

പ്രയോഗത്തിലൊതുങ്ങുകയില്ല. 'കറുപ്പ്' എന്ന രൂപകത്തെ ആഹ്ലാദവും ആശ്വാസവും ആശങ്കയും അപകടവും അന്ത്യവും എല്ലാ ചേർന്നുരുകി ഒന്നായി മാറിയ, ഒരു 'മഹാരൂപകം' തന്നെയായി തിരിച്ചറിയപ്പെടേണ്ട തുണ്ട്. അത് മിതമായാൽ ആഹ്ലാദവും ആശ്വാസവുമാണ്. അധികമാ യാൽ അപകടവുമാണ്. എന്നാൽ, കറുപ്പിൽനിന്ന് വ്യത്യസ്തമായി സാമ്പ്ര ദായികമതം മിതമായിരിക്കുമ്പോൾ പോലും അതിലൊരു സൗമ്യമർദ്ദന മുണ്ട്. അത് മറ്റു മതസ്ഥർക്കോ മതരഹിതർക്കോ നേരെയല്ലാത്തതു കൊണ്ട് അതൊരു പരിധിവരെ നിരുപദ്രവകരമാണ്. അതിന്റെ മർദ്ദ നത്തെ സൗമ്യമെന്ന് വിശേഷിപ്പിക്കുന്നത്, മതത്തിന്റെ തലകറക്കുന്ന തത്ത്വചിന്ത കുട്ടികളുടെമേൽ നിർബ്ബന്ധപൂർവ്വം അടിച്ചേല്പിക്കാൻ അത് ശ്രമിക്കാത്തതുകൊണ്ടാണ്. എന്നിട്ടും അത് മർദ്ദനപരമാകുന്നത്, സ്വന്ത മായ ആത്മീയാന്വേഷണത്തിന്റെ വാതിലുകൾ സ്വന്തം മക്കൾക്ക് മുന്നി ലത് വലിച്ചടയ്ക്കുന്നതുകൊണ്ടാണ്. 'കിച്ചൺ, ചിൽഡ്രൺ, ചർച്ച്' എന്ന ത്രിത്വത്തിൽ ഹിറ്റ്ലർ അഭിരമിച്ചത്, അടുക്കള ആയുധപ്പുരയായതുകൊ ണ്ടോ, കുട്ടികൾ ഭീകരരായതുകൊണ്ടോ, പള്ളി ഫാസിസ്റ്റ് ഓഫീസാ യിരിക്കുമെന്നതുകൊണ്ടോ ആയിരുന്നില്ല, മറിച്ച് മൂന്നിനെയും, സൗക ര്യാനുസരണം വ്യവസ്ഥാപിതമായി ഉപയോഗിക്കാനുള്ള സാദ്ധ്യത അയാൾ തിരിച്ചറിഞ്ഞതുകൊണ്ടായിരുന്നു. ഇന്നും യാഥാസ്ഥിതികമതം കൊഴുക്കുന്നത്, 'എട്ടും പൊട്ടും' തിരിയാത്ത കുട്ടികളുടെയും പീഡിത രായ സ്ത്രീകളുടെയും, സമസ്ത ജീവിത വ്യാപാരങ്ങളിലും മേൽക്കോ യ്മ സ്ഥാപിക്കാൻ ശ്രമിക്കുന്ന ആരാധാനാലയങ്ങളുടെയും ചെലവി ലാണ്. ഇത്രയും സൂചിപ്പിക്കുന്നത്, ബഹുഭൂരിപക്ഷം മതവിശ്വാസികളും ഉൾപ്പെടുന്ന സാമ്പ്രദായികമെന്ന് ഞാൻ വിശേഷിപ്പിക്കുന്ന മതത്തിന്റെ സൂക്ഷ്മ സ്വഭാവം വ്യക്തമാക്കാനാണ്. അധികാരവ്യവസ്ഥയെ സ്വന്തമാം വിധം സേവിക്കുമ്പോൾതന്നെ, അത് അതിൽപ്പെടാത്തവരെ സഹായി ക്കാനും സന്നദ്ധമായിരിക്കും.

'മതസൗഹാർദ്ദത്തിന് പിന്തുണ നല്കാനും ശക്തിപകരാനും സാമ്പ്രദായികമതത്തിന് ഒരുപരിധിവരെ കഴിയും'. മതേതര മൂല്യസങ്ക ല്പത്തെ അതിന്റെ സൂക്ഷ്മതയിലും സമഗ്രതയിലും ആശ്ലേഷിക്കാന തിന് കഴിയില്ല. അയിത്തോച്ചാടനത്തോടൊപ്പം സമുദായമൈത്രിയും സ്വാതന്ത്ര്യസമരത്തിന്റെ കാര്യപരിപാടിയിലുൾപ്പെടുത്തിയ മഹാത്മാ ഗാന്ധി, മതസൗഹാർദ്ദത്തിന്റെ ക്ലാസിക്കൽ മാതൃകകളിലൊന്നായാണ് ഇന്നും ഉയർന്നു നില്ക്കുന്നത്. ഇന്ത്യൻ മതേതരത്വത്തിന്റെ സാദ്ധ്യതയും പരിമിതിയും ഗാന്ധിയൻ കാഴ്ചപ്പാടിൽ കണ്ടെത്താൻ പറ്റും. മതങ്ങൾ തമ്മിലുള്ള ഐക്യമെന്നതിലൂടെ, മതത്തിലെ 'സാമ്പ്രദായിക സമീപന ങ്ങൾ' തമ്മിലുള്ള ഒരു ഐക്യമുന്നണിയാണ് ഗാന്ധി മുന്നോട്ട് വെച്ചത്.

മൂന്ന്

ഒരു സാമ്പ്രദായിക മതവിശ്വാസിയായിരുന്നുകൊണ്ട്, മതസൗഹാർദ്ദം സൃഷ്ടിക്കുന്നതിൽ പരമാവധി എത്ര മുന്നോട്ട് പോകാമോ അത്രയും ഗാന്ധിജി മുന്നോട്ടുപോയി എന്നത് പരമാർത്ഥമാണ്. അതിനപ്പുറം, മതത്തിന്റെ അതിർത്തികൾപോലും അപ്രത്യക്ഷമാകും വിധത്തിലുള്ള ഒരു കൂട്ടായ്മയിലേക്ക് കടക്കാനദ്ദേഹത്തിന് കഴിയാതെ പോയത്, അദ്ദേഹം പങ്കുവെച്ച, സവർണ്ണ പ്രത്യയശാസ്ത്രത്തിന്റെ പരിമിതികൾ നിമിത്തമായിരുന്നെന്ന് ഇന്ന് തിരിച്ചറിയാൻ ഒരു പ്രയാസവുമില്ല. അതുകൊണ്ടാണ് ശ്രീനാരായണഗുരു സാക്ഷാൽക്കരിച്ച 'മതരഹിതമത'ത്തിന്റെ സമീപത്തൊന്നുമെത്താൻ അദ്ദേഹത്തിന് കഴിയാതെ പോയത്. മതത്തിന്റെ 'മൂലധാര'യായി വർത്തിക്കുന്ന 'സാമ്പ്രദായികമതം' തന്നെയാണ്, വ്യത്യസ്ത മതപ്രവണതകളിലേക്കുള്ള 'റിക്രൂട്ടിങ്' കേന്ദ്രമായി ഇന്നും പ്രവർത്തിക്കുന്നത്. നവോത്ഥാനമതത്തിനും പുനരുത്ഥാനമതത്തിനും മതമൗലികവാദ മതത്തിനും കമ്പോളമതത്തിനും വിമോചനദൈവശാസ്ത്രമതത്തിനും അനുഭൂതിമതത്തിനും അംഗങ്ങളെ കിട്ടേണ്ടത് 'സാമ്പ്രദായികമത'ത്തിനുള്ളിൽ നിന്നാണ്. മതരഹിതർ ഇവയൊന്നിന്റെയും 'ലക്ഷ്യഗ്രൂപ്പി'ൽ പെടുകയില്ല. തീർച്ചയായുമവർ മതത്തിലെ യാഥാസ്ഥിതിക വിഭാഗത്തിനെതിരെ പുരോഗമനപക്ഷത്തെ പിന്തുണയ്ക്കാൻ ബാദ്ധ്യസ്ഥരാണ്.

'സാമ്പ്രദായികമത'ത്തെ കൂടുതൽ കാലാനുയോജ്യവും അതുവഴി മാനുഷികവുമാക്കാനാണ് മതത്തിലെ പരിഷ്കരണ പ്രസ്ഥാനങ്ങൾ ശ്രമിച്ചത്. 'നവോത്ഥാനമതം' 'സാമ്പ്രദായികമത'ത്തെ നാടുവാഴിത്തത്തിന്റെ നരച്ച മൂല്യവ്യവസ്ഥയിൽനിന്ന് മോചിപ്പിക്കുന്നതിനാണ് നേതൃത്വം നല്കിയത്. എന്നാൽ പുനരുത്ഥാനമാകട്ടെ, സാമ്പ്രദായിക മതത്തിലെതന്നെ നിശ്ചലകാഴ്ചപ്പാടുകളെ നവവ്യാഖ്യാനങ്ങൾ വഴി കാലാനുയോജ്യമാക്കാനാണ് ശ്രമിച്ചത്. ഭർത്താവിന്റെ ചിതയിൽ ചാടി മരിക്കുന്ന സതി സമ്പ്രദായം അവസാനിപ്പിക്കണമെന്ന് നവോത്ഥാനധാര ആവശ്യപ്പെട്ടപ്പോൾ അതിന് ആത്മാഭിമാനത്തിന്റെയും സ്ത്രീസ്വാതന്ത്ര്യത്തിന്റെയും നിറം നല്കി മഹത്വപ്പെടുത്തുകയാണ് പുനരുത്ഥാനം ചെയ്തത്. എന്നാൽ വിചിത്രമായി തോന്നാവുന്ന ഒരു കാര്യം, രണ്ടും പരസ്പരവിരുദ്ധമായ വിധത്തിൽ, രാഷ്ട്രീയ മുന്നേറ്റങ്ങളെ സഹായിച്ചിട്ടുണ്ടെന്ന ചരിത്രവസ്തുതയാണ്! എന്നാൽ പുനരുത്ഥാനത്തിന്റെ 'പിന്നിൽ നോക്കി' കാഴ്ചപ്പാടിന് മനുഷ്യസമൂഹത്തെ സാംസ്കാരികാർത്ഥത്തിൽ മുന്നോട്ട് നയിക്കാനാവില്ലെന്നത് അതിനേക്കാളും സത്യമാണ്. ഇതുപോലെ മതമൗലികവാദത്തിനും അതിന്റെ ചാർച്ചക്കാരായ വർഗ്ഗീയതയ്ക്കും മതഭ്രാന്തിനും മനുഷ്യസമൂഹത്തെ മുന്നോട്ട് നയിക്കാൻ കഴിയില്ല. എന്നാൽ 'സാമ്പ്രദായിക മത'വുമായി വലിയൊരു പരിധിവരെ ഐക്യപ്പെട്ടുകൊണ്ടാണ് മതത്തിലെ 'കമ്പോളപ്രവണതകൾ' കൊഴുക്കുന്നത്. ആൾദൈ

വങ്ങൾക്ക് ഇത്രമേൽ സ്വാധീനം ചെലുത്താനാകുന്നത്, മതത്തിലെ പുനരുത്ഥാന നിലപാടുകളെയും, സാമ്പ്രദായിക സമീപനങ്ങളെയും സമന്വയിപ്പിക്കാനും വൻതോതിലുള്ള സാമ്രാജ്യത്വ പിന്തുണ അവർക്ക് ആർജ്ജിക്കാനും കഴിഞ്ഞതുകൊണ്ടാണ്. എന്നാൽ ഇതിൽനിന്നും മൗലികമായിത്തന്നെ വ്യത്യസ്തമായി വികസിച്ചുവന്ന, പ്രക്ഷോഭധാരയാണ് വിമോചനദൈവശാസ്ത്രം. മതത്തിലെ മറ്റെല്ലാ ധാരകളോടും എതിരിട്ടുകൊണ്ടാണ് ഇത് വളർന്നുവന്നത്.

നിഷ്ക്രിയ ധ്യാനത്തിൽ നിന്നല്ല, സാമ്രാജ്യത്വ വിരുദ്ധ സമരത്തിന്റെ ചൂടിൽനിന്നാണത് ജനിച്ചത്. ഉപേക്ഷിക്കപ്പെട്ടവരുടെ ഉയിർത്തെഴുന്നേല്പിനുവേണ്ടിയുള്ള പോരാട്ടങ്ങളിൽവെച്ചാണതിന്റെ പ്രാർത്ഥനകൾ പിറന്നത്. ദൈവം ഉരുക്കഴിക്കാനുള്ള ഒരു ഉരുപ്പടിയല്ലെന്നും, അനീതിക്കെതിരെ ഉറയിൽ നിന്നുമൂരിക്കഴിഞ്ഞ വാളാണെന്നുമാണത് ധീരമായി ഉദ്ഘോഷിച്ചത്. 'എന്നോടു കർത്താവേ കർത്താവേ എന്നു പറയുന്ന ഏവനുമല്ല, സ്വർഗ്ഗസ്ഥനായ എന്റെ പിതാവിന്റെ ഇഷ്ടം ചെയ്യുന്നവനത്രെ ദൈവരാജ്യത്തിൽ കടക്കുന്നത്' എന്ന് മത്തായി.

ക്രിസ്തുമതത്തിലാണ്, മറ്റ് മതങ്ങളെ അപേക്ഷിച്ച് വിമോചനദൈവശാസ്ത്രം സൈദ്ധാന്തികമായും പ്രായോഗികമായും സ്വന്തം ശക്തി പ്രകടിപ്പിച്ചത്. സാമ്രാജ്യത്വത്തോടെന്നപോലെ വ്യവസ്ഥാപിത സഭകളോടും നിരന്തരം ഏറ്റുമുട്ടിക്കൊണ്ടാണത് നിലനില്ക്കുന്നത്. *മതം മതത്തിനെതിരേ* എന്ന പുസ്തകത്തിൽ പ്രശസ്ത ഇസ്ലാമിക ചിന്തകനും, ഇറാനിയൻ 'ഇസ്ലാമിക വിപ്ലവത്തിന്റെ' തലച്ചോറുമായ അലി ശരീഅത്തി അവതരിപ്പിച്ച വിശ്വാസപരമായ ഒരാശയം, സമസ്ത വിമോചന ദൈവശാസ്ത്ര സമീപനങ്ങളിലും സദാ സന്നിഹിതമാണ്. 'സാമൂഹിക-രാഷ്ട്രീയ വിഗ്രഹങ്ങളെയും' 'മനോവിഗ്രഹങ്ങളെയും' ഒരേപോലെ നേരിടാനാണ് അലി ശരീഅത്തി ആഹ്വാനം ചെയ്തത്. അക്കൂട്ടത്തിൽ, മനോവിഗ്രഹങ്ങളെക്കുറിച്ച് അദ്ദേഹം എഴുതിയത്, വിമോചന നിലപാടുകൾ സ്വീകരിക്കുന്നവരെ സംബന്ധിച്ചിടത്തോളം ആഴത്തിലുള്ള അപഗ്രഥനം അർഹിക്കുന്നു. അദ്ദേഹം എഴുതി:

> വിശ്വാസത്തിന്റെ പാതയിൽ നിങ്ങളെ ദുർബ്ബലമാക്കുന്നതെന്തും, നിങ്ങൾ നടത്തുന്ന മുന്നേറ്റം അവസാനിപ്പിക്കാൻ ആവശ്യപ്പെടുന്നതെന്തും, നിങ്ങളുടെ ഉത്തരവാദിത്വത്തെപ്പറ്റി സംശയം ജനിപ്പിക്കുന്നതെന്തും, നിങ്ങളെ ബന്ധിക്കുന്നതോ, പിറകോട്ടുപിടിച്ചുവലിക്കുന്നതോ ആയ എന്തും, സത്യം ഗ്രഹിക്കാനും അംഗീകരിക്കാനും അനുവദിക്കാത്തവിധം നിങ്ങളെ ആകർഷിക്കുന്നതെന്തും, നിങ്ങളെ ന്യായവല്കരണത്തിലേക്കും രാജിയാവാൻ പ്രേരിപ്പിക്കുന്ന വ്യാഖ്യാന കസർത്തുകളിലേക്കും നയിക്കുന്നതെന്തും, നിങ്ങളെ അന്ധരും ബധിരരുമാക്കി തീർക്കുന്ന പ്രേമവും...

അലി ശരീഅത്തിയുടെ സൈദ്ധാന്തിക നിലപാടുകളോട് വിയോ

ജിക്കുന്നവർക്കുപോലും, വിമോചനത്തെക്കുറിച്ചുള്ള അദ്ദേഹത്തിന്റെ സമീപനത്തിലെ വീര്യത്തെ സ്വാഗതം ചെയ്യാൻ കഴിയും. ബൈബിളിനെ ഒരു സമരോപകരണമാക്കി മാറ്റിയ വിമോചന ദൈവശാസ്ത്രപരമായ സമീപനങ്ങളിലും അത്തരമൊരു വിമോചനവീര്യം തന്നെയാണ് തിളച്ചുമറിയുന്നത്. *കമ്യൂണിസം ബൈബിളിൽ* എന്ന പുസ്തകത്തിൽ ജെ പി മിറാൻഡ എഴുതി: യേശു സ്ഥിരീകരിക്കുകയും നമുക്കായി നല്കുകയും ചെയ്ത ആത്യന്തികമായ ഏക മാനദണ്ഡം.

> എനിക്കു വിശന്നു, നിങ്ങൾ ഭക്ഷിക്കാൻ തന്നു; എനിക്കു ദാഹിച്ചു, നിങ്ങൾ കുടിക്കാൻ തന്നു; ഞാൻ പരദേശിയായിരുന്നു, എന്നെ നിങ്ങൾ സ്വീകരിച്ചു; ഞാൻ നഗ്നനായിരുന്നു, എന്നെ നിങ്ങൾ ഉടുപ്പിച്ചു; ഞാൻ രോഗിയായിരുന്നു, നിങ്ങൾ എന്നെ സന്ദർശിച്ചു; ഞാൻ കാരാഗൃഹത്തിലായിരുന്നു, നിങ്ങൾ എന്നെ കാണാൻ വന്നു.

എന്നതാണ്. ഇത് ആത്മീയതയേക്കാൾ ഭൗതികതയ്ക്ക് മുൻഗണന നല്കലാണെങ്കിൽ സ്വയം വേഷമിട്ടിരിക്കുന്ന ആത്മീയത കാടിനുചുറ്റും അടിക്കാതെ തങ്ങളുടെ ആരോപണം യേശുവിന്റെ നേരെതന്നെ തിരിക്കട്ടെ. ഇവിടെ വീണ്ടും നാം കാണുന്നത് എതിരിടൽ ബൈബിളിന്റെ രണ്ട് വ്യാഖ്യാനങ്ങൾ തമ്മിലാണെന്ന കാര്യമത്രെ. അല്ലാതെ ക്രിസ്ത്യാനികളും നിരീശ്വരവാദികളും തമ്മിലല്ല എതിർപ്പ്. ഞങ്ങൾ യേശുവിന്റെ സന്ദേശം പൊടിപ്പും തൊങ്ങലും ചേർക്കാതെ അക്ഷരാർത്ഥത്തിൽ എടുക്കുന്നു എന്നതാണ് സത്യം.

നാല്

അല്ലാഹുവിനും മർദ്ദിതർക്കുമിടയിൽ ഒരു മറയുമില്ലെന്ന് പ്രഖ്യാപിച്ച പ്രവാചകന്റെ സമരോത്സുകമായ പാരമ്പര്യം ഉയർത്തിപ്പിടിക്കാനാണ് ഇസ്ലാമിലെ വിമോചന ദൈവശാസ്ത്രജ്ഞന്മാർ പൊരുതുന്നത്. മനുഷ്യരെ വിശ്വാസികൾ, അവിശ്വാസികൾ എന്നിങ്ങനെ സങ്കുചിതമായി വിഭജിക്കുന്നതിനു പകരം ചൂഷകർ, ചൂഷിതർ എന്ന ശാസ്ത്രീയ വിഭജനം അംഗീകരിക്കാൻ തങ്ങളുടേതായ നിലപാടുകളിൽ നിന്നുകൊണ്ട് വിമോചന ദൈവശാസ്തത്രജ്ഞന്മാർ സന്നദ്ധരായിരിക്കുന്നു. പരലോകത്തിലെ പറുദീസയിൽ ആരൊക്കെ പ്രവേശിക്കുമെന്നതിനെക്കുറിച്ച് ചർച്ച ചെയ്യുന്നതിനു പകരം എന്തുകൊണ്ട് മനുഷ്യർ ജീവിക്കുകയും മരിക്കുകയും ചെയ്യുന്ന നമ്മുടെ പ്രിയപ്പെട്ട ഭൂമിയെത്തന്നെ ഒരു പറുദീസയാക്കി മാറ്റിക്കൂടാ എന്നവർ ചോദിക്കുന്നു.

സ്തോത്രത്തിന്റെ സാമഗീതത്തിനുപകരം വിമോചന ദൈവശാസ്ത്ര ഗ്രന്ഥങ്ങളിൽനിന്നും സമരത്തിന്റെ രൗദ്ര ഗീതങ്ങളാണ് കേൾക്കുന്നത്. മർദ്ദിതന്റെ നിലപാടിൽ നിന്നുകൊണ്ട് മതതത്ത്വങ്ങളെ ഉൾക്കൊ

ള്ളുന്ന ദൈവശാസ്ത്രജ്ഞൻ സ്വന്തം വർഗ്ഗ പക്ഷപാതം മറച്ചുവെക്കുന്നവരല്ല. ഖുർആനിലും ഹദീസിലും പ്രകടമാവുന്ന മർദ്ദിത പക്ഷപാതത്തെത്തന്നെയാണ് അവർ തങ്ങളുടെ കാഴ്ചപ്പാടുകൾക്കടിസ്ഥാനമായി സ്വീകരിക്കുന്നത്. "മർദ്ദിതരെ സഹായിക്കുവാനും അവരെ മാനവരാശിയുടെ നേതൃസ്ഥാനത്തേക്ക് ഉയർത്തുവാനും ഭൂമിയിൽ അധികാരവും മഹത്തായ പൈതൃകവും അവർക്ക് സമ്മാനിക്കുവാനും നാം (അല്ലാഹു) ആഗ്രഹിച്ചു. (*ഖുർആൻ*) "നിങ്ങളെന്നെ ദുർബ്ബലരുടേയും ദരിദ്രരുടേയും ഇടയിൽ അന്വേഷിക്കുക. തീർച്ചയായും നിങ്ങൾക്ക് സഹായം നല്കപ്പെടുന്നത് നിങ്ങളുടെ ഇടയിലുള്ള ബലഹീനർ നിമിത്തമാണ്." (ഹദീസ്) ഏത് സമ്പാദ്യമണ് കൂടുതൽ പരിശുദ്ധമായിട്ടുള്ളതെന്ന് ഒരു 'സഹാബി' ചോദിക്കുകയും മനുഷ്യർ കൈകൊണ്ട് സമ്പാദിച്ചതെന്ന് നബി മറുപടി പറയുകയും ചെയ്തു എന്ന് ബുഖാരി ചൂണ്ടിക്കാട്ടുന്നു. ഏതെങ്കിലും രീതിയിൽ അദ്ധ്വാനിക്കാത്ത ഒരാളെയും പ്രവാചകനായി അല്ലാഹു നിയമിക്കുകയുണ്ടായില്ല. 'ആടുകളെ മേച്ചിട്ടില്ലാത്ത ഒരു പ്രവാചകനേയും അല്ലാഹു നിയോഗിച്ചിട്ടില്ല' എന്നത്രേ പ്രവാചക വചനം.

അദ്ധ്വാനിക്കുന്നവർ അനുഭവിക്കുന്ന ദുരിതങ്ങളവസാനിപ്പിക്കാനുള്ള ആലോചനയ്ക്കാണ് വിമോചന ദൈവശാസ്ത്രം മുൻഗണന നല്കുന്നത്. മനുഷ്യർ സമ്പത്തിന്റെ നടുവിൽ ദരിദ്രരായി നില്ക്കുന്ന ഒരു സാമൂഹ്യ വ്യവസ്ഥയ്ക്ക് പിന്തുണ നല്കിക്കൊണ്ട് 'അല്ലാഹു മഹാനാണെന്ന്' വാഴ്ത്തുന്നത് കാപട്യമല്ലേയെന്ന് വിമോചന ദൈവശാസ്ത്രം ചോദിക്കുന്നു. 'ഏതൊരാൾ മനുഷ്യരോടു നന്ദി കാണിക്കുന്നില്ലയോ, അയാൾ അല്ലാഹുവിനോടും നന്ദി കാണിക്കുന്നില്ല' (ഹദീസ്) ചൂഷക വ്യവസ്ഥയോട് കൂറു പുലർത്തുകയും അതേസമയം വിശ്വാസിയാവുകയും ചെയ്യുകയെന്നത് അസാദ്ധ്യമാവുന്നു. നിങ്ങളുടെ അടുത്ത ബന്ധുവിനെതിരായാൽ പോലും 'സംസാരിക്കുമ്പോൾ നീതിപൂർവ്വം സംസാരിക്കുക' എന്നാകുന്നു ഖുർആന്റെ ഉദ്ബോധനം. നീതിയുടെ താഴെ സ്വന്തം ജീവരക്തം കൊണ്ട് ഒപ്പുവയ്ക്കാനാവശ്യപ്പെടുന്ന ഒരു മതത്തെ അനീതി ആധിപത്യം പുലർത്തുന്ന ഒരു ലോകത്തിൽ എങ്ങനെ വിശദീകരിക്കുമെന്നതാണ് സകല ദൈവശാസ്ത്രജ്ഞന്മാരും പൊതുവിൽ നേരിടുന്ന പ്രശ്നം. സാമ്പ്രദായിക ദൈവശാസ്ത്രജ്ഞന്മാരോട് വിമോചന ദൈവശാസ്ത്രജ്ഞർ കണക്കു തീർക്കുന്ന മണ്ഡലവും മറ്റൊന്നല്ല.

ഇസ്ലാമിന്റെ അടിസ്ഥാനപ്രമാണമായ 'തൗഹീദ്' (ഏകദൈവ വിശ്വാസം) മുതൽ പരലോക ജീവിതത്തിന്റെ ഭാഗമായ സ്വർഗ്ഗ നരകങ്ങളെ വരെ അവർ പുനർ വിശകലനത്തിന് വിധേയമാക്കുന്നു. സ്വർഗ്ഗം ഇസ്ലാം മതം അനുശാസിക്കുന്ന ആചാരങ്ങൾ പാലിച്ച് ജീവിക്കുന്ന മുസ്ലിങ്ങൾക്ക് മരണാനന്തരം കിട്ടുന്ന സമ്മാനമാണെന്നും നരകം ബാക്കി വരുന്ന സകലർക്കുമായി സംവരണം ചെയ്യപ്പെട്ട ശിക്ഷാകേന്ദ്രമാണെന്നും പ്രചരിപ്പിക്കുന്ന മത യാഥാസ്ഥിതികത്വം *ഖുർആനി*ലെ അദ്ധ്യാപനങ്ങളെത്തന്നെയാണ് അവഹേളിക്കുന്നത്. *ഖുർആൻ* പറയുന്നു: 'ഏഷണി കൂട്ടുകയും

പരദൂഷണം പറയുകയും ചെയ്യുന്നവർക്കൊക്കെ വമ്പിച്ച നാശം! സമ്പത്തു കൂട്ടിവച്ചുണ്ണുന്നവൻ! സമ്പത്ത് തന്നെ ശാശ്വതനാക്കുമെന്ന വൻ കരുതുന്നു. ഇല്ല! നിശ്ചയം, അവൻ 'ഹൂതമത്തിൽ' എറിയപ്പെടുക തന്നെ ചെയ്യും. നിനക്കറിയാമോ 'ഹൂതമത്ത്' എന്താണെന്ന്? അല്ലാഹു വിന്റെ ആളിപ്പടരുന്ന അഗ്നി! അത് കരളുകളിൽ കത്തിപ്പടരും. നിശ്ചയം, മതപണ്ഡിതരിലും പുരോഹിതരിലും അധികം പേരും ജനങ്ങളുടെ ധനം അന്യായമായി തിന്നുന്നു. അവർ അല്ലാഹുവിന്റെ മാർഗ്ഗത്തിൽ നിന്ന് ജന ങ്ങളെ തടയുകയും ചെയ്യുന്നു. ദൈവമാർഗ്ഗത്തിൽ ചെലവഴിക്കാതെ പൊന്നും വെള്ളിയും കൂട്ടിവയ്ക്കുന്നവർക്ക് വേദനാജനകമായ ശിക്ഷ യെക്കുറിച്ചുള്ള ശുഭവൃത്താന്തമറിയിക്കുക! ദൈവം ആത്യന്തിക നന്മയും ഭക്തൻ നീതിമാനുമാണെന്ന് അംഗീകരിക്കുന്നവർക്ക് ഒരു ചൂഷക സമു ദായത്തിൽ തങ്ങളുടെ മുഖ്യ ചുമതല ചൂഷക വിരുദ്ധ പോരാട്ടത്തിൽ പങ്കെടുക്കലാണെന്ന് സമ്മതിക്കാതിരിക്കാനാവില്ല. "അനാഥകളുടെ മുതൽ അക്രമമായി തിന്നുന്നവർ തീയാണ് തിന്നുന്നത്. ജ്വലിക്കുന്ന തീയിലവർ പതിക്കുകയും ചെയ്യും" എന്ന ഖുർആന്റെ മുന്നറിയിപ്പിനെ ഒരു യഥാർത്ഥ മതവിശ്വാസിക്ക് മരണാനന്തര വിഷയമായി എങ്ങനെ മാറ്റിനിർത്താൻ കഴിയും?

അനീതിക്കും മർദ്ദനത്തിനുമെതിരെ വിട്ടുവീഴ്ചയില്ലാത്ത നിലപാടു പുലർത്തുന്ന *ഖുർആനെ* അമൂർത്തമായ വിശ്വാസത്തിന്റെ മണ്ഡലത്തി ലേക്ക് മാറ്റി നിർത്താനാണ് മത യാഥാസ്ഥിതികത്വം ശ്രമിക്കുന്നത്. അവർക്ക് 'കാഫിർ' എന്നാൽ അവിശ്വാസിയാണ്. വിമോചന ദൈവശാ സ്ത്രത്തെ സംബന്ധിച്ചിടത്തോളം 'കഫർ' (അവിശ്വാസം) എന്നാൽ വെറും ദൈവനിഷേധമല്ല. സാമൂഹ്യോത്തരവാദിത്വത്തിൽനിന്നും മാറി നില്ക്കലാണ്. ഇസ്ലാമിക വിമോചന ദൈവശാസ്ത്രത്തിന്റെ ശക്തനായ വക്താവായ അസ്ഗർ അലി എഞ്ചിനീയർ, ചൂഷണമുക്തമായ ഒരു സമൂ ഹത്തിന്റെ പിറവിയുമായി ബന്ധിപ്പിച്ചുകൊണ്ടാണ് ഇസ്ലാം മതതത്ത്വ ങ്ങളെ വിശദീകരിക്കുന്നത്. അദ്ദേഹത്തിന്റെ കാഴ്ചപ്പാടനുസരിച്ച് 'ദൈവ രാജ്യമെന്നത് ഒരമൂർത്തസങ്കല്പമല്ല. മനുഷ്യജീവിതം സമാധാന ത്തിന്റേയും സന്തോഷത്തിന്റേയും സംഗമകേന്ദ്രമാവുമ്പോൾ സംഭവി ക്കുന്ന മൂർത്തമായ യാഥാർത്ഥ്യമാണ്. 'ആഹിറം' എന്നതുകൊണ്ട് സാമ്പ്രദായിക ദൈവശാസ്ത്രജ്ഞന്മാർ ഉദ്ദേശിക്കുന്നത് 'പരലോകം' എന്നാണ്. എന്നാൽ 'ആഹിറ'മെന്നത് നാളെ പിറക്കാൻ പോകുന്ന പര ലോകമല്ലെന്നും ഇപ്പോഴുള്ള ഇഹലോകം തന്നെയാണെന്നും വിമോ ചന ദൈവശാസ്ത്രജ്ഞർ വിശദീകരിക്കുന്നു. ഏത് കർമ്മം ചെയ്യുന്ന വരും അതുണ്ടാക്കാനിടയുള്ള അനുകൂലമോ പ്രതികൂലമോ ആയ അവ സ്ഥകളെ അഭിമുഖീകരിക്കാൻ ബാദ്ധ്യസ്ഥരാണ്. അപ്പോൾ 'ആഹിറ' മെന്നത് ഒരാൾ ചെയ്യുന്ന കർമ്മത്തിന്റെ അനന്തരഫലമല്ലാതെ മറ്റൊ ന്നുമല്ല. ഇതുപോലെ പരലോക ജീവിതത്തിന്റെ ഹൃദയഭാഗമായി കരു തുന്ന 'സ്വർഗ്ഗവും നരകവും' ഇക്ബാൽ സൂചിപ്പിച്ചതുപോലെ ഭിന്നമായ

മാനസികാവസ്ഥകളുടെ ചുരുക്കപ്പേരാണ്. സ്വർഗ്ഗമെന്നത് ഭൗതികമായ അർത്ഥത്തിൽ നന്മകൾ മാത്രം ചെയ്യുന്ന ഒരു വ്യക്തി അതിന്റെ പാരമ്യത്തിൽ സ്വയമനുഭവിക്കുന്ന സുഖാവസ്ഥയുടെ പേരാണ്. നരകമെന്നത് തിന്മകൾമാത്രം ചെയ്യുന്ന ഒരാൾക്ക് അനുഭവപ്പെടുന്ന കുറ്റബോധത്തിന്റെ കരളുരുക്കുന്ന ചൂടാണ്. നരകം വ്യക്തിത്വത്തിന്റെ ശിഥിലീകരണത്തിന്റേയും സ്വർഗ്ഗം ഉദ്ഗ്രഥനത്തിന്റേയും അടിസ്ഥാനത്തിൽ വിശദീകരിക്കുന്ന ശാസ്ത്രീയ സമീപനത്തോടാണ് വിമോചന ദൈവശാസ്ത്രജ്ഞന്മാർ പൊതുവിൽ അടുപ്പം പുലർത്തുന്നത്.

'അന്ത്യദിനത്തിൽ മനുഷ്യൻ സ്വന്തം കർമ്മങ്ങൾ കാണാനായി പറ്റങ്ങളായി പുറത്തുവരും' എന്ന് *ഖുർആൻ* പറയുന്നു. ആചാരങ്ങളെയും അനുഷ്ഠാനങ്ങളെയും വെട്ടിനീക്കി ജീവിതത്തിന്റെ സത്യത്തിൽ തൊട്ടുകൊണ്ട് അത് പ്രഖ്യാപിക്കുന്നു: "വല്ലവനും അണുതൂക്കം നന്മ ചെയ്തിട്ടുണ്ടെങ്കിൽ അവനത് കാണും. വല്ലവനും അണുതൂക്കം തിന്മ ചെയ്തിട്ടുണ്ടെങ്കിൽ അതും അവൻ കാണും".

സമത്വ സുന്ദരമായ ഒരു സമുദായം നിർമ്മിക്കുക എന്ന ഇസ്ലാമിന്റെ അടിസ്ഥാന തത്ത്വത്തിൽ അടിയുറച്ചു നിന്നുകൊണ്ടാണ് അവർ ദൈവവചനങ്ങളെയും മതവുമായി ബന്ധപ്പെട്ട പദാവലികളെയും വിശകലനം ചെയ്യുന്നത്.

ഇസ്ലാം മതത്തിന്റെ അവിഭാജ്യ ഭാഗമായ 'സക്കാത്ത്' അവരുടെ കാഴ്ചപ്പാടിൽ ധനികർ ദരിദ്രർക്ക് നല്കുന്ന ഭിക്ഷയല്ല. അന്നത്തെ സാമൂഹ്യനീതിയുടെ അടിസ്ഥാനത്തിൽ ധനികർക്കുമേൽ ചുമത്തപ്പെട്ട നികുതിയാണ്. പണക്കാരന് സ്വന്തം പ്രതാപം പ്രദർശിപ്പിക്കാനുള്ള അവസരം ഒരുക്കാൻ വേണ്ടിയല്ല, സമൂഹത്തിൽ സമ്പത്തിന്റെ പുനർവിതരണം ഉറപ്പ് വരുത്താൻ വേണ്ടിയാണ് ഇസ്ലാ മതം സക്കാത്ത് നിർബ്ബന്ധമാക്കിയത്. 'ഒരു കാരക്കയുടെ കഷണം ദാനം ചെയ്തിട്ടെങ്കിലും നിങ്ങൾ നരകത്തെ സൂക്ഷിച്ചുകൊൾക' എന്ന നബിയുടെ മുന്നറിയിപ്പിൽ സാമൂഹ്യ അസമത്വത്തിനെതിരെ പൊരുതാനുള്ള ആഹ്വാനമാണ് അടങ്ങുന്നത്. സക്കാത്ത് കൊടുക്കാൻ ഒരു കൂട്ടരെയും, വാങ്ങാൻ വേറൊരു വിഭാഗത്തെയും ശാശ്വതമായി നിലനിർത്തിക്കൊണ്ട് അസമത്വത്തെ ഔദാര്യപൂർവ്വം സംരക്ഷിക്കുകയല്ല യാഥാസ്ഥിതികർ കരുതുന്നതുപോലെ സക്കാത്തുകൊണ്ട് ഉദ്ദേശിക്കുന്നത്. ചൂഷകർ സമുദായത്തിൽനിന്നും കവർന്നെടുക്കുന്ന കൊള്ളമുതലിന്റെ ഒരു പങ്ക് പാവപ്പെട്ടവർക്ക് ആഘോഷപൂർവ്വം വീതിച്ചുകൊടുക്കുന്നത് പലരും പ്രചരിപ്പിക്കുന്നതുപോലെ ജീവകാരുണ്യമല്ല. *ഖുർആൻ* പറയുന്നു: "വിശ്വസിച്ചവരേ! നിങ്ങൾ അദ്ധ്വാനിച്ചു നേടിയതും നാം നിങ്ങൾക്ക് ഭൂമിയിൽ നിന്നുല്പാദിപ്പിച്ചതുമായ നല്ല വിഭവങ്ങൾ ചെലവഴിക്കുവിൻ!" "നല്ല വാക്കും വിട്ടുവീഴ്ചയുമാണ് ദ്രോഹം പിന്തുടരുന്ന ദാനത്തേക്കാളുത്തമം. വിശ്വസിച്ചവരേ, കൊടുത്തതെടുത്തു പറഞ്ഞും മനഃക്ലേശമുണ്ടാക്കിയും നിങ്ങളുടെ ദാനധർമ്മങ്ങൾ നിഷ്ഫലമാക്കിക്കളയരുത്."

...അവന്റെ ഉപമ: ഒരു മിനുത്ത പാറ, പാറമേൽ മണ്ണ്. അതിന്മേൽ പേമാരി വർഷിച്ചു. പാറ മാത്രം അവശേഷിച്ചു. അങ്ങനെയവർ ചെയ്തു വച്ചതൊന്നും അനുഭവിക്കാൻ അവർക്ക് കഴിയുന്നില്ല. എന്നാൽ അല്ലാഹുവിന്റെ പ്രീതി കാംക്ഷിച്ചും തികഞ്ഞ സംതൃപ്തിയോടെയും ധനം ചെലവഴിക്കുന്നവരുടെ ഉപമ: "ഉയർന്ന പ്രദേശത്തൊരു തോട്ടം. അതിന്നു കനത്ത മഴ കിട്ടി. അപ്പോഴത് കായ്കനികൾ ഇരട്ടിയിരട്ടി ഉല്പാദിപ്പിച്ചു. കനത്ത മഴയില്ലെങ്കിൽ അതിന് ചെറുമഴയും പോരും!" മതത്തെ നിഷേധിച്ചവനേ, നീ കണ്ടിട്ടില്ലേ? അനാഥക്കുട്ടികളെ കൈവിട്ടു കളയുന്ന വൻ. അഗതിക്ക് അവന്റെ ആഹാരം നല്കാൻ പ്രേരിപ്പിക്കാത്തവൻ!" *ഖുർആന്റെ* അന്തഃസത്ത വിശദമാക്കുന്ന ഇതുപോലുള്ള 'ആയത്തു'കളുടെ അടിത്തറയിൽ നിന്നുകൊണ്ട് വിമോചന ദൈവശാസ്ത്രജ്ഞൻ പ്രഖ്യാപിക്കുന്നത് ഇസ്ലാം മതം സോഷ്യലിസ്റ്റ് കാഴ്ചപ്പാടുകളോട് അടുത്തുനില്ക്കുന്നു എന്നാണ്. അദ്ധ്വാനത്തിന്റെ അടിസ്ഥാനത്തിലുള്ള ഉടമസ്ഥതാവകാശത്തെ വിമോചന ദൈവശാസ്ത്രം ഉയർത്തിപ്പിടിക്കുമ്പോൾ മത യാഥാസ്ഥിതികത്വം 'സ്വകാര്യ സ്വത്തിനെ' സനാതനവും പാവനവുമായി പരിഗണിക്കുന്നു! 1976 ൽ മക്കയിൽ ചേർന്ന ഇസ്ലാമിക സമ്മേളനം ഇസ്ലാമിന്റെതന്നെ തത്ത്വങ്ങളെ കാറ്റിൽ പറത്തിക്കൊണ്ട് ദേശസാല്ക്കരണത്തെ എതിർക്കുകയാണുണ്ടായത്! ചൂഷണത്തിലൂടെയും ഊഹക്കച്ചവടത്തിലൂടെയും സമ്പാദിക്കുന്ന സ്വത്തിന് ഒരിക്കലും ഇസ്ലാം മതത്തിന്റെ സമ്മതം ലഭിക്കുകയില്ലെന്ന സത്യം മത യാഥാസ്ഥിതികത്വത്തെ സംബന്ധിച്ചിടത്തോളം ഇന്നും അസ്വീകാര്യമാണ്! ഭൂമിയും അതിലെ വിഭവങ്ങളും മനുഷ്യവംശത്തിന്റെ പൊതു സ്വത്താണെന്ന സത്യം മത തത്ത്വങ്ങളുടെ അടിസ്ഥാനത്തിൽ അവതരിപ്പിക്കുന്ന വിമോചന ദൈവശാസ്ത്രം മത തത്ത്വങ്ങളുടെ മറവിൽ നിന്നുകൊണ്ട് സ്വത്തുടമാവ്യവസ്ഥയെ സേവിക്കുന്നവരെ നടുക്കം കൊള്ളിക്കാതിരിക്കുകയില്ല. വിവിധ മതങ്ങൾക്കകത്ത് നടന്നുകൊണ്ടിരിക്കുന്ന വർഗ്ഗസമരം ഏതെങ്കിലും ചില മതങ്ങളുടെ സ്വകാര്യ വിഷയമായി ചുരുങ്ങിക്കൂടാ. സാമൂഹ്യ വികാസത്തെക്കുറിച്ച് ഉല്ക്കണ്ഠ പുലർത്തുന്ന സകലരുടെയും ആലോചനാ വിഷയമായി അത് വളരേണ്ടിയിരിക്കുന്നു.

അഞ്ച്

സ്ത്രീപുരുഷ ബന്ധത്തെക്കുറിച്ചുള്ള ഇസ്ലാമിക കാഴ്ചപ്പാടിനെ വികലവും വികൃതവുമാക്കുന്നവർക്കെതിരെ വിമോചന ദൈവശാസ്ത്രം മുന്നറിയിപ്പ് നല്കുന്നു. 'വാരിയെല്ല്' കഥയ്ക്കും ബഹുഭാര്യത്വ കോലാഹലങ്ങൾക്കുമിടയിലിട്ട് യാഥാസ്ഥിതികത്വം 'ചതച്ചുകൊന്ന' സ്ത്രീ-പുരുഷ സമത്വം എന്ന ആശയത്തോട് *ഖുർആൻ* പുലർത്തുന്ന നിലപാട് ഇന്നുയർത്തിപ്പിടിക്കുന്നത് വിമോചന ദൈവശാസ്ത്രം മാത്രമാണ്. സ്ത്രീക്കും പുരുഷനും ഇസ്ലാമിക അദ്ധ്യാപനമനുസരിച്ച് തുല്യ ഉത്ത

രവാദിത്വവും തുല്യപദവിയുമാണുള്ളത്. ഖുർ-ആൻ പറയുന്നു: "പുരുഷൻ അദ്ധ്വാനിച്ച് നേടിയത് അവർക്കാണ്. സ്ത്രീകൾ അദ്ധ്വാനിച്ച് നേടിയത് അവർക്കുമാണ്." ഒരു പുരുഷാധിപത്യ സമുദായത്തിൽ സ്ത്രീക്കുണ്ടാവുന്ന വിധേയത്വത്തെ എന്നത്തേക്കുമുള്ള തത്ത്വമാക്കി മാറ്റുകയാണ് മത യാഥാസ്ഥിതികത്വം ചെയ്യുന്നത്. സ്ത്രീയെ അപേക്ഷിച്ച് പുരുഷന് ചില മേന്മകൾ നല്കിയിട്ടുണ്ടെന്ന ഖുർആൻ വചനത്തെ യാഥാസ്ഥിതികത്വം കേവലമായി കൊണ്ടാടുകയും തങ്ങളുടെ നിലപാടിന്റെ ശരി തെളിയിക്കാനുള്ള താക്കോൽ വാക്യമായി താലോലിക്കുകയും ചെയ്യുന്നു. എന്നാൽ വിമോചന ദൈവശാസ്ത്രജ്ഞർ ഖുർആനിലെ വചനങ്ങളെ കേവലമായി കാണുന്ന സമീപനത്തെ സ്വീകരിക്കുന്നില്ല. അവരുടെ അഭിപ്രായത്തിൽ *ഖുർആനി*ലെ വചനങ്ങളിൽ ചിലത് ഒരു നീതിനിഷ്ഠ സമുദായത്തെക്കുറിച്ചുള്ള ഇസ്ലാംമതത്തിന്റെ ആദർശവുമായി ബന്ധപ്പെട്ട മാനദണ്ഡങ്ങളെ വെളിപ്പെടുത്തുന്നതാണ്. സമാധാനവും സ്നേഹവും സ്ത്രീ-പുരുഷ സമത്വവും പുലരുന്ന നീതിനിഷ്ഠമായ ഒരു സമുദായത്തിന്റെ പിറവിയാണ് *ഖുർആനിൽ* പ്രകാശിതമായിട്ടുള്ള "പ്രമാണാധിഷ്ഠിത വചനങ്ങളുടെ" (Normative Versus) ആത്യന്തിക ലക്ഷ്യം, തിന്മയുടെ രൂക്ഷത കുറയ്ക്കുന്നതിനെക്കുറിച്ചല്ല, അതിനെ വേരോടെ പിഴുതു മാറ്റുന്നതിനെക്കുറിച്ചാണ്; 'പാപി'കളുമായി മുന്നണി ഉണ്ടാക്കാനല്ല, അവർക്കെതിരെ പൊരുതാനാണ് *ഖുർആൻ* പഠിപ്പിക്കുന്നത്. "നീ കണ്ടില്ലേ, അല്ലാഹു ഉപമിച്ചത്. "നല്ല വചനം നല്ല വൃക്ഷം പോലെയാണ്. അത് വേരുറച്ചതും അതിന്റെ ശാഖകൾ ആകാശത്തിൽ പടർന്നതുമാണ്. ദൈവാനുമതിയോടെ അതെന്നും ഫലം നല്കുന്നു. ചീത്ത വചനം ചീത്ത വൃക്ഷത്തെപ്പോലെയാണ്. ഭൂമിയിൽ നിന്നത് പിഴുതെറിയപ്പെടും. അതിന് നിലനില്പില്ല. പുണ്യത്തിലും ദൈവഭക്തിയിലും അന്യോന്യം സഹകരിക്കുക, പാപത്തിലും അതിക്രമത്തിലും സഹകരിക്കാതിരിക്കുക. (ഖുർആൻ) ഇത്തരം വചനങ്ങൾ കാല ദേശ ഭേദമെന്യേ മനുഷ്യവംശത്തെ സംബന്ധിച്ചിടത്തോളം പ്രസക്തമാണ്.

എന്നാൽ *ഖുർആനിൽ* അത് ആവിർഭവിച്ച കാലത്തിന് മാത്രം ബാധകമായ വചനങ്ങളുണ്ട്. അവയ്ക്ക് അവ പിറന്ന സാമൂഹ്യ അവസ്ഥയിൽ നിന്നും വേറിട്ടുള്ള ഒരു അർത്ഥവുമില്ല. അടിമയുടെ സംരക്ഷണം ഉടമയുടെ നീതിബോധത്തിന് വിട്ടുകൊടുക്കുമ്പോഴും സ്ത്രീയുടെ ചുമതല പുരുഷനെ ഏല്പിക്കുമ്പോഴും *ഖുർആൻ* അടിമ -ഉടമ സാമൂഹ്യ ഘടനയ്ക്കകത്ത് പ്രതീക്ഷിക്കാവുന്ന പരമാവധി നീതിയെക്കുറിച്ചാണ് സൂചിപ്പിക്കുന്നത്. സാമൂഹ്യ സന്ദർഭങ്ങളുമായി ബന്ധപ്പെട്ട ഇത്തരം വചനങ്ങളെ (Contextual Versus) കേവലമായി കൊണ്ടാടാനാണ് യാഥാസ്ഥിതികത്വം ശ്രമിക്കുന്നത്. ചരിത്ര സന്ദർഭം വ്യത്യസ്തമായിത്തീരുന്നതോടെ ഇത്തരം "സന്ദർഭാധിഷ്ഠിത വചനങ്ങൾ (Contextual Versus) അപ്രസക്തമാകാതെ വയ്യ. ഈ ചരിത്ര യാഥാർത്ഥ്യത്തോടാണ് യാഥാസ്ഥിതികത്വം 'കുരിശു യുദ്ധം' നടത്തുന്നത്. സ്ത്രീയും പുരുഷനും

സ്വന്തം പ്രയത്നത്തിന്റെ അടിസ്ഥാനത്തിൽ ജീവിക്കാനാരംഭിക്കുമ്പോൾ അവർക്കിടയിൽ ഇപ്പോഴുള്ള അസമത്വം അവസാനിക്കുമെന്ന മൗലാന അബ്ദുൾകലാം ആസാദിന്റെ അഭിപ്രായം യാഥാസ്ഥിതികത്വത്തിന് ഒരിക്കലും സ്വീകാര്യമാവില്ല. മനുഷ്യ ജീവിതത്തിന്റെ ഭാഗധേയം രൂപീകരിക്കുന്നതിൽ സാമൂഹ്യ സാഹചര്യത്തിനുള്ള പ്രാഥമിക പങ്ക് അവഗണിക്കുന്ന പരമ്പരാഗത മതചിന്ത മൗലികമായി മനുഷ്യദ്രോഹത്തിന്റെ മാർഗ്ഗമാണ് ഇപ്പോഴും പിന്തുടരുന്നത്.

ഇസ്ലാം മതത്തിന്റെ വളർച്ചയുടെ ആദ്യ ഘട്ടത്തിൽത്തന്നെ വിമോചന ദൈവശാസ്ത്രവുമായി 'അവികസിതമായ' അക്ഷരത്തിൽ ബന്ധിപ്പിക്കാവുന്ന 'മുഅ്തസില'കളും, ഇസ്മായിലി'കളും 'ഖറായിത'കളും, 'ഖലാരിജൈറ്റു'കളും ഉണ്ടായിരുന്നു. എന്നാലവയൊന്നും ബഹുജനങ്ങളെ ആഴത്തിൽ ഇളക്കിമറിക്കാൻ കഴിയുന്ന ബഹുജനപ്രസ്ഥാനങ്ങളായി വളരുകയുണ്ടായില്ല. ആധുനിക ഇസ്ലാമിക വിമോചന ദൈവശാസ്ത്രത്തെ സംബന്ധിച്ചിടത്തോളം, ഒരു പരിധിവരെയെങ്കിലും അവരുടെ മുൻഗാമികളായി പരിഗണിക്കാവുന്ന യാഥാസ്ഥിതിക വിരുദ്ധ പ്രസ്ഥാനങ്ങൾക്ക് സംഭവിച്ച പതനത്തിൽനിന്നും പാഠങ്ങൾ ഉൾക്കൊള്ളാനുള്ള ബാദ്ധ്യതയുണ്ട്. ഇന്ന് ഇന്ത്യയിൽ ഇസ്ലാമിക വിമോചന ദൈവശാസ്ത്രം നേരിടുന്ന പ്രതിസന്ധി സൈദ്ധാതിക മണ്ഡലത്തിൽനിന്നും ഉണ്ടാകുന്നതല്ല. പ്രായോഗിക പ്രശ്നങ്ങളുമായി ബന്ധപ്പെട്ടതാണ്. സൈദ്ധാന്തിക സംവാദങ്ങൾ നടത്തുന്നതിനു പകരം 'ഹദ്ദടി' കല്പിക്കുന്ന യാഥാസ്ഥിതിക മത നേതൃത്വം വിമോചന ദൈവശാസ്ത്ര നിലപാടുകൾ സ്വീകരിക്കുന്നവരെ വെറുതെ വിടുകയില്ല!

ജനകീയ ജനാധിപത്യ പ്രസ്ഥാനങ്ങളോടൊപ്പം ബഹുജന സമരങ്ങളിലും നവ വികസന പ്രവർത്തനങ്ങളിലും നിരന്തരം പങ്കെടുത്തുകൊണ്ടുമാത്രമേ വിമോചന ദൈവശാസ്ത്രം സ്വീകരിക്കുന്നവർക്ക് മത യാഥാസ്ഥിതികത്വത്തിന്റെ മതിൽക്കെട്ടുകൾ തകർത്തുകൊണ്ട് മുന്നോട്ട് പോകാനാവുകയുള്ളൂ. 'അമൂർത്തമായ മോക്ഷത്തിനു പകരം മൂർത്തമായ മോചനം' മുന്നോട്ടുവെക്കുന്ന വിമോചന ദൈവശാസ്ത്രത്തിന് ഒരു ചാരുകസേര ദർശനമായി ചുരുങ്ങാനാവില്ല. അഥവാ അങ്ങനെ സംഭവിച്ചാൽ അതൊരിക്കലും ജന ജീവിതത്തെ ചലിപ്പിക്കുന്ന ഒരു വിമോചന പ്രസ്ഥാനമായി വളരുകയുമില്ല.

ആറ്

'ഞാൻ ആത്മത്യാഗത്തിനും ചിലപ്പോൾ രക്തസാക്ഷിത്വത്തിനും ധീരതയ്ക്കും മരണത്തിനും ആഹ്വാനം നല്കിയിട്ടുണ്ട്. വിപ്ലവകരമായ ഒരാശയത്തിനുവേണ്ടി ജീവൻ ത്യജിക്കുന്നതും മരിച്ചേക്കാം എന്നറിഞ്ഞുകൊണ്ട് പോരാടുന്നതും മനുഷ്യന്റെ മഹത്തായ മേന്മയായി ഞാൻ കണക്കാക്കുന്നു. മരണാനന്തരം ഒന്നും ഇല്ലെന്ന് അറിയാമെങ്കിലും, പ്രതി

ഫലമോ ശിക്ഷയോ പ്രതീക്ഷിക്കാതെ, ആ വ്യക്തി തന്റെ ജീവൻ ഉൾപ്പെടെ എന്തും ത്യജിച്ചുകൊണ്ട് തന്റെ ആശയത്തെ, ധാർമ്മിക മൂല്യത്തെ ശക്തമായി കാത്തുരക്ഷിക്കുന്നു' (കാസ്ട്രോ). ഇന്ത്യൻ സ്വാതന്ത്ര്യസമരചരിത്രത്തിലെ ഇതിഹാസമായി മാറിയ ഭഗത്സിങ് കഴുമരത്തിന്റെ ചാരനിഴലിൽ നിന്നുകൊണ്ട് ഇങ്ങനെ പ്രഖ്യാപിച്ചു:

> വിശ്വാസം വൈഷമ്യത്തിന്റെ കാഠിന്യം കുറയ്ക്കുന്നു. ചിലപ്പോൾ അതിനെ സുഖകരമാക്കിയെന്നുപോലും വരാം. ദൈവത്തിൽ മനുഷ്യനു വളരെ ശക്തമായ ആശ്വാസവും ആലംബവും കണ്ടെത്താനാവും. കൊടുങ്കാറ്റുകളുടെയും ചുഴലിക്കാറ്റുകളുടെയും നടുവിൽ സ്വന്തം കാലിൽ നില്ക്കുകയെന്നത് കുട്ടിക്കളിയല്ല... പക്ഷേ, എനിക്കെന്താണ് പ്രതീക്ഷിക്കാനുള്ളത്. കൊലക്കയർ എന്റെ കഴുത്തിലിടുകയും കാൽച്ചുവട്ടിൽനിന്ന് പലക തട്ടിനീക്കുകയും ചെയ്യുന്ന നിമിഷം എന്റെ അന്ത്യനിമിഷമായിരിക്കുമെന്ന്- അതാവും അവസാന നിമിഷമെന്ന്- എനിക്കറിയാം. ഞാൻ- കൂടുതൽ കൃത്യമായി, ആദ്ധ്യാത്മിക ഭാഷയിൽ പറഞ്ഞാൽ, എന്റെ ആത്മാവ് - അതോടെ തീരും. അപ്പുറമൊന്നുമില്ല. അത്ര മഹത്തരമൊന്നുമല്ലാത്ത അന്ത്യത്തോടുകൂടിയ ഹ്രസ്വമായ ഒരു സമര ജീവിതമായിരിക്കും- അതിനെ ആ വെളിച്ചത്തിൽ കാണാനുള്ള ധൈര്യം എനിക്കുണ്ടെങ്കിൽ- എനിക്കുള്ള പാരിതോഷികം. അത്രമാത്രം. യാതൊരു സ്വാർത്ഥതാല്പര്യവുമില്ലാതെ, ഇഹലോകത്തിലോ, പരലോകത്തിലോ പ്രതിഫലം ലഭിക്കുമെന്ന ആശകൂടാതെ, തികച്ചും നിസ്വാർത്ഥമായിട്ടാണ് സ്വാതന്ത്ര്യമെന്ന ലക്ഷ്യത്തിനുവേണ്ടി ഞാനെന്റെ ജീവിതം ഉഴിഞ്ഞുവെച്ചത്. കാരണം, എനിക്ക് മറ്റൊരു വിധത്തിൽ പ്രവർത്തിക്കാൻ സാദ്ധ്യമല്ലായിരുന്നു. ഇത്തരത്തിൽ ചിന്തിക്കുന്ന- മാനവരാശിയുടെ സേവനത്തിനും കഷ്ടപ്പെടുന്ന മനുഷ്യവർഗ്ഗത്തിന്റെ മോചനത്തിനുമല്ലാതെ മറ്റൊന്നിനും സ്വയം അർപ്പിക്കാൻ കഴിയാത്ത- ധാരാളം സ്ത്രീപുരുഷന്മാർ എന്നുണ്ടാകുന്നോ അന്നായിരിക്കും സ്വാതന്ത്ര്യത്തിന്റെ യുഗം ഉദയം ചെയ്യുന്നത്.

ആരാണ് യഥാർത്ഥത്തിൽ 'ധാർമ്മിക മൂല്യ'ത്തെ ധീരമായി കാത്തുരക്ഷിക്കുന്നത്? ഒന്നും കിട്ടില്ലെന്നറിഞ്ഞുകൊണ്ട് സർവ്വം ത്യജിക്കാൻ ഒരു മനുഷ്യൻ സന്നദ്ധമാവുന്ന അത്യപൂർവ്വ സന്ദർഭങ്ങളിലാണ് 'ധർമ്മം' തിളങ്ങുന്നത്. ജീവിച്ചിരിക്കുന്ന മനുഷ്യരോട് മാത്രമല്ല, മരിച്ചുപോയവരോടും ഇനിയും പിറക്കാനിരിക്കുന്നവരോടും, പ്രകൃതിയിലെ സമസ്ത പ്രതിഭാസങ്ങളോടും, ഉത്തരവാദിത്വപൂർവ്വം നിങ്ങളിൽ ഞങ്ങളും ഞങ്ങളിൽ നിങ്ങളും ഉൾപ്പെട്ടിരിക്കുന്നു എന്ന അഗാധമായ തിരിച്ചറിവാണ് ഒരു മനുഷ്യന്റെ ജന്മത്തെ പ്രകാശപൂർണ്ണമാക്കുന്നത്. മതരഹിതരുടെ ആത്മസമർപ്പണത്തിന് മതവിശ്വാസികളുടെ ആത്മസമർപ്പണത്തേക്കാൾ

എന്തുകൊണ്ടും മഹത്വം കൂടും. മരണാനന്തരം ഒന്നും പ്രതീക്ഷിക്കാതെയാണ് മതരഹിതർ സ്വന്തം പ്രാണൻ സാമൂഹിക പ്രവർത്തനത്തിന്റെ സമരഭൂമിക്ക് പകുത്തുകൊടുക്കുന്നത്. കഴുമരത്തിൽ നിന്നവർ സ്വന്തം അസ്തിത്വത്തിന്റെ ചെറുവൃത്തത്തിൽവെച്ചെങ്കിലും കാണുന്നത് വാപിളർന്നുനില്ക്കുന്ന ഭീമാകാരമായ ഒരു നിശ്ശൂന്യതയെയാണ്. വിശ്വാസികളാവട്ടെ, കഴുമരത്തിലായിരിക്കുമ്പോഴും, മറ്റൊരനശ്വരലോകത്തിന്റെ നിറസമൃദ്ധിയിലാണ്. ചെയ്യുന്ന ഓരോ സത്കർമ്മത്തിനും അവർക്ക് പാരിതോഷികങ്ങളും സ്വീകരണങ്ങളുമുണ്ട്. അവർ നിർവ്വഹിക്കുന്ന ഓരോ നന്മയ്ക്ക് പിറകിലും ധാർമ്മിക പ്രചോദനത്തിന്റെയെന്നപോലെ ഭൗതിക പ്രചോദനത്തിന്റെയും ആശ്ലേഷമുണ്ട്. എന്നാൽ മതരഹിതർ ഭഗത്സിങ് വ്യക്തമാക്കിയപോലെ, മരണാനന്തരം 'മറുലോകത്തിൽ' യാതൊന്നും പ്രതീക്ഷിക്കാതെയാണ് നാളെ നന്മ പൂക്കുമെന്നവർ പ്രതീക്ഷിക്കുന്ന ഒരു പുതിയ ലോകത്തിന് തങ്ങളെത്തന്നെ പകുത്തുകൊടുക്കുന്നത്. സമ്മാനങ്ങളും സ്വീകരണങ്ങളും സൗകര്യങ്ങളുമില്ലാതിരുന്നിട്ടും, നന്മ ചെയ്യുന്നവരും മരണാനന്തരം സൗകര്യങ്ങളുടെയോ, സ്വസ്ഥതയുടെയോ ലോകം ഉറപ്പിക്കാൻ, നന്മയിൽ ഉറച്ചുനില്ക്കുന്നവരും തമ്മിലുള്ള യഥാർത്ഥ വ്യത്യാസം ആഴത്തിൽ തിരിച്ചറിയാൻ ശ്രമിക്കാത്തതുകൊണ്ടാണ്, ഭൗതികവാദികളെല്ലാം മൂല്യരഹിതരാണെന്ന് ചിലർ വാദിക്കുന്നത്. സത്യത്തിൽ അഗാധമതവിശ്വാസം പകർന്നുനല്കുന്ന ഉദാത്തമായ കാരുണ്യത്തിലേക്കുയരാൻ അവർക്കു കഴിഞ്ഞിരുന്നെങ്കിൽ, അവിശ്വാസികൾ എന്നവർ ആക്ഷേപിക്കുന്ന ഭൗതികവാദികളുടെ വലിയ നന്മകളെ വാഴ്ത്താൻ അവർക്കു കഴിയുമായിരുന്നു.

വിശ്വാസം അന്ധവിശ്വാസം സന്ദേഹം

ഒന്ന്

ആയിരത്തി എണ്ണൂറ്റി തൊണ്ണൂറിൽ ഇന്ത്യയുടെ പടിഞ്ഞാറൻ സംസ്ഥാനങ്ങളിൽ മാരകമായ പ്ലേഗ്ബാധയുണ്ടായി. ആയിരക്കണക്കിനാളുകൾ മരിച്ചു. രോഗം പരത്തുന്ന എലികളെ നശിപ്പിക്കാനുള്ള ബ്രിട്ടീഷ് ഗവൺമെന്റിന്റെ യത്നങ്ങളോട് നാട്ടുകാർ സഹകരിച്ചില്ല. ഗണേശന്റെ വാഹനമാണല്ലോ എലി. (ശശി തരൂർ). എന്നാൽ 1995ൽ ഗണേശൻ പാല് കുടിക്കുന്നത് ഒരു ലോകവാർത്തയായി വളരുന്നതാണ് നാം കണ്ടത്.

പുരുഷന്മാരെ അപേക്ഷിച്ച് സ്ത്രീകൾക്ക് പല്ല് കുറവാണെന്ന് ആധികാരികമായി അരിസ്റ്റോട്ടിൽ പ്രസ്താവിച്ചു. രണ്ട് ഭാര്യമാരുണ്ടായിരുന്ന അരിസ്റ്റോട്ടിൽ അതിൽ ആരുടെയെങ്കിലും പല്ല് എണ്ണിനോക്കിയിരുന്നെങ്കിൽ, ഇത്തരമൊരസംബന്ധം അവതരിപ്പിക്കുമായിരുന്നില്ലെന്ന് റസ്സൽ പരിഹസിച്ചു. പതിമൂന്ന് അപകടകരമായ അക്കമായതിനാൽ(!) ചിലരിപ്പോഴുമതിനെ അകറ്റിനിർത്തുന്നു. മുറികൾക്ക് നമ്പറിടുമ്പോൾപോലും പന്ത്രണ്ട് കഴിഞ്ഞാൽ പതിനാലാണ്! 'പതിമൂന്ന് അപകടമാണെങ്കിൽ അതിന്റെ ഇരട്ടിയായ ഇരുപത്താറ്, ഇരട്ടി അപകടകരമല്ലേ' എന്ന വോൾട്ടയറുടെ ചോദ്യം ഇന്നും, പതിമൂന്ന് പേടിക്കാരെ പരിഹസിച്ചുകൊണ്ടിരിക്കുന്നു.

ഇന്നത്തെ അപേക്ഷിച്ച് അറിവും തിരിച്ചറിവും കുറഞ്ഞകാലത്താണ് ഇത്തരം അന്ധവിശ്വാസങ്ങളും അതിനെ പരിഹസിക്കുന്ന അന്വേഷണങ്ങളും നിലനിന്നതെന്ന് മറക്കരുത്. ജീവിതത്തിന്റെ കാർമേഘാവൃതമായ

ആകാശത്തിൽ യുക്തിയുടെ സൂര്യൻ അല്പാല്പമായി അന്നും ഉദിച്ചിരുന്നു. ഇന്ത്യയിൽ ജ്യോതിഷം ജ്വലിച്ചുനിന്ന കാലത്തുപോലും ബുദ്ധൻ മുതൽ വിവേകാനന്ദൻവരെയുള്ളവർ അതിന്റെ പൊള്ളയായ അവകാശവാദങ്ങളെ കടന്നാക്രമിച്ചിരുന്നു. ബലമായിട്ടല്ല മറിച്ചൊരു ബലഹീനതയായിട്ടാണ് അവരതിനെ കണ്ടത്. വിശ്വാസത്തിലല്ല അന്ധവിശ്വാസത്തിലാണത് ഉൾപ്പെടുത്തപ്പെട്ടത്.

എന്നാലിന്ന്, എനിക്കിത്തിരി മന്ത്രവാദവും ജ്യോതിഷവുമൊക്കെയുണ്ട്, ഞാനിത്തിരി മോഡേൺ ആണ് എന്ന് സ്വയം പൊങ്ങച്ചപ്പെടുന്നവരുടെ എണ്ണം കൂടിക്കൊണ്ടിരിക്കുകയാണ്. അന്ധവിശ്വാസം ആന്തരികമായി പാപ്പരായ ഭീരുക്കളെ സൃഷ്ടിക്കും. അതോടൊപ്പം മദ്യവും ചേർന്നാൽ അവർ ഭീകരരായി മാറും. ഇപ്പോൾ നാം അഭിമുഖീകരിക്കുന്നത് വെറും അന്ധവിശ്വാസങ്ങളെയല്ല മറിച്ച് ആൽക്കഹോൾ കം അന്ധവിശ്വാസങ്ങളെയാണ്. അല്പം ക്ഷീണം തോന്നിയാൽ ഇരിക്കാം പിന്നെയും ക്ഷീണം വർദ്ധിച്ചാൽ കിടക്കുകയും ചെയ്യാം. എന്തൊരു സൗകര്യം!

അമ്പലപ്പുഴ ജ്യോത്സ്യന്റെ പ്രവചനം കേട്ട് രണ്ടുമാസം പ്രായമുള്ള കടിഞ്ഞൂൽ കുഞ്ഞിനെ അച്ഛൻ നിലത്തടിച്ചുകൊന്നു. പ്രസവ സമയത്തുതന്നെ കുഞ്ഞിന് അസാമാന്യ വലിപ്പവും രണ്ടു പല്ലുകളുമുണ്ടായിരുന്നു. ഇതേത്തുടർന്ന് കുഞ്ഞിന്റെ അച്ഛൻ സമീപത്തുള്ള ജ്യോത്സ്യനെ സമീപിച്ചു. കുഞ്ഞിന്റെ ജനനം അച്ഛന് ദോഷമാണെന്നായിരുന്നു ജ്യോത്സ്യന്റെ ഉപദേശം. ഇതാണ് കൊലപാതകത്തിന് വഴിവെച്ചത്. (പത്രവാർത്തയിൽ നിന്ന്). ഒരു കുഞ്ഞിന് പിറവിയിൽതന്നെ ഇതുപോലുള്ള അസാധാരണത്വങ്ങളുണ്ടെങ്കിൽ ആദ്യം ഡോക്ടറെയാണ് കാണേണ്ടത്, അല്ലാതെ ജ്യോത്സ്യന്മാരെയല്ല. പല്ലുവേദന വന്നാൽ ആരെങ്കിലും വക്കീലന്മാരെ കാണാറുണ്ടോ? ഒരു ജ്യോത്സ്യന് ഇതുപോലൊരു കുഞ്ഞുണ്ടായാൽ അവർ പ്രശ്നംവെച്ച് നോക്കുമായിരിക്കും. പക്ഷേ, നിർബ്ബന്ധമായും ഡോക്ടറെയും സമീപിക്കും. ഇവിടെയാണ് അന്ധവിശ്വാസത്തിനൊപ്പം മദ്യത്തിന്കൂടി കീഴ്പ്പെട്ട ഒരു പാവം പിതാവിന് പിഴച്ചുപോയത്.

ജ്യോത്സ്യന്മാരുടെ പരിമിതികൾ തുറന്നുകാട്ടാൻ വിവേകാനന്ദൻ പറഞ്ഞൊരു കഥയുണ്ട്. ഒരിക്കൽ ഒരു ജ്യോത്സ്യൻ ഒരു രാജാവിനെ സമീപിച്ച് അദ്ദേഹം ആറുമാസത്തിലധികം ജീവിച്ചിരിക്കുകയില്ലെന്ന് ഗ്രഹനില വിശദീകരിച്ച് ബോദ്ധ്യപ്പെടുത്തി. ജ്യോത്സ്യന്മാരുടെ പ്രവചനങ്ങളിൽ വിശ്വസിച്ചിരുന്ന രാജാവിന് വല്ലാതെ പേടി തോന്നി. ജ്യോത്സ്യൻ പ്രവചിച്ച ആറുമാസം തികയുന്നതിന് മുമ്പ്തന്നെ അദ്ദേഹം മരിച്ചപോലെയായി. ഭരണകാര്യങ്ങളിലുള്ള ശ്രദ്ധ കുറഞ്ഞു. ബുദ്ധിമാനായ മന്ത്രി ജ്യോത്സ്യന്മാരുടെ പലവിധ തട്ടിപ്പുകളെക്കുറിച്ചും, അവരുടെ പ്രവചനങ്ങളുടെ പൊള്ളത്തരങ്ങളെക്കുറിച്ചും രാജാവിനെ ബോദ്ധ്യപ്പെടുത്താൻ

നടത്തിയ സർവ്വശ്രമങ്ങളും പരാജയപ്പെട്ടു. ഒടുവിൽ മന്ത്രി ആ ജ്യോതിഷിയെ വിളിച്ച് ഒന്നുകൂടി പ്രശ്നംവെച്ച് രാജാവിന്റെ ആയുസ്സ് വീണ്ടും പ്രവചിക്കാൻ ആവശ്യപ്പെട്ടു. ജ്യോതിഷി പതിവുപോലെ കവിടികൾ നിരത്തി പറഞ്ഞു. കൃത്യം ആറുമാസം, കണക്ക് കണക്കാണ്, ഒരു മാറ്റവുമില്ല. രാജാവ് കൂടുതൽ പരിഭ്രാന്തനായി. അപ്പോൾ മന്ത്രി ജ്യോതിഷിയോട് താങ്കൾ എത്രകൊല്ലംകൂടി ജീവിക്കുമെന്നാണ് ശാസ്ത്രകണക്കെന്ന് തിരക്കി. ഇനിയും പന്ത്രണ്ടുകൊല്ലം ജീവിക്കും എന്ന് ജ്യോതിഷി പറഞ്ഞു. ഉടൻതന്നെ മന്ത്രി അരയിൽനിന്ന് വാൾ വലിച്ചൂരി ഒരൊറ്റ വെട്ടിന് ജ്യോതിഷിയെ കൊന്നു. എന്നിട്ട് രാജാവിന് നേരെ തിരിഞ്ഞുപറഞ്ഞു. ഇപ്പോൾ അങ്ങേക്ക് ബോദ്ധ്യമായല്ലോ ഇവൻ തട്ടിപ്പുകാരനാണ്. ഇല്ലെങ്കിൽ എന്ത് സംഭവിച്ചാലും പന്ത്രണ്ട് കൊല്ലംകൂടി ജീവിച്ചിരിക്കേണ്ടതായിരുന്നു. അതുകേട്ട് രാജാവിന് ആശ്വാസമായിക്കാണും. പക്ഷേ ഇന്ന് നാം ജീവിക്കുന്നത് രാജാധിപത്യകാലത്തിലല്ല, ജനാധിപത്യയുഗത്തിലാണ്.

ജ്യോതിർഗണങ്ങൾ വന്നുകൊള്ളട്ടെ, അതുകൊണ്ടെന്ത് ദോഷം? ഒരു നക്ഷത്രത്തിന് താറുമാറാക്കാവുന്നതാണ് എന്റെ ജീവിതമെങ്കിൽ അതൊരു കാശിന് വിലപിടിപ്പുള്ളതല്ല. ജ്യോതിഷവും അതുപോലുള്ള ഗൂഢവിദ്യകളും പ്രായേണ ദുർബ്ബല മനസ്സിന്റെ ചിഹ്നങ്ങളാണെന്ന് നിങ്ങൾക്കറിയാനാകും. അതിനാൽ അവ നമ്മുടെ മനസ്സിൽ സ്ഥാനം പിടിക്കാൻ തുടങ്ങിയാൽ ഉടൻ ഒരു വൈദ്യനെക്കാണുകയും നല്ല ആഹാരം കഴിക്കുകയും വിശ്രമിക്കുകയും ചെയ്യേണ്ടതാണ്(വിവേകാനന്ദൻ).

രണ്ട്

'തത്ത്വചിന്ത' നിരന്തരം അന്വേഷണങ്ങൾ നിർവ്വഹിക്കാനാണ് ആവശ്യപ്പെടുന്നത്. ചോദ്യശരങ്ങൾകൊണ്ടു സർവ്വതും കീറിമുറിക്കാനാണതു കുതറുന്നത്. അനന്തതയുടെ മുമ്പിൽ അതൊട്ടും അന്ധാളിച്ചു നില്ക്കുന്നില്ല. 'അന്തം' മാത്രമാണുള്ളതെന്ന് അതൊരിക്കലും അഹങ്കരിക്കുന്നില്ല. നിലവിലുള്ള ഒന്നിന്റെയും മുമ്പിലതു മുട്ടുകുത്തുന്നില്ല. ഭൗതികവാദവും ആശയവാദവും വെറും 'കമ്പോളവാദ'ങ്ങളായി സങ്കോചിക്കുമ്പോൾ 'തത്ത്വചിന്ത'യുടെ സ്ഥാനം പരസ്യങ്ങൾ കൈയേറും. അതോടെ മാനുഷികമായതൊക്കെയും കീഴ്മേൽ മറിയും. പ്രചാരണയുഗത്തിന്റെ പ്രലോഭനങ്ങളെ പ്രതിരോധിക്കാത്ത 'തത്ത്വചിന്ത' ഉപരിപ്ലവതകൾമാത്രം ഉല്പാദിപ്പിക്കും. അയുക്തികതകൾ ആഘോഷിക്കും. 'ഫലം ഒത്തില്ലെങ്കിൽ പണം തിരിച്ചുനല്കുമെന്ന്' ആദ്ധ്യാത്മിക വ്യവസായികൾപോലും അപ്പോൾ വീമ്പടിക്കും. അന്വേഷണങ്ങളെ മുഴുവൻ അപഹസിക്കും.

ഭ്രഷ്ടുകൾക്കും ഊരുവിലക്കുകൾക്കും ഔദ്യോഗിക പദവി നല്കും. ചോദ്യങ്ങൾ വിലക്കും. വിമർശനങ്ങളുടെ വഴികളൊക്കെയും അടയ്ക്കും. കൃത്രിമ വിവാദങ്ങളുടെ വെള്ളപ്പൊക്കങ്ങളിൽ ജീവിത സാഫല്യം കണ്ടെത്തും.

വേരിനെ വിസ്മരിച്ചു പൂക്കളിൽമാത്രം വിസ്മയംകൊള്ളുന്ന ഒറ്റക്കണ്ണൻ കാല്പനിക വീക്ഷണമാണ് ഇന്ന് വിവാദ കുതുകികളുടെ നേതൃത്വത്തിൽ കൊമ്പുകുലുക്കി കുതിക്കുന്നത്. 'പുള്ളിമാനിനൊപ്പം പുള്ളിപ്പുലിയെയും വസന്തവായുവിൽ വസൂരിരോഗാണുക്കളെയും കാണുന്ന', 'സ്വസ്തിതൻ മറുപുറം തപ്പുന്ന മർത്ത്യരീതി'യാണ് ഇതിനിടയിലെവിടെയോവച്ചു ശിഥിലമാവുന്നത്. ഒരു നിമിഷത്തിന്റെ നുരയിലും പതയിലും നിർവൃതി കാണുന്ന പൊള്ളത്തരങ്ങളിലഭിരമിക്കാനുള്ള പ്രവണതകളാണു വളർന്നുകൊണ്ടിരിക്കുന്നത്. സൂക്ഷ്മാവസ്ഥകളോടു സംവദിക്കാനുള്ള ശേഷിയാണ് അതിവേഗം അപ്രത്യക്ഷമായിക്കൊണ്ടിരിക്കുന്നത്.

'യുക്തിചിന്തയുടെ ഗ്രഹണകാലം' എന്നു ലൂക്കാച്ച് വിശേഷിപ്പിച്ച, അന്വേഷണങ്ങളുടെ ശ്മശാനങ്ങളിൽവെച്ചാണ്, 'ആൾപ്പിടിയൻ ദൈവങ്ങൾ' പിറക്കുന്നത്. അവിടെവച്ചാണ് 'അത്ഭുതങ്ങൾ' എന്നപേരിൽ അസംബന്ധങ്ങൾ ആഘോഷിക്കപ്പെടുന്നത്. അത്ഭുതങ്ങൾക്കു മുമ്പിൽ ശ്വാസം പിടിച്ചു നില്ക്കുന്നവർക്കിടയിൽനിന്നു വ്യത്യസ്തരായി, ഓരോ ചെറുവസ്തുവിലും വിരൽതൊട്ട് 'ഇതെവിടുന്നു കിട്ടി നിങ്ങൾക്ക്, അതെവിടുന്നുകിട്ടി നിങ്ങൾക്ക്' എന്നു ചോദിക്കേണ്ട ഒരു ജനസമൂഹമാണു നിശ്ശബ്ദരാക്കപ്പെട്ടുകൊണ്ടിരിക്കുന്നത്. മുമ്പ് മൈക്കൽ ആഞ്ചലോ വരച്ച മാലാഖമാരുടെ കാലിലെ പാദരക്ഷകൾ ശ്രദ്ധിക്കപ്പെട്ടപ്പോൾ, കർദ്ദിനാൾ ചോദിച്ചുവത്രെ, പാദരക്ഷകൾ ധരിച്ച മാലാഖമാരെ ആരെങ്കിലും കണ്ടിട്ടുണ്ടോ? അതിനോട് അന്നു മൈക്കൽ ആഞ്ചലോ പ്രതികരിച്ചത്, 'മാലാഖമാരെ തന്നെ ആരെങ്കിലും കണ്ടിട്ടുണ്ടോ' എന്ന മറുചോദ്യംകൊണ്ടായിരുന്നു. യുക്തിബോധം ജീവിതത്തിന്റെ ആകാശത്തിൽ ഒരു സൂര്യനായി ജ്വലിച്ചു നിൽക്കുമ്പോഴാണ് ഇതുപോലുള്ള കത്തുന്ന ചോദ്യങ്ങൾ പിറക്കുന്നത്.

'വിശ്വാസം' സൂക്ഷ്മാർത്ഥത്തിൽ ഓരോ വ്യക്തിയും, സ്വാംശീകരിക്കുന്ന കാഴ്ചപ്പാടിന്റെ വിജയമാണ്. 'സാമാന്യബോധ'മായി മാറുന്ന 'തത്ത്വചിന്ത'തന്നെയാണ് വിശ്വാസങ്ങളായി വികസിക്കുന്നത്. തത്ത്വചിന്തകരല്ലാത്തവരുടെ, തത്ത്വചിന്തയെന്ന് 'സാമാന്യബോധ'ത്തെ ഗ്രാംഷി വിശദീകരിക്കുന്നത്, ഓർത്താൽ ഇക്കാര്യം എളുപ്പം വ്യക്തമാകും. അതുകൊണ്ട്, ഒരർത്ഥത്തിൽ മതവിശ്വാസവും, മതരഹിതവിശ്വാസവും യഥാക്രമം ആശയവാദ ഭൗതികവാദ തത്ത്വചിന്തയുടെ വ്യത്യസ്ത പ്രയോഗങ്ങളാണ്. അവയുടെ ശരി/തെറ്റുകളെക്കുറിച്ചുള്ള സൈദ്ധാന്തിക സംവാദങ്ങൾ സാദ്ധ്യമാണ്, അനിവാര്യവുമാണ്. എന്നാൽ, 'അന്ധവിശ്വാസ'ത്തിന് ഒരു സൈദ്ധാന്തിക അടിത്തറയുമില്ല. തത്ത്വചിന്തയുടെ

നിഴൽപോലും വീഴാത്ത, പ്രജ്ഞയുടെയും ചിന്തയുടെയും ശ്മശാനങ്ങളിൽവെച്ചാണ്, 'അന്ധവിശ്വാസങ്ങൾ' വികസിക്കുന്നത്. എന്നാൽ വിശ്വാസത്തിന്റെയും അന്ധവിശ്വാസത്തിന്റെയും അതിർത്തി നിർണ്ണയിക്കുക അത്ര എളുപ്പമല്ല. ഒരു പ്രത്യേക മതത്തിലെ വിശ്വാസിക്ക് മറ്റ് മതവിശ്വാസങ്ങളൊക്കെയും, വെറും അന്ധവിശ്വാസങ്ങളായി തോന്നാവുന്നതാണ്. ഒരു മതത്തിലെ നവോത്ഥാനവാദികൾ, ആ മതത്തിലെതന്നെ ഭൂരിപക്ഷംപേരുടെ വിശ്വാസങ്ങളെത്തന്നെ അന്ധവിശ്വാസത്തിന്റെ ഭാഗമായിട്ടാവും കാണുന്നത്. ഇങ്ങനെ വിശ്വാസ, അന്ധവിശ്വാസ വിഭജനങ്ങൾ സൈദ്ധാന്തികവും, പ്രായോഗികവുമായി നിരവധി പ്രയാസങ്ങൾ നേരിടുന്നുണ്ടെങ്കിലും, സാമാന്യമായി 'തത്ത്വചിന്ത'യുടെ പിൻബലമില്ലാത്തതും, പ്രായോഗികമായി എളുപ്പം അസംബന്ധമാണെന്ന് തെളിയിക്കാവുന്നതും വിശ്വസിക്കുന്നതിനാൽ അപകടങ്ങൾ ഉണ്ടാകുന്നതുമായ വിശ്വാസങ്ങളെ, അന്ധവിശ്വാസങ്ങൾ എന്ന് കൃത്യമായി വിളിക്കാൻ കഴിയും.

ആന ദൈവത്തിന്റെ ഒരത്ഭുതമാണ് എന്ന് പറയുന്നതും പ്രേതബാധ ഒഴിപ്പിക്കാൻ ആനയ്ക്ക് മന്ത്രവാദം നടത്തുന്നതും രണ്ടാണ്. ആദ്യത്തേത്, ഭൗതികവാദത്തിന്റെ കാഴ്ചപ്പാടിൽ, അംഗീകരിക്കാനാവില്ലെങ്കിലും, ആനമാത്രമല്ല, ഒരു പുഴുപോലും ഒരത്ഭുതമായി 'സൈദ്ധാന്തിക വിയോജിപ്പുകൾ' നിലനില്ക്കെതന്നെ തുടരും. എന്നാൽ 2009 സെപ്തംബറിൽ തൃശൂരിലെ ഇരിങ്ങാലക്കുടയിലെ കൂടൽമാണിക്യ ക്ഷേത്രത്തിലെ മേഘാർജ്ജുനൻ എന്ന ആന അനുസരണക്കേട് കാട്ടിയതിന്റെ പേരിൽ ആ ആനയുടെ മേൽ മന്ത്രവാദം നടത്തിയത് ഒരു സംവാദത്തിനും സാദ്ധ്യതയില്ലാത്ത മുഴുത്ത ഒരന്ധവിശ്വാസമാണ്. മേഘാർജ്ജുനൻ എന്ന ആനയുടെ ശരീരത്തിൽ ഏതോ ഒരു സ്ത്രീ കയറിപ്പറ്റിയതാണ് അനുസരണക്കേടിനുള്ള കാരണം എന്ന ജ്യോത്സ്യകണ്ടെത്തൽ സ്ത്രീവിരുദ്ധം മാത്രമല്ല; മതതത്ത്വചിന്തയ്ക്കുപോലും മാനഹാനിയുണ്ടാക്കുംവിധമുള്ള ഒരു ക്ഷുദ്രകാഴ്ചപ്പാടാണ്. പാപ്പനോ പാപ്പാത്തിയോ പുറത്തിരിക്കുമ്പോൾ അനുസരണം കാട്ടുന്ന ഒരാനയുടെ ഉള്ളിൽ പുരുഷന്മാരോ സ്ത്രീകളോ കയറിയാലും(!?) ഒരു കുഴപ്പവുമുണ്ടാകേണ്ട കാര്യമില്ല!? ഒരടിസ്ഥാനവുമില്ലാത്ത ജ്യോത്സ്യപ്രവചനങ്ങളെ പിന്തുടരാനാണ് എന്നിട്ടും ക്ഷേത്രഭാരവാഹികൾ സന്നദ്ധമായത്.

അനുഭവങ്ങളിൽനിന്ന് എളുപ്പം പഠിക്കുകയും, മൂർത്തമായി കാര്യങ്ങളെ തിരിച്ചറിയുകയും, അമൂർത്തമായി ചിന്തിക്കുന്നതിനുള്ള കഴിവ് നേടുകയും ചെയ്യുന്നതിനെയാണ് പൊതുവിൽ 'ബുദ്ധി' എന്ന് നിർവ്വചിക്കുന്നത്. അനുഭവങ്ങളിൽനിന്ന് ഒന്നും പഠിക്കാതിരിക്കുകയും, പ്രത്യക്ഷത്തിലുള്ള കാര്യങ്ങളെപോലും തിരിച്ചറിയാതിരിക്കുകയും, 'അമൂർത്തചിന്ത'യുടെ ലോകത്തിലേക്ക് കടക്കാതിരിക്കുകയും ചെയ്യുന്നതിനെയാണ് 'മന്ദബുദ്ധിത്തരം' എന്ന് മര്യാദാപൂർവ്വം പറയുന്നത്. പത്തുരൂപ

യുടെ 'ദിവ്യ'മോതിരം, പത്തിലധികം രൂപ വിലമതിക്കാവുന്ന(!) മനുഷ്യ വിരലിലിട്ടാൽ 'ഉദ്ദിഷ്ടകാര്യങ്ങൾ' മുഴുവൻ പൂർത്തീകരിക്കുമെന്ന് കരുതുന്നത്, മന്ദബുദ്ധിത്തരമാണ്. എന്നാൽ, ബുദ്ധിജീവികൾ തന്നെയായ മനുഷ്യരാണ്, മേൽപറഞ്ഞ തരത്തിലുള്ള മന്ദബുദ്ധിത്തരങ്ങൾ ഇന്ന് പ്രവർത്തിച്ചുകൊണ്ടിരിക്കുന്നത്. അവർതന്നെയാണ്, അത്തരം ചർച്ചകളിൽ, ഗൗരവമായി പങ്കെടുത്തുകൊണ്ടിരിക്കുന്നത്. മതഗ്രന്ഥങ്ങളിലെ 'തത്ത്വചിന്താപരമായ' അന്വേഷണങ്ങളേക്കാൾ, മതത്തിന്റെ മറപറ്റിയുള്ള 'വാണിജ്യപരസ്യ'ങ്ങളാണ് ഇന്ന് പലർക്കും പ്രിയങ്കരമായിത്തീരുന്നത്! 'ഗജമുത്ത്', 'നാഗമാണിക്യം', അത്ഭുത ഏലസ് പലതരം മന്ത്രച്ചരടുകൾ, കുബേർകുഞ്ച്, അക്ഷയതൃതീയ, പഞ്ചാഷ്ടമി, രോമമാഹാത്മ്യം തുടങ്ങി നിരവധി ഭാവങ്ങളിലും രൂപങ്ങളിലുമായി അന്ധവിശ്വാസം കൊടിപറത്തുമ്പോൾ, അതിനൊക്കെയും പിന്തുണനല്കുംവിധം മുന്നിലും പിറകിലുമായി, പലബ്രാൻഡിൽപ്പെട്ട പ്രവചന വിദഗ്ദ്ധരുണ്ട്. അവരാണ്, പത്മനാഭസ്വാമി ക്ഷേത്രത്തിലെ നിലവറ തുറന്നാൽ, തലമുറകൾ മുടിയുമെന്ന് കൃത്യം അളന്നുമുറിച്ച് പ്രഖ്യാപിച്ച് കളഞ്ഞത്!

വിശുദ്ധ *ഖുർആൻ,* വിശുദ്ധ *ബൈബിൾ,* വിശുദ്ധ ഭൂമി എന്നൊക്കെയുള്ളതുപോലെ വിശുദ്ധരോമം എന്നത്രെ ബഷീർ 'രോമമതാഭി'മുഖ്യത്തെ മുമ്പ് പരിഹസിച്ചത്. രോഗം മാറ്റാൻ മന്ത്രിച്ചൂതിയ 'ചരടുകൾകൊണ്ട്' കഴിയുമെങ്കിൽ സർക്കാർ ആശുപത്രികൾ അടച്ചുപൂട്ടി, 'ചരട് ഡിപ്പോ' തുടങ്ങുന്നതാണ് നല്ലതെന്നും അദ്ദേഹം പരിഹാസപൂർവ്വം നിർദ്ദേശിക്കുകയുണ്ടായി. അതുപോലെ മനുഷ്യരുടെ കാര്യങ്ങളും ദേവകാര്യങ്ങളുമൊക്കെ ജ്യോത്സ്യന്മാർക്ക് കണ്ടെത്താൻ കഴിയുമെങ്കിൽ, പരീക്ഷണശാലകളും ആരാധനാലയങ്ങളും വിദ്യാലയങ്ങളും അടച്ചുപൂട്ടി നാടൊട്ടുക്കും 'ജ്യോത്സ്യാലയങ്ങൾ' സ്ഥാപിച്ചാൽ മതിയാവും!

അന്ധവിശ്വാസങ്ങളിൽ അബദ്ധത്തിൽ വിശ്വസിക്കുന്നവർ, അതിന്റെ 'അസംബന്ധം' കൺമുമ്പിൽ വ്യക്തമായാൽ, അതിനോട് വിടപറയാൻ മടിക്കുകയില്ല. എന്നാൽ അന്ധവിശ്വാസങ്ങളിൽ 'വീണുപോയ' ഒരാൾക്കൂട്ടത്തിന്, എത്രതവണ അതൊരസംബന്ധമാണെന്ന് തെളിയിക്കപ്പെട്ടാലും അതിൽനിന്ന് എളുപ്പം പുറത്തുകടക്കാനാവില്ല. വ്യക്തികൾക്ക് വിമർശനബോധം നഷ്ടപ്പെടുമ്പോഴാണ്, അവർ സ്വയം ആൾക്കൂട്ടമാവുന്നത്. ആത്മബോധമുള്ള ഒരു 'വ്യക്തി'ക്ക് സ്വയം ഒരു സമൂഹമാകാൻ കഴിയുന്നതുപോലെ, ആത്മബോധം നഷ്ടപ്പെടും മുറയ്ക്ക് ഒരു വ്യക്തിക്ക് സ്വയം ഒരാൾക്കൂട്ടമാവാനും കഴിയും! 'ആൾക്കൂട്ടം കാണുകയും കേൾക്കുകയും മാത്രമേ ചെയ്യുന്നുള്ളൂ. വൈകാരികാനുഭൂതികളെ ചിന്തകളാക്കി മാറ്റാൻ അതിന് കഴിയില്ല. അതിന്റെ ആത്മാവും ഹൃദയവും മരവിച്ചുപോയിരിക്കുന്നു.'(ഗോർക്കി). ഏതെങ്കിലും ഒരന്ധവിശ്വാസത്തിൽ, 'സ്വകാര്യമായി' അകപ്പെടുന്ന ഒരാൾക്ക് അതിന്റെ നിജസ്ഥിതി മനസ്സിലാവു

മ്പോൾ, ആദ്യം ഒരു ജാള്യതയെങ്കിലുമുണ്ടാവും. എന്നാൽ അന്ധവിശ്വാസങ്ങളിൽ അടിമുടി കുടുങ്ങിയ ഒരാൾക്ക് അവ്വിധമൊരു ജാള്യതപോലുമുണ്ടാവില്ല. 'ഒന്നു രണ്ടു ചിരട്ട കുടിപ്പോളം അച്ഛനുണ്ടോ വരുന്നെന്ന് നോക്കണം/ രണ്ടുനാലു ചിരട്ട കുടിച്ചെന്നാൽ, അച്ഛനാരെടാ, ഞാനെട, മോനെടാ...എന്ന നാടൻ ചാരായയുക്തിതന്നെയാണ് ഇവിടെയും പ്രവർത്തിക്കുന്നത്.

മൂന്ന്

യുക്തിയുടെ അസ്തമനകാലത്താണ് അമ്പരപ്പിക്കുന്ന അവകാശവാദങ്ങളുമായി 'സ്മോൾ സ്കെയിൽ' ദൈവങ്ങൾ മുതൽ കോർപറേറ്റ് ദൈവങ്ങൾവരെ അവതരിക്കുന്നത്. സാർവ്വദേശീയ പ്രശ്നങ്ങൾ മുതൽ പ്രാദേശിക പ്രശ്നങ്ങൾവരെ പരിഹരിക്കുമെന്നു പരസ്യപ്പെടുത്തി ഒരായിരം കൊച്ച് ആൾപ്പിടിയൻ ദൈവങ്ങൾ മുമ്പും കേരളത്തിലങ്ങോളമിങ്ങോളം കുഴലുവിളിച്ചും കോൽക്കളികളിച്ചും കോലാഹലങ്ങൾ സൃഷ്ടിച്ചിരുന്നു. ഉറുക്ക്, തകിട്, കുപ്പി, ചരട് തുടങ്ങിയ നിർജ്ജീവ വസ്തുക്കളെയും കോഴി, ആട്, പൂച്ച തുടങ്ങിയ സജീവ ജന്തുക്കളെയും ഉപയോഗിച്ച് ഉദ്ദിഷ്ട കാര്യസിദ്ധി മുതൽ രോഗശമനംവരെ നടത്തി വാർഡ് അടിസ്ഥാനത്തിൽ തന്നെ അവർ സ്വന്തം മേൽവിലാസമുറപ്പിച്ചിരുന്നു. ഒരുകാലത്തു പഴയ ലോക്കൽ ദൈവങ്ങൾക്കു വൈദ്യ വ്യവസ്ഥയെപ്പോലും വെല്ലുവിളിക്കാൻ മാത്രം കരുത്തുണ്ടായിരുന്നു. ജാതിമത ലിംഗഭേദമെന്യേ ഇവ്വിധം പ്രാദേശിക ദൈവങ്ങൾ ഉയർന്നുവന്നതിൽ വലിയൊരു വിഭാഗം സ്ത്രീകളായിരുന്നു.

മുസ്ലിം സമൂഹത്തിൽ നിന്നുപോലും ജിന്നുമാരും ജിന്നുബീബിമാരും ഉൾക്കൊള്ളുന്ന ഒരത്ഭുതസംഘം ഓരോ ഗ്രാമത്തിലും കുറഞ്ഞത് ഒന്നെന്ന വീതമെങ്കിലും അക്കാലത്തുണ്ടായിരുന്നു. ഇന്നലെവരെ അടുക്കളയ്ക്കകത്ത് അനുസരണയോടെ ഒതുങ്ങിയവർ ജിന്ന് കൂടിയതോടെ ആരോടും എന്തും ആജ്ഞാപിക്കാൻ മാത്രം കരുത്തുള്ളവരായി. പകൽപോലും തനിച്ചു പുറത്തിറങ്ങാതിരുന്ന യാഥാസ്ഥിതിക മുസ്ലിം കുടുംബങ്ങളിലെ സ്ത്രീകൾക്കു 'ജിന്ന് കൂടിയാൽ' രാത്രിപോലും ഒറ്റയ്ക്ക് എവിടെയും ഇറങ്ങി നടക്കാമെന്നായി. സ്വന്തം വീട്ടിലെ ചെറിയ ആൺകുട്ടികൾക്കു മുമ്പിൽ പോലും കുനിഞ്ഞു നിന്നിരുന്നവർ ജിന്നുകളുടെ സഹായത്തോടെ നടത്തിയ 'നിശബ്ദ വിപ്ലവം' *അടുക്കളയിൽ നിന്ന് അരങ്ങത്തേക്ക്* കടക്കാനുള്ള അടിച്ചമർത്തപ്പെട്ട മുസ്ലിം സ്ത്രീകളുടെ ഒരബോധ മുന്നേറ്റമായിരിക്കണം. സ്ത്രീ മുന്നേറ്റചരിത്രത്തിലെ ഒരു 'ജിന്നദ്ധ്യായം' ലിംഗ വിവേചനത്തിന്റെ തടവറയിൽനിന്നും ജിന്നുകളുൾപ്പെടുന്ന അദൃശ്യശക്തികളുടെ തടവറകളിലേക്കുള്ള കുതിപ്പ് ആത്യന്തികമാ

യി അവരുടെ ജീവിതത്തെ മുന്നോട്ടു നയിച്ചിട്ടില്ലെന്നതു ശരിയാണ്. അപ്പോഴും അവിടെ നടന്നതു പുരുഷാധിപത്യത്തിനെതിരെയുള്ള ഒരബോധവിപ്ലവമായിരുന്നു എന്നുള്ളത് സാംസ്കാരികാന്വേഷണങ്ങളെ സംബന്ധിച്ചിടത്തോളം അവഗണിക്കാനാവില്ല. പില്ക്കാലത്ത് 'ജിന്നുമ്മ'കളിലും 'ജിന്നുബീവി'മാരിലും വലിയൊരു വിഭാഗം 'വലിയ വരുമാനം' സമ്പാദിക്കാൻ പറ്റാത്തതുകൊണ്ടു സ്വന്തം കുടുംബങ്ങളാൽ പോലും ഉപേക്ഷിക്കപ്പെടുകയും കിറുക്കരും അനാഥരുമായി മാറുകയുമാണുണ്ടായതെങ്കിൽ ചെറിയൊരു ന്യൂനപക്ഷം ബഹുജനങ്ങളുടെ അരക്ഷിതത്വത്തെയും അന്ധവിശ്വാസത്തെയും സമർത്ഥമായി മുതലെടുത്തു സമ്പന്നരായി മാറുകയാണുണ്ടായത്. സമ്പന്നരായിത്തീർന്നവർക്ക് ശക്തിയുള്ള 'ഇസ്ലാം ജിന്നിന്റെ അനുഗ്രഹമുള്ളവർ' എന്ന ആദരവു ലഭിച്ചപ്പോൾ പാപ്പരായവർ കിറുക്കരും ഭ്രാന്തരും 'കാഫർ ജിന്നി'ന്റെ ഇരകളുമായി അവഗണിക്കപ്പെടുകയുമാണുണ്ടായത്. ഇങ്ങനെ ഒരു വിഭാഗം കാഫിർ ജിന്നിന്റെ ഇരകളായതുകൊണ്ടുമാത്രം ജീവിതമത്സരത്തിൽ തോറ്റുപോവാനും മറ്റൊരു വിഭാഗം ഇസ്ലാം ജിന്നിന്റെ ഇരകളായതുകൊണ്ടു ജയിച്ചുകയറാനും ഇടവരുത്തിയ സാമൂഹ്യ പശ്ചാത്തലം തീർച്ചയായും അപഗ്രഥിക്കപ്പെടേണ്ടതാണ്.

ഗതാഗത സൗകര്യം, വിദ്യുച്ഛക്തി, ആരോഗ്യ കേന്ദ്രങ്ങൾ, വിദ്യാഭ്യാസം, തൊഴിൽ സൗകര്യം, വായനശാലകൾ, സാംസ്കാരിക പ്രവർത്തനം, രാഷ്ട്രീയ പ്രബുദ്ധത, സംവാദങ്ങൾ, യുക്തിവാദി പ്രവർത്തനം, മതത്തിനകത്തെ ജനാധിപത്യ അന്വേഷണങ്ങൾ എന്നിവയുടെ കുറവ് ഉൾപ്പെടെയുള്ള നിരവധി ഘടകങ്ങളും പലതരം ഫണ്ടുകളുടെ സമൃദ്ധിയും 'ഇസ്ലാം ജിന്നിന്റെ' വളർച്ചയ്ക്ക് അനുകൂലമായ സാഹചര്യമൊരുക്കിയിരിക്കും. എന്നാൽ, 'അമേരിക്കൻ സീൽ' അവരുടെ ഐഡന്റിറ്റി കാർഡിൽ പതിയാത്തതു കൊണ്ടാവണം ഒരു 'മുനിസിപ്പൽ ദൈവം' പോലുമായി വളരാനാവാതെ അവർ സ്വന്തം വാർഡിൽ 'കുരുണ്ട്'പോയത്. എന്നാൽ, ഇപ്പറഞ്ഞ അനുകൂല സാഹചര്യം മാത്രമുപയോഗപ്പെടുത്തി ഏതെങ്കിലുമൊരു വ്യക്തിയെ എളുപ്പത്തിൽ ഒരു 'ലോക്കൽ ദൈവം' പോലുമായി വിജയിപ്പിച്ചെടുക്കാനാവില്ല. അതിനു വേണമെങ്കിൽ ദൈവമായി മാറുന്ന വ്യക്തിക്കു മറ്റുള്ളവരിൽ ആഴത്തിൽ വിശ്വാസവും ആഭിമുഖ്യവും അടുപ്പവും പ്രതീക്ഷയും ദൃഢപ്പെടുത്താൻ കഴിയുംവിധമുള്ള 'വ്യക്തിത്വവും വ്യക്തിത്വ പരിവേഷവു'മുണ്ടാവണം.'മുഖംമൂടി' (പേർസോണ) എന്നർത്ഥത്തിനുമപ്പുറമുള്ള സൂക്ഷ്മ വ്യക്തിത്വത്തെക്കൂടിയാണ് ഇവിടെ വിവക്ഷിക്കുന്നത്.

മറ്റുള്ളവരെ ആഴത്തിൽ സാന്ത്വനിപ്പിക്കാനുള്ള കഴിവാണ് സൗഹൃദമായും സമർപ്പണമായും സ്നേഹത്തിന്റെ വ്യത്യസ്ത രൂപങ്ങളായും സ്വയം തിരിച്ചറിയാത്ത സന്ദർഭങ്ങളിൽ ആൾ ദൈവവല്കരണമായും

അത്ഭുതവ്യക്തിത്വമായും ആവിഷ്കൃതമാവുന്നത്. ഒരു ജനസമൂഹത്തിന്റെ സാമാന്യ സാദ്ധ്യത തന്നെയാണ് ചില വ്യക്തികളുടെ സവിശേഷതകളിലൂടെ 'സാന്ത്വനശക്തി'യായി രൂപംകൊള്ളുന്നത്. പ്രകൃത്യാതീതങ്ങളായ അത്ഭുതങ്ങളുടെ പിറകെ പോയി ഇരുട്ടുമുറിയിൽ ഇല്ലാത്ത കരിമ്പൂച്ചയെ തെരയുന്നതിനു പകരം സാന്ത്വനശക്തിയെ ശാസ്ത്രീയ വിശകലനങ്ങൾക്കു വിധേയമാക്കുകയാണു വേണ്ടത്. ഗണിതത്തിലെ സങ്കീർണ്ണമായ കുരുക്കുകൾ നിമിഷംകൊണ്ട് അഴിച്ചെടുക്കുന്ന കുട്ടിയുടെയും സൂര്യപ്രകാശത്തിൽനിന്നു സ്വന്തം ശരീരത്തിനാവശ്യമായ ഊർജ്ജം സ്വീകരിക്കുന്നവരുടെയും ഭൗതികപശ്ചാത്തലത്തോടൊപ്പം ജനിതക സവിശേഷതകളും അപഗ്രഥനത്തെ സംബന്ധിച്ചിടത്തോളം അവഗണിക്കാനാവില്ല. ശാസ്ത്രപ്രതിഭപോലെ കലാപ്രതിഭപോലെ ഒരു സാന്ത്വന പ്രതിഭയെക്കുറിച്ചുള്ള അന്വേഷണങ്ങളും അതിനാൽ അനിവാര്യമാണ്. മറ്റൊരു വിധത്തിൽ പറഞ്ഞാൽ സമൂഹത്തിൽ സ്വാധീനമുറപ്പിച്ച ആൾദൈവങ്ങളുടെ ഇപ്പോൾത്തന്നെ തിരിച്ചറിഞ്ഞുകഴിഞ്ഞ ആഗോളബന്ധം, അരാഷ്ട്രീയത, നിഗൂഢത, ഗൂഢാലോചന എന്നിവയെ മാത്രം അടിസ്ഥാനമാക്കി അവരെക്കുറിച്ച് സമഗ്രവും സൂക്ഷ്മവുമായ ഒരു വിലയിരുത്തൽ വികസിപ്പിച്ചെടുക്കാനാവില്ല. ആഗോളവല്കരണം അനാർദ്രമാക്കിയ ഒരു ജീവിതത്തെ 'ആർദ്രമാക്കാൻ' എന്തെങ്കിലും വ്യക്തിഗത സംഭാവനകൾ അവരർപ്പിക്കുന്നുണ്ടെങ്കിൽ അതുകൂടി അപഗ്രഥിക്കാതെ നിർവ്വഹിക്കുന്ന ഒരു അന്വേഷണം എന്തുകൊണ്ടും അവികസിതമായിരിക്കും. അപരിചിതരായ ചില മനുഷ്യരിൽ ചിലർ സാന്ത്വന സാന്നിദ്ധ്യമാവുന്നതും മറ്റു ചിലർ ശല്യങ്ങളാവുന്നതും മനുഷ്യാനുഭവമാണ്.

ഒരു മുൻപരിചയവുമില്ല. അപ്രതീക്ഷിതമായി ഒരു തീവണ്ടിയാത്രയ്ക്കിടയിൽവച്ചാണു കണ്ടത്. പരസ്പരം ഒന്നും സംസാരിക്കുകയോ മേൽവിലാസം കൈമാറുകയോ ചെയ്യുകയുണ്ടായില്ല. യാത്രയിൽ അയാൾ നിങ്ങൾക്കുവേണ്ടിയോ നിങ്ങൾ അയാൾക്കുവേണ്ടിയോ പ്രത്യേകമായി ഒന്നും ചെയ്യുകയുണ്ടായില്ല. എന്നിട്ടും നിരവധിപേർക്കിടയിൽ നിന്ന് ഒരു മനുഷ്യന്റെ പ്രത്യേക സാന്നിദ്ധ്യം വിവരണ വിധേയമല്ലാത്ത വിധം നിങ്ങളെയാകെ ആഘോഷിക്കുന്നുണ്ടെങ്കിൽ, നിങ്ങളുടെ ഉള്ളത്തിൽ പ്രയോജനവാദത്തിന്റെ കറപുരളാത്ത ഒരു കുളിർമ്മ അനുഭവപ്പെടുന്നുണ്ടെങ്കിൽ, പരസ്പരം തിരിച്ചറിയാത്ത ഒരു കൂടിക്കാഴ്ചയെ സാദ്ധ്യമാക്കിയ സാമൂഹ്യ സന്ദർഭങ്ങളുടെ സാമാന്യതയ്ക്കപ്പുറം സവിശേഷമായി ഇനിയും കണ്ടുപിടിക്കേണ്ട യാതൊന്നും അതിലില്ലെന്ന് എന്തിനു ശാഠ്യംപിടിക്കണം. പത്താൾക്കു സ്നേഹപൂർവ്വം കൈകൊടുത്തു കഴിയുമ്പോഴേക്കും ക്ഷീണിച്ചു പോകുന്നവർ ആയിരങ്ങളെ ആശ്ലേഷിക്കുന്നതിലെ മനുഷ്യാദ്ധ്വാനത്തെ അവഗണിക്കുന്നതെന്തിന്. കമ്പോള ആത്മീയവാദം ഉല്പാദിപ്പിക്കുന്ന ഊഹാപോഹങ്ങളുടെ പുകപടലങ്ങ

ളിൽ നിന്നു ഭൗതികതയുടെ പച്ചപ്പിലേക്കുള്ള കുതിപ്പാണ് ആഗോള ആൾപ്പിടിയൻ ദൈവങ്ങളെക്കുറിച്ചുള്ള അന്വേഷണങ്ങൾ ആവശ്യപ്പെടുന്നത്. ആൾദൈവങ്ങൾക്കു പിന്നിലെ ആത്മീയതയല്ല അതിനെ നിർണ്ണയിക്കുകയും നിയന്ത്രിക്കുകയും ചെയ്യുന്ന ഭൗതിക, ജനിതക, പ്രജ്ഞാപര, നൈതിക പശ്ചാത്തലമാണ് സൂക്ഷ്മമായും പഠിക്കപ്പെടേണ്ടത്. സ്തുതിയിൽ സ്തംഭിച്ചുപോയവർക്കും ശാപങ്ങളിൽമാത്രം സാഫല്യം അനുഭവിക്കുന്നവർക്കും അത്തരമൊരു പഠനമാവശ്യപ്പെടുന്ന 'ധീരമായ പക്വത' യിലേക്കു വളരാനാവില്ല.

നാല്

'ദൈവം' വിശ്വാസികൾക്കെന്നപോലെ വിശ്വാസമില്ലാത്തവർക്കും ഒരു നിത്യവിസ്മയസ്രോതസ്സാണ്. വിശ്വാസികൾക്കത് ഉണ്മയുടെ ഊർജ്ജമാണെങ്കിൽ, വിശ്വാസമില്ലാത്തവർക്കത് ഒരു മഹാഭാവനയുടെ വെണ്മയും വീര്യവുമാണ്. വിശ്വാസികൾപോലും 'ദൈവത്തെ' അറിയുന്നതും അനുഭവിക്കുന്നതും വ്യത്യസ്തമായിട്ടാണ്. വിവിധ മതങ്ങൾ പരിചയപ്പെടുത്തുന്ന 'ദൈവങ്ങൾ' മാത്രമല്ല വ്യത്യസ്തമായിരിക്കുന്നത്, മറിച്ച് 'ദൈവപ്പൊരുൾ' അഗാധമായി പങ്കുവയ്ക്കുന്ന ഉന്നത വിശ്വാസങ്ങളുടെ ലോകവും ഒന്നിനൊന്നു വ്യത്യസ്തമാണ്. മഹാന്മാരിൽ ചിലർ 'സത്യ' ത്തിലാണ് 'ദൈവസാക്ഷ്യം' അനുഭവിക്കുന്നതെങ്കിൽ, മറ്റുചിലർ 'സ്നേഹ'ത്തിലാണ് അത് അനുഭവിക്കുന്നത്. 'ഒന്നുണ്ടായിരുന്നെങ്കിലെന്ന്' തീവ്രമതരഹിതർക്കു പോലും ഉള്ളിന്റെയുള്ളിൽ തോന്നുംവിധം ആകർഷകമായ ഒരഗാധതയുണ്ട് ദൈവത്തിന്! ഇല്ലെങ്കിലും ഉണ്ടെന്ന് കരുതാവുന്ന ഒരു 'കാവ്യാത്മകജീവിത'മാണതിനുള്ളത്. പരിമിതികൾക്കൊക്കെയുമപ്പുറമുള്ള ഒരു പൂർണ്ണതയുടെ പറുദീസയാണത്. അനീതികൾ അട്ടഹസിക്കുന്ന ഒരു കാലത്തിനപ്പുറം നിന്നു കേൾക്കുന്ന ആർദ്രമായ സംഗീതമാണത്. ''മാൻ ഷാൽ ബി ആസ് ഗോഡ്സ്'' എന്ന് എറിക്ഫ്രോം.

'ഗണിതപരമായ ആകെ ഉണ്മയിൽ കവിതയുടെ ചേതോഹാരിതയെ നിവേശിപ്പിച്ചുകൊണ്ടാണ് ഞാൻ 'ദൈവം' എന്നു പറയാറുള്ളതെന്ന്' നിത്യചൈതന്യയതി. പ്രീതിപ്പെടുത്താൻ വേണ്ടി വിശ്വാസികളിൽ ചിലർ 'കോഴ' നല്കി പോറ്റുന്ന ദൈവത്തെക്കുറിച്ചല്ല, നിത്യചൈതന്യയതി ഉൾപ്പെടെയുള്ളവർ പ്രതിപാദിക്കുന്നത്. പത്തുറുപ്പികയ്ക്കു പത്തു ഗ്രാം പുണ്യവും, നൂറുറുപ്പികയ്ക്കു നൂറു ഗ്രാം പുണ്യവും നല്കുന്ന ഒരു 'കച്ചവടക്കാരൻ ദൈവ'ത്തിന് ദാർശനിക കരുത്തോ, കാവ്യാത്മകമായ കാന്തിയോ സ്വപ്നം കാണാൻ കഴിയില്ല! പറഞ്ഞുവരുന്നത്, 'ആൾദൈവങ്ങൾക്ക്' ആ പേരു സൂചിപ്പിക്കുന്നതുപോലെ, മത-മതരഹിതമായ അർത്ഥത്തിൽ സാക്ഷാൽ ദൈവവുമായി ഒരു ബന്ധവുമില്ലെന്നാണ്.

'ആൾദൈവ'മെന്ന പരികല്പന ദാർശനികാർത്ഥത്തിൽ പൊള്ളയാണ്. അതിനുമുകളിൽ കാവ്യാത്മകതയുടെ മഴവില്ലുകൾക്ക് ഉദിക്കാൻ ഒരാകാശം പോലുമില്ല! പ്രപഞ്ചത്തിന്റെ അനന്തതയ്ക്കു മുമ്പിൽവച്ച് അന്തമുള്ളവർക്കനുഭവപ്പെടുന്ന ആശങ്കകൾക്കും ആശ്ചര്യങ്ങൾക്കുമിടയിൽവച്ചാണ്, 'ദൈവസങ്കല്പങ്ങൾ' സജീവമാകുന്നതെങ്കിൽ, 'ആൾദൈവങ്ങൾ' കമ്പോളങ്ങളിലും പരസ്യങ്ങളിലുമാണ് ആടിത്തീർക്കുന്നത്. അന്വേഷണങ്ങൾ അവസാനിക്കുകയും 'പരസ്യം' ഒരു 'പ്രപഞ്ച'മായി പരിണമിക്കുകയും ചെയ്യുമ്പോഴാണ്, മൂലധന മാധ്യമശക്തികളുടെ ഉദാരപിന്തുണയോടെ 'ആഗോളദൈവങ്ങൾ' ഉണ്ടാവുന്നത്! ഒരു ജനതയുടെ രാഷ്ട്രീയ പ്രബുദ്ധതയിൽ സുഷിരങ്ങൾ വീഴുമ്പോഴാണ്, ആൾദൈവങ്ങൾ അരങ്ങു വാഴാൻ ആരംഭിക്കുന്നത്. എന്നാൽ, അതേ ജനതയുടെ പ്രബുദ്ധതയ്ക്കുമേൽ ഒരിത്തിൾക്കണ്ണിപോലെ ചുറ്റിപ്പടർന്നാണ് ആൾദൈവങ്ങളൊക്കെയും കരുത്താർജ്ജിക്കുന്നത്. പഴയ ജാതി ജന്മി നാടുവാഴി സമൂഹത്തിൽ, ഒരു കീഴാള ആൾദൈവത്തിന് ഒരുവിധേനയും ഒരാഗോള ആൾദൈവമാകാൻ കഴിയുമായിരുന്നില്ല! പിറക്കാതെപോയ 'എത്രയോ തുഞ്ചന്മാർക്കും കുഞ്ചന്മാർക്കുമൊപ്പം' കേരളമാതാവിന്റെ ഗർഭത്തിൽവച്ചുതന്നെ അന്നേ അവരും കലങ്ങിപ്പോകുമായിരുന്നു.

മുമ്പ്, തന്നെ തള്ളിപ്പറയുന്നവരെപ്പോലും, തലോടുന്ന നാട്ടുദൈവങ്ങളുണ്ടായിരുന്നു! തെറി വിളിക്കുന്നവരോടുപോലും അവർ കയർത്തിരുന്നില്ല. കാരുണ്യത്തിന്റെ ഇളകിമറിയുന്ന ഒരു കടൽപോലെ, സാന്ത്വനസ്പർശത്തിന്റെ തീവ്രസാന്നിദ്ധ്യമായി അവർ നിരന്തരം അനുഗ്രഹങ്ങൾ വർഷിച്ചു! ഭക്തരുടെ 'സിന്ദാബാദ് വിളികളെയെന്നപോലെ' വിമർശകരുടെ 'മൂർദ്ദാബാദ് വിളികളെ'യും അവർ അക്ഷോഭ്യരായി നേരിട്ടു. കോടതികൾക്കും പൊലീസ് സ്റ്റേഷനുകൾക്കുമപ്പുറമുള്ള വേറൊരു ലോകത്താണവർ ജീവിച്ചത്. ആദ്ധ്യാത്മികത ഒരാശ്ലേഷമായി നിലനിന്ന അക്കാലമൊക്കെയും ഇനിയൊരിക്കലും തളിർക്കാത്തവിധം കരിഞ്ഞുപോയോ?

അഞ്ച്

ഉടയോരേ
പരിഷ്കൃതിയുടെ മോഹിപ്പിക്കുന്ന
ഈ സ്വരരാക്ഷസം
ഞങ്ങളുടെ കാതുകളിൽ നിന്നകറ്റേണമേ... (കെ ജി എസ്)

ബഹളങ്ങളിൽവച്ചു വാക്കുകൾ ശക്തിപ്പെടുകയല്ല മറിച്ചവ പരസ്പരം കൂട്ടിമുട്ടി ശിഥിലമാവുകയാണ് ചെയ്യുന്നത്. ചിലപ്പോഴെങ്കിലും മനുഷ്യർ ശബ്ദമുയർത്തുന്നതു സ്വയമൊരുറപ്പു കുറയുമ്പോഴാണ്. മനുഷ്യരും മനുഷ്യരും തമ്മിലുള്ള ബന്ധം അത്യന്തം സങ്കീർണ്ണമാകുമ്പോൾ

ഒച്ചകൂട്ടലും കുറയ്ക്കലും ആവശ്യമായിത്തീരും. എന്നാൽ മനുഷ്യരും ദൈവവും തമ്മിലുള്ള സ്വകാര്യവും സുതാര്യവുമായ ബന്ധത്തിൽ, ബഹളത്തോടടുക്കുംവിധമുള്ള 'സ്വരരാക്ഷസങ്ങൾ' സൃഷ്ടിക്കപ്പെടുന്നതു സ്വാഗതാർഹമല്ല. മനസ്സിൽ കരുതുന്നതടക്കം സർവ്വവും തിരിച്ചറിയുന്ന ഒരു ദൈവത്തിന്റെ മുമ്പിൽനിന്നു ഭക്തർ അലറിവിളിക്കേണ്ട കാര്യമില്ല.

പഴയ ആശ്രമങ്ങൾ ശബ്ദമാലിന്യത്തിന്നെതിരെയുള്ള പ്രതിരോധം കൂടിയായിരുന്നു. നിശ്ശബ്ദതയുടെ ഒരു മാതൃകാസ്ഥാനമായി ബഹളങ്ങൾക്കു നടുവിൽ അവ കൂസലെന്യേ നിവർന്നു നിന്നു. ഭൂമിയുടെ അവകാശികൾക്കൊക്കെയും സൗഹൃദം പങ്കുവയ്ക്കുംവിധം തളിരും താരുമണിഞ്ഞതു പൂത്തുനിന്നു. സത്യസങ്കല്പങ്ങളുടെ സമന്വയംകൊണ്ട്, ഇന്നുമതു മനുഷ്യജീവിതത്തെ ആകർഷിക്കുന്നു. ബന്ധങ്ങളുടെ പച്ചപ്പുകൾക്കിടയിൽനിന്നു മഹാവനങ്ങളുടെ നടുവിലേക്കു മഹർഷിമാർ മുമ്പു നടന്നകന്നതു പ്രകൃതിബന്ധുത്വത്തിന്റെ മറ്റൊരു വിസ്തൃതലോകം സ്വപ്നം കണ്ടുകൊണ്ടായിരിക്കണം. കാമക്രോധമോഹലോഭമാത്സര്യാദികളുടെ കളങ്കമുദ്ര പതിയാത്ത ഒരു സമാന്തരലോകം സൃഷ്ടിക്കാനവർ മോഹിച്ചിരിക്കണം. എങ്കിലുമവരുടെ നിശ്ശബ്ദത നിശ്ശൂന്യമായിരുന്നില്ല. അതിൽ ജനിമൃതികളുടെ നേരും നിഴലുമുണ്ടായിരുന്നു. ഇഴപൊട്ടിയ ജീവിതങ്ങളുടെ കണ്ണീരുപ്പു കലർന്നിരുന്നു. മോക്ഷത്തെക്കുറിച്ചുള്ള നിനവുകളതിൽ നിറഞ്ഞിരുന്നു. പ്രപഞ്ചപ്പൊരുൾ അതിൽ തിളച്ചിരുന്നു.

വ്യാപാരത്തിന്റെ കൊത്തിവലിക്കുന്ന വലിവുകൾക്കിടയിൽനിന്നു സാന്ത്വനംതേടി ഹിറാഗുഹയിലെത്തിയ മുഹമ്മദ്നബിയും കൊട്ടാരസമൃദ്ധിയുടെ നട്ടുച്ചവെയിലിൽനിന്നു ബോധിവൃക്ഷച്ചുവട്ടിൽ ജീവിതത്തിന്റെ തണൽതേടിയെത്തിയ ബുദ്ധദേവനും മർദ്ദകലോകത്തിനെതിരെ സ്വന്തം സ്വപ്നലോകങ്ങൾ നിർമ്മിച്ചവരാണ്. അവരുടെ മൗനങ്ങളിൽ ഇടിമുഴക്കംപോലുള്ള ശബ്ദങ്ങളാണ് ഇരമ്പിമറിഞ്ഞത്. ബഹളങ്ങളിൽ നിന്നവർ മൗനത്തിലേക്കു പിൻവലിഞ്ഞത് അർത്ഥപൂർണ്ണമായ ശബ്ദങ്ങളുടെ ലോകത്തിനു ശക്തിപകരാനായിരുന്നു. മൗനം അവർക്കു മരണമായിരുന്നില്ല, മഹത്തായ പുതിയ ജീവിതത്തിലേക്കുള്ള രണ്ടാം പിറവിയായിരുന്നു. സർഗ്ഗാത്മകമായ പ്രസ്തുത മൗനത്തിൽ വച്ചാണവർ, മാരകശക്തിയുള്ള സൂക്തങ്ങൾ സൃഷ്ടിച്ചത്.

അന്നവ നിവർന്നു നിന്നതു നിറഞ്ഞ മൗനത്തിന്റെ ഉരുക്കു കാലുകളിലായിരുന്നു. ഒരുൾവലിയൽ എന്നു തോന്നിപ്പിക്കും വിധമുള്ള ഒരുയർത്തെഴുന്നേല്പായിരുന്നു അത്. അർത്ഥസാന്ദ്രമായ അന്വേഷണങ്ങൾകൊണ്ട്, സർഗ്ഗാത്മകമായ മൗനംകൊണ്ട്, ത്യജിക്കലിന്റെ തിളക്കംകൊണ്ട്, വിശാലവീക്ഷണത്തിന്റെ മന്ദഹാസംകൊണ്ട്, കൊള്ളരുതായ്മകൾക്കെതിരെയുള്ള തീക്കൊള്ളികൾകൊണ്ട്, വിയോജിക്കുന്നവരെ

പ്പോലും വിസ്മയിപ്പിക്കുംവിധമുള്ള കവിത്വംകൊണ്ട് അന്നതിനു സ്വന്തം ഔന്നത്യം അനുഭവിപ്പിക്കാൻ കഴിഞ്ഞിരുന്നു.

എന്നാലിന്ന് ആദ്ധ്യാത്മിക നേതൃത്വത്തിലൊരു വിഭാഗമെങ്കിലും മൗനത്തിന്റെ കലയിൽനിന്ന് ആക്രോശത്തിന്റെ ശാസ്ത്രത്തിലേക്കാണു കുതിക്കുന്നത്. സ്വന്തം ശബ്ദം വേറിട്ടു കേൾപ്പിക്കാനല്ല, സർവ്വവിധത്തിലുള്ള വ്യത്യസ്തശബ്ദങ്ങളെയും കലക്കുംവിധമുള്ള ബഹളങ്ങൾ സൃഷ്ടിക്കാനാണവർ ശ്രമിക്കുന്നത്. പ്രാർത്ഥന അകപ്പൊരുളിലേക്കുള്ള തിരിച്ചുപോക്കാണെങ്കിൽ, സ്വത്വത്തെ മെച്ചപ്പെടുത്താൻ സ്വയം നിർവ്വഹിക്കുന്ന മല്പിടിത്തമാണെങ്കിൽ, പൊതുസ്ഥലങ്ങളിലെങ്കിലും ബഹളം വയ്ക്കാതിരിക്കാനുള്ള വിനയമതു വികസിപ്പിക്കണം. സ്വന്തം ദൈവത്തെയും സ്വന്തം സമീപനങ്ങളെയും മറ്റുള്ളവരുടെ മേൽ സങ്കുചിതമായി അടിച്ചേല്പിക്കുന്നതിന്നു പകരം, സമസ്ത വ്യത്യസ്തതകൾക്കും കാലുഷ്യമില്ലാതെ കൈകൊടുക്കാനവസരം ഒരുക്കുംവിധം, അത് മഹത്തായ മൗനത്തിലേക്കു മാറിനില്ക്കണം.

ഉച്ചഭാഷിണിയുടെ മുഴക്കത്തിൽനിന്നല്ല, ഉച്ചരിക്കപ്പെടുന്ന വാക്കിന്റെ നിറസമൃദ്ധിയിൽ നിന്നാണതു നിർവൃതി നുകരേണ്ടത്. ഒരു പ്രത്യേക വിശ്വാസം പങ്കുവയ്ക്കുന്നവരുടെ ഒരു കൂട്ടായ്മയിൽവച്ചു പ്രകടിപ്പിക്കുന്ന വിധത്തിലല്ല അത്തരം വിശ്വാസം പങ്കുവയ്ക്കപ്പെടാത്തവരുടെ വേറൊരു കൂട്ടായ്മയിൽ അത് അവതരിപ്പിക്കേണ്ടത്. അതിലാഹ്ലാദിക്കാനാവാത്ത നിരവധി പേരുടെ കാതിലേക്ക് എന്തിനത് അടിച്ചുകയറ്റണം? സ്വയം ബോദ്ധ്യത്തിന്റെ ആഴത്തിൽ നിന്നു വികസിച്ചുവരേണ്ട വിശ്വാസം അന്യബോദ്ധ്യങ്ങളുടെ മേലുള്ള അക്രാമകമായ അടിച്ചേല്പിക്കലുകളായി ചുരുങ്ങുകയാണ് അപ്പോൾ ചെയ്യുന്നത്! അറബിയിലും സംസ്കൃതത്തിലും മലയാളത്തിലുമായി അരങ്ങു തകർക്കുന്ന ശബ്ദപ്രാർത്ഥനങ്ങൾ അതാതു മതങ്ങളുടെ പരസ്യങ്ങൾ മാത്രമായി പരിമിതപ്പെട്ടുകൊണ്ടിരിക്കുകയാണ്.

മതേതരത്വം മുടന്തുന്ന ഒരു ബഹുമത-മതരഹിത സമൂഹത്തിൽ, മൗനപ്രാർത്ഥനയുടെ മാർഗ്ഗമാണ് വികസിപ്പിക്കേണ്ടത്. വ്യത്യസ്ത വകുപ്പിൽപ്പെട്ട വിശ്വാസികൾക്കും ഒരു മതവകുപ്പിലും സ്വയം ഉൾപ്പെടാത്ത മതരഹിതർക്കും നല്ല ഒരു തുടക്കത്തിനുള്ള അവസരമായി സൗഹൃദപൂർവ്വം മൗനപ്രാർത്ഥനാ സമയത്തെ സ്വയം സ്വാംശീകരിക്കാൻ കഴിയും. കൈകൂപ്പിയും, കൈചുരുട്ടിയും സ്വന്തം കാഴ്ചപ്പാടുകൾ ആവിഷ്കരിക്കാൻ കഴിയും. സ്വന്തം ഇഷ്ടം, ഇഷ്ടമില്ലാത്തവരുടെ ഇടയിൽ അടിച്ചേല്പിച്ചില്ലല്ലോ എന്ന കുറ്റബോധം കൂടാതെതന്നെ ആർക്കും, മൗനവേളയിൽ, പ്രാർത്ഥിക്കാനോ പ്രാർത്ഥിക്കാതിരിക്കാനോ കഴിയും. എന്നിട്ടും നമ്മളിൽ ഒരു വിഭാഗമെങ്കിലും ഇപ്പോഴും ശബ്ദപ്രാർത്ഥനയുടെ നടത്തിപ്പുകാരാവുന്നതിന്റെ യുക്തിയാണു മനസ്സിലാവാത്തത്.

നിശ്ശബ്ദതയുടെ ഫലം പ്രാർത്ഥനയാകുന്നു
പ്രാർത്ഥനയുടെ ഫലം വിശ്വാസമാകുന്നു
വിശ്വാസത്തിന്റെ ഫലം സ്നേഹമാകുന്നു
സ്നേഹത്തിന്റെ ഫലം സേവനമാകുന്നു
സേവനത്തിന്റെ ഫലം സമാധാനമാകുന്നു.

-(മദർ തെരേസ).

ഉപേക്ഷിക്കപ്പെട്ടവർക്കുവേണ്ടി ജീവിച്ച മദർ തെരേസ സന്ദർശകർക്കുള്ള മഞ്ഞ കാർഡിൽ എഴുതിവച്ചിരിക്കുന്നത്, മൗനത്തിന്റെ മഹത്വമാണ്. മഹർഷി/ പ്രവാചകപാരമ്പര്യത്തിന്റെ ഒരു തീപ്പൊരിയാണ് അതിൽനിന്നു പ്രകാശിക്കുന്നത്.

ഇന്നു മൗനത്തിന്റെ ഔന്നത്യത്തിലേക്കുയരേണ്ട പ്രാർത്ഥനകൾ, ഉച്ചഭാഷിണിവഴി സ്വയം ആർത്തു വിളിച്ചു രസിക്കുമ്പോൾ ഞാനോർത്തത് എന്റെ കുട്ടിക്കാലത്തെ പഠന സമ്പ്രദായത്തെക്കുറിച്ചായിരുന്നു. എത്രമാത്രം ഒച്ചയിട്ടു വായിക്കുന്നുവോ അത്രമാത്രം നന്നായി പഠിക്കുന്നു എന്നായിരുന്നു അന്നത്തെ ധാരണ! എന്നാൽ എട്ടാംക്ലാസിലെത്തിയതോടെ ശബ്ദവായനയിൽനിന്നു പതുക്കെ മൗനവായനയിലേക്കു വളരുകയായിരുന്നു. അതോടെയാണു വായനയുടെ വിസ്തൃതലോകത്തിലേക്കു ചെറുതായെങ്കിലും കടക്കാനായത്. എന്നാൽ ഇന്നും ശബ്ദപ്രാർത്ഥനയിൽ മാത്രം അഭിരമിക്കുന്നവർ യു പി സ്കൂൾവിടാൻ മടിക്കുന്നവരാണ്. അവർക്കിപ്പോഴും ആദ്ധ്യാത്മികതയുടെ നഴ്സറി വിദ്യാലയങ്ങളിൽ മണ്ണപ്പം ചുട്ടു കളിക്കാനാണു മോഹം!

തലകുത്തിനില്ക്കുന്ന മദ്ധ്യവർഗ്ഗം

ഒന്ന്

ഉൽക്കണ്ഠകൾ അനിവാര്യമായും ആന്തരിക ശിഥിലീകരണം സൃഷ്ടിക്കും. സമസ്ത സംഘർഷങ്ങളും സ്വസ്ഥത തകർക്കും. ആത്യന്തികമായി, 'സമാധാന'മെന്നത് ആന്തരികാവസ്ഥയുടെ സ്വകാര്യതയിൽ കേവലമായി സാക്ഷാൽക്കരിക്കേണ്ട പവിത്ര കർമ്മമാണ്. സംഘർഷഭരിതമായ സാമൂഹ്യജീവിതത്തിൽനിന്നും വിട ചോദിക്കുന്ന മുറയ്ക്കാണ് ശാന്തവും സ്വസ്ഥവുമായ ജീവിതം സാദ്ധ്യമാവുന്നത്. ശരീര മനഃക്രമീകരണശാസ്ത്രം വശമാക്കിക്കഴിഞ്ഞാൽ പ്രപഞ്ചത്തെപ്പോലും സ്വന്തം പിടിയിലൊതുക്കാൻ കഴിയും. ഇപ്രകാരമുള്ള സാംസ്കാരികപരസ്യങ്ങൾ നിർമ്മിച്ചുകൊണ്ടാണ് 'യോഗാഭ്യാസാദികൾ' ഇന്ന് സ്വന്തം ശക്തിപ്രകടനം നിർവ്വഹിച്ചുകൊണ്ടിരിക്കുന്നത്.

ദേഷ്യമടക്കമുള്ള മാനസികഭാവങ്ങൾക്ക് വിധേയരാവുന്നവരുടെ ശ്വസനക്രമത്തിലും നോട്ടത്തിലും നില്പിലുമടക്കം സർവ്വ ശരീരചേഷ്ടകളിലും, സാധാരണാവസ്ഥയിൽനിന്ന് വ്യത്യസ്തമായ വിധത്തിലുള്ള മാറ്റങ്ങളുണ്ടാകുമെന്നത് ഒരു സാധാരണ കാര്യമാണ്. പ്രാഥമികമായ ഈ ഭൗതിക യാഥാർത്ഥ്യത്തെയാണ് 'യോഗശാസത്രം' ഒരപൂർവ്വ സംഭവമായി പരിഗണിക്കുന്നത്. ഭൗതിക യാഥാർത്ഥ്യത്തെയാകെത്തന്നെ തലകീഴായി കാണുന്നതുകൊണ്ടാണ്, 'യോഗ'ത്തിന്, മനുഷ്യാസ്തിത്വത്തെത്തന്നെ സാദ്ധ്യമാക്കിയ സങ്കീർണ്ണ ചരിത്ര വികാസത്തോട് സർഗ്ഗാത്മകമായി സംവദിക്കാൻ കഴിയാത്തത്. പ്രകൃതിയെ മാറ്റുകയും അതുവഴി സ്വന്തം പ്രകൃതത്തെത്തന്നെ മാറ്റുകയും ചെയ്യുന്ന, ചലനാത്മകമായ ജീവിതത്തോട് അതുകൊണ്ടാണതിന് ചേർന്നുനില്ക്കാൻ കഴിയാത്തത്.

സർഗ്ഗാത്മക ഉൽക്കണ്ഠകൾക്ക് ഉള്ളുണർവ്വിന്റെയും നവസൃഷ്ടികളുടെയും ഉറവയായിത്തീരാൻ കഴിയുമെന്നും സ്വസ്ഥത തകർക്കുന്ന സംഘർഷങ്ങൾതന്നെയാണ്, അസ്വാസ്ഥ്യങ്ങളാൽ ബഹളമയമായ ലോകത്തിനെതിരെയുള്ള സമരമായിത്തീരുന്നതെന്നും അതിനാൽ സമാധാനവും ശാന്തിയും പ്രവർത്തനരഹിതമായ ഒരവസ്ഥയുടെ ആവിഷ്കാരമേയല്ലെന്നും തിരിച്ചറിയാത്ത 'യോഗ'ത്തിന്റെ തീവ്ര വലതുപക്ഷ വ്യതിയാനത്തെയാണ് ഇന്ന് വിപണി വൻതോതിൽ ആഘോഷിക്കുന്നത്. പ്രത്യയശാസ്ത്രപരമായ കിഴിവുകൾ പരമാവധി നല്കിയും, സമാധാനപൂർവ്വമായ ജീവിതത്തിലേക്കുള്ള 'സമ്മാനക്കൂപ്പണുകൾ' അതിവേഗം വിതരണംചെയ്തും, റെഡിക്യാഷ് ഇല്ലാത്തവർക്ക് 'ക്രെഡിറ്റ്കാർഡ്' സൗകര്യങ്ങൾ ഉറപ്പുവരുത്തിയും കൊഴുക്കുന്ന 'വാണിജ്യവല്കൃതയോഗ' ഇന്ന് കൂറു പുലർത്തുന്നത്, ആദിയോഗാചാര്യനായ പതഞ്ജലിയോടെന്നതിനേക്കാൾ, മനുഷ്യരെയാകെ അരാഷ്ട്രീയവാദികളാക്കി മാറ്റുന്ന, 'മൂലധനമൂല്യബോധ'ത്തോടാണ്. പത്രങ്ങൾ, വാരികകൾ, നാടകങ്ങൾ, സിനിമകൾ തുടങ്ങി സാംസ്കാരിക ജീവിതത്തിന്റെ പ്രാണനായ, 'രണ്ടാം പ്രകൃതി'യെ സ്വാസ്ഥ്യത്തിന്റെ അന്തകനായ പ്രതിനായകപക്ഷത്ത് പ്രതിഷ്ഠിച്ചുകൊണ്ട് സ്വസ്ഥത സ്വന്തമാക്കാനാണത് ആഹ്വാനം ചെയ്യുന്നത്.

സമ്പന്നമായ സാംസ്കാരികജീവിതത്തിന്റെ വാതിലുകളാണ്, മനുഷ്യജീവിതത്തിന്റെ മുമ്പിൽവെച്ച് അത് കൊട്ടിയടയ്ക്കുന്നത്. ഒന്നുകിൽ ഗർഭപാത്രത്തിലെ ഒരു ഭ്രൂണം, അല്ലെങ്കിൽ ഒരു മരം, അതുമല്ലെങ്കിൽ 'കണ്ടിട്ടും ഒന്നും കാണാത്ത', 'കേട്ടിട്ടും ഒന്നും കേൾക്കാത്ത' ഒരു അരാഷ്ട്രീയ മനുഷ്യൻ- അതിനപ്പുറത്തേക്കുള്ള മനുഷ്യരാശിയുടെ കുതിപ്പുകളെയാണത് ചങ്ങലയ്ക്കിടാൻ 'ചുമ്മാ' കൊതിക്കുന്നത്! ഇന്നിലും ഇപ്പോളിലും മാത്രമൊതുങ്ങുന്ന, ഒരു 'ശാശ്വതവർത്തമാന'ത്തെയാണത്, സാക്ഷാൽക്കരിക്കാൻ ശ്രമിക്കുന്നത്. മനുഷ്യരാശിക്ക് മുഴുവൻ രക്ഷയാണത് ഉറപ്പ് നല്കുന്നത്. ഓഷോ എഴുതുന്നു:

> യോഗവിദ്യക്ക് നമ്മെ രക്ഷിക്കാനാകും. വീണ്ടും ഒരിക്കൽക്കൂടി എങ്ങനെ ഇവിടെയിലും ഇന്നിലും ആയിരിക്കാം എന്ന് അതിന് പഠിപ്പിക്കാൻ കഴിയും. എങ്ങനെ ഭൂതകാലത്തെ മറക്കണമെന്നും ഭാവിയെ മറക്കണമെന്നും എങ്ങനെ വർത്തമാനത്തിൽത്തന്നെ നിലകൊള്ളണമെന്നും എങ്ങനെ ഈ നിമിഷത്തെ കാലാതീതമാക്കാൻ കഴിയുമെന്ന അനുഭവ തീവ്രതയിൽ എത്തിച്ചേരാമെന്നും അതിന് പഠിപ്പിക്കാൻ കഴിയും. നിലനില്പിന്റെ ഒരൊറ്റ നിമിഷം ആദ്യന്തവിഹീനമായ ചിരന്തനകാലമായിത്തീരുന്നു.

തവള കരയുന്നതുകൊണ്ടാണ് മഴ പെയ്യുന്നതെന്നും, കോഴി കൂകുന്നതുകൊണ്ടാണ് പ്രഭാതം പുലരുന്നതെന്നും, കാക്ക കരയുന്നതുകൊണ്ടാണ് വിരുന്നുകാർ വരുന്നതെന്നും കരുതുന്ന നിഷ്കളങ്കതയിൽനിന്ന്

കുതറി പുറത്ത് കടക്കാൻ, യോഗശാസ്ത്രത്തിന് ഇന്നും കഴിയാത്തത്, തിളച്ചുമറിയുന്ന ജീവിതത്തിലൊന്ന് തൊടുകപോലും ചെയ്യാതെ അതൊഴിഞ്ഞ് മാറുന്നതുകൊണ്ടാണ്. തന്റെ ചെലവിൽ ഇനി ഈ പ്രദേശത്ത് നേരം പുലരേണ്ടെന്ന് കരുതി, സ്വന്തം പൂവൻകോഴിയെയുംകൊണ്ട് സ്ഥലം വിട്ട ഒരു പഴയ മനുഷ്യന്റെ നിഷ്കളങ്കതയുടെ ഇത്തിരിവട്ടത്തിൽ തന്നെയാണ് ആദ്ധ്യാത്മികതയിൽനിന്നുപോയ, 'യോഗശാസ്ത്രം' ഇന്നും കറങ്ങുന്നത്! 'സമഗ്രയോഗ' എന്ന ഗ്രന്ഥത്തിൽ, സ്വാമിശാന്തിധർമ്മാനന്ദ സരസ്വതി 'സന്തോഷത്തെ' നിർവ്വചിച്ചിരിക്കുന്നത്, ദുരിതപൂർണ്ണമായ ജീവിതത്തിൽനിന്നുള്ള മോചനമായോ, മനുഷ്യബന്ധങ്ങളുടെ പൂക്കാലമായിട്ടോ അല്ല, മറിച്ച്, 'മുൻജന്മങ്ങളിലെ കർമ്മങ്ങൾക്കനുസരിച്ച് ഈശ്വരൻ നിശ്ചയിച്ച് തന്നിട്ടുള്ള അവസ്ഥയിൽ സംതൃപ്തിയോടെ ജീവിക്കുന്നതിനെയാണ്. അങ്ങനെയെങ്കിൽ പിന്നെന്തിനാണ് നമ്മൾ കാലുകൾ 'കഷ്ടപ്പെട്ട്' മടക്കി 'പത്മാസന'ത്തിലിരുന്ന്, പിന്നീട് അവിടെനിന്നും നിവർന്ന്, തലകുത്തി 'ശീർഷാസനത്തിലേക്ക്' കടക്കുന്നത്!

ഓരോ ആസനത്തിന്റെയും ഫലശ്രുതികൾ കണ്ടാൽ, പ്രാണായാമമുൾപ്പെടെയുള്ള ശ്വസനക്രിയകളെക്കുറിച്ചുള്ള പ്രകീർത്തനങ്ങൾ കേട്ടാൽ, മുൻജന്മ- പുനർജ്ജന്മ പരികല്പനകളുൾപ്പെടെ സർവ്വ ആശയവാദമിഥ്യകളെയും വെള്ളമില്ലാതെ വിഴുങ്ങാൻ കഴിയും. സ്വാസ്ഥ്യത്തെക്കുറിച്ചെന്നപോലെ, ആനന്ദത്തെക്കുറിച്ചുള്ള ജനകീയ കാഴ്ചപ്പാടുകളെയും ഇടിച്ചുകലക്കിക്കൊണ്ടാണ് 'യോഗാഭ്യാസാദി'കളൊക്കെയും കുതിക്കുന്നത്. ആസന-പ്രാണായാമാദികളുടെ 'ചരിത്രാതീത സ്വഭാവവും' യോഗയെക്കുറിച്ചുള്ള ആധുനിക അവകാശവാദങ്ങളുടെ അർത്ഥരാഹിത്യവും എന്നിട്ടും ഗൗരവമായ അപഗ്രഥനങ്ങൾക്ക് പിടികൊടുക്കാതെ തെന്നിമാറുകയാണ്! 'പഴമക്കമ്പ'ത്തിലും, അത്ഭുതങ്ങൾ അറ്റുവീഴുമെന്ന പ്രതീക്ഷയിലും അദ്ധ്വാനരഹിത ജീവിതം നയിച്ച ഇന്ത്യൻ സവർണ്ണതയുടെ പ്രത്യയശാസ്ത്രമിഥ്യകളെ അതിജീവിക്കാനുള്ള കീഴാളജനതയുടെ കഴിവില്ലായ്മകളിലും വെച്ചാണ്, മേലാളവൽക്കരിക്കപ്പെട്ട യോഗ കൊഴുത്തുകൊണ്ടിരിക്കുന്നത്. ഭക്ഷണത്തെ 'സാത്വികം', 'രാജസം', 'താമസം' എന്നിങ്ങനെ സവർണ്ണ പ്രത്യയശാസ്ത്രത്തിന് വിധേയമാക്കി വിഭജിച്ചും, സവർണ്ണഭക്ഷണം, സാത്വികവും അതിനാൽ ശ്രേഷ്ഠവുമാണെന്ന മിത്ത് സൃഷ്ടിച്ചുമാണ് 'യോഗാഭ്യാസത്തിന്' അനുയോജ്യമായ 'യുക്താഹാരം' ക്രമീകരിച്ചിരിക്കുന്നത്. ഓരോരോ ജനവിഭാഗങ്ങളും വളർന്നുവന്ന സാഹചര്യങ്ങളും വൈവിദ്ധ്യപൂർണ്ണമായ അഭിരുചികളും ആരോഗ്യാവസ്ഥകളും അവഗണിച്ചുകൊണ്ട്, സൃഷ്ടിച്ചെടുക്കുന്ന, 'യുക്താഹാരം' ഒരാധിപത്യയുക്തി, മറ്റുള്ളവരുടെമേൽ അടിച്ചേല്പിക്കുന്ന, 'അയുക്താഹാരം' മാത്രമാണെന്ന്, സവർണ്ണ യുക്തിയിൽ സ്തംഭിച്ചുപോവാത്തവർക്കൊക്കെയും തിരിച്ചറിയാൻ കഴിയും!

വേട്ടയാടിയും മാംസം കഴിച്ചും മരംമുറിച്ചും കൃഷിചെയ്തും ക്ലേശകരമായ കായികജോലികൾ നിർവ്വഹിച്ച മനുഷ്യരുടെ ജീവിതം സാദ്ധ്യമാ

ക്കിയ 'നൃത്തം' മുതലുള്ള കലാരൂപങ്ങളെയും, ശാരീരിക മനഃക്രമീകരണമെന്ന അർത്ഥത്തിലുള്ള യോഗാഭ്യാസാദികളെയും സവർണ്ണ പ്രത്യയശാസ്ത്രം പിടിച്ചെടുത്ത് സ്വന്തം പ്രതിച്ഛായയിൽ പുനഃസൃഷ്ടിക്കുകയാണുണ്ടായത്.

'യോഗ'യേക്കാൾ വേഗത്തിൽ, 'മോക്ഷം' ഉറപ്പ് നല്കുന്ന, 'തന്ത്രം', 'മത്സ്യം, മാംസം, മദ്യം, മുദ്ര, മൈഥുനം' എന്നിങ്ങനെയുള്ള പഞ്ചമകാരങ്ങളിലാണ് ജീവിതനിർവൃതിയുടെ മധുരം നുണയുന്നത്! ഓഷോയെപ്പോലുള്ള നവ ആത്മീയനേതാക്കൾ, തന്ത്രയെയും യോഗയെയും ഒരേ സമയം വാഴ്ത്തുന്നതിൽ ഒരു വൈരുദ്ധ്യവും കാണാത്തവരാണ്. 'തന്ത്ര'യെക്കുറിച്ചുള്ള പുസ്തകത്തിൽ, യോഗികളെയാകെ പരിഹസിക്കാനും, യോഗത്തെ അപഗ്രഥിക്കുന്ന പുസ്തകത്തിൽ അതിനെ പ്രശംസിക്കാനും, രണ്ടിനെയും താരതമ്യപ്പെടുത്തുമ്പോൾ, യോഗത്തെ അപേക്ഷിച്ച് തന്ത്രയ്ക്കുള്ള മെച്ചം വിശദീകരിക്കാനുമാണ് ഓഷോ ശ്രമിച്ചു കാണുന്നത്. യോഗത്തിന്റെ പാരമ്യം തന്ത്രത്തിന്റെ ആരംഭം മാത്രമേ ആകുന്നുള്ളൂ. യോഗം നിങ്ങളെ 'തന്ത്രത്തിന് തയാറാക്കുക മാത്രമാണ് ചെയ്യുക.' എന്നാണ് അദ്ദേഹം അവകാശപ്പെടുന്നത്. ഓഷോവിന്റെ വീക്ഷണത്തിൽ യോഗയിൽ നിങ്ങൾ സമയത്തിന്റെ ഉള്ളിലാണെങ്കിൽ, തന്ത്രത്തിൽ നിങ്ങൾ സമയത്തിനതീതമാണ്. യോഗി കാളവണ്ടിയിലാണെങ്കിൽ, താന്ത്രികൻ വിമാനത്തിലാണ്. താന്ത്രികരെ പ്രകീർത്തിക്കുമ്പോഴും അവരുടെ ഭക്ഷണരീതികളെ പിന്തുണയ്ക്കാൻ ഓഷോവിനും കഴിയുന്നില്ല! അക്കാര്യത്തിലദ്ദേഹവും യോഗയുടെ വഴിയിലാണ്! ശരീരം യോഗയ്ക്കും, മനസ്സ് തന്ത്രത്തിനും പതിച്ചുകൊടുത്ത ഒരു വിഭക്താവസ്ഥയെയാണ് ഓഷോ പ്രതിനിധീകരിക്കുന്നത്.

പറഞ്ഞുവരുന്നത് മത്സ്യത്തിലും മാംസത്തിലും അഭിരമിക്കുന്ന തന്ത്രത്തെയും അതിനോട് സൈദ്ധാന്തികമായും പ്രായോഗികമായും ഇടഞ്ഞുനില്ക്കുന്ന യോഗയെയും ഒരേപോലെ ആദരിക്കാൻ കഴിയുന്ന ഓഷോവിന്റെ 'വിശാലവീക്ഷണ'ത്തിലെ വൈരുദ്ധ്യത്തെക്കുറിച്ചും അതിൽ തെളിഞ്ഞുനില്ക്കുന്ന അരാഷ്ട്രീയത്തെക്കുറിച്ചുമാണ്. ഭക്ഷണരീതിയിൽ മാറ്റം വരുത്തി, ശരീരാവസ്ഥയിലും ലോകവീക്ഷണത്തിലും മാറ്റംവരുത്താൻ കഴിയുമെന്ന കാലഹരണപ്പെട്ട കാഴ്ചപ്പാട് കൈയൊഴിക്കാതെ, യോഗയ്ക്ക് അതിന്റെ തന്നെ പരിമിതമായ ഭൗതിക സാദ്ധ്യതകളെ സാക്ഷാൽക്കരിക്കാനാവില്ല. വ്യത്യസ്ത തരത്തിലുള്ള കായികാദ്ധ്വാനത്തിന്റെ ഉറവുകളിൽനിന്നാണ്, വ്യത്യസ്ത ശരീരനിലകൾ എന്ന അർത്ഥത്തിലുള്ള, 'ചുവടുവെപ്പു'കളും അതിന്റെ 'വിശ്രമാവസ്ഥ' എന്ന അർത്ഥത്തിലുള്ള, ആസനങ്ങളും ഉയർന്നുവന്നതെന്നും, അതിനാൽ തന്നെ കായികാദ്ധ്വാനത്തിന്റെ ഉറവുകളടയുന്ന മുറയ്ക്ക് പുതിയ ചുവട്വെപ്പുകളും ആസനങ്ങളും പഴയപോലെ ഉയർന്നുവരാനിടയില്ലെന്നും തിരിച്ചറിയുമ്പോഴാണ്, മുമ്പത്തെ അപേക്ഷിച്ച് വർദ്ധിച്ചതോതിലുള്ള വ്യായാമവും, സംഘർഷക്രമീകരണവിദ്യകളും, 'വൻതോതിൽ' ആവശ്യ

മായിത്തീരുന്നത്. അധികമധികം മാനസികാദ്ധ്വാനത്തെ ആശ്രയിക്കുന്ന ആധുനികസമൂഹത്തിന്റെ ശാരീരികാലസ്യത്തിനുള്ള ഒരു പ്രതിവിധി യെന്ന അർത്ഥത്തിൽ പ്രസക്തമായ ശരീര-മാനസികാഭ്യാസമുറകളാണ് ഇന്ന് ഒരുഭാഗത്ത് വാണിജ്യവല്ക്കരണത്തിനും മറുഭാഗത്ത് നിഗൂഢവല് ക്കരണത്തിനും ഇടയിൽ, യഥാർത്ഥത്തിലുള്ള സ്വന്തം സാദ്ധ്യതകളെപ്പോ ലും കണ്ടെത്താനാവതെ നട്ടംതിരിയുന്നത്. അതോടെയാണ് സഹമനു ഷ്യരിലേക്ക് കൂടുതൽ കൂടുതൽ പ്രവേശിക്കാൻ സാദ്ധ്യതയൊരുക്കേണ്ട മനുഷ്യശരീരം, വലിയൊരു ഭാരമായി സ്വകാര്യതകളിലേക്ക് പിൻവലി യുന്നത്.

രണ്ട്

ശ്വസനവും മാനസികാവസ്ഥയും തമ്മിലുള്ള ബന്ധം ഒരു നിത്യ ജീവിതാനുഭവമാണ്. ഒരു ദീർഘനിശ്വാസമയക്കുമ്പോൾ അനുഭവിക്കുന്ന അവസ്ഥയല്ല, അതിവേഗം ശ്വസിക്കേണ്ടിവരുമ്പോൾ അനുഭവിക്കുന്നത്. എന്നാൽ ഇതിനെ ശ്വസനത്തിന്റെ മാത്രം സ്വകാര്യപ്രശ്നമായി കാണു മ്പോഴാണ് പലരും 'കാൽവഴുക്കി' വീഴുന്നത്. ആമ മിനിട്ടിൽ നാലഞ്ചു തവണമാത്രം ശ്വസിക്കുന്നതുകൊണ്ട് ഇരുനൂറ് കൊല്ലം ജീവിക്കുമ്പോൾ, നായ മിനിട്ടിൽ ഇരുപത്തിയെട്ട്, മുപ്പതുതവണ ശ്വസിക്കുന്നതുകൊണ്ട് പതിനാല് വർഷം ജീവിക്കുന്നു എന്ന 'വസ്തുത'യിൽ നിന്ന് മാത്രം ആയുർദൈർഘ്യത്തെക്കുറിച്ച് ഒരു 'തീസിസ്' നിർമ്മിക്കാൻ ശ്രമിച്ചാൽ നാം തലകുത്തിവീഴും! സാമൂഹ്യ സാംസ്കാരിക രാഷ്ട്രീയ ചികിത്സാ രംഗത്തുണ്ടാവുന്ന മാറ്റങ്ങളാണ് ശിശുമരണനിരക്ക് കുറയാനും ആയുർദൈർഘ്യം വർദ്ധിക്കാനും കാരണമെന്ന് പറഞ്ഞാൽ പുത്തൻ ശ്വസനവിദഗ്ധരും നവയോഗപരിശീലകരും സമ്മതിച്ചുതരില്ല! ഇന്ത്യൻ ശരാശരി ആയുർദൈർഘ്യം ഏകദേശം അറുപത് വർഷമായിരിക്കു മ്പോൾ കേരള ശരാശരി എഴുപത് വർഷമാണെന്നും, മലയാളിയായതു കൊണ്ടു മാത്രം ഒരാൾക്ക് ശരാശരി പത്തുവർഷം 'അധികജീവിതം' കിട്ടിയിട്ടുണ്ടെന്നും, അതിന് കേരളം കടപ്പെട്ടിരിക്കുന്നത്, ജനാധിപത്യ പ്രസ്ഥാനങ്ങളുടെ ഇടപെടലുകളോടാണെന്നും അല്ലാതെ ഈ നവ ആചാര്യന്മാരുടെ അഭ്യാസംകൊണ്ടല്ലെന്നും കേൾക്കുമ്പോൾ, അവർക്ക് കലിവരുന്നത് മനസ്സിലാക്കാം. എന്നാൽ ഇതൊന്നും മനസ്സിലാക്കാതെ ഇവരുടെ പരസ്യകോളത്തിൽ സ്വയം കയറിനില്ക്കുന്ന രാഷ്ട്രീയ -സാം സ്കാരിക പ്രതിഭകളെക്കുറിച്ച് നമ്മളെന്ത് പറയും? ലക്ഷദ്വീപ് യാത്രക്കി ടയിൽ പരസ്പരം ഇണചേർന്ന് പൊങ്ങിക്കിടക്കുന്ന 'കടലാമകളെ' കണ്ടപ്പോൾ ബോട്ടിലെ ജീവനക്കാർ പറഞ്ഞത്, അവ മണിക്കൂറുകളോളം ഇങ്ങനെതന്നെ കിടക്കുമെന്നും, ആർക്കുമതിനെ അത്ര എളുപ്പം വേർ പെടുത്താൻ കഴിയില്ലെന്നുമാണ്! ശ്വസനവിദ്യക്കെന്നപോലെ, വാജീ കരണപരസ്യങ്ങൾക്കും ആമയെ മാതൃകയാക്കാവുന്നതാണ്!

വ്യത്യസ്ത തൊഴിലുകളിൽ വ്യാപരിക്കുന്നവർ, ആ തൊഴിലിന് സഹായകമാവുംവിധം ശരീരത്തെയും മനസ്സിനെയും ശ്വസനക്രമത്തെയും, നില്പിനെയും, നോട്ടത്തെയുമടക്കം, സർവ്വതും പ്രയത്നരഹിതമായിത്തന്നെ സ്വയം ക്രമീകരിക്കുന്നുണ്ടെന്ന സത്യത്തിൽനിന്നും അകന്നുനില്ക്കുന്നതുകൊണ്ടാണ് പലരും, "പൂരകം2", "രേചകം", "കുംഭകം" തുടങ്ങിയ ശ്വസനസംബന്ധിയായ പദാവലികളും 'സിദ്ധാസനം', 'സുഖാസനം', 'വജ്രാസനം' തുടങ്ങിയ ആസനനാമങ്ങളും കേൾക്കുമ്പോഴേക്കും അമ്പരന്നുപോകുന്നത്. മത്സ്യം പിടിക്കുന്നവരും, മരം കയറുന്നവരും, മുങ്ങൽക്കാരും, കിണറ് കുഴിക്കുന്നവരും അടങ്ങുന്ന വ്യത്യസ്ത തൊഴിലുകളിലേർപ്പെട്ടവരോട് ഒരു പ്രാവശ്യം ബന്ധപ്പെട്ടാൽ, ഒരു കോഴ്സിലും ചേരാതെ അവരൊക്കെയും സ്വയം ശ്വസനനിയന്ത്രണം നിർവ്വഹിക്കുന്നവരാണെന്ന് മനസ്സിലാവും. വിശ്രമാവസ്ഥയിൽ ഇരിക്കുമ്പോഴുള്ളതുപോലെയല്ല, തൊഴിൽചെയ്യുമ്പോൾ വായു ഉള്ളിലേക്ക് എടുക്കുന്നത് (പൂരകം); അതുപോലെയല്ലാത്തപ്പോൾ വായു പുറത്തേക്ക് വിടുന്നത് (രേചകം). ഇതുപോലെത്തന്നെയാണ് സന്ദർഭാനുസരണം ശ്വാസം ഉള്ളിൽപിടിച്ചു നിർത്തുന്നത് (കുംഭകം). കഠിനമായ കായികജോലിയിലേർപ്പെട്ടുകൊണ്ടിരിക്കെ ഒരു പ്രത്യേകരീതിയിലേക്ക് നിങ്ങൾ ശ്വാസക്രമത്തെ മാറ്റുന്നതുകൊണ്ട് വിശ്രമാവസ്ഥ അനുഭവിക്കാനോ അതിന് വിപരീതമായി വിശ്രമസമയത്ത് ശ്വസനക്രമത്തെ ജോലിചെയ്യുമ്പോഴുള്ളവിധം മാറ്റുന്നതുകൊണ്ട് തൊഴിലവസ്ഥയിലെത്താനോ കഴിയില്ല. കഴിയുമായിരുന്നെങ്കിൽ വായിൽ ഭക്ഷണമില്ലാതെ തന്നെ വെറുതെ ചവച്ചാൽ ഭക്ഷണം കഴിച്ച അനുഭവം ലഭിക്കുമായിരുന്നു! ഇതുപോലെ 'കോപം' തുടങ്ങിയ പ്രതികരണങ്ങളെ, ഓരോ മനുഷ്യരും സന്ദർഭങ്ങളോട് പുലർത്തുന്ന സവിശേഷബന്ധമായി കാണാതെ, ശ്വസനക്രമവിദ്യവഴി നിയന്ത്രിക്കാൻ കഴിയുമെന്ന് കരുതുന്നത്, കോപത്തിന്നിടയാക്കിയ യഥാർത്ഥ കാരണങ്ങളുടെ വേര് കാണാതിരിക്കാനുള്ള ഒരൊഴിവുകഴിവാണ്.

ആശയകേന്ദ്രിതമായ കേവല'മിത്തിൽനിന്നും' ശരീരകേന്ദ്രിതമായ മിത്തിലേക്കുള്ള കുതിപ്പെന്ന അർത്ഥത്തിൽ 'യോഗ' പുരോഗമനപരമാണ്. അമൂർത്തതയിൽ ആടിത്തിമർത്ത കേവല സൈദ്ധാന്തികതക്കെതിരെ, മൂർത്തതയിലുറച്ചുനിന്ന് 'ശരീരം' നിർവ്വഹിച്ച ഒരു ചെറുത്തുനില്പാണതിൽ പരിമിതികളോടെ മുമ്പ് കുതറിനിന്നത്. അപാരതയെ ആശ്ലേഷിക്കാൻ സാധാരണഗതിയിലുള്ള കരങ്ങൾ അപര്യാപ്തമാണെന്ന തിരിച്ചറിവായിരിക്കണം, ശരീരകേന്ദ്രിതമായ അഭ്യാസമുറകൾ അനിവാര്യമാക്കിയത്! പഴയ കാട്ടാളനെ ആദികവിയാക്കിയത്, സപ്തർഷികളുടെ 'പാപത്തെക്കുറിച്ചുള്ള' ചോദ്യമെന്നതിലേറെ, ജീവിത പ്രാരബ്ധങ്ങളുടെ ചൂടായിരിക്കണം. നിലനില്പിനുള്ള പിടച്ചിലിൽ നിന്നാണ് കലകളൊക്കെയും പിറന്നതെന്ന ചരിത്രപരമാർത്ഥത്തിൽവെച്ചാണ് കാട്ടാളന്റെ ക്രൂരതയെക്കുറിച്ചുള്ള പഴയ മിത്ത് പൊളിയുന്നത്.

'വേട്ടക്കാർ' തന്നെയാണ് കൊല്ലലിനൊപ്പം വളർത്തലും വികസിപ്പിച്ചത്. തികച്ചും പ്രതികൂലമായ പ്രകൃതി പശ്ചാത്തലത്തിൽ അതിജീവനത്തിനുവേണ്ടി ആദിമനുഷ്യർ നടത്തിയ നിരന്തരശ്രമങ്ങൾക്കിടയിൽവെച്ചാണ്, ക്രൂരതമുതൽ വാത്സല്യംവരെയുള്ള വ്യത്യസ്ത മാനുഷികഭാവങ്ങളൊക്കെയും വികസിച്ചുവന്നത്.

ശാരീരിക ശക്തിയുടെയും മസ്തിഷ്ക സാദ്ധ്യതയുടെയും സമന്വയവും, ഉപകരണങ്ങളുടെ സൂക്ഷ്മമായ ഉപയോഗവും സാദ്ധ്യമാക്കിയ, 'രണ്ടാം പ്രകൃതി'യുടെ സൃഷ്ടിയായിരുന്നുകൊണ്ട്, ഇതൊന്നുമില്ലാതിരുന്ന ഒരു 'ഒന്നാം പ്രകൃതി'യെക്കുറിച്ച് സ്വപ്നം കാണുന്നതിലാണ് ഇന്ന് 'യോഗശാസ്ത്രം' വ്യാപൃതമായിരിക്കുന്നത്. മനുഷ്യപ്രകൃതിയോടെന്നതിനേക്കാൾ ഇന്നുമത് ചേർന്ന് നില്ക്കുന്നത് ആദിമകാലത്തെ നഗ്ന പ്രകൃതിയോടാണ്. വിയർപ്പിന്റെ ഉപ്പ് കലരാത്ത മണ്ണിനെ ഉമ്മവെക്കാനാണത് വെമ്പുന്നത്. ജൈവാസ്തിത്വത്തെതന്നെ സാംസ്കാരികാസ്തിത്വമാക്കി പരിവർത്തിപ്പിക്കുന്ന ചരിത്രവളർച്ചയുടെ 'യുക്തി'യുമായി പൊരുത്തപ്പെടാത്തതുകൊണ്ടാണ് പ്രാകൃത ജൈവപരതയിലും, അതിശയോക്തിപരമായ സാംസ്കാരിക അവകാശവാദങ്ങളിലും, അചരിത്രപരമായ സമീപനങ്ങളിലും അത് അഭിരമിക്കുന്നത്.

ഭൗതികതയിലും പ്രയോഗത്തിലുംനിന്ന് തുടങ്ങുമ്പോഴും 'യോഗം' വന്ധ്യമായ ആദ്ധ്യാത്മികതയിലൊടുങ്ങിപ്പോകുന്നത് അദ്ധ്വാനത്തിനുമേൽ ധ്യാനത്തെ അത് ഏകപക്ഷീയമായി സ്ഥാപിച്ചതുകൊണ്ടാണ്. സത്യത്തിൽ ഇന്ന് ആത്മീയ വ്യാപാരികളുടെ കൈയിൽ സങ്കുചിതമായിത്തീർന്ന 'ധ്യാനം', സൂക്ഷ്മമായ ഏതൊരു അദ്ധ്വാനപ്രവർത്തനത്തിന്റെയും അടിസ്ഥാനമുന്നുപാധിയാണെന്ന വസ്തുതയാണ്, തലകീഴായി തീർന്നിരിക്കുന്നത്. പരസ്പരം വേർതിരിക്കാനാവാത്തവിധം അഭേദ്യബന്ധം പുലർത്തുന്ന ധ്യാനത്തെയും അദ്ധ്വാനത്തെയും കൃത്രിമമായി വെട്ടിമുറിക്കുകയും, അദ്ധ്വാനത്തിനെതിരെ 'ധ്യാനത്തെ' പ്രതിഷ്ഠിക്കുകയും ചെയ്തുകൊണ്ടാണ് യോഗം വളർന്നത്. ശരീരത്തിൽനിന്ന് മനസ്സിലേക്ക് എന്ന ശരിയായ സമീപനം പുലർത്തുമ്പോഴും, അതുകൊണ്ടാണത് തെറ്റായ നിഗമനങ്ങളിലെത്തിയത്. സ്വന്തം പരിമിതികൾ തിരിച്ചറിഞ്ഞു തുടങ്ങിയ മനുഷ്യരിൽനിന്നാണ്, മന്ത്രവാദവും കലയും യോഗയുമടക്കമുള്ള സമസ്ത അതിജീവനശ്രമങ്ങളും ആവിർഭവിച്ചത്.

ശരിയായ നിരീക്ഷണവും, തെറ്റായ നിഗമനങ്ങളുമാണവയെ, ശരി/തെറ്റ് എന്നിങ്ങനെയുള്ള കേവല ദ്വന്ദ്വങ്ങളിലേക്ക് ചുരുക്കുന്നതിനെ ചെറുക്കുന്നത്. 'സദൃശം സദൃശത്തെ സൃഷ്ടിക്കുന്നു' എന്ന മന്ത്രവാദതത്ത്വത്തിനു ചുറ്റുമാണ് യോഗശാസ്ത്രവും കറങ്ങുന്നത്. പരുന്തിന്റെ കണ്ണ് വറുത്ത് തിന്നാൽ കാഴ്ചശക്തി വർദ്ധിക്കുമെന്ന പ്രാചീന വിശ്വാസം മാത്രം അപഗ്രഥിച്ചാൽ, ഇതെങ്ങനെ ഒരേസമയം ശരിയും തെറ്റുമാണെന്ന് വ്യക്തമാകും. വളരെ ഉയരത്തിൽവെച്ച്, കോഴിക്കുഞ്ഞടക്കമുള്ള തന്റെ ഇരയെ കാണുന്ന പരുന്തിന്റെ അസാധാരണമായ കാഴ്ചശ

ക്തിയെയും തന്റെ കണ്ണുകൾക്ക് അത്രയും ശക്തിയില്ലെന്ന സത്യത്തെയും ഒരേസമയം നിരീക്ഷിക്കാൻ കഴിഞ്ഞതിലാണ് ശരിയുള്ളതെങ്കിൽ; പരുന്തിന്റെ കണ്ണിലാണ് ഈ സവിശേഷ കാഴ്ചശക്തി സ്ഥിതി ചെയ്യുന്നതെന്നും അതുകൊണ്ട് അത് ഭക്ഷിച്ചാൽ ഈ ശക്തി ലഭിക്കുമെന്നുമുള്ള നിഗമനത്തിൽവെച്ചാണ് അവർക്ക് തെറ്റിയത്. യോഗശാസ്ത്രം ഇതുപോലുള്ള നിരവധി 'തെറ്റുകളെ'യാണ് മഹാശരികളെന്ന വ്യാജേന തത്ത്വവല്ക്കരിച്ചുകൊണ്ടിരിക്കുന്നത്.

വൈവിദ്ധ്യപൂർണ്ണമായ അദ്ധ്വാനപ്രക്രിയക്കിടയിൽ മനുഷ്യർ കണ്ടെത്തിയ സൗകര്യപ്രദമായ നില്പുകളെയും ഇരിപ്പുകളെയും നോട്ടങ്ങളെയുമാണ് അഭൗമിക കണ്ടെത്തലുകളായി യോഗയിലും കളരിയിലുമെല്ലാം ക്രോഡീകരിച്ചിരിക്കുന്നത്. മണ്ണ് കിളയ്ക്കുമ്പോൾ, കല്ല് വെട്ടുമ്പോൾ, മരം മുറിക്കുമ്പോൾ, പാറപൊട്ടിക്കുമ്പോൾ, ഗുഹകൾക്കകത്ത് ചിത്രം കൊത്തിയുണ്ടാക്കുമ്പോൾ, വേട്ടയാടുമ്പോൾ, അപകടങ്ങളെ അഭിമുഖീകരിക്കുമ്പോൾ, ആഹ്ലാദാഘോഷങ്ങളിൽ ഒത്തുചേരുമ്പോൾ എന്നിങ്ങനെ ഓരോരോ സന്ദർഭത്തിലും മനുഷ്യശരീരവും, അതുവഴി മനസ്സും കൈവരിക്കുന്ന, അവസ്ഥകളും അനുഭവങ്ങളും അനുഭൂതികളും കിഴിച്ചാൽ, യോഗശാസ്ത്രവും ശൂന്യമാവും. മരം മുറിക്കുമ്പോഴും, പഴങ്ങൾ പറിക്കുമ്പോഴും, മനുഷ്യശരീരമാർജ്ജിക്കേണ്ടി വരുന്ന കിഴുക്കാം തൂക്കായി കിടക്കുന്ന അവസ്ഥ ഇല്ലായിരുന്നെങ്കിൽ, ആസനരാജനെന്നറിയപ്പെടുന്ന 'ശീർഷാസനത്തിനു' പിറക്കാനേ പറ്റുമായിരുന്നില്ലെന്ന് പറയുന്നത്, ശീർഷാസനത്തിന്റെ സവിശേഷ പദവിയെ ചോദ്യം ചെയ്യാനല്ല, മറിച്ച് പ്രസ്തുത പദവിയെ ചൂഴ്ന്ന് നില്ക്കുന്ന വ്യാജപരിവേഷങ്ങളെ വിശകലനവിധേയമാക്കാനാണ്. സത്യത്തിൽ ആസനങ്ങളും ചുവടുവെപ്പുകളും 'അദ്ധ്വാനാവസ്ഥ' കഴിഞ്ഞാൽ പിന്നെ കടപ്പെട്ടിരിക്കുന്നത് ഭ്രൂണങ്ങളോടും ജന്തുക്കളോടും സസ്യങ്ങളോടുമാണ്! സിംഹം മുതൽ കുറുക്കൻ വരെയുള്ള ജന്തുക്കളുടെ സവിശേഷതകളും, പടർന്നു നില്ക്കുന്ന മഹാവൃക്ഷങ്ങൾ മുതൽ, ചെറുപുല്ലുകൾവരെയുള്ളവരുടെ ആപേക്ഷിക നിശ്ചലാവസ്ഥകളും, പ്രകൃതിമനുഷ്യബന്ധത്തിലെയും മനുഷ്യ മനുഷ്യബന്ധത്തിലെയും ഒരു മനുഷ്യന്റെതന്നെ ബാഹ്യആന്തരിക ബന്ധങ്ങളിലെയും വൈരുദ്ധ്യങ്ങളെ മുറിച്ചുകടക്കാനുള്ള പാഴായിത്തീർന്ന ശ്രമങ്ങളാണ് യോഗയിൽ പുലരുന്നത്. ആത്യന്തികമായി അത് കടപ്പെട്ടിരിക്കുന്നത് ആദ്ധ്യാത്മികാചാര്യന്മാരോടല്ല, വേട്ടക്കാരോടും കർഷകരോടുമാണ്.

മുമ്പെന്നപോലെ ഇന്നുമത് ശാരീരിക-മാനസികാഭ്യാസങ്ങളുടെ ഒരു സമാഹാരമാണ്. അനങ്ങാപ്പാറപോലെ ഒരു ഭൗതികപദാർത്ഥം മാത്രമായിത്തീർന്ന 'അലസശരീരത്തെ' ജൈവപരമാക്കുന്നതിലപ്പുറം, സാംസ്കാരികാസ്തിത്വത്തിന്റെ ഔന്നത്യത്തിലേക്കു നയിക്കാൻ വെറും യോഗാഭ്യാസങ്ങൾക്ക് കഴിയില്ല. അനിയന്ത്രിതമായി തീരാവുന്ന വ്യക്തികാമനകളെ നിയന്ത്രിക്കുന്നതിനും, ശരീരത്തിന്റെ ആരോഗ്യം നിലനിർത്തു

ന്നതിനും, ഒരു സവിശേഷ ചിട്ടയിലൂടെ കടന്നുപോകുകവഴി ലഭ്യമാകുന്ന മാനസിക സ്വസ്ഥത സാക്ഷാൽക്കരിക്കുന്നതിനുമപ്പുറം, യോഗാഭ്യാസത്തെ ഒരത്ഭുതവും സർവ്വരോഗസംഹാരിയുമായി കാണുന്ന സമീപനങ്ങൾ സമീപകാലംവരെ, ചില പുസ്തകങ്ങളിൽ അന്ത്യവിശ്രമം കൊള്ളുകയായിരുന്നു. എന്നാൽ അടുത്തകാലത്ത്, പുസ്തകങ്ങളിൽപോലുമില്ലാത്ത മെച്ചങ്ങൾ, യോഗാഭ്യാസം അവകാശപ്പെടുംവിധമുള്ള പരസ്യപ്രകടനങ്ങൾക്കാണ് നാം സാക്ഷ്യം വഹിക്കുന്നത്.

മൂന്ന്

കായികാഭ്യാസത്തിന്റെ ഭാഗമായും അല്ലാതെയും സാമാന്യേന വ്യക്തിപരമായി എത്രയോപേർ നിശ്ശബ്ദം നിർവ്വഹിച്ചുപോന്ന ഒരു ശരീര പരിശീലനക്രമമാണ് ഇന്ന് തെരുവിൽ പ്രദർശന നൃത്തം ചവിട്ടുന്നത്. മുമ്പ് വലിയൊരു പരിധിവരെ, ഒരു 'കളി' മാത്രമായി കണ്ട 'കൈനോട്ടം' അത്യന്ത ഗൗരവമായ 'ഹസ്തരേഖാശാസ്ത്രമായി' മാറിയതുപോലെ 'യോഗശാസ്ത്ര'വും, വ്യക്തികളുടെ സ്വകാര്യതകളിൽനിന്നും സാമൂഹ്യ അംഗീകാരത്തിന്റെ പ്രാഥമികതലത്തിൽനിന്നും വിപണിവല്ക്കരണത്തിന്റെയും പരസ്യത്തിന്റെയും ലോകത്തിലേക്ക് പറന്നെത്തിയതോടെയാണ് അതൊരുതരം പൈങ്കിളിത്തരത്തിന്റെ പറുദീസയായി മാറിയത്. ആരോഗ്യകരമായ ശരീരബോദ്ധ്യത്തിൽനിന്ന് അനാരോഗ്യകരമായ 'ശരീരമാത്ര'വാദത്തിലേക്കുള്ള സങ്കോചമാണ് അതുവഴി ശക്തിപ്രാപിച്ചുകൊണ്ടിരിക്കുന്നത്. ആരോഗ്യകരമായ ശരീരത്തിന്റെ ചെലവിൽ കൊഴുക്കുന്നത്, സാമൂഹ്യവിരുദ്ധം എന്ന അർത്ഥത്തിൽ മലിനമായ മനസ്സാണ്. സാമൂഹ്യമായ പിൻവലിയലുകൾക്ക് കരുത്തു പകരുംവിധമാണ്, ഇന്ന് യോഗ പരസ്യങ്ങൾ കൊഴുക്കുന്നത്.

വെള്ളത്തിന്റെ മുകളിലൂടെ നടക്കൽ മുതൽ വായുവിൽ പറക്കൽവരെയുള്ള അത്ഭുതങ്ങളുടെ അകമ്പടിയോടെയായിരുന്നു മുമ്പ് യോഗികൾ വാർത്തകളിൽ നിറഞ്ഞു നിന്നത്. പലതവണ അതിന്റെ അസംബന്ധങ്ങൾ ആവർത്തിച്ച് വ്യക്തമാക്കപ്പെട്ടിട്ടും തെളിവുകളില്ലാത്ത, അത്ഭുതങ്ങളുടെ വാലിൽ തൂങ്ങാനാണ് ഭരണാധികാരികൾപോലും ഔത്സുക്യം കാട്ടുന്നത്. മുട്ടുവേദന, ഊരവേദന, നടുവേദന തുടങ്ങിയ ശാരീരിക തകരാറുകൾക്കും, ചില രോഗചികിത്സകൾക്ക് അനുബന്ധമായും, നല്ല വ്യായാമമായും നിലനിർത്തേണ്ട 'യോഗ'ത്തെ, മാരകരോഗങ്ങൾക്കൊക്കെയുള്ള പരിഹാരമായും, അത്ഭുതമായും അവതരിപ്പിക്കുന്ന പ്രവണതകളോട് നമ്മുടെ നവോത്ഥാനകാലം പരമപുച്ഛമാണ് പുലർത്തിയത്.

യോഗാഭ്യാസത്തെ അതിന്റെ സമഗ്രതയിൽ ആഴത്തിൽ തിരിച്ചറിഞ്ഞ ശ്രീനാരായണഗുരുപോലും അതിനെ സാമൂഹ്യപ്രവർത്തനത്തിന്റെ ഒരു ഭാഗമായോ രോഗപ്രതിരോധത്തിനുള്ള പ്രധാന വഴികളിലൊന്നായോ നിർദ്ദേശിക്കുകയുണ്ടായില്ല. മറിച്ച് യോഗാഭ്യാസത്തിന്റെ

മഹത്വങ്ങളെക്കുറിച്ച് വാചാലനായ ശിഷ്യനോട്, അതിന്റെ പെട്ടെന്നുള്ള ഒരു മെച്ചം പറയാനാവശ്യപ്പെടുകയാണുണ്ടായത്. അത് മലശോധനയ്ക്കു നല്ലതാണെന്ന ശിഷ്യന്റെ അഭിപ്രായത്തെ അതിന് ആവണക്കെണ്ണ മതിയാവില്ലേ എന്ന നിരുപദ്രവകരമായ പരിഹാസംകൊണ്ട്, നേരിടുകയാണ് അന്ന് ഗുരു ചെയ്തത്. ശരീര-മനഃക്രമീകരണത്തിലൂടെ യോഗാഭ്യാസം നിർവ്വഹിക്കുന്ന സാദ്ധ്യതയെയൊക്കെയും പുച്ഛിക്കുകയായിരുന്നില്ല, മറിച്ചതിനെ ഒരു നിഗൂഢതയാക്കി, ആദർശവല്ക്കരിക്കുന്നതിന്റെ തലയ്ക്കൊരു കിഴുക്ക് കൊടുക്കുകയാണ് അന്ന് ഗുരു ചെയ്തത്.

സത്യത്തിലിന്ന് വൈദ്യരംഗത്ത് പ്രവർത്തിക്കുന്ന വിദഗ്ദ്ധർ യോഗികളുടെ പൊള്ളയായ അവകാശവാദങ്ങളെ തുറന്നു കാണിക്കാൻ തെരുവിലിറങ്ങേണ്ട സമയമാണ്. ശ്വസനക്രിയകളും ആനന്ദനൃത്തങ്ങളും എന്തുതരം പ്രത്യാഘാതങ്ങളാണ് സാംസ്കാരിക രംഗത്തെന്നപോലെ ആരോഗ്യരംഗത്തും സൃഷ്ടിക്കുന്നതെന്ന ഗൗരവമായ അന്വേഷണമാണ് ഇപ്പോൾ അനിവാര്യമായിട്ടുള്ളത്. ഒരു വ്യായാമമുറയെന്ന നിലയിലുള്ള യോഗാഭ്യാസത്തിന്റെ സാദ്ധ്യതകൾ സ്വാംശീകരിച്ചും, അതേസമയം അതിന്റെ അവകാശവാദങ്ങൾ അപഗ്രഥിച്ചും, സാമൂഹ്യതിരസ്കാരത്തിലേക്ക് നയിക്കുന്ന അതിന്റെ തത്വചിന്തയെ തകർത്തും 'ശരിയായ യോഗാഭ്യാസ'ത്തെ കാലാനുയോജ്യമായി കണ്ടെത്തുകയെന്ന സങ്കീർണ്ണമായ ദൗത്യമാണ് ജനാധിപത്യവാദികൾ ഏറ്റെടുക്കേണ്ടത്. ജാലവിദ്യക്കാരുടെയും മുറിവൈദ്യന്മാരുടെയും വ്യാജആചാര്യന്മാരുടെയും കൈകളിൽനിന്നും, യോഗാഭ്യാസത്തെ ജനാധിപത്യ ശക്തികൾ വീണ്ടെടുക്കുമ്പോൾ അവർക്ക് ഇന്നുള്ള പല സങ്കല്പനങ്ങളും പൊളിച്ചെഴുതേണ്ടിവരും. പഴയ മന്ത്രവാദങ്ങളിൽനിന്ന് ശാസ്ത്രത്തിലേക്കും, പ്രച്ഛന്ന സവർണ്ണസങ്കുചിതത്വങ്ങളിൽനിന്ന്, കീഴാളവിശാലതകളിലേക്കും, ആരാധനാസമ്പ്രദായങ്ങളിൽനിന്നും അപഗ്രഥനാത്മക സമീപനങ്ങളിലേക്കും, താരതമ്യേന ഉപകരണരഹിതവും, വ്യവസായപൂർവ്വവുമായ ശരീര ചിട്ടകളുടെ ലളിത ചുറ്റുവട്ടത്തിൽനിന്നും, വ്യവസായാനന്തരാവസ്ഥയുടെ സങ്കീർണ്ണ സന്ദർഭങ്ങൾ ഉൾക്കൊണ്ടുകൊണ്ടും അതിനെ ഉടച്ച് വാർക്കേണ്ടി വരും. മഴ പെയ്യിക്കുമെന്ന് അവകാശപ്പെടുന്ന ബാലയോഗിമാരിൽ നിന്നല്ല മഴയത്തും വെയിലത്തും ജോലിചെയ്യുന്ന സാധാരണ മനുഷ്യരിലൂടെയാണത് മൗലിക മാറ്റങ്ങൾക്ക് വിധേയമായി നിലനില്ക്കേണ്ടത്. ഒഴുകുന്ന നദിക്കും നിഷ്കളങ്ക ശിശുവിനുമിടയ്ക്കതിന് അങ്ങനെ വരുമ്പോൾ സ്തംഭിച്ചു നില്ക്കാനാവില്ല. മുജ്ജന്മ-പുനർജന്മങ്ങളിലതിന്, മറഞ്ഞിരിക്കാൻ കഴിയില്ല. കുണ്ഡലിനി ശക്തിയെക്കുറിച്ചുള്ള പരമ്പരാഗത മിഥ്യകളിൽനിന്നും അതിന് അനിവാര്യമായും പുറത്തുകടക്കേണ്ടിവരും. പൊരുതുകയല്ല, നിരീക്ഷിക്കലാണ് വേണ്ടതെന്ന, സമരമല്ല സമർപ്പണമാണാവശ്യമെന്ന 'അല്ല'യല്ല 'അതേ'യാണ് വേണ്ട

തെന്ന, ഇടപെടലല്ല പിൻവലിയലാണ് പ്രസക്തമെന്ന, പഴയ ലോകവീക്ഷണങ്ങളൊക്കെയും അതിന് ഉപേക്ഷിക്കേണ്ടി വരും.

സംസ്കാരം മനുഷ്യപ്രകൃതിക്കുമേൽ കെട്ടിവെക്കപ്പെട്ട ഭാരമാണെന്ന കാല്പനികതയോടതിന് വിട ചോദിക്കേണ്ടിവരും. കുലീനനായ കാട്ടാളനുമേൽ ചാർത്തിയ ആദ്ധ്യാത്മിക ഉടയാടകളൊക്കെയും ഊരിക്കളയേണ്ടിവരും. 'യുക്താഹാര പട്ടിക'യിൽ മാംസാഹാരത്തെക്കൂടി ഉൾപ്പെടുത്തേണ്ടിവരും. ആസ്തിക്യമാത്ര കാഴ്ചപ്പാടിന്റെ കുറ്റി യോഗയുടെ അകത്തളത്തിൽനിന്നും പൊരിച്ചു കളയേണ്ടിവരും. യോഗ ജീവാത്മാവും പരമാത്മാവും തമ്മിലുള്ള ചേർച്ചയാണ്, അതൊരു ശുദ്ധശാസ്ത്രമാണ്, ചിത്തവൃത്തി നിരോധനമാണ്, അഹന്തയെ കൈവെടിയലാണ്, അജ്ഞാതത്തിലേക്കുള്ള കുതിച്ചുചാട്ടമാണ് തുടങ്ങിയ ആഡംബരപൂർണ്ണമായ നിർവ്വചനങ്ങളെയൊക്കെയും നിരാകരിക്കേണ്ടിവരും. 'സ്വന്തം ശരീരത്തെ നിയന്ത്രിക്കാൻ കഴിയുന്നവർക്ക് എന്തും കഴിയും' എന്ന ഉപരിപ്ലവമായ കാഴ്ചപ്പാടിന്, 'ജനാധിപത്യവല്ക്കരിക്കപ്പെടുന്ന യോഗ'യ്ക്ക് കപ്പം കൊടുക്കാൻ കഴിയില്ല. ഭ്രൂണത്തിനും സസ്യത്തിനുമിടയിൽ, സമഗ്ര രാഷ്ട്രീയ വ്യവസ്ഥകൾക്കു വെളിയിൽ, സംഘർഷങ്ങളോടൊന്നും സംവദിക്കാതെ അതിനൊരിക്കലും നിശ്ശബ്ദമാകാൻ കഴിയില്ല. കുണ്ഡലീന ശക്തിയിൽ സൃഷ്ടിസ്ഥിതി സംഹാരങ്ങൾ അടങ്ങിയിട്ടുണ്ടെന്നും, 'സുഷുമ്നയിൽ കൂടി കുണ്ഡലിനിപ്രഭ സഞ്ചാരം തുടങ്ങിയാൽ മനുഷ്യന് ഭൂതവും ഭാവിയും സ്ഥൂലവും സൂക്ഷ്മവും അറിയാൻ സാധിക്കുമെന്ന' അവകാശവാദത്തെ അതിനൊരിക്കലും പഴയതുപോലെ ആദരിക്കാൻ കഴിയില്ല. യോഗശാസ്ത്രമെന്ന പേരിൽ ഇന്നറിയപ്പെടുന്ന, 'യോഗപുരാണ'ത്തെ ശരിയായ അർത്ഥത്തിൽ, മണ്ണിലമർന്ന് നില്ക്കുന്ന യഥാർത്ഥ ജനകീയ യോഗശാസ്ത്രമായി പരിവർത്തിപ്പിക്കാതെ യോഗശാസ്ത്രത്തെ ജനാധിപത്യവല്ക്കരിക്കാൻ ശ്രമിക്കുന്നവർക്ക് വിശ്രമിക്കാനാവില്ല.

ഉദാരീകരണം, ലൈംഗികവ്യവസായം, പീഡനം

ഒന്ന്

'രതി/വിരതി'കൾ താമസിക്കുന്നത് പരസ്പരബന്ധമറ്റ തടവറകളിലല്ല. അവയുടെ കൂടിച്ചേരലുകൾക്കും വേർപിരിയലുകൾക്കുമിടയിൽ ഇച്ഛയുടെ ബോധപൂർവ്വവും സജീവവുമായ ഇടപെടലുണ്ട്. 'രതി'ക്ക് മാത്രമായി ഒരു വീട്ടിൽ വാതിലും ജനവാതിലുകളുമടച്ചുകൊണ്ട് ജീവിതാവസാനംവരെ മദിരോത്സവമാടി തിമിർക്കാനാവില്ല. അത്തരമാഗ്രഹങ്ങളിൽപോലും പതിയിരിക്കുന്നത് വൈവിദ്ധ്യപൂർണ്ണമായ മനുഷ്യബന്ധങ്ങളെ കൊന്ന് കൊലവിളിക്കാനുള്ള ലൈംഗിക ഭ്രാന്താണ്. ഒരു ജൈവ-സാംസ്കാരിക സംയുക്തം എന്ന നിലയ്ക്കാണ് മനുഷ്യന്റെ രതികാമനകൾ ആവിഷ്കൃതമാകുന്നത്. 'ജന്തുവിനു തുടരുന്നു വാസനാബന്ധമിങ്ങുടലുവീഴുവോളവും' എന്ന ജൈവസത്യത്തെയും, ശരീരം കത്തിനില്ക്കുന്ന സമയത്തുപോലും കുതറുന്ന സ്വന്തം കാമത്തെ തടവിലിടാൻ മനുഷ്യർക്കു കഴിയുമെന്ന സാംസ്കാരികശക്തിയെയും അന്വേഷണങ്ങളിൽ സമന്വയിപ്പിക്കാൻ കഴിയണം. മൃഗങ്ങളുടെ അലർച്ചകളിൽനിന്നും അരുവികളുടെ മർമ്മരത്തെ തിരിച്ചറിയുന്ന 'ചെവി'യുടെ ചരിത്രപരമായ വളർച്ച വിസ്മരിച്ചുകൊണ്ട് സംഗീതാസ്വാദനത്തിന്റെ അനുഭവലോകം അപഗ്രഥിക്കാനാവില്ല.

എന്നാൽ കുറ്റമറ്റ ഒരു ചെവി കൂടാതെ പ്രസ്തുത മണ്ഡലത്തിലെ ചരിത്രപരമായ സാദ്ധ്യതകളെ സ്വാംശീകരിക്കാനും പ്രകാശിപ്പിക്കാനും ഒരു വ്യക്തിക്കും കഴിയില്ല. ജീവിതത്തെ ഒരു രതിയാത്രയാക്കി സങ്കോചിപ്പിക്കാനുള്ള ശ്രമങ്ങൾക്ക്, രതിനിന്ദാ സുവിശേഷങ്ങളേക്കാൾ 'മഹത്വം' ഇപ്പോൾ ലഭിക്കാത്തത് അതിനനുയോജ്യമായ ഒരു മാർക്കറ്റ് കണ്ടെ

ത്താൻ മൂലധനശക്തികൾക്ക് കഴിയാത്തതുകൊണ്ടാണ്. പ്രത്യക്ഷത്തിലനുഭവപ്പെടുന്ന ഈയൊരു കുറവ് വിരതിയെ 'വാണിജ്യ ആത്മീയതയിലേക്ക്' 'വ്യാജമായി' ഉന്തിവീഴ്ത്തിക്കൊണ്ടാണ് കമ്പോളമിപ്പോൾ പരിഹരിക്കുന്നത്! പുറം പരസ്യങ്ങളിൽനിന്ന് അകപ്പൊരുളിലേക്കുള്ള ഒരു എതിർ സഞ്ചാരമായിരുന്നു മുമ്പ് ആത്മീയത; എന്നാലിന്ന് വാണിജ്യ ആത്മീയതകൾ നിത്യവിശ്രമംകൊള്ളുന്നത് പുറംപകിട്ടിന്റെ പട്ടുകിടക്കയിലാണ്.

കൊളോണിയൽ ആധുനികത മുമ്പ് അഭിരമിച്ചത് രതിസ്തുതിയിലും സാമൂഹ്യ തിരസ്കാരത്തിലും മൃത്യുപൂജയിലും ബന്ധരാഹിത്യത്തിലുമായിരുന്നു. ആനന്ദവാദത്തിന്റെ ആലയിൽനിന്ന് പുല്ലുതിന്നും അഹംമാത്രവാദത്തിന്റെ അഴുക്കുചാലിൽനിന്ന് വെള്ളംകുടിച്ചുമാണത് തടിച്ചുകൊഴുത്തത്. ഫ്യൂഡൽ വരേണ്യതയും, കൊളോണിയൽ ആധുനികതയും കെട്ടിപ്പിടിച്ചാണ് കേരളത്തിൽ ആടിത്തിമിർത്തത്. കോളനീകരണ ശക്തികളുടെ കുടക്കീഴിൽനിന്നുകൊണ്ട് കേരളീയ ജീവിതത്തെ കടന്നാക്രമിക്കാനുള്ള അതിന്റെ പദ്ധതികളെ പ്രതിരോധിച്ചത് അന്നും പുരോഗമന സാംസ്കാരിക പ്രസ്ഥാനങ്ങളായിരുന്നു. എന്നാലിന്ന് ശക്തമായ സാംസ്കാരിക പ്രതിരോധത്തെതുടർന്ന് പതുങ്ങിനിന്ന പ്രതിലോമ ആശയങ്ങൾ വീണ്ടും പുനർകോളനീകരണത്തിന്റെ അനുകൂല സാഹചര്യങ്ങൾ പരമാവധി ഉപയോഗപ്പെടുത്തി 'ലൈംഗിക ഉദാരവല്ക്കരണ'ത്തിന്റെ അജണ്ടകൾ നടപ്പിലാക്കാനുള്ള ആവേശത്തിലാണ്. സാമ്പത്തിക ഉദാരീകരണം മൂലധനത്തിന് മുമ്പിലുള്ള നിയന്ത്രണങ്ങളൊക്കെയും അതുനിമിത്തമുണ്ടാകുന്ന പ്രത്യാഘാതങ്ങളെ പരിഗണിക്കാതെ നീക്കംചെയ്യാനുള്ള ആവേശത്തിലാണ് വ്യാപൃതമായിരിക്കുന്നത്. എല്ലാതരം നിയന്ത്രണങ്ങളും പാരതന്ത്ര്യമാണെന്ന സങ്കുചിത കാഴ്ചപ്പാടിനു പിറകിലുള്ളത് സ്വാതന്ത്ര്യനിഷേധത്തിലധിഷ്ഠിതമായൊരു മൂലധന സർവ്വാധിപത്യ സമീപനമാണ്. ആധിപത്യ-വിധേയത്വങ്ങൾ തുടരുന്ന സമൂഹങ്ങളിൽ വിധേയരുടെ അവകാശങ്ങൾ സംരക്ഷിക്കാനുതകുന്ന നിലപാടുകളേതും ആധിപത്യശക്തികളുടെമേൽ 'നിയന്ത്രണങ്ങൾ' അനിവാര്യമാക്കും. അതുകൊണ്ട് നിയന്ത്രണം സമം പാരതന്ത്ര്യം എന്ന സമവാക്യം സ്വാതന്ത്ര്യത്തെക്കുറിച്ചുള്ള സങ്കുചിതസമീപനമാണ് 'വിശാലവീക്ഷണം' എന്ന വ്യാജേന അവതരിപ്പിക്കുന്നത്. ദേശരാഷ്ട്രം, രാഷ്ട്രീയം, സമൂഹം, സംഘടന, വിമർശനാത്മകചിന്ത, സാമൂഹ്യബോധം എന്നിവയെ ശിഥിലമാക്കുകയും സംഹരിക്കുകയും ചെയ്യാതെ ആഗോളവല്ക്കരണത്തിന്റെ അജണ്ടകൾ പൂർത്തീകരിക്കപ്പെടുകയില്ല. അതിന് വേണമെങ്കിൽ സാമ്പത്തിക നിയന്ത്രണങ്ങൾ നീക്കംചെയ്യുന്നതുപോലെ ജന്തുതയിലേക്ക് മറിഞ്ഞ് വീഴാതിരിക്കാൻ സംസ്കാരം സൃഷ്ടിച്ച മാനസികലോകത്തിലെ നിയന്ത്രണങ്ങളും നീക്കം ചെയ്യപ്പെടണം. 'മനുഷ്യസംസ്കാരത്തെ' തരിശാക്കാനുള്ള ഒരു കാര്യപരിപാടിയാണ് ലൈംഗിക ഉദാരീകരണത്തിന്റെ മറവിൽ കൊടിപറത്തുന്നത്. മനുഷ്യപ്രകൃതിക്കുമേൽ കെട്ടിവെക്കപ്പെട്ട ഒരു

വൻ ഭാരമായി സംസ്കാരത്തെ വിശേഷിപ്പിക്കുന്ന ഫ്രോയിഡിയൻ സമീപനത്തെ 'സാമൂഹ്യവിശകലനത്തിലേക്ക്' വിമർശനരഹിതമായി വഴി തിരിച്ചുവിടുന്നവർ ആധിപത്യം വഹിക്കുന്ന സംസ്കാരത്തിലെ പരിമിതമായ ചരിത്രസാദ്ധ്യതകളെപോലും പിഴുതെറിയാനുള്ള ശ്രമങ്ങളിലാണ് വ്യാപൃതരായിരിക്കുന്നത്. മനുഷ്യൻ സ്വതന്ത്രനായി ജനിക്കുന്നു എന്ന റൂസ്സോവിയൻ കാഴ്ചപ്പാടിന്റെ 'കാല്പനികതയിൽ' കാലിടറിവീഴുന്ന ഇവർ സ്വാതന്ത്ര്യത്തിന്റെ ചരിത്രപരതയുടെ കഴുത്തിലാണ് കത്തിവെക്കുന്നത്. മനുഷ്യർ പിറന്നുവീഴുന്നത് കാല്പനികർ കരുതുന്നതുപോലെ സ്വാതന്ത്ര്യത്തിന്റെ പറുദീസയിലല്ല, കടപ്പാടുകളുടെ ഇരമ്പുന്ന കടലിലാണ്. മനുഷ്യർ സ്വാതന്ത്ര്യം നേടുന്നത് ഓരോ ചരിത്രഘട്ടത്തിന്റെയും സാദ്ധ്യതകൾ സ്വയം സ്വാംശീകരിച്ചും പരിമിതികൾക്കെതിരെ സംഘടിത സമരങ്ങൾ നയിച്ചുമാണ്. മറ്റുമനുഷ്യരെയും പ്രകൃതിയെയും മാത്രമല്ല, ഓരോ മനുഷ്യർക്കും തങ്ങളെത്തന്നെയും നേരിടേണ്ടതുണ്ട്. സ്വന്തം അബോധമനസ്സിലെ രതികേന്ദ്രിതമായ സർവ്വഭ്രമാത്മകതകളെയും സാക്ഷാൽക്കരിക്കാനുള്ള ശ്രമങ്ങളിൽനിന്ന് മനുഷ്യർ പിന്തിരിയുന്നത് 'ജന്മവാസനകളെ' സാമൂഹ്യനിയന്ത്രണങ്ങൾക്കു കീഴ്പ്പെടുത്താനവർക്ക് കഴിയുന്നതുകൊണ്ടാണ്. അടിമനസ്സിലെ തോന്നലുകളെ മുഴുവൻ നിയന്ത്രണരഹിതമായി അലയാൻ അനുവദിച്ചാൽ സമൂഹത്തിന്റെ ആരോഗ്യകരമായ നിലനില്പ് അപകടത്തിലാവുമെന്നവർ സ്വന്തം അനുഭവത്തിൽനിന്നും അറിഞ്ഞിട്ടുണ്ട്. പ്രസ്തുത അറിവ് അധികാരവ്യവസ്ഥയുടെ പരിമിതികളാൽ സങ്കുചിതമായിരിക്കും എന്നുള്ളത് ഒരുവിധേനയും നിയന്ത്രണരഹിതമായ ഒരവസ്ഥയ്ക്കുള്ള സമ്മതപത്രമാകുന്നില്ല. എന്നാൽ സാമ്പത്തിക ഉദാരീകരണത്തിന്റെ മസ്തിഷ്കവും ഹൃദയവുമായി മാറിക്കഴിഞ്ഞിട്ടുള്ള 'ലൈംഗിക ഉദാരീകരണം' ജന്മവാസനകളെ കേവലമായി ആഘോഷിക്കാനാണാഹ്വാനം ചെയ്യുന്നത്. രതിയും ഹിംസയും കൂടിച്ചേർന്ന ഒരു മിശ്രിതമായാണ് 'മാധ്യമങ്ങളിലൂടെ' ഇന്നത് അടിച്ചേല്പിക്കപ്പെടുന്നത്. അതിനിരകളാകുന്നവരെ കാത്തിരിക്കുന്നത് സംസ്കാരത്തിന്റെ സൂര്യനസ്തമിച്ച അന്ധലോകങ്ങളായിരിക്കും. കമ്പോളസഹജമായ 'പുതുമകൾ' തേടിയുള്ള പ്രയാണം സൂര്യൻപോലുമുദിക്കാൻ പേടിക്കുന്ന പാതാളക്കൊല്ലികളിലേക്ക് മനുഷ്യരെ മറിച്ചിടും. മാംസവില്പനയുടെ പുതിയ വേദാന്തം ജീവിതവേദനകളിൽ പിടയുന്ന മനുഷ്യരുടെ ചെലവിൽ വളർന്നുവന്നാൽ പ്രതിരോധങ്ങളൊക്കെയും അതോടെ അപ്രത്യക്ഷമാകും. 'ലൈംഗിക ഉദാരീകരണത്തിന്റെ രാഷ്ട്രീയം' അതിനാലാണ് ആഗോളവല്ക്കരണത്തിന്റെ അജണ്ടയാണെന്ന് ജനാധിപത്യവാദികൾ ആവർത്തിക്കുന്നത്. ലൈംഗിക ജനാധിപത്യം സംബന്ധിച്ച ശരിയായ കാഴ്ചപ്പാടുകളെ ലൈംഗിക ഉദാരീകരണത്തിന്റെ കമ്പോളയുക്തിക്ക് കീഴ്പ്പെടുത്തുന്നവർ, നഗ്നമാംവിധം സഹായിക്കുന്നത് 'സെക്സ് ഇൻഡസ്ട്രി' വളർത്താനാഗ്രഹിക്കുന്ന മാംസവില്പനയുടെ ശാസ്ത്രത്തെയാണ്.

ആരോഗ്യപരമായ രതിയുടെ സ്ഥാനത്ത് അക്രമാസക്തമായ രതിയെ പ്രോത്സാഹിപ്പിച്ചും, വൈവിദ്ധ്യങ്ങളെക്കുറിച്ചും പുതുമയെക്കുറിച്ചുമുള്ള കമ്പോളആഭാസങ്ങളെ ഏറ്റവും ആർദ്രമായ മനുഷ്യബന്ധങ്ങളുടെ ലോകത്തിലേക്ക് ഇറക്കിവെച്ചും, മാംസവില്പനക്കനുയോജ്യമായ ആശയസംഹിതകൾ സൃഷ്ടിച്ചും, 'ഉപയോഗിക്കുക ഉപേക്ഷിക്കുക' എന്ന തത്ത്വത്തിന് സ്തുതിയർപ്പിച്ചും കഴിയുന്നവർ മനുഷ്യജീവിതത്തിന്റെ സമസ്തമണ്ഡലങ്ങളിലും 'മേൽക്കോയ്മ' സ്ഥാപിക്കാൻ ശ്രമിക്കുന്ന മൂലധനശക്തികളുടെ വാൾചുഴറ്റുന്ന കോമരങ്ങൾ മാത്രമാണ്.

മൂലധനശക്തികളുടെ നേതൃത്വത്തിലാരംഭിച്ചുകഴിഞ്ഞ ലൈംഗിക വ്യവസായത്തെ ഇന്ന് നിവർന്ന് നിന്ന് നേരിടുന്നത് കുടുംബബന്ധങ്ങളും മൂല്യബോധങ്ങളും, പ്രണയസങ്കല്പങ്ങളും, രാഷ്ട്രീയ അച്ചടക്കങ്ങളും, സംഘടനാ പ്രവർത്തനങ്ങളും ഉൾപ്പെട്ട സാമൂഹ്യശക്തികളാണ്. ലൈംഗികവ്യവസായശാലയിലേക്ക് പോകുമ്പോൾ നിങ്ങളുടെ കാലല്പം വിറയ്ക്കുന്നുണ്ടെങ്കിൽ തലയിലൊരു മുണ്ടെങ്കിലുമിട്ടു നിങ്ങൾ സ്വയം ഒളിക്കുന്നുണ്ടെങ്കിൽ അതിനുകാരണം കൊള്ളരുതാത്ത ഒരു കാര്യത്തിനാണ് നിങ്ങളിപ്പോൾ ഇറങ്ങിപ്പുറപ്പെട്ടിരിക്കുന്നതെന്ന് മനസ്സിന്റെ ഏതോ കോണിലിരുന്ന് ഒരു മൂല്യബോധം മന്ത്രിക്കുന്നതുകൊണ്ടാണ്. ലൈംഗികവ്യവസായത്തിന്റെ അസംസ്കൃത വസ്തുക്കളിൽ പ്രധാനം മാംസവില്പനയുടെ ലോകത്തിലേക്ക് വലിച്ചെറിയപ്പെട്ട പാവം മനുഷ്യരല്ല, മറിച്ച് തകരുന്ന നമ്മുടെ ബന്ധങ്ങളും വളരുന്ന വാണിജ്യ മൂല്യബോധവുമാണ്. അവയുടെ അസ്ഥികൾക്കു മുകളിലാണ് ഉദാരലൈംഗികതയുടെ സിദ്ധാന്ത സൗധങ്ങൾ ഉയരുന്നത്. ഉപരിവർഗ്ഗ ജീർണ്ണതകളെ ജനപ്രിയമാക്കുന്നതാണ് ജനാധിപത്യമെന്ന് കരുതുന്നവർ ജനാധിപത്യത്തെതന്നെയാണ് സ്വയം ജീർണ്ണമാക്കുന്നത്.

രണ്ട്

ലൈംഗികത സംബന്ധിച്ച സമീപകാല സംവാദങ്ങൾ ഒരിക്കൽകൂടി നമ്മുടെ സമൂഹത്തിലെ പുരുഷാധിപത്യ പ്രവണതകളെ, അതിനെ മൂടിനിന്നിരുന്ന കാപട്യത്തിന്റെ സർവ്വ മറകളും പൊളിച്ച്, പുറത്ത് കൊണ്ടുവന്നിരിക്കുന്നു. പതിറ്റാണ്ടുകൾക്കുമുമ്പ് പ്രണയം ഒരു കൊലക്കയർ കൂടിയാകുന്നതെങ്ങനെയെന്ന് *ചിന്താവിഷ്ടയായ സീത*യിൽ കുമാരനാശാൻ ആവിഷ്കരിച്ചുവെങ്കിൽ, ഇന്ന് പ്രണയത്തിന്റെ പിറവിയെത്തന്നെ കലക്കുന്ന ജനവിരുദ്ധ പ്രത്യയശാസ്ത്രമാണ് നമുക്കുമുമ്പിൽ സായുധമായി നിലയുറപ്പിച്ചിരിക്കുന്നത്. സ്ത്രീ-പുരുഷ സമത്വത്തെ മനുഷ്യജീവിതത്തിന്റെ സാദ്ധ്യതയാക്കുന്നതിന്നുപകരം, കമ്പോളത്തിന്റെ കരുത്താക്കിമാറ്റാനുള്ള മൂലധനശ്രമങ്ങൾക്കെതിരെ 'മനുഷ്യപക്ഷത്തു നിന്ന്' നിതാന്ത ജാഗ്രത അനിവാര്യമാണ്. സ്ത്രീകൾക്ക് വേണ്ടി

പ്രത്യേക സിദ്ധിയുള്ള സിഗരറ്റ് മുമ്പ് ഒരു കമ്പനി പരസ്യം ചെയ്തത് പുരുഷന്മാർക്കുമാത്രം മതിയോ സംതൃപ്തി എന്നശരിയായ ചോദ്യം ഉന്നയിച്ചുകൊണ്ടായിരുന്നു! ലൈംഗികത സംബന്ധിച്ച ജനാധിപത്യ അന്വേഷണങ്ങളെ മുഴുവൻ മാർക്കറ്റും ആനന്ദവാദവും കൂടി റാഞ്ചാനുള്ള കൊണ്ടുപിടിച്ച ശ്രമങ്ങളാണ് ഇപ്പോൾ അരങ്ങുതകർക്കുന്നത്. അതിനവർക്ക് അടുക്കളയിൽനിന്ന് അരങ്ങത്തെത്തിയവരെ അങ്ങാടികളിൽ ഉറപ്പിച്ച് നിർത്തണം. മനുഷ്യരെ പരസ്പരം അടുപ്പിച്ച് നിർത്തുന്ന ബന്ധങ്ങളൊക്കെയും തകർക്കണം.

"സ്ത്രീപുരുഷബന്ധമെന്നത് സമുദായത്തിന്റെ ധനശാസ്ത്രവും കായികാവശ്യവും തമ്മിലുള്ള ഒരു പകിടകളി മാത്രമല്ല..." (ലെനിൻ). മനുഷ്യർ സ്വതന്ത്രരാവുന്നത് വിവേചനരഹിതമായി സമസ്ത ആഗ്രഹങ്ങൾക്കും സാക്ഷാൽക്കാരം നല്കുമ്പോഴല്ല, മറിച്ച് ജനാധിപത്യപരമായ ആഗ്രഹങ്ങളെ സ്വന്തം ജീവിതസംസ്കാരത്തിൽ അലിയിച്ച് ചേർക്കുമ്പോഴാണ്. ചരിത്രപരമായ വളർച്ചയ്ക്കിടയിൽ മനുഷ്യരാർജ്ജിച്ച വൈവിദ്ധ്യപൂർണ്ണമായ ബന്ധങ്ങളുടെ അതിവിപുലമായ ലോകങ്ങൾ തിരസ്കരിക്കപ്പെടുമ്പോൾ 'രതി' സ്വതന്ത്രമാവുകയല്ല, മറിച്ച് 'ജന്തുത'യിലേക്ക് തിരിച്ചുപോവുകയാണ് ചെയ്യുന്നത്. പ്രണയം സമം കാല്പനികത എന്ന സമീപനം പ്രണയത്തെക്കുറിച്ചും കാല്പനികയെക്കുറിച്ചുമുള്ള അവികസിത കാഴ്ചപ്പാടിന്റെ സന്തതിയാണ്. വാൻഗോഗ് ഓർമ്മപ്പെടുത്തിയതുപോലെ പ്രണയത്തിന് മുമ്പും പിമ്പുമുള്ള മനുഷ്യന്റെ അവസ്ഥ യഥാക്രമം കത്താതിരിക്കുമ്പോഴും കത്തുമ്പോഴുമുള്ള വിളക്കിന്റേതിന് തുല്യമാണ്. വിളക്ക് അവിടെ ഉണ്ടായിരുന്നു. ഇപ്പോൾ അത് പ്രകാശം ചൊരിയുന്നു. വിളക്കിന്റെ യഥാർത്ഥ ധർമ്മമാണിത്. എന്നാലിപ്പോൾ വാൻഗോഗ് വാഴ്ത്തിയ ജീവിതവിളക്കിൽ ഇരുട്ടാണ് തെളിയുന്നത്. വെളിച്ചങ്ങളെല്ലാം ഇരുട്ടിലേക്ക് തിരിച്ചു നടക്കുന്നു. സമ്മാനങ്ങൾ മാത്രം സ്വപ്നം കണ്ടുണരുന്നൊരു കാലത്ത് പ്രണയത്തിന്റെ അസ്ഥിക്കൂടുകൾ പോലും കണ്ടെത്തുക പ്രയാസമാണ്. 'ഇല്ലാ ഞാനെന്നെ നശിപ്പിക്കയില്ലൊരു/പുല്ലാങ്കുഴലിനു വേണ്ടിയൊരിക്കലും' എന്ന് ചന്ദ്രിക സന്തോഷം കൊള്ളും. 'അവനിയിൽ മമ പ്രണയനാടകമവസാനിക്കുവാൻ സമയമായ്' എന്ന് രമണനോ സങ്കടപ്പെടുകയുമില്ല.

ഹിജഡകളുടെ ശബ്ദം ഉയരുമ്പോഴാണ് ആൺ/പെൺ ലിംഗഭേദങ്ങൾ മാത്രം അടയാളപ്പെടുത്തിയിട്ടുള്ള ഇപ്പോഴുള്ള അപേക്ഷാഫോറങ്ങൾ എത്രമാത്രം അപര്യാപ്തമാണെന്ന് അധികാരകേന്ദ്രങ്ങൾ മനസ്സിലാക്കുന്നത്. 'ആണും പെണ്ണും കെട്ട' എന്ന തെറി അതോടെ പൊട്ടിപ്പിളരും. പ്രാന്തവല്ക്കരിക്കപ്പെട്ടവരുടെ പ്രക്ഷോഭം ശക്തമാകുമ്പോൾ മേൽക്കോയ്മ സ്ഥാപിച്ച സംസ്കാരങ്ങളൊക്കെയും ഇളകിമറിയും. നിലവിലുള്ള വിവാഹ സമ്പ്രദായങ്ങളുടെ അപര്യാപ്തതകൾ മുതൽ ലൈംഗിക

ന്യൂനപക്ഷങ്ങളുടെ അവകാശങ്ങൾവരെയുള്ള കാര്യങ്ങളെക്കുറിച്ചുള്ള ചർച്ചകൾ ജനാധിപത്യവളർച്ചയുടെ അനിവാര്യഭാഗമാണ്. എന്നാലിന്ന് ജനപക്ഷത്തുനിന്നുയരേണ്ട അന്വേഷണങ്ങളെ മൂലധനശക്തികളും സംസ്കാരവ്യവസായവും സംയുക്തമായി കടന്നാക്രമിക്കുന്ന കാഴ്ച യാണ് കേരളത്തിൽ സജീവമാകുന്നത്. സാമൂഹ്യവും സാംസ്കാരിക വുമായ വളർച്ചയുടെ ചരിത്രപശ്ചാത്തലത്തിൽനിന്നുകൊണ്ട് നിർവ്വഹി ക്കുന്ന അന്വേഷണങ്ങളെ മുഴുവൻ ലൈംഗികസദാചാരവാദം, സാംസ്കാ രിക ശുദ്ധിവാദം, സ്ത്രൈണലൈംഗികനിരോധനശ്രമം, മൈക്രോഫാ സിസം എന്നിങ്ങനെ മുദ്രകുത്തുന്നതിലാണ് വിമതലൈംഗികതകളെ ആദർശവല്ക്കരിക്കുന്നവർ അഭിരമിക്കുന്നത്. വീട്ടമ്മ/ സെക്സ് വർക്കർ, വീട്/വിനോദഗേഹം, സാംസ്കാരികോത്സവം/ ആനന്ദോത്സവം എന്നി ങ്ങനെയുള്ള കൃത്രിമമായ ദ്വന്ദ്വങ്ങൾ നിർമ്മിച്ചുകൊണ്ടാണ് ഇവർ സമൂർത്തസത്യങ്ങളെ നിർവീര്യമാക്കാൻ ശ്രമിക്കുന്നത്. 'വീണേടം വിദ്യ'യാക്കുന്നതിനേക്കാൾ അപകടകരമാണ് അതിനെ ഒരു സിദ്ധാന്ത മാക്കി വികസിപ്പിക്കാൻ ശ്രമിക്കുന്നതെന്ന് ലൈംഗികത്തൊഴിലാളികളെ മുന്നിൽനിർത്തി പൊരുതുന്നവർ ഓർക്കുന്നില്ല.

പരിമിതികളേറെയുള്ള കുടുംബജീവിത പശ്ചാത്തലങ്ങളിൽനിന്ന് അതിനേക്കാൾ പരിമിതികളും പ്രയാസങ്ങളും മനുഷ്യാവകാശ നിഷേ ധങ്ങളുമുള്ള 'ലൈംഗികത്തൊഴിലിലേക്ക്' വലിച്ചെറിയപ്പെട്ടവരുടെ വേദ നകളുടെ ആവിഷ്കാരമെന്ന നിലയിലാണ് നളിനിജമീലയുടെ ആത്മ കഥ വായിക്കപ്പെടേണ്ടത്. പിച്ചിച്ചീന്തപ്പെട്ട ഒരു ജീവിതത്തിന്റെ പിടച്ചിൽ എന്നർത്ഥത്തിൽ അതിനെത്തന്നെ ലൈംഗിക ഉദാരീകരണ അജണ്ടക്കെ തിരെയുള്ള ഒരു പ്രതികരണമായി വികസിപ്പിക്കാൻ കഴിയുമോ എന്നാണ് ജനാധിപത്യവാദികൾ അന്വേഷിക്കേണ്ടത്. ഇക്കിളിവ്യവസായത്തിനിടയി ലാണ് ഇന്നത് പ്രതിഷ്ഠിക്കപ്പെട്ടിരിക്കുന്നത് എന്നുള്ളതുകൊണ്ടുമാത്രം, എന്നുമത് അങ്ങനെതന്നെയായിരിക്കണമെന്നില്ല. ഇത്തരം ആത്മകഥ കളെ ലൈംഗികവ്യവസായത്തിന്റെ പരസ്യമായി ചുരുക്കുന്നതിനെതിരെ, ഇതിലെതന്നെ 'വളർച്ച മുരടിച്ചുപോകുന്ന വേദനകളെ' അടിസ്ഥാനമാ ക്കിയുള്ള 'ബദൽ വായനകൾ' വികസിപ്പിച്ചെടുക്കുന്നതിന് ജനാധിപത്യ വാദികൾ നേതൃത്വം നല്കേണ്ടതുണ്ട്. നളിനി ജമീല പ്രതിനിധീകരി ക്കുന്ന ലൈംഗികത്തൊഴിലിന്റെ വാണിജ്യത്തിളക്കത്തിൽ തുള്ളുന്ന വരിൽനിന്ന് ഇത്തരമൊരു വായന വികസിക്കുകയില്ല. 'ലൈംഗിക ഉദാ രീകരണത്തിന്റെ രാഷ്ട്രീയ പരിസര'ത്തോടുള്ള പ്രതികരണം നില നില്ക്കുന്ന സ്ത്രീപുരുഷബന്ധങ്ങളിൽ പരിമിതികളോടെ രൂപപ്പെടുന്ന ഗുണപരമായ മാറ്റങ്ങളെ മുഴുവൻ വിപണിക്കനുകൂലമാക്കിമാറ്റാനുള്ള ആശയപ്രചാരണങ്ങൾക്കെതിരെയുള്ള ശക്തമായ പ്രക്ഷോഭങ്ങളായി വള രേണ്ടിയിരിക്കുന്നു.

മൂന്ന്

മുമ്പവർ പരിഭ്രമിച്ചിരുന്നത് പ്രായപൂർത്തിയായ സ്വന്തം പെൺകുട്ടികൾ സമയമായിട്ടും വീട്ടിൽ തിരിച്ചെത്താത്തതിനെക്കുറിച്ചോർത്തായിരുന്നു. ഇപ്പോളവർ വീട്ടിലിരിക്കുന്ന കൊച്ചുകുഞ്ഞുങ്ങളെക്കുറിച്ചുപോലും വ്യാകുലരാണ്. 'ഒരു ചെറിയ കുഞ്ഞിന്റെ ചുണ്ടും ഇറച്ചിതന്നെയാണെന്ന്' ഭീകരകാമത്തിന്റെ നവമാംസവേദാന്തം അത്രത്തോളം ലൈംഗിക ജീവിതത്തിന്റെ നേതൃത്വമായി തീർന്നിരിക്കുന്നു. പ്രണയത്തിന്റെ പക്ഷികൾ തൂവലുകൾപോലും അവശേഷിപ്പിക്കാതെ പറന്നുപോകുമ്പോൾ, 'ഭീകരകാമം' ജീവിതത്തിൽ കൊമ്പുകൾ കുത്തിയിറക്കി അലറിച്ചിരിക്കുന്നു. ഇടിഞ്ഞുപൊളിഞ്ഞ മനുഷ്യബന്ധങ്ങളുടെ ലോകത്തുനിന്ന് ഉയരുന്ന നിലവിളികളോ, ഇനിയും മരിച്ചിട്ടില്ലാത്ത നീതിബോധത്തിനുമുമ്പിൽ മാനവികത സമർപ്പിക്കുന്ന സങ്കടഹർജികളോ ഇപ്പോൾ ആരെയും അസ്വസ്ഥമാക്കാതായിരിക്കുന്നു. മുമ്പ് യുദ്ധങ്ങൾക്കും കലാപങ്ങൾക്കും വംശഹത്യകൾക്കും ഇടയിലാണ് ബലാൽസംഗങ്ങളും പീഡനങ്ങളുമടക്കം സമസ്തകൊള്ളരുതായ്മകളും സംഭവിച്ചതെങ്കിൽ, ഇപ്പോൾ എപ്പോഴും എന്തും സംഭവിക്കാമെന്നായിരിക്കുന്നു. ഐസ്ക്രീമുകളിൽ നിന്ന് തീയാളുകയും, ബ്യൂട്ടിപാർലറുകളിൽ ചിലത് കൂട്ടിക്കൊടുപ്പ് കേന്ദ്രങ്ങളാവുകയും ചെയ്തു കഴിഞ്ഞിരിക്കുന്നു. ജീർണ്ണിച്ച അധികാരശക്തികൾക്കൊപ്പം അളിഞ്ഞ ആത്മീയ നേതൃത്വങ്ങളും അഴുക്കുചാലുകളിലേക്കു താമസം മാറ്റിക്കഴിഞ്ഞിരിക്കുന്നു. മലയാളിയുടെ ജീവിതത്തിൽ ഒരിടിത്തീപോലെ അപൂർവ്വമായി മാത്രം പൊട്ടിവീണിരുന്ന 'പീഡനം' ഇപ്പോൾ നിത്യജീവിത്തിലുപേക്ഷിക്കാനാവാത്ത പതിവ് പദങ്ങളിലൊന്നായിത്തീർന്നിരിക്കുന്നു.

ജന്തുക്കൾപോലും ഇണകളെ പ്രീണിപ്പിക്കുകയല്ലാതെ പീഡിപ്പിക്കാറില്ല! ലൈംഗികാനന്ദത്തിനുവേണ്ടി ആക്രമണം സംഘടിപ്പിക്കുന്ന ഏക ജന്തു മനുഷ്യനാണ്. ഇന്നത്തെ 'കാമ വേട്ട'യുടെ ഭൂതകാലത്തിലെ സൗമ്യബന്ധുവെന്ന് കരുതാവുന്ന 'കാമപൂജ' യുടെ കാലത്തുപോലും പീഡനങ്ങൾക്ക് 'അരക്കെട്ടുകൾ തുറന്നിട്ട' പഴയകാലം മാപ്പു നല്കിയിരുന്നില്ല.

> ഒരു സ്ത്രീയുടെ ഇഷ്ടത്തിനു വിപരീതമായി അവളെ പ്രാപിക്കുന്നത് ഏറ്റവും നീചമായി കരുതിപ്പോന്നു. ഒരു സ്ത്രീയുടെ കാമുകന്മാർ അവളുടെ സേവ സമ്പാദിക്കുവാൻ അനവരതം ശ്രമിച്ചുകൊണ്ടിരിക്കുക പതിവായിരുന്നു. സ്ത്രീകളുടെ സേവ സമ്പാദിക്കാനുള്ള ഏറ്റവും എളുപ്പമായ മാർഗ്ഗം മുഖസ്തുതിയാണല്ലോ. കൂട്ടത്തിൽവെച്ച് കവിതാവാസനയുള്ളവർ ഈ മുഖസ്തുതി ശ്ലോകത്തിലൂടെ സാധിച്ചുപോന്നു. ഇതാണ് മണിപ്രവാള കാല

ഘട്ടത്തിലെ സ്ത്രീചാടുക്കളിൽ ഭൂരിഭാഗത്തിന്റെയും ഉല്പത്തി ചരിത്രം.

(*കാമപൂജ*)

അന്നത്തെ ഉപരിവർഗ്ഗജീർണ്ണതയാണ് വർണ്ണനകളുടെ മറവിൽ നിന്ന് സ്ത്രീയെ അവയവങ്ങളാക്കി പിരിച്ചെഴുതി 'സേവപിടിത്ത' ത്തിന്റെ സൗന്ദര്യ പ്രത്യയശാസ്ത്രം വികസിപ്പിച്ചത്. വില്പനയ്ക്കുവെച്ച വർണ്ണ ശബളമായ ഉടലുകൾ എന്നതിനപ്പുറം മനുഷ്യാസ്തിത്വത്തിന്റെ സങ്കീർണ്ണതകളെക്കുറിച്ചോർത്തവർ ഒരിക്കലും ഉൽക്കണ്ഠാകുലരായിരുന്നില്ല. 'തലയും മുലയും കണ്ടാലുലകിൽ പരസമ്മതം/വിലകൊണ്ടിടയുന്നേരം തലമണ്ട പൊളിഞ്ഞുപോം' എന്നതിലായിരുന്നു അവരുടെ ആകുലതകളത്രയും! വെണ്മണികളെഴുതിയ പലവരികളും ബാങ്കോക്കിലും മറ്റും ലൈംഗികവ്യവസായത്തിന്റെ പരസ്യങ്ങളായി പ്രത്യക്ഷത്തിൽ തിരിച്ചറിയാത്തവിധം പുനർജ്ജനിച്ചുകൊണ്ടിരിക്കുകയാണ്. ശരീരത്തിന്റെ ഓരോരോ ഭാഗങ്ങളുടെയും വേറിട്ടതും കൂടിച്ചേർന്നതുമായ സമീപദൃശ്യങ്ങളും, വിദൂരദൃശ്യങ്ങളും അടക്കം വൈവിദ്ധ്യപൂർണ്ണമായ 'ഉടൽക്കാഴ്ച' കളോട് സാഹിത്യം ഒരു പരിധിയോളം വിട ചോദിക്കുമ്പോഴും, ദൃശ്യമാധ്യമങ്ങൾ ഇപ്പോഴതിന്റെ കേന്ദ്ര പരിലാളനവേദികളായി കൊഴുക്കുകയാണ്. മുലകളെ നിങ്ങളെന്നും താമരമൊട്ടിനോടും ഇളനീരിനോടും മാത്രമേ ഉപമിച്ചിട്ടുള്ളൂ... മുലപറിച്ചെറിഞ്ഞ് മധുര കത്തിച്ചവളെ സൗകര്യപൂർവ്വം മറക്കുകയാണ് നിങ്ങൾ. മുലകൾക്ക് ചിലപ്പോൾ ഗ്രനേഡാവാനും പറ്റും.... (ദിനോസറിന്റെ മുട്ട - സന്തോഷ് എച്ചിക്കാനം).

മഹേശ്വതാദേവിയുടെ അതിപ്രശസ്തമായ *ദ്രൗപദി* അധികാരികളാൽ പിച്ചിച്ചീന്തപ്പെട്ട സ്വന്തം ശരീരത്തെ ഒരു സമരകേന്ദ്രമാക്കുമ്പോൾ അധികാരവ്യവസ്ഥക്കൊപ്പം ഇക്കിളി സാഹിത്യത്തിന്റെ അടിത്തറയുമാണ് പൊളിഞ്ഞു വീഴുന്നത്.

> "ഇതെന്താ?" എന്ന് ശാസിക്കാൻ തുനിഞ്ഞു. ദ്രൗപദി അടുത്തേക്ക് വന്ന് അരയിൽ കൈവെച്ച് നിന്നു ചിരിച്ച് പറഞ്ഞു. "നിങ്ങൾ തേടി നടന്ന ആളാണ്, ദോപ്ദിമേഝൻ, തയ്യാറാക്കി കൊണ്ടുവരാൻ പറഞ്ഞില്ലേ? കാണിൻ, എങ്ങനെയാണ് തയ്യാറാക്കിയതെന്ന് കാണണ്ടേ?"
>
> "അവളുടെ തുണികളെവിടെ? തുണി-?"
>
> "ധരിക്കുന്നില്ല സാർ. കീറിക്കളഞ്ഞു."
>
> ദ്രൗപദിയുടെ കറുത്ത ശരീരം സേനാനായകന്റെ അടുത്തേക്കു വന്നു. ദ്രൗപദി പറഞ്ഞാൽ കേൾക്കാത്തവളായി. സേനാനായകന്റെ അടുത്തുനിന്ന് നിയന്ത്രിക്കാനാവാത്ത അദമ്യമായ ചിരിചിരിച്ച് വിറച്ചുകൊണ്ടിരുന്നു. ചിരിക്കാൻ ശ്രമിച്ചപ്പോൾ മുറിഞ്ഞ ചുണ്ടുക

ളിൽനിന്ന് രക്തമൊഴുകാൻ തുടങ്ങി. കൈകൊണ്ടത് തുടച്ചു. വനത്തിൽ ഉറക്കെ ശബ്ദിച്ച് സന്ദേശമറിയിക്കുന്ന അത്രയും സ്വരത്തിൽ അവൾ സേനാനായകനോട് ചോദിച്ചു, "വസ്ത്രമെന്തിനാണ്? വസ്ത്രമോ? തുണി അഴിച്ച് നഗ്നയാക്കാനല്ലേ നിനക്ക് കഴിയൂ? തുണിഉടുപ്പിക്കാനറിയുമോ? എങ്ങനെ ഉടുപ്പിക്കും? ആണല്ലേ നീ?"

രക്തം കലർന്ന തുപ്പൽ നാലുവശത്തേക്കും തുപ്പി. സേനാ നായകന്റെ ഷർട്ടിന്മേലും വേണ്ടത്ര തുപ്പിയശേഷം പറഞ്ഞു. "ഇവിടെ പുരുഷന്മാരാരെങ്കിലുമുണ്ടോ, ഞാനെന്തിന് നാണിക്കണം? എന്നെ തുണി ഉടുക്കാനനുവദിക്കാത്തവരാണെല്ലാം. എന്തു ചെയ്യും? എന്തു ചെയ്യും? ന്നാ, വന്നോ, കൗണ്ടർ ചെയ്തോ, ന്നാ ... കൗണ്ടർ ചെയ്യ്....!"

ദ്രൗപദി തന്റെ രണ്ടു സ്തനങ്ങൾകൊണ്ട് സേനാനായകനെ തള്ളിക്കൊണ്ടിരുന്നു. ഒരു വസ്ത്രവുമില്ലാത്ത ടാർഗെറ്റിനുമുമ്പിൽ അന്ന് ആദ്യമായി സേനാനായകൻ ഭയപ്പെട്ടു. ഭയങ്കരമായി പേടിച്ചു.

നാല്

പുരുഷാധിപത്യ മൂല്യവ്യവസ്ഥയിലേക്ക് ഉദ്ഗ്രഥിക്കപ്പെട്ടിട്ടുള്ള സൗന്ദര്യ വ്യവസായം സ്ത്രീയെ പുരുഷന്റെ ഒളിച്ചുനോട്ടത്തിനുള്ള ഇരകളാക്കുകയാണെന്നും, അവളുടെ സമയവും ഊർജ്ജവും പണവും 'പ്രത്യക്ഷപ്പെടലിനുള്ള' ഒരുക്കങ്ങളിൽ ചിതറിപ്പോവുകയാണെന്നും, ശരീരത്തെക്കുറിച്ച് യാതൊരടിസ്ഥാനവുമില്ലാത്ത ആധികൾ അവളെ മിഥ്യാ രോഗമതിഭ്രമ' (Hypochondriac psychosis) ത്തിന്റെ 'അദൃശ്യ തടവറകളിൽ' തളച്ചിടുകയാണെന്നും ഇന്ന് നാം മറക്കരുത്. പൊതുജീവിതത്തിൽ നിന്നുള്ള പിൻവലിയലാണ് സ്വകാര്യജീവിത്തിന്റെ പുളപ്പായി തിരിച്ചുവരുന്നത്. ജനാധിപത്യ ലൈംഗികതയല്ല മറിച്ച് 'ഉപഭോഗസംസ്കാരം' കൃത്രിമമായി ഉല്പാദിപ്പിക്കുന്ന വ്യാജമായ ലൈംഗികാസക്തിയുടെ 'അർബുദ വളർച്ചയാണ്' ഇന്ന് നാം അഭിമുഖീകരിക്കുന്നത്. 'നിങ്ങളുടെ ക്രിക്കറ്റ് വിജയങ്ങളും, ഫാഷൻ പരേഡുകളും, വന്ദേമാതരങ്ങളും, താന്ത്രിക് പെയിന്റിങ്ങുകളും കൊണ്ടുപോയി ചുട്' എന്ന് എഴുപതുകളിൽ സച്ചിദാനന്ദനെഴുതുമ്പോൾ സംഭവിച്ചതും ഇപ്പോൾ നാം അനുഭവിക്കുന്നതും അപഗ്രഥിക്കാനുള്ള ആർജ്ജവമാണ് സത്യത്തിൽ ഇന്ന് നമുക്കുണ്ടാകേണ്ടത്.

ബ്യൂട്ടിപാർലറുകളും, വെയിറ്റ്ലോസ് സെന്ററുകളും, ഫിറ്റ്നസ് ക്ലിനിക്കുകളും, സ്കിൻസ്കെയർ സെന്ററുകളും ബോഡികെയർ ഷോപ്പുകളും ഉടൻ അടച്ചുപൂട്ടി സീൽ വെക്കണമെന്നല്ല പറഞ്ഞു വരുന്നത്. ജീവിതം മുഴുവൻ ഇവയ്ക്കു മുമ്പിൽ സമർപ്പിക്കാനുള്ള 'നേർച്ചകളാണെന്ന'

അസംബന്ധം പിച്ചിക്കീറി കാറ്റിൽ പറത്തണമെന്നാണ്. 'ഭ്രമങ്ങളുടെ ലോകത്തുനിന്ന് അഗാധമായ ആഭിമുഖ്യങ്ങളുടെയും നിശിതമായ നിലപാടുകളുടെയും ലോകങ്ങളിലേക്കുള്ള ഒരു 'എതിർനടത്തം' ഇന്ന് നാം ഉയർത്തിപ്പിടിക്കണം. ഇന്ദുലേഖയിൽ ചന്തുമേനോൻ പരിഹാസ വിധേയമാക്കിയ സൂരിനമ്പൂതിരിപ്പാടിന്റെ കുപ്രസിദ്ധമായ ആ ഭ്രമത്തിൽ നിന്നല്ല, മറിച്ച് മതേതര ജനാധിപത്യ ജീവിതത്തിനുവേണ്ടി സ്വന്തം ജീവിതം സമർപ്പിച്ചവരിൽ നിന്നാണ് ആധുനിക മലയാളി ഊർജ്ജം സ്വീകരിക്കേണ്ടത്. സൂരിക്ക് പ്രിയപ്പെട്ട 'ഭ്രമം' 'രസികത്തം' 'കമ്പം' തുടങ്ങിയ 'ഫ്യൂഡൽ മസാലകളിൽ' നിന്നല്ല, നവോത്ഥാനം, മാനവികത, മതേതരത്വം, സോഷ്യലിസം തുടങ്ങിയ ആധുനിക സമരസംവർഗ്ഗങ്ങളാണ് ജനാധിപത്യത്തിന്റെ ശക്തിദുർഗ്ഗം. "ചെറുശ്ശേരിക്ക് മഞ്ചലിൽ കിടന്നുറങ്ങാമല്ലോ, വഴിയുടെ ദുർഘടം അമാലന്മാർക്കല്ലേ" എന്ന സൂരിനമ്പൂതിരിപ്പാടിന്റെ ഭ്രമം തൊഴിലാളി വിരുദ്ധതയും; പുരുഷന് സ്ത്രീസുഖത്തിനും മീതെ വേറെന്താണുള്ളത് എന്ന അയാളുടെ തത്ത്വശാസ്ത്രവും പരസ്പരപൂരകമാണ്. അയാളുടെ ജീവിതം ഭ്രമങ്ങളുടെ ഭ്രമണപഥത്തിലാണ് കറങ്ങുന്നത്. സൂരിനമ്പൂതിരിപ്പാടിന്റെ ഭ്രമം തുടങ്ങുന്നത് ഇന്ദുലേഖയിലാണ്. അത് പിന്നെ പടർന്നത് അവരുടെ അമ്മയിലേക്കാണ്. അതുകഴിഞ്ഞപ്പോൾ ദാസി അമ്മുവിലായി. തൽക്കാലമതടങ്ങിയതോ പാവം കല്യാണിക്കുട്ടിയിലും! ഇന്ന് നവകമ്പോളം നിർമ്മിച്ച 'ആസക്തിയുടെ' ഒരു മുൻകൂർ ആമുഖം എന്ന നിലയിൽ ഇന്ദുലേഖയിലെ ഭ്രമം അപഗ്രഥനമാവശ്യപ്പെടുന്നു. 'ഭ്രമം' കേരളചരിത്രത്തിലെ ഒരു സവർണ്ണ സംവർഗ്ഗമാണ്. നല്ലയിനം ഇറച്ചിക്കോഴികൾക്ക് ഷക്കീലാ ചിക്കൻസ്റ്റാൾ എന്ന സംവാദം മാസിക പുനർ പരസ്യം നല്കിയ തലശ്ശേരിയിലെ ഇറച്ചിക്കട പരസ്യത്തിന് അതുമായി വളരെ സാമ്യമുണ്ട്. 'അന്നത്തിന്റെ തുമ്പത്താ കാമത്തിന്റെ വിത്ത്' എന്ന അദ്ധ്വാന സംസ്കാരത്തിന്റെ ലൈംഗിക സമീപനത്തിനും 'ഭ്രമ'ങ്ങളിൽ അഭിരമിക്കുന്ന സവർണ്ണ സംസ്കാരത്തിനുമിടയിൽ മഹാസമുദ്രങ്ങളുടെ അകലമുണ്ട്. പ്രകൃതിയേക്കാൾ പ്രകൃതിപരം എന്ന ആധുനിക പരസ്യങ്ങൾക്കൊപ്പം 'ദൈവശാസ്ത്രത്തിൽ' തലപൂഴ്ത്തി രക്ഷപ്പെടാൻ ശ്രമിക്കുന്ന പരമ്പരാഗത ലൈംഗിക പരസ്യങ്ങളും, വിചാരണ ചെയ്യപ്പെടണം. എഴുപതുകളെ സംഭ്രമിപ്പിച്ച നാൻസിഫ്രൈഡെയുടെ, വന്യമായ ലൈംഗിക ഭ്രമാത്മകതകളെപ്പോലും പിറകിലാക്കുംവിധം പഴയ ഇന്ത്യ ഇക്കാര്യത്തിൽ ഏറെ മുന്നിലായിരുന്നുവെന്ന് നാം ഓർക്കണം. മഹത്തായ ശാസ്ത്രഗ്രന്ഥങ്ങൾപോലും ഇവിടെ അവികസിത ലൈംഗിക സമീപനങ്ങളുടെ സമാഹാരങ്ങൾ കൂടിയായി മാറുകയാണുണ്ടായത്. 'പാരമ്പര്യം ശാസ്ത്രം സമൂഹം' എന്ന ഗ്രന്ഥത്തിൽ വരാഹമിഹിരന്റെ ബൃഹദ് സംഹിതയെക്കുറിച്ച് ഡോക്ടർ ബാലചന്ദ്രറാവു എഴുതി: 'നമ്മുടെ ശാസ്ത്രഗ്രന്ഥങ്ങൾ ദൈവനിന്ദാപരമായ കാര്യങ്ങൾ നിറഞ്ഞതാണ്. ചെറിയ ഉല്പാദനാവയത്തോടുകൂടിയവൻ ധനവാനായിത്തീരുന്നു. പക്ഷേ, കുട്ടികൾ

ഉണ്ടാവുകയില്ല. തടിച്ചു ബലിഷ്ഠമായ ഉല്പാദനാവയവത്തോടുകൂടിയവൻ ദരിദ്രൻ, ഇടത്തോട്ട് ചെരിഞ്ഞ അവയവത്തോട് കൂടിയവൻ സമ്പത്തും സന്താനവും ഇല്ലാത്തവൻ. വലത്തോട്ടു ചരിഞ്ഞ അവയവമുള്ളവൻ സന്താനങ്ങളെക്കൊണ്ടനുഗൃഹീതൻ.' ഒരർത്ഥത്തിൽ 'മിച്ച സമയം' ചൂഷണ സമൂഹങ്ങളിൽ എന്തുമാത്രം അസംബന്ധങ്ങൾക്കാണ് ജന്മം നല്കുന്നതെന്ന വസ്തുതയാണ് ഇതിൽ നിന്നെല്ലാം വ്യക്തമാകുന്നത്.

ആധുനിക നഗരജീവിതത്തിന്റെ മറയ്ക്കു പിന്നിലും മനുഷ്യൻ പഴയ നഗ്നവാനരൻ തന്നെയാണ്. പേരുകൾക്കു മാത്രമേ മാറ്റം വന്നിട്ടുള്ളൂ. നായാട്ടിനു പകരം ജോലിചെയ്യൽ, നായാട്ടുകേന്ദ്രങ്ങൾക്കു പകരം വ്യാപാരകേന്ദ്രങ്ങളും ഓഫീസുകളും, താവളത്തിനു പകരം വീട്, ഇണബന്ധത്തിനു പകരം വിവാഹം, ഇണയ്ക്കു പകരം ഭാര്യ എന്നിങ്ങനെ, ലൈംഗിക ശാരീരിക പ്രത്യേകതകളെ ശരിക്കും ഉപയോഗപ്പെടുത്തുന്നുണ്ടെന്നാണ് ആധുനിക ലൈംഗികരീതികളെക്കുറിച്ചുള്ള അമേരിക്കയിലെ പഠനങ്ങൾ വ്യക്തമാക്കുന്നത്. (*നഗ്നവാനരൻ* - ഡെസ്മണ്ട് മോറിസ്)

ജന്തുവിനെയും ജന്തുസമാന ജീവിതങ്ങളെയും ഐക്യപ്പെടുത്തുന്ന 'പറ്റബോധമല്ല', മനുഷ്യരെ ഐക്യപ്പെടുത്തുന്ന സൂക്ഷ്മാർത്ഥത്തിൽ 'മനുഷ്യനെ' തന്നെ സാദ്ധ്യമാക്കുന്ന 'സാമൂഹ്യബോധം'. 'പറ്റം' വിമർശനരഹിതമായ പിന്തുടർച്ചയാണ്, 'സമൂഹം' ഇടപെടലുകളുടെ തുടർച്ചയാണ്. ഒന്ന് മുമ്പേ ഗമിക്കുന്ന ഗോവിന്റെ പിറകെ ഗമിക്കുന്ന ഗോചിന്തയുടെ ചുരുക്കമാണ്. രണ്ടാമത്തേത് വിശ്വാസത്തിന്റെ ആകാശത്തിന്റെ നടുവിലും ഉദിച്ചുനില്ക്കുന്ന വിമർശനബോധത്തിന്റെ സൂര്യനാണ്. ജന്മവാസനയുടെ തടവറകളുടെ ഏകമാത്രതലത്തിൽ ഒതുങ്ങുന്ന ജന്തുവിന്റെ കാമത്തിനും, സാംസ്കാരിക സാദ്ധ്യതകളുടെ സമാന്തര ലോകം സൃഷ്ടിക്കുന്ന പ്രക്രിയക്കിടയിൽനിന്നും പിറക്കുന്ന പ്രണയസ്നേഹങ്ങൾക്കുമിടയിലുള്ളത് 'ഗുണപരമായ' മാറ്റത്തിന്റെ വേർപിരിഞ്ഞൊരു ലോകമാണ്. ആധുനിക നഗരജീവിതത്തിന്റെ പിറകിൽ ഇപ്പോൾ പ്രത്യക്ഷപ്പെട്ട 'നഗ്നവാനരൻ' ഡസ്മണ്ട് മോറിസ് വിവരിക്കുന്നതുപോലെ എന്നത്തെയും മനുഷ്യരെ സൂചിപ്പിക്കുന്ന ഒരു മാതൃകയല്ല. മോറിസ് ജന്തുവിൽ നിന്ന് മനുഷ്യന് സംഭവിച്ച ഗുണപരമായ വിച്ഛേദം കൃത്യമായും അടയാളപ്പെടുത്തുന്നതിൽ വഴുക്കിവീഴാൻ ഒരുപക്ഷേ 'ചൂഷണം' ചവച്ചുതുപ്പിയ 'ശിഥില മനുഷ്യനെ' സ്വന്തം വിശകലനത്തിന്റെ മാനദണ്ഡമായി സ്വീകരിച്ചതുകൊണ്ടാവണം. 'ചുരണ്ടി നോക്കിയാൽ മനുഷ്യനിന്നും കാടനാണ്' എന്ന സാമാന്യബോധത്തിനു പിറകിൽനിന്നും മനുഷ്യസമഗ്രതയെക്കുറിച്ചുള്ള വിമർശനചിന്തയല്ല മറിച്ച് മനുഷ്യനൊരിക്കലും ഗുണം പിടിക്കില്ലെന്ന വ്യവസ്ഥാപിത അധീശത്വബോധമാണ് പുറത്തുചാടുന്നത്. എത്ര പ്രക്ഷോഭം നടത്തിയിട്ടും പ്രചാരണങ്ങൾ നിർവ്വഹിച്ചിട്ടും കാര്യമൊന്നുമില്ല, കൊള്ളരുതായ്മകൾ മനുഷ്യരുള്ളേടത്തോളം

കാലം തുടരുമെന്നാണ് 'നഗ്നവാനര' സമീപനക്കാർ പരോക്ഷമായി വാദിക്കുന്നത്.

യാഥാർത്ഥ്യവും ഭാവനയും സന്ധിക്കുമ്പോഴാണ് പ്രണയം സംഭവിക്കുന്നത്. ശരീര സാദ്ധ്യതകൾ സംസ്കാരവും, സംസ്കാര സാദ്ധ്യതകൾ ശരീരവും സ്വീകരിക്കുമ്പോഴാണ് പ്രണയം പൂക്കുന്നത്. ആശതൻ തേൻ മാത്രമല്ല നിരാശതൻ കണ്ണീരും ആത്മദാഹങ്ങളും അവിടെ വെച്ച് പങ്ക് വെക്കപ്പെടുന്നു. മടിച്ചുകൊണ്ടാണെങ്കിലും സംസ്കാരത്തിന്റെ കോളത്തിൽ മനുഷ്യശരീരം എഴുതിച്ചേർത്ത ജീവിതകാമനയുടെ ഗംഭീരമായ ആമുഖമാണത്. കാമം കുപ്പായമിട്ടപ്പോഴോ, സാരി ധരിച്ചപ്പോഴോ അല്ല മറിച്ച് സാംസ്കാരിക പരിവർത്തനത്തിന് വിധേയമായപ്പോഴാണ് ചരിത്ര വികാസ പ്രക്രിയക്കിടയിൽ പ്രണയം സാദ്ധ്യമായത്. ലൈംഗിക വ്യവസായം സംസ്കാരത്തിന്റെ നിയന്ത്രണത്തിൽ നിന്നും കാമത്തെ മോചിപ്പിക്കാനുള്ള യുദ്ധമാണ് ലോകവ്യാപകമായി നടത്തികൊണ്ടിരിക്കുന്നത്. ആഗോളമൂലധനം ഒരു തായ്‌ലണ്ട്കൊണ്ടും മറ്റൊരു സിംഗപ്പൂരുകൊണ്ടും സംതൃപ്തിപ്പെടുമെന്ന് കരുതുന്നത് മൗഢ്യമാണ്. പരസ്യ കാഴ്ചകളുടെ കുത്തൊഴുക്കിൽ ഒലിച്ചു പോകുന്നത് സഹസ്രാബ്ദങ്ങളിലൂടെ മനുഷ്യസമൂഹം സ്വാംശീകരിച്ച ജനാധിപത്യ കാഴ്ചപ്പാടുകളുടെ ഒരിക്കൽ ചൈതന്യഭരിതമായിരുന്ന ജീവിതം മുഴുവനുമാണ്. ദൃശ്യതയുടെ അതിപ്രസരം വഴി അരാഷ്ട്രീയവല്ക്കരണത്തിന്റെ അദൃശ്യ വൈറസുകളാണ് ജനകീയ പ്രതിരോധങ്ങളെ വെല്ലുവിളിച്ചുകൊണ്ട് സർവ്വത്ര വ്യാപിച്ചു കൊണ്ടിരിക്കുന്നത്. ജന്മവാസനകളുടെ തമോഗർത്തങ്ങളിൽ വെച്ച് ജീവിതം സ്വാംശീകരിച്ച സാംസ്കാരിക വെളിച്ചങ്ങൾ മുഴുവൻ തകർക്കപ്പെടുമോ എന്ന ചോദ്യം ചരിത്രത്തിൽ ഉയർന്നു കഴിഞ്ഞിരിക്കുന്നു. അപമാനവീകരിക്കപ്പെട്ട അക്രമവും രതിയും പരസ്പരം ഇണപിരിയാത്ത ഇരട്ടകളെപ്പോലെ വെളിച്ചങ്ങളെ മുഴുവൻ ഇരുട്ടാക്കുന്ന വിധ്വംസകപ്രവർത്തനം ശക്തമാം വിധം ആരംഭിച്ചു കഴിഞ്ഞിരിക്കുന്നു. സൗന്ദര്യവല്ക്കരണത്തിന്റെ ചെലവിലാണ് ഇന്നും ചരിത്രനിഷേധം കൊഴുക്കുന്നത്. അതിനൊപ്പം പൊറുക്കുകയല്ല, മറിച്ചതിനെ ചെറുക്കുകയാണ് ജനാധിപത്യ ഭാവനയുടെ ദൗത്യം.

'സ്ത്രീ പുരുഷ ബന്ധമെന്നത് സമുദായത്തിന്റെ ധനശാസ്ത്രവും കായികാവശ്യവും തമ്മിലുള്ള ഒരു പകിടകളി മാത്രമല്ല....' (ലെനിൻ). പ്രണയം ഒരു മാർക്സിസ്റ്റിനെ സംബന്ധിച്ചിടത്തോളം പ്രകൃതി സാദ്ധ്യതകളും സാംസ്കാരിക സാദ്ധ്യതകളും തമ്മിലുള്ള വൈരുദ്ധ്യാത്മക സമന്വയമാണ്. സാംസ്കാരികാവസ്ഥ എത്രതന്നെ അവികസിതമായാലും മനുഷ്യബന്ധങ്ങളുടെ ലോകത്തുനിന്ന് അതിനെ കേവലമായി തള്ളിക്കളയുന്നത് ഇന്നത്തെ അവസ്ഥയിൽ ബൂർഷ്വാ അരാജകവാദത്തെ പിന്തുണയ്ക്കലായിരിക്കും. സങ്കീർണ്ണമായ പ്രത്യയശാസ്ത്രങ്ങളാലും ഭാവസാന്ദ്രമായ സ്വപ്നങ്ങളാലും അതിനിർണ്ണയിക്കപ്പെടുന്ന മനുഷ്യബന്ധങ്ങളുടെ ജ്വലിക്കുന്ന ആദർശമാതൃകകളെ മ്യൂസിയങ്ങളിലേക്ക് മാറ്റിസ്ഥാ

പിക്കാനുള്ള ശ്രമങ്ങൾക്കെതിരെ നിതാന്ത ജാഗ്രത അനിവാര്യമാണ്. യുവജനപ്രസ്ഥാനത്തിന്റെ അകത്തളങ്ങളിലേക്ക് മൂലധനമൂല്യബോധത്തിന്റെ വൈറസുകൾ കടന്നുവരാനിടയുള്ള സമസ്തവഴികളിലും പ്രതിരോധത്തിന്റെ തീപ്പന്തങ്ങൾ ഉയർന്നു വരണം. ജന്മവാസനകളെ അതിന്റെ പാട്ടിന് തുറന്നുവിടാനുള്ള ആഹ്വാനം മനുഷ്യബന്ധങ്ങളുടെ മണ്ഡലത്തിൽകൂടി ആഗോളവല്ക്കരണം അടിച്ചേല്പിക്കലാണ്. 'ലൈംഗിക ഉദാരവല്ക്കരണവും, ലൈംഗിക സ്വാതന്ത്ര്യവും വ്യത്യസ്ത സംവർഗ്ഗങ്ങളാണെന്നിരിക്കെ അവയുടെ അതിർത്തികൾ അവ്യക്തമാക്കാനുള്ള സൈദ്ധാന്തിക ശ്രമങ്ങൾക്കെതിരെ നിതാന്ത ജാഗ്രത അനിവാര്യമാണ്. രതിമാത്രജന്യ സിനിമകൾക്കും അശ്ലീല സാഹിത്യങ്ങൾക്കും ബ്യൂട്ടിപാർലറുകൾക്കും വാജീകരണപരസ്യങ്ങൾക്കും മയക്കുമരുന്ന് മാഫിയകൾക്കുമൊപ്പം പ്രണയതിരസ്കാരത്തിന്റെ തത്ത്വശാസ്ത്രങ്ങളും നിർദ്ദയമായ വിചാരണകൾക്ക് വിധേയമാക്കേണ്ടിയിരിക്കുന്നു.

പ്രണയം സൗന്ദര്യം വിവാഹം

ഒന്ന്

"ഇല്ല. ഇപ്പോൾ നമ്മൾ തമ്മിൽ സ്നേഹിക്കുന്നു. ഒരിക്കൽ ഞാൻ നിങ്ങളുടെ ഒപ്പം താമസമാക്കാൻ വന്നുകഴിഞ്ഞാൽ ഞാനൊരടിമയും നിങ്ങൾ ഉടമയുമായിത്തീരും. വേണ്ട... അഭിജിത്ത്, പ്ലീസ്...". അവളുടെ സ്വരത്തിലെ ആത്മാർഥത അയാളെ അസ്വസ്ഥനാക്കി. ('അമ്മയുടെ മകൻ' - പി വത്സല). ആധിപത്യ വിധേയത്വങ്ങളുടെ ചുരുക്കെഴുത്തായി ത്തീരുന്ന 'വിവാഹസമ്പ്രദായ'ങ്ങൾക്കെതിരെയുള്ള ചെറുത്തുനില്പാണ് പി വത്സലയുടെ മേൽ ചൊന്ന കഥയിൽനിന്നും കുതറുന്നത്. സ്ത്രീയായി ത്തീർന്ന ഓരോ മനുഷ്യന്റെയും സങ്കടങ്ങളും സംഘർഷങ്ങളുമാണ് അതാവിഷ്കരിക്കുന്നത്.

'കല്യാണം' എന്ന വാക്കിന് മലയാള നിഘണ്ടുക്കളിൽ, ശുഭം, ക്ഷേമം, സ്വർഗ്ഗം, സ്വർണ്ണം, ആഘോഷം എന്നിങ്ങനെ നിരവധി അർത്ഥ ങ്ങൾ കാണുന്നു. ഇതിൽ, ശുഭം, ക്ഷേമം, സ്വർഗ്ഗം എന്നീ അർത്ഥങ്ങൾ നിഘണ്ടുക്കളിൽ മാത്രമാണ് പരിക്കൊന്നും പറ്റാതെ നിലനില്ക്കുന്നത്! നാട്ടിലൊക്കെ കല്യാണമെന്നാൽ ഇപ്പോൾ അടിപൊളി ആഘോഷങ്ങൾ! തകർന്നുകൊണ്ടിരിക്കുന്ന 'പൊതുജീവിതത്തിന്റെ' ചെലവിൽ വളർന്നു കൊണ്ടിരിക്കുന്ന, 'സ്വകാര്യജീവിതത്തിന്റെ' ശക്തികേന്ദ്രങ്ങളിലൊന്നായി വിവാഹവേദികൾ മാറിക്കൊണ്ടിരിക്കുകയാണ്.

സ്ത്രീധനത്തുകയും സ്വർണ്ണവുമാണ് വിവാഹത്തിന്റെ മൂല്യവും മഹത്വവും നിർണ്ണയിക്കുന്നതിൽ ഇപ്പോൾ മുഖ്യസ്ഥാനം വഹിക്കുന്നത്. 'എത്രപവൻ/കിലോ സ്വർണ്ണം' എന്ന ചോദ്യത്തിന് ലഭിക്കുന്ന ഉത്തര ത്തിനനുസരിച്ച് കല്യാണത്തിന്റെ മഹത്വം കൂടുകയോ കുറയുകയോ

ചെയ്യും! ഒരിരുപത്തഞ്ച് പവൻ എന്ന് കേട്ടാൽ മാന്യന്മാർക്ക് കലിവരും. ഏതോ 'പന്ന' കല്യാണത്തിന് വിളിക്കാൻ വന്നിരിക്കുന്നു എന്നവർ തുറന്നു പറഞ്ഞില്ലെങ്കിലും മുഖഭാവം അത് പ്രകടിപ്പിക്കും. ഒരുനൂറുപവനെങ്കിലുമില്ലാതെ!, നമ്മുടെ സ്ഥിതിക്കനുസരിച്ചൊരു ബന്ധം എങ്ങനെ ഉറപ്പിക്കുമെന്ന് ഒരു സുഹൃത്ത് ഈയിടെ ചോദിച്ചത് തെല്ലൊരഭിമാനത്തോടെയാണ്. സ്ത്രീധനത്തുകയുടെ വലിപ്പവും ആഭരണങ്ങളുടെ പെരുപ്പവും കല്യാണക്കത്തിന്റെ പോരിമയും അലങ്കാരങ്ങളുടെ പ്രൗഢിയും പങ്കെടുത്ത പ്രമാണിമാരുടെ എണ്ണവും ഭക്ഷണയിനങ്ങളുടെ വൈവിദ്ധ്യവും 'മറ്റുപലതരം കലാപരിപാടികളുടെ' കേമത്തവുമാണ് കല്യാണങ്ങളെ ഇപ്പോൾ കൊങ്കേമമാക്കുന്നത്. മുമ്പൊക്കെ ഒരു ദിവസമായിരുന്നു കല്യാണമെങ്കിൽ, ഇപ്പോൾ അത് മൂന്നും നാലും ദിവസമാണ്.

മലയാളത്തിൽ കല്യാണക്കത്തടിക്കുന്നത് നാണക്കേടാണെന്ന് കരുതുന്നവർ മുതൽ മലയാളം എം എ പാസായതുകൊണ്ടുമാത്രം വിവാഹം മുടങ്ങിപ്പോയവർവരെ കേരളത്തിലുണ്ട്. സ്വന്തം ജീവിതസത്യങ്ങളിൽ നിന്നല്ല, മറ്റാരുടെയോ ജീവിത പരസ്യങ്ങളിൽ നിന്നാണ് വലിയൊരുവിഭാഗം മനുഷ്യർ പ്രചോദനമുൾക്കൊള്ളുന്നത്. പൊളിച്ചെഴുത്തിനുപകരം പകർത്തിയെഴുത്തിലാണവർ പുളകംകൊള്ളുന്നത്. സ്വന്തം ജീവിതപരമാർത്ഥങ്ങളിൽ നിന്നവർ ഒളിച്ചോടുന്നത്, 'പൊങ്ങച്ചങ്ങളെ' കെട്ടിപ്പുണരാനാണ്. ആഭരണക്കടകളും തുണിക്കടകളും അലങ്കാരകേന്ദ്രങ്ങളും 'കല്യാണനേരങ്ങളിൽ' ആനന്ദനൃത്തം ചവിട്ടുമ്പോൾ, ഇപ്പുറത്ത് അതിനകമ്പടി സേവിക്കുന്നത് ആരുടെയൊക്കെയോ ചങ്കിടിപ്പുകളാണ്.

'ആണായാൽ പെണ്ണ് വേണം, പെണ്ണായാൽ പൊന്ന് വേണം' എന്ന ജ്വല്ലറി പരസ്യങ്ങളിൽ ചിറകടിച്ചാർത്ത് പറക്കുന്നത് മനുഷ്യമാംസം കൊത്തിവലിക്കാനുഴറിനില്ക്കുന്ന ഒരു പെരുംകഴുകനാണെന്ന് തിരിച്ചറിയാതെ പലരുമിപ്പോഴും തരിച്ചുനില്ക്കുകയാണ്. 'ആണായാൽ പെണ്ണ് വേണം, പെണ്ണായാൽ ആണ് വേണം' എന്നെങ്കിലും 'മിനിമം' പറയേണ്ടിടത്ത്, പെണ്ണ് സമം പൊന്ന് എന്ന സമവാക്യം സൃഷ്ടിക്കുന്നതിന്റെ യുക്തിയാണ് വെല്ലുവിളിക്കപ്പെടാതെ പോകുന്നത്. 'മഞ്ഞച്ചെകുത്താൻ' എന്ന് മാക്സിംഗോർക്കി വിശേഷിപ്പിച്ച സ്വർണ്ണത്തോടുള്ള ആസക്തിയെ സമ്പൂർണ്ണമായി അവസാനിപ്പിക്കാനാവുംവിധം മനുഷ്യസമൂഹം മൗലികമായും മാറേണ്ടതുണ്ട്. കലയും സാഹിത്യവും സാമാന്യബോധവും സ്വർണ്ണത്തിന് നല്കിയിരിക്കുന്ന പരമോന്നതസ്ഥാനം സൂക്ഷ്മതലങ്ങളിൽവെച്ച് തന്നെ ചോദ്യംചെയ്യപ്പെടേണ്ടതുണ്ട്. 'പൊന്നേ' എന്ന പുന്നാരവിളിയെപ്പോലും വെട്ടിപ്പിളർന്ന് വിശകലന വിധേയമാക്കേണ്ടതുണ്ട്. കലഹം കാമിനിമൂലമെന്നതിനേക്കാൾ 'കനകം'മൂലമാണെന്ന് ശരിയാംവിധം കണ്ടെത്തപ്പെടേണ്ടതുണ്ട്. സ്റ്റൗ പൊട്ടിത്തെറിക്കുന്നത് മണ്ണെണ്ണയോ ഗ്യാസോ കുറയുന്നത് കൊണ്ടല്ലെന്നും സ്ത്രീധനത്തുകയും സ്വർണ്ണവും കുറയുന്നതുകൊണ്ടാണെന്നും മനസ്സിലാക്കപ്പെടേണ്ടതുണ്ട്.

ഒരുഭാഗത്ത് മനുഷ്യമാംസത്തിന് വില പറയുന്ന വിവാഹം, മറുഭാഗത്ത് സ്ത്രീജന്മത്തെ വേട്ടയാടാനുള്ള മർദ്ദന യന്ത്രമായി മാറുകയാണ്. സ്ത്രീയായി പിറക്കുന്ന ഓരോ പ്രതിഭാശാലിയും മനുഷ്യരാശിക്ക് നഷ്ടമാകുന്നു എന്ന് മുമ്പ് സൈമൺബോവർ എഴുതി. ഇന്ന് അങ്ങനെ ഒരു ലിംഗവിഭാഗത്തിന്റെ അസ്തിത്വം തന്നെയാണ് വ്യത്യസ്തവഴികളിലൂടെ ആക്രമിക്കപ്പെടുന്നത്. "കവി പൂക്കളെത്തേടി/സലീം അലി പക്ഷികളെത്തേടി/പെണ്ണൊരുത്തിയോട്/ഞാൻ ചോദിച്ചു/ ആരെത്തേടുന്നു/ അവൾ പറഞ്ഞു/അറവുകാരനെ" (അയ്യപ്പൻ).

രണ്ട്

രണ്ട് പെൺകുട്ടികളുള്ള ഒരു സാധാരണക്കാരൻ ഇന്ന് തിന്നുന്നത് 'തീയാണ്'. കല്യാണം കഴിച്ചയക്കുന്നതോടെ അവർ 'കടക്കെണിയിൽ' ഒടുങ്ങുകയാണ്. വിവാഹച്ചന്തയിൽ നിലനില്ക്കുന്ന, 'പിഴച്ചപതിവുകളാണ്' അവരുടെ ജീവിതത്തെ ഇത്രമേൽ ദുരിതപൂർണ്ണമാക്കുന്നത്. സ്ത്രീധനമായും സ്വർണ്ണമായും ആഘോഷമായും പ്രത്യക്ഷപ്പെടുന്നത് അവരുടെ ജീവിതത്തിന്റെ പിടച്ചിലാണ്. മുമ്പ് ആരുടെയൊക്കെയോ വിവാഹത്തിൽ പങ്കെടുത്ത് പോയതു കൊണ്ട്, ഇനി അവരെയൊക്കെ ചെലവ് ചുരുക്കുന്നതിന്റെ പേരിൽ സ്വന്തം വീട്ടിലെ വിവാഹത്തിന് വിളിച്ചില്ലെങ്കിൽ മാനക്കേടാകുമല്ലോ എന്നു വിചാരിച്ചാണ് നിർവ്വാഹമില്ലാതെ പലരുമിപ്പോൾ സ്വന്തം വീട്ടിലെ കല്യാണത്തിന് മറ്റുള്ളവരെ ക്ഷണിക്കുന്നത്. കല്യാണങ്ങൾക്ക് തുടർച്ചയായി പോകുന്നവരാകട്ടെ ഒരേദിവസംതന്നെ നിരവധി കല്യാണങ്ങളിൽ പങ്കെടുക്കേണ്ടിവരുന്ന തിരക്കിൽ പൊരിയുകയാണ്. പോകാതിരുന്നാൽ വിളിച്ചവർക്ക് എന്തുതോന്നുമെന്ന് കരുതിമാത്രമാണവർ പോകുന്നത്. ചുരുക്കിപ്പറഞ്ഞാൽ കല്യാണത്തിന് വിളിക്കുന്നവരും പോകുന്നവരും ഒട്ടും ആഹ്ലാദത്തോടെയല്ല, പലതരം നിവൃത്തികേടുകൾ കൊണ്ടാണ് 'കല്യാണം' ആഘോഷിക്കുന്നത്. ഇപ്പോഴുള്ള അവികസിതമായ ഈ സമ്പ്രദായം ഒന്നവസാനിച്ച് കിട്ടിയാൽ എന്ന് അവരും ഉള്ളിൽ കരുതുന്നുണ്ടാവണം.

മുമ്പൊക്കെ 'കല്യാണവേദികൾ' എന്തൊക്കെ കുറവുകളുണ്ടായിരുന്നാലും ഒത്തുചേരൽ കേന്ദ്രങ്ങളായിത്തീരുമായിരുന്നു. നല്ല ഭക്ഷണത്തിനും സൗഹൃദത്തിനുമിടയിൽ, അവിടെവെച്ച് ബന്ധങ്ങൾ ഒരിക്കൽകൂടി ഊട്ടിഉറപ്പിക്കപ്പെടുമായിരുന്നു. എന്നാൽ ഇന്നത്തെ തീപിടിച്ച തിരക്കിൽ, ഒരു ഞായറാഴ്ച ചുരുങ്ങിയത് മൂന്ന് കല്യാണങ്ങൾക്കെങ്കിലും തലകാണിക്കേണ്ടിവരുമ്പോൾ ഒന്നിനും സമയം കിട്ടുകയില്ല. കണ്ടെന്ന് വരുത്തി, കഴിച്ചെന്ന് വരുത്തി ഓടുന്നതിനിടയിൽ 'നാല് വർത്തമാനം' പറയാൻപോലും നേരം കിട്ടുകയില്ല. 'വിളിക്കാതെ വയ്യല്ലോ' എന്നു വിചാരിച്ച് മാത്രമാണ് പലരുമിപ്പോൾ എല്ലാവരെയും കുടുംബസമേതം തന്നെ

സ്നേഹപൂർവ്വം കല്യാണത്തിന് വിളിക്കുന്നത്. 'പോകാതെ വയ്യല്ലോ' എന്ന് മാത്രം വിചാരിച്ചാണ് പലരുമിപ്പോൾ സ്വയം ശപിച്ച് കല്യാണങ്ങൾക്ക് പോകുന്നത്! ഇപ്പോൾ നിലവിലുള്ള സങ്കുചിത സമീപനങ്ങളൊക്കെയും അവസാനിപ്പിക്കാനുള്ള അപൂർവ്വ അവസരമാണ് ഒത്തുവന്നിരിക്കുന്നത്. ഒരു പിഴച്ച വഴിപാടുപോലെ എന്നിട്ടും 'കല്യാണപ്പേക്കൂത്തുകൾ' തുടരുക തന്നെയാണ്! 'ഇനി നമുക്ക് കാര്യത്തിലേക്ക് കടക്കാം' എന്ന പഴയ വിവാഹ ഡയലോഗ് തന്നെയാണ് ഇന്നും മനുഷ്യബന്ധങ്ങളെ നിർവ്വചിക്കുന്നത്. 'കല്യാണം പൊടിപൊടിക്കണം' എന്ന മോഹമാണ് പലരെയും മുന്നോട്ട് നയിക്കുന്നത്. സ്വർണ്ണത്തിനും ധൂർത്തിനുമിടയിൽ തറയിൽ വീണ കുപ്പി ഗ്ലാസ് കണക്കെ പൊട്ടിത്തെറിക്കുന്നത് എത്രയോ മനുഷ്യരുടെ പരസ്പരമുള്ള ഇഷ്ടങ്ങളാണ്. സ്വർണ്ണത്തിലും സ്ത്രീധനത്തുകയിലും തട്ടി വിവാഹങ്ങളോരോന്നായി തകരുമ്പോൾ, '500 രൂപ മുടക്കി അഞ്ചുലക്ഷം ലാഭിക്കൂ' എന്ന 'പഴയൊരു' പരസ്യവാചകം ഒരു മിന്നൽപോലെ, കണ്ണീരിനിടയിലൂടെ ഒരു പാവം രക്ഷിതാവിന്റെ മനസ്സിലൂടെ മിന്നിമറയുന്നുണ്ടാവുമോ?

ഒരർത്ഥത്തിലിന്ന് പഴയൊരു ഒത്തുചേരലിന്റെ നിഴൽ ഭീമാകൃതിപൂണ്ട് നമ്മെ തുറിച്ച് നോക്കുകയാണ്. ഇത് മാറിചിന്തിക്കാനുള്ള ഒരവസരമാണ്. വിളിക്കുന്നവർക്കും പോകുന്നവർക്കും ബുദ്ധിമുട്ടുണ്ടാക്കുന്ന, സാദ്ധ്യതകളേക്കാൾ ബാദ്ധ്യതകളെ ശക്തിപ്പെടുത്തുന്ന, ആഹ്ലാദത്തേക്കാൾ ആശങ്കകൾ സൃഷ്ടിക്കുന്ന ഇത്തരം കല്യാണരീതിക്കുപകരം, ചെലവ് കുറഞ്ഞ, ലളിതമായ, മാനുഷികമാതൃക മുന്നോട്ടുവെക്കുകയാണ് വേണ്ടത്.

അതിനെ വെല്ലുവിളിക്കുന്നവരെയാണ് ജനകീയമായി ഒറ്റപ്പെടുത്തേണ്ടത്. ആഡംബരവിവാഹങ്ങൾക്ക് നികുതിചുമത്താനും സ്ത്രീധനനിരോധനനിയമം കർക്കശമാക്കാനും ലളിത വിവാഹങ്ങൾക്ക് സാമ്പത്തിക സഹായങ്ങളടക്കം നല്കി പരമാവധി പ്രോത്സാഹിപ്പിക്കാനും സർക്കാർ സന്നദ്ധമാവുകയും ചെയ്യേണ്ടതുണ്ട്.

മൂന്ന്

ഇന്ന് വിവാഹമാമാങ്കങ്ങളോടൊപ്പം ഭീതിജനകമായ വിവാഹറാഗിങ് കൂടി മലയാളി ജീവിതത്തെ വെല്ലുവിളിച്ച് തുടങ്ങിയിരിക്കുന്നു. മദ്യപാനപരിശീലന കേന്ദ്രങ്ങളായി മാറുന്ന ആഘോഷങ്ങളെ ആഘോഷങ്ങൾ എന്ന നിലയ്ക്കല്ല ആഭാസങ്ങൾ എന്ന നിലയ്ക്കാണ് ഇനിമുതൽ അപഗ്രഥിക്കേണ്ടത്. കേരളീയ വിവാഹാഘോഷങ്ങൾ വിവാഹറാഗിങ് എന്നു വിളിക്കേണ്ട ഒരവസ്ഥയിലേക്കാണ് ആശങ്ക സൃഷ്ടിക്കുംവിധം പതുക്കെ കടന്നുകൊണ്ടിരിക്കുന്നത്. എന്തും പറയാനും ചെയ്യാനുമുള്ള സന്ദർഭങ്ങളായി വിവാഹവേളകൾ സങ്കോചിച്ചുകൊണ്ടിരിക്കുകയാണ്.

മുമ്പ് കലാപരിപാടിയുടെ ആവിഷ്കാരങ്ങൾ കൊണ്ടാണ് വിവാഹവേളകൾ ആഹ്ലാദം പകർന്നതെങ്കിൽ ഇന്ന് അരാജകത്വത്തിനുള്ള അംഗീകാരവേദികളായി അത് നിറംകെട്ടുകൊണ്ടിരിക്കുകയാണ്.

സൗഹൃദമെന്ന വ്യാജേന വധൂവരന്മാരെയും ബന്ധുക്കളെയും നാട്ടുകാരെയും കുരങ്ങു കളിപ്പിക്കുന്ന ഒരവസ്ഥയിലേക്കാണ് കാര്യങ്ങൾ എത്തിക്കൊണ്ടിരിക്കുന്നത്. ജനിച്ചാൽ, മരിച്ചാൽ, രോഗം വന്നാൽ എന്തിനും ഏതിനും കുടിച്ച് കൂത്താടുന്ന ഒരു വിഭാഗം മനുഷ്യർ കുപ്പക്കുഴികളിലെ പുഴുക്കളെന്നപോലെ കല്യാണവീടുകളിലെ നിത്യസാന്നിദ്ധ്യമായി മാറുകയാണ്. ഇവർ കാട്ടിക്കൂട്ടുന്ന കോപ്രാട്ടികൾ കണ്ടിട്ടും പ്രതികരിക്കാതെ വെറും കാഴ്ചക്കാരായിത്തീരുന്ന മനുഷ്യർ ഇവർക്ക് പരോക്ഷമായി പ്രചോദനം പകരുകയാണ്. എല്ലാവരും വിചാരിച്ചാൽ ഒരു നിമിഷം മതി ഈ പേക്കൂത്തുകളവസാനിപ്പിക്കാൻ. എന്നാലിപ്പോൾ ഉപേക്ഷ കാണിച്ചാൽ പിന്നീട് വളരെ പ്രയാസപ്പെടേണ്ടിവരും.

നാല്

ഒരു ജാതിയിൽപെട്ടവർ ആ ജാതിയിൽ മാത്രമായും ഒരു മതത്തിൽ പെട്ടവർ ആ മതത്തിൽ മാത്രമായും അവസാനിക്കുന്നൊരു കാലം വന്നാൽ അതോടെ പൊതുജീവിതം അസാദ്ധ്യമാകും. വിമർശാത്മകമായും യുക്തിപൂർണ്ണമായും പരസ്പരം ഇടപെടാൻ കഴിയുംവിധം മനുഷ്യജീവിതം വിസ്തൃതവും അഗാധവുമാവുമ്പോഴാണ് പൊതുജീവിതം ഒരോ മനുഷ്യന്റെയും ജീവിതത്തിന്റെ പുളകപശ്ചാത്തലമാവുന്നത്.

'പൊതു' എന്നത് ചിലർ തെറ്റിദ്ധരിക്കുന്നതുപോലെ സർവ്വമനുഷ്യരും ഒരു പോലെയാകലോ അദൃശ്യമായ അധികാരം, 'മുഖ്യ'മാക്കിയ പ്രവണതയെ പേടിച്ച് പിന്തുണയ്ക്കലോ അല്ല. മറിച്ച് സമസ്ത വൈവിദ്ധ്യങ്ങൾക്കും ജനാധിപത്യപരമായി വികസിക്കാനുള്ള ഒരന്തരീക്ഷം ഒരുക്കലാണ്. അപരരായി ആരുമില്ലാത്തവിധത്തിലുള്ള ആദർശാത്മകമായ ഒരവസ്ഥ സാക്ഷാൽക്കരിക്കാനുള്ള ശ്രമങ്ങളിൽവെച്ചാണ് പൊതുവേദികൾ വികസിക്കുന്നത്. പൊതുവേദികൾ പൊളിയുമ്പോൾ തൽസ്ഥാനത്ത് സ്വകാര്യവേദികൾ ശക്തിയാർജ്ജിക്കും. അതോടെ പൊതുജീവിതമെന്നത് പോയകാലത്തിന്റെ സ്മരണയോ നാളെ പിറക്കുമെന്ന് പ്രതീക്ഷിക്കപ്പെടുന്ന ലോകത്തെക്കുറിച്ചുള്ള സ്വപ്നമോ ആയി പരിമിതപ്പെടും. പൊതുവായതൊക്കെയും കൊള്ളരുതാത്തതായും സ്വകാര്യമായതൊക്കെ കൊള്ളാവുന്നതായും തുടർന്ന് പരസ്യം ചെയ്യപ്പെടും. മനുഷ്യരെന്നത് ജാതിമതങ്ങൾ സുരക്ഷിതമാക്കിയ പരമ്പരാഗത കുടുംബത്തിൽ ശാശ്വതമായി സൂക്ഷിക്കപ്പെടാനുള്ള ഒരു ചരക്കായി അതോടെ ചുരുങ്ങും. എന്നാൽ മനുഷ്യരെന്നത് പണിതീർന്ന ഒരു ചരക്കല്ലെന്നും പണിതുടർന്നുകൊണ്ടിരിക്കുന്ന ഒരു പ്രക്രിയയാണെന്നും ആഴത്തിൽ തരിച്ചറിയുന്ന മുറയ്ക്ക് ഓരോ മനുഷ്യനും പുതിയ ഉള്ളടക്കങ്ങൾ അനിവാര്യമാക്കുന്ന

പുതിയ രൂപങ്ങളെ ആശ്ലേഷിക്കേണ്ടിവരും. അറിയാതെയാണെങ്കിലും ഒരു ഭാഗത്ത് അത്തരം ഒരവസ്ഥയിലൂടെ കടന്നുപോകുന്ന മനുഷ്യർ തന്നെയാണ് മറുഭാഗത്ത് അറിഞ്ഞുകൊണ്ട് അതിനെ പ്രതിരോധിക്കുന്നത്.

നാട്ടിൽ പരിമിതമായ തോതിലെങ്കിലും 'മനുഷ്യരും' വീട്ടിൽ പരമാവധി 'മൃഗ'ങ്ങളുമായിത്തീരുന്ന മനുഷ്യരാണ് ദുരഭിമാനഹത്യകൾക്ക് നേതൃത്വം നല്കുന്നത്. പരസ്പരം അത്രമേൽ ഇഷ്ടമാകയാൽ ഒന്നിച്ചു ജീവിക്കാൻ തീരുമാനിച്ചവരെ ആഭിജാത്യത്തിന്റെ പേരുപറഞ്ഞ് കൊല്ലുന്ന ആഭാസത്തെ സൂചിപ്പിക്കാൻ ഇംഗ്ലീഷിൽ 'ഹോണർ കില്ലിങ്' എന്നും മലയാളത്തിൽ 'അഭിമാനഹത്യ'യെന്നും ആദ്യം ഒരു ജാള്യതയുമില്ലാതെ പ്രയോഗിച്ചത് വ്യക്തമായ ഒരു പ്രത്യയശാസ്ത്രത്തിന്റെ അബോധ അടിസ്ഥാനത്തിലായിരുന്നുവെന്ന് ഇന്ന് തിരിച്ചറിയാൻ ഒരുവിധ പ്രയാസവുമില്ല. പൊതുജീവിതത്തെ ഏതറ്റംവരെയും പ്രതിരോധിക്കുന്ന ഒരു വീട്ടടിമത്തത്തെയാണ് ആ വാക്ക് നിർലജ്ജം വിളംബരം ചെയ്തത്. നമ്മുടെ ബഹുമാനപ്പെട്ട കോടതിപോലും അഭിമാനഹത്യക്ക് കുടുംബാഭിജാത്യത്തിന്റെ പേരിൽ വധശിക്ഷയിൽ വരെ ഇളവനുവദിച്ചത് അടുത്തകാലത്താണ്. സൂക്ഷ്മാർത്ഥത്തിൽ സാധാരണ കൊലക്കുറ്റത്തേക്കാൾ അധികം ശിക്ഷ വിധിക്കേണ്ട അസാധാരണ കൊലക്കുറ്റം എന്ന വകുപ്പിലാണ് ദുരഭിമാനഹത്യകൾ ഉൾപ്പെടുത്തേണ്ടത്.

മക്കളെ സ്നേഹിക്കുന്ന രക്ഷിതാക്കൾതന്നെ, ജാതിമാറി മതം മറന്ന് കല്യാണം കഴിച്ചതിന്റെ പേരിൽ സ്വന്തം മക്കളെ കൊല്ലുമ്പോൾ നിരന്തര സാമൂഹിക പ്രവർത്തനങ്ങളിലൂടെ നിലവിൽവന്ന പൊതുജീവിതത്തിനാണ് പരിക്കേല്ക്കുന്നത്. ഒരർത്ഥത്തിൽ സ്വകാര്യവല്കരിക്കപ്പെട്ട വീട് പരിമിതമായ തോതിലെങ്കിലും പൊതുവായിത്തീർന്ന നാടിനെ വളഞ്ഞിട്ട് വേട്ടയാടുന്നതാണ് നാമിപ്പോൾ കാണുന്നത്. പൊതുജീവിതത്തിന്റെ പ്രകാശം വന്നുവീഴാത്ത വീടുകളുടെ അന്ധകാരാവൃതമായ പാതാളക്കുഴികളിൽവെച്ചാണ് ദുരഭിമാനഹത്യകൾ നടക്കുന്നതെങ്കിൽ, വേണ്ടവിധം വെളിച്ചംവന്നുവീഴാത്ത വീടുകളുടെ നടുത്തളങ്ങളിൽവെച്ചാണ് 'അകറ്റിനിർത്തലുകൾ' ആഘോഷിക്കപ്പെടുന്നത്. വ്യത്യസ്ത മതവിഭാഗങ്ങളിൽപ്പെട്ടവർക്ക് സ്വന്തം മതവിശ്വാസങ്ങൾ നിർവ്വഹിച്ചും ഒരു മതത്തിലും പെടാത്തവർക്ക് സ്വന്തം മതരഹിതത്വമനുസരിച്ചും ഒരേവീട്ടിൽ കഴിയാനാവാത്തവിധം നമ്മുടെ വീടുകൾ ചെറുതാവുന്നത് പൊതുജീവിതത്തിലേക്ക് പ്രവേശിക്കാനാവാത്ത ഒരു ജനതയുടെ പാപ്പരത്വത്തെത്തന്നെയാണ് കൃത്യമായും വെളിപ്പെടുത്തുന്നത്. പരസ്പരം ദ്രോഹിക്കുന്നവരെ പിന്തുണയ്ക്കുകയും പരസ്പരം സ്നേഹിക്കുന്നവരെ ദ്രോഹിക്കുകയും ചെയ്യുന്ന സങ്കുചിതത്വത്തെ മതതത്ത്വശാസ്ത്രങ്ങൾക്ക് എങ്ങനെ സ്വാഗതം ചെയ്യാൻ കഴിയും? ഹിന്ദുവാകേണ്ടതും മുസ്ലീമാകേണ്ടതും ആദ്യമായും അവസാനമായും മനുഷ്യരായ നമ്മൾ ആണെന്നുള്ളത് ആരും മറക്കരുത്.

അഞ്ച്

മനുഷ്യൻ, ഒരു സാമൂഹ്യജീവിയെന്ന് അരിസ്റ്റോട്ടിൽ, മാൻഹ സായ ആളാണ് മാനുഷ് എന്ന് ശ്രീരാമകൃഷ്ണ പരമഹംസർ, സാമൂഹ്യബന്ധങ്ങളുടെ ആകത്തുകയെന്നു മാർക്സ്, ഇര പിടിക്കുന്ന ജന്തുവെന്നു സ്പെൻഗ്ളർ, ഒരു സുന്ദരമൃഗം എന്നു നിഷേ, ഉപകരണങ്ങൾ ഉപയോഗിക്കുന്ന ജന്തുവെന്ന് ബെഞ്ചമിൻ ഫ്രാങ്ക്ലിൻ, ദൈവസൃഷ്ടിയെന്നു മതങ്ങൾ, പരിണമിച്ചുണ്ടായതാണെന്നു ശാസ്ത്രം, മനനം ചെയ്യുന്നവരെന്നും പലതരം കളികളിൽ വ്യാപരിക്കുന്നവരെന്നും ഉല്പാദനപ്രവർത്തനത്തിൽ ഏർപ്പെടുന്നവരെന്നും മനുഷ്യരെക്കുറിച്ചു പിന്നെയും നിറസമൃദ്ധമായ നിർവ്വചനങ്ങൾ വേറെയും....

ഡയോജനിസ് എന്ന യവന തത്ത്വജ്ഞാനി പട്ടാപ്പകൽ വിളക്കും കത്തിച്ചു നടന്നത്, ഇങ്ങനെയെല്ലാമുള്ള മനുഷ്യരിൽനിന്ന്, 'ശരിക്കുള്ള' വേറൊരു മനുഷ്യനെ കാണാനായിരുന്നു. എന്നിട്ടന്നു ഡയോജനിസിന് ഏഥൻസിൽ എത്ര മനുഷ്യരെ കാണാൻ കഴിഞ്ഞു എന്നറിഞ്ഞുകൂടാ. എന്നാലിന്ന് അന്നത്തെ അപേക്ഷിച്ച് മനുഷ്യരുടെ സംഖ്യ ഏതർത്ഥത്തിലും വർദ്ധിച്ചിട്ടുണ്ട്. അർദ്ധരാത്രിയിൽ പോലും വെളിച്ചമില്ലാതെ തന്നെ മനുഷ്യരെ തിരിച്ചറിയാനാവുംവിധം, മാനവികതയുടെ നിലാവ് ഭൂമിയാകെ നിറഞ്ഞിട്ടുണ്ട്. ഇന്നലെകളൊക്കെയും പിഴവുകളില്ലാത്തവിധം ശ്രേഷ്ഠവും ഇന്നുകളൊക്കെയും പുഴുകുത്തിയ ജീർണ്ണതകൾ മാത്രവുമാണെന്ന കാഴ്ചപ്പാട് ഭാഗികമായെങ്കിലും പൊളിഞ്ഞിട്ടുണ്ട്.

ഇന്നലെകളെന്നപോലെ ഇന്നും നിലനില്ക്കുന്നത്, ഏറ്റക്കുറച്ചിലുകളോടെ വെളിച്ചവും ഇരുട്ടും ഇടകലർന്നാണ്. ശരികളും തെറ്റുകളും കൂടിക്കലർന്നാണ്. ഇന്നു മനുഷ്യരെ കാണാൻ വിളക്കല്ല വേണ്ടത്, മറിച്ച് മനുഷ്യർ, പങ്കുവയ്ക്കുന്ന ബന്ധമാതൃകകൾ വിശകലനവിധേയമാക്കാനുള്ള ആർജ്ജവമാണ്.

സാമൂഹ്യബന്ധങ്ങളാണ് മനുഷ്യരെ സാദ്ധ്യമാക്കിയതെങ്കിൽ, മനുഷ്യജീവിതത്തിന്റെ സാഫല്യം ആ സാമൂഹികതയുടെ തന്നെ ആഘോഷമായിട്ടാണ് സാക്ഷാൽക്കരിക്കപ്പെടേണ്ടത്. 'ജീവികൾക്കൊക്കെയും വേണമല്ലോ, മറ്റു ജീവികൾതൻ സഹായം' എന്ന ബ്രെഹ്ത്തിന്റെ പ്രകൃതി-മനുഷ്യപാരസ്പര്യത്തോളമതിനു വളരാൻ കഴിയണം. ഓരോ മനുഷ്യനും എത്രമാത്രം ഒറ്റയായിരിക്കുമ്പോഴും, 'പലരിൽ' വച്ചാണ് ആ ഒറ്റയായ അവസ്ഥപോലും പുലരുന്നതെന്നു തിരിച്ചറിയുംവിധമതു തളിർക്കണം. ജന്മം മുതൽ മരണം വരെ, വിവാഹം മുതൽ വിരഹം വരെ, മൗനംമുതൽ സംഭാഷണംവരെ, സാമൂഹികതയുടെ നിത്യസാക്ഷ്യമാണെന്നു നാം അഗാധമായി തിരിച്ചറിയണം.

എന്നാലിന്നു സാമൂഹികതയുടെ 'പുറംതലം' കത്തുന്ന പകിട്ടും കുത്തുന്ന പൊങ്ങച്ചവുമായി നമ്മുടെ ഒത്തുചേരൽവേദികളെ സജീവമാക്കുമ്പോൾ, അതിന്റെതന്നെ 'അകം' ഇന്നു നമ്മുടെ ഒത്തുചേരൽ വേദി

കളിൽനിന്നു പതുക്കെ അപ്രത്യക്ഷമാവുകയാണ്. ഒന്നു മിണ്ടിപ്പറയാൻ പോലും കഴിയാത്തവിധം, തീ പിടിച്ച തിരക്കിൽ, ആർദ്രബന്ധങ്ങളൊക്കെയും കരിഞ്ഞുതീരുമ്പോൾ, അപ്പുറത്തു കൊഴുക്കുന്നതു കാലഹരണം സംഭവിച്ച അനുഷ്ഠാനപ്പഴമകളാണ്.

വിവാഹാഘോഷങ്ങൾക്കു ചുറ്റും ഇന്നു ചുവടുവെക്കുന്നത്, സാമൂഹികതയുടെ ആത്മാവു നഷ്ടപ്പെട്ട ജഡശരീരമാണ്. ഇപ്പോഴും വിവാഹങ്ങളിൽ പലതും നിശ്ചയിക്കപ്പെടുന്നത്, 'ഇനി നമുക്കു കാര്യത്തിലേക്കു കടക്കാം' എന്ന ലേലംവിളികളിൽ വച്ചാണ്. വിവാഹം ആഘോഷപൂർവ്വമായിരിക്കണമെന്നു ശാഠ്യം പിടിക്കുന്നവർക്കൊന്നും മാംസത്തിനു വിലപറയുന്ന ഇത്തരം അശ്ലീലങ്ങൾക്കെതിരെ ശബ്ദിക്കാനേ കഴിയുന്നില്ല. വ്യക്തിപരതയുടെ 'ഇത്തിരിവട്ടങ്ങളിൽ' നിന്നു പുറത്തുകടക്കുന്നവർക്കുപോലും, സമൂഹവിവാഹങ്ങളെ സമ്പൂർണ്ണമായ അർത്ഥത്തിൽ സ്വാഗതംചെയ്യാൻ ആവുന്നില്ല. സമൂഹവിവാഹങ്ങളെ സ്വാഗതം ചെയ്യുന്നവർക്കുപോലും അപ്രസക്ത ആചാരങ്ങളൊക്കെയും അറുത്തുമുറിക്കാൻ കഴിയുന്നില്ല. മറ്റു പലയിടത്തും തിളങ്ങിനില്ക്കുന്ന, ജാതിരഹിതവും മതനിരപേക്ഷവുമായ ആധുനിക ജനാധിപത്യകേരളമെന്ന മുദ്രാവാക്യം വിവാഹവേദികളിലെത്തുമ്പോൾ വല്ലാതെ വിളറിപ്പോകുന്നു.

നിരന്തരമായ ആശയപ്രചാരണങ്ങളുടെയും സജീവമായ ഇടതുപക്ഷ ഇടപെടലുകളുടെയും ഭാഗമായി കേരളീയസമൂഹത്തിൽ, വിവാഹ കാഴ്ചപ്പാടിലടക്കം ഇന്നു മൗലികമായ മാറ്റങ്ങൾ ചെറിയതോതിലാണെങ്കിലും സംഭവിച്ചുകൊണ്ടിരിക്കുന്നുണ്ടെന്ന സത്യം ഇതുകൊണ്ടൊന്നും ഇല്ലാതാവുന്നില്ല. മുമ്പായിരുന്നെങ്കിൽ, ഒരു സ്കൂളിൽ വച്ചോ, വായനശാലയിൽ വച്ചോ ഒരു കല്യാണം, കുടുംബക്കാരെ മുഴുവൻ പങ്കെടുപ്പിച്ചുകൊണ്ടു നടത്താൻ കഴിയുമായിരുന്നില്ല. പതിവു തെറ്റിച്ച് ഇങ്ങനെ നടന്ന കല്യാണങ്ങളിൽ, തറവാട്ടുകാരിൽ പലരും പങ്കെടുത്തിരുന്നില്ല. എന്നാലിന്നു കല്യാണത്തിന് സ്കൂൾ മതി എന്ന കാഴ്ചപ്പാടു ശക്തിപ്പെട്ടിരിക്കുന്നു. മുമ്പൊക്കെ കല്യാണത്തിൽ വിഭവപൂർണ്ണമായ ഉച്ചഭക്ഷണം അനിവാര്യമായിരുന്നു. സദ്യയിൽ, 'വല്യപ്പടം' വച്ച സ്ഥാനം തെറ്റിയതുകൊണ്ടു മാത്രം വിവാഹപ്പന്തലിൽ പൊരിഞ്ഞ തല്ലു നടന്നതായി കേട്ടിട്ടുണ്ട്! എന്നാലിന്നതു വൈകുന്നേരത്തെ ഒരു ഗ്ലാസ് ചായയിലൊതുങ്ങിയിരിക്കുന്നു. മുമ്പു കല്യാണദിവസവും അതിന്റെ മുമ്പും പിമ്പും കുടുംബസമേതം കല്യാണവീട്ടിൽ ചെന്നില്ലെങ്കിൽ വലിയ പരിഭവമാകുമായിരുന്നു. എന്നാലിന്നതൊക്കെ ഒരാശംസയിലൊതുക്കാമെന്നായിരിക്കുന്നു. ജാതിമത പരിഗണന കൂടാതെ വിവാഹം നിർവ്വഹിച്ചാൽ മുമ്പത്തെപ്പോലെ ഇന്നത്രമാത്രം പൊട്ടിത്തെറികളൊന്നുമുണ്ടാവുകയില്ല. സ്ത്രീധനമില്ലാതെ മാത്രമല്ല, പൗരോഹിത്യസാന്നിദ്ധ്യമില്ലാതെയും രജിസ്ട്രാപ്പീസുകളിൽ വച്ച്, കൊട്ടുംകുരവയുമൊന്നുമില്ലാതെ ഇന്നെത്രയോ വിവാഹങ്ങൾ നടന്നുകൊണ്ടിരിക്കുന്നു. ജാതിരഹിതവും മതരഹിതവും ആർഭാടരഹിതവും ആചാരരഹിതവുമായ ആധുനിക കല്യാണ

ങ്ങൾ, പഴയ കല്യാണപ്രൗഢികൾക്കിടയിൽ, പേരിനെങ്കിലും നടക്കുന്നതുകൊണ്ടാണ്, നമുക്കിടയിൽ മതേതരത്വം പൂർണ്ണമായും തകർന്നുവീഴാതിരിക്കുന്നത്.

ഒരു ഗ്രാമത്തിലോ, നഗരത്തിലോ വിവാഹമുണ്ടാകുമ്പോൾ, അതെല്ലാം ഒന്നിച്ചുചേർത്ത്, ഒരു 'സമൂഹവിവാഹമായി' ആഘോഷിക്കാനാവുംവിധം സർവ്വരും ഒരുമിച്ചു നിന്നാൽ അതു നമ്മുടെ മതേതരത്വത്തെ മുന്നോട്ടു നയിക്കും. തദ്ദേശഭരണസ്ഥാപനങ്ങൾ, വായനശാലകൾ, കലാസമിതികൾ, യുവജനസംഘടനകൾ എന്നിവയൊക്കെയും ഒത്തുചേർന്ന്, വിവാഹമുൾപ്പെടെയുള്ള സാമൂഹ്യബന്ധമാതൃകകളെ, സാമൂഹ്യസംഘാടനം വഴി ഒരു പ്രദേശത്തിന്റെ തന്നെ ഒരുത്സവമാക്കി മാറ്റണം. അങ്ങനെ വിവാഹാഘോഷത്തെ ഒരു വ്യക്തികാര്യം എന്ന അവസ്ഥയിൽനിന്നും സാമൂഹ്യ ഉത്തരവാദിത്വമായി ഉയർത്താൻ കഴിയണം. ഇന്ന് ഇന്നവീട്ടിൽ, ഇന്നയാളുടെ കല്യാണം എന്നു പറയുന്നതിനു പകരം, നാളെ ഇന്ന പ്രദേശത്ത് ഇത്രയിത്ര പേരുടെ വിവാഹമെന്നു മാറ്റിപ്പറയാൻ കഴിയുംവിധം, സമൂഹവിവാഹങ്ങൾക്കു ശക്തി ലഭിക്കണം. 'സമൂഹ വിവാഹങ്ങളാവട്ടെ ഇനിയത്തെ പതിവുകൾ' എന്നൊരു കൊച്ചുവാക്യമാണ് ഭാവിയുടെ ആശംസാവാക്യമായി മാറേണ്ടത്. ഇന്നലെ വരെ വീട്ടുനേതൃത്വത്തിൽ നിലനിന്ന വിവാഹം, ഇനി നാട്ടുനേതൃത്വത്തിലേക്കു കുതിക്കട്ടെ എന്നാശംസിക്കുമ്പോൾ വിവാഹം വഴി വന്നുചേരുന്ന ഇന്നത്തെ ഗാർഹിക ഭാരങ്ങൾ അവസാനിക്കട്ടെ എന്നുകൂടിയാണ് നാം അനുശാസിക്കുന്നത്.

ആറ്

തറവാടിത്തത്തിൽ തൊടാൻ ഇപ്പോൾ പോലും പലർക്കും പേടിയാണ്. ആഭിജാത്യത്തിന്റെ കനൽക്കട്ടകളിൽ തൊട്ട് എന്തിനു സ്വന്തം കൈപൊള്ളിക്കണമെന്നാണു പലരും ശബ്ദരഹിതമായി ചോദിക്കുന്നത്. 'സ്വന്തം കാര്യം സിന്ദാബാദ്' എന്ന ഏക മുദ്രാവാക്യമൊഴിച്ചു മറ്റൊരു മുദ്രാവാക്യവും നാളിതുവരെ വിളിച്ചിട്ടില്ലാത്ത, 'തന്നെപ്പോറ്റി മക്കൾക്കാണ്' വിവാഹ കമ്പോളത്തിൽ മുതൽ തൊഴിലിടങ്ങളിൽവരെ ഇപ്പോൾ വൻ സാദ്ധ്യതകൾ തെളിഞ്ഞുകൊണ്ടിരിക്കുന്നത്. എത്ര മൂല്യരഹിത ജീവിതം നയിക്കുന്നവരാണെങ്കിലും തറവാട്ടുകാരായാൽമതി; സർവ്വ കുറ്റങ്ങളും കുറവുകളും അതോടെ തീരും. നല്ല തറവാട്ടുകാരാണ്, രാഷ്ട്രീയമേ ഇല്ല, നല്ലവണ്ണം വെളുത്തിട്ടാണ് എന്നൊക്കെ പറഞ്ഞാണു വിവാഹ ദല്ലാൾമാർ സാമൂഹ്യാർത്ഥത്തിൽ ചുക്കിനും ചുണ്ണാമ്പിനും കൊള്ളാത്തവരെ വിവാഹ കമ്പോളത്തിൽ പരസ്യം ചെയ്യുന്നത്. തറവാടിത്തം, അരാഷ്ട്രീയത, വെളുത്ത നിറം എന്നിവയാണിപ്പോൾ പുത്തൻ അന്തസ്സിന്റെ സമകാലീന ചിഹ്നങ്ങളായി സർവ്വത്ര ശിരസ്സുയർത്തി നില്ക്കുന്നത്.

അലവലാതികൾ, പണിയൊന്നുമെടുക്കാത്തവർ, പരാന്നഭോജികൾ എന്നിങ്ങനെ രാഷ്ട്രീയ പ്രവർത്തകരെയൊന്നാകെ അപഹസിക്കുന്നതിനു പിറകിൽ മറ്റു പലതിനുമൊപ്പം പതിയിരിക്കുന്നത് ഒരു നവ തറവാടിത്ത കോംപ്ലക്സ് കൂടിയാണ്. മതപുരോഹിതർ മുതൽ രാഷ്ട്രീയ പ്രവർത്തകരിൽവരെ കൊള്ളുന്നവരും കൊള്ളരുതാത്തവരുമുണ്ടെന്നു തിരിച്ചറിയുന്നതിനു പകരം ഇവയുടെയൊക്കെ ശരാശരി കണ്ട് അതാണ് ഏറ്റവും വലിയ ശരിയെന്നു ശാഠ്യം പിടിക്കുന്നതിലാണു പലരുമിപ്പോഴും പുളകം കൊള്ളുന്നത്.

കേരളത്തിൽ ശക്തിപ്പെട്ടുവരുന്ന നവ തറവാടിത്തം ഉല്പാദിപ്പിക്കുന്നതു സാമൂഹ്യവിരുദ്ധ മനോഭാവമാണ്. അരാഷ്ട്രീയതയ്ക്കും ബ്യൂട്ടിപാർലർ ഭക്തിക്കുമിടയിൽവച്ചാണതു ശക്തി സംഭരിക്കുന്നത്. ഒന്നാമത്തേതു മറ്റു മനുഷ്യരെ മുഴുവൻ ശല്യമായി കരുതുമ്പോൾ രണ്ടാമത്തേതു സ്വന്തം ശരീരത്തെ പ്രപഞ്ചത്തിനുപരിയായി സ്വയം പ്രതിഷ്ഠിക്കുകയാണു ചെയ്യുന്നത്. അരാഷ്ട്രീയത സാമൂഹ്യ തിരസ്കാരത്തിന്റെ തത്ത്വചിന്തയായി ചുരുങ്ങുമ്പോൾ ബ്യൂട്ടി പാർലർ ഭക്തി ശരീരമാത്ര കാഴ്ചപ്പാടിന്റെ മാനിഫെസ്റ്റോയായി മാറുകയാണു ചെയ്യുന്നത്. അരാഷ്ട്രീയത 'ലോകം പോയിത്തുലയട്ടെ, എനിക്കു തളിർക്കണം' എന്ന തലകുത്തിനില്ക്കുന്ന വീക്ഷണ വാർദ്ധക്യത്തിൽ നിന്നാണു വീര്യമാർജ്ജിക്കാൻ ശ്രമിക്കുന്നത്. ബ്യൂട്ടിപാർലർ ഭക്തി മനുഷ്യബന്ധങ്ങളുടെ അപാരമായ സാദ്ധ്യതകളെ വെറുമൊരു തലമുടിയിഴയുടെ തിളക്കത്തിലേക്കു സങ്കോചിപ്പിക്കാൻ കഴിയുമെന്നാണു വെറുതെ വ്യാമോഹിക്കുന്നത്. സക്രിയതയിൽ നിന്നു നിഷ്ക്രിയതയിലേക്കുള്ള വഴികളാണതു രണ്ടും വികസിപ്പിക്കുന്നത്. പാരമ്പര്യത്തിൽ നിന്നു പിളർപ്പിലേക്കുള്ള പതനത്തെയാണതു രണ്ടും പ്രതിനിധീകരിക്കുന്നത്. സ്വയം സർവ്വതിൽ നിന്നും വിട്ടുനില്ക്കുകയും സർവ്വത്തിന്റെയും മെച്ചം മാത്രം സ്വന്തമാക്കാൻ മോഹിക്കുകയും ചെയ്യുന്ന സങ്കുചിത ഭീകരതയെയാണ് അരാഷ്ട്രീയവാദം ആഘോഷിക്കുന്നത്.

'നഗരരാഷ്ട്രങ്ങൾ' എന്നർത്ഥമുള്ള 'പോളിസി'ൽ നിന്നുമാണു യവന പൊളിറ്റിക്സിന്റെ തുടക്കം. പോളിസ് എന്ന നഗരരാഷ്ട്രത്തിലെ മനുഷ്യജീവിതത്തിൽ ഒരു താല്പര്യവും പുലർത്താതെ വിട്ടുനില്ക്കുന്നവരെ സൂചിപ്പിക്കാനാണത്രെ ഗ്രീക്കുകാർ 'ഇഡിയോട്സ്' എന്ന വാക്കുപയോഗിച്ചത്. ഇംഗ്ലീഷിൽ 'പമ്പരവിഡ്ഢികൾ' എന്നുമർത്ഥം പറയാവുന്ന 'ഇഡിയറ്റ്സ്' ഗ്രീക്കുകാരുടെ ഇഡിയോട്സിൽ നിന്നു രൂപപ്പെട്ടതാണ്. ഇതിനു മനുഷ്യപ്പറ്റില്ലായ്മ എന്ന അർത്ഥവും നന്നായി ചേരും.

ഒരുതരത്തിലുള്ള സാമൂഹ്യ ബാദ്ധ്യതയുമേറ്റെടുക്കാതെ തന്നെപ്പോറ്റി മന്ദബുദ്ധി മനുഷ്യരാണ് അരാഷ്ട്രീയ വാദികളെന്നു നൂറ്റാണ്ടുകൾക്കു മുമ്പേ ഗ്രീക്കുകാർ മനസ്സിലാക്കിയിരുന്നെന്നാണു പൊളിറ്റിക്സു

മായി ബന്ധപ്പെട്ട പ്രസ്തുത പദചരിത്രം വ്യക്തമാക്കുന്നത്. എന്നിട്ടും അരാഷ്ട്രീയ വാദികളൊക്കെയും സാമൂഹ്യാർത്ഥത്തിൽ മന്ദബുദ്ധികളാണെന്ന സത്യം ഐക്യൂ ഏറെയുള്ളവർക്കുകൂടി ഉൾക്കൊള്ളാനാവുന്നില്ല. അവരിന്നും കാലഹരണപ്പെട്ട ആഭിജാത്യത്തിന്റെ തടവറയിലിരുന്നു രാഷ്ട്രീയത്തിനെതിരെ കേവലമായി കലമ്പൽ കൂട്ടിക്കൊണ്ടേയിരിക്കുകയാണ്.

സ്വയം അദ്ധ്വാനിച്ചുണ്ടാക്കുന്ന പണം ശുദ്ധവും ചൂഷണത്തിന്റെ ചോരപുരണ്ട ഏതു പണവും അശുദ്ധവും എന്ന ധാർമ്മിക നിലപാടിനു പകരം പഴയ തറവാട്ടുപണം മാത്രം തനിത്തങ്കവും ഇന്നു മുളച്ച തകരകളുടെ 'പണം വെറും കൊള്ളരുതാത്തതാണെന്നുമുള്ള 'തറവാട് സാമ്പത്തികശാസ്ത്രത്തെ നയിക്കുന്നത് നരച്ച നാടുവാഴിത്ത നിലപാടുകളാണ്. പുത്തൻ പണക്കാരും പഴയ പണക്കാരും തമ്മിലുള്ള പണത്തർക്കത്തിലേക്കു നീതിബോധത്തെ കക്ഷിചേർക്കേണ്ട ഒരു കാര്യവുമില്ലെന്നു പലർക്കും മനസ്സിലാവാത്തതു പഴയ ലോകങ്ങളിലവർ സ്തംഭിച്ചുപോയതുകൊണ്ടാണ്. 'പണം കായ്ക്കുന്ന മരങ്ങൾതന്നെയും' വളർന്നു വരുന്ന പുതിയ കാലത്തെ അപഗ്രഥിക്കാൻ പഴയ മാനദണ്ഡങ്ങളൊക്കെയും അപര്യാപ്തമായിത്തീരുകയാണ്. ഒരു കൂലിപ്പണിക്കാരന്റെ മകൻ രാഷ്ട്രീയ നേതാവായി മാറുന്നതും ഒരു മത്സ്യത്തൊഴിലാളിയുടെ മകൻ നല്ലൊരു വീടു വയ്ക്കുന്നതും വാർത്തയാവുന്നതു നിധികിട്ടാൻ പാകത്തിൽ ഒരു വലിയ പൊളിഞ്ഞ തറവാടുപോലും ഇവർക്ക് ഇല്ലാത്തതുകൊണ്ടാവണം. കുലമഹിമ കുറഞ്ഞ സാമൂഹ്യ വിഭാഗങ്ങൾക്കിടയിൽ നിന്ന് ആരെങ്കിലുമൊന്നു നന്നായിപ്പോയാൽ പലതരം പ്രാക്കും തെറിയും അവരെ വിടാതെ പിന്തുടരാൻ കാരണം തകർന്നിട്ടും തകരാത്ത പഴയ തറവാടുകളുടെ പ്രത്യയശാസ്ത്ര മൂല്യങ്ങളുടെ പ്രതാപം കൊണ്ടാവണം.

'ആഭിജാത്യമെന്നാൽ അധഃപതനമാണെന്നു' പ്രഖ്യാപിച്ച മുത്തിരിങ്ങോട്ട് ഭവത്രാതൻ നമ്പൂതിരിപ്പാടും 'ഇത്തറവാടിത്തഘോഷണത്തെപ്പോലെ ഇത്ര വ്യത്തികെട്ട മറ്റൊന്നുമില്ല ഊഴിയിൽ' എന്നു പ്രഖ്യാപിച്ച ഇടശ്ശേരി ഗോവിന്ദൻ നായരുമടക്കമുള്ള മനുഷ്യസ്നേഹികൾ ഇടിച്ചു നിരത്തിയ തറവാടാണു കുടുംബ സംഗമങ്ങളുടെ മറവിൽ തിരിച്ചുവരാൻ തുടങ്ങിയിരിക്കുന്നത്. സാധാരണഗതിയിൽ ചിതറിക്കിടക്കുന്ന കുടുംബാംഗങ്ങൾ ഒത്തുചേരുന്നതു സാമൂഹ്യാർത്ഥത്തിലും നല്ലതാണ്. എന്നാൽ, പൊതുപ്രവർത്തനത്തിൽനിന്നു പിൻവലിഞ്ഞുകൊണ്ടു ഫ്യൂഡൽ പൊങ്ങച്ചങ്ങളെ പ്രോത്സാഹിപ്പിക്കും വിധമുള്ള വലതുപക്ഷ ഒത്തുചേരലുകളാണു പലയിടങ്ങളിലും പൊടിപാറ്റുന്നത്. സാഹിത്യ സമ്മേളനങ്ങൾ മുതൽ സ്പോർട്സ് മത്സരങ്ങൾവരെ അവർ സ്വന്തമാക്കിയിരിക്കുന്നു. കുടുംബകലണ്ടറും കുടുംബ സോവനീറും കുടുംബ ഡയറി

കളും കുടുംബ സ്റ്റിക്കറുകളും ഇറങ്ങിക്കഴിഞ്ഞിരിക്കുന്നു. ഏതു പൊട്ടനാണു കേരളത്തിൽ കുടുംബബന്ധങ്ങൾ ശിഥിലമാവുകയാണെന്നു തട്ടിവിട്ടത്? വായനശാലകളും കലാസമിതികളും സാംസ്കാരിക സംഘടനകളും മുമ്പേ നിർവ്വഹിച്ചുപോന്ന കാര്യങ്ങളാണു കുടുംബസംഗമങ്ങളുടെ മറവിൽ ഇന്നു പൊതു ജീവിതത്തിൽനിന്നും കവർന്നെടുക്കപ്പെടുന്നത്. ഇതുവഴി ഒരിക്കൽ ഒരു പരിധിവരെയെങ്കിലും മതേതരമായിരുന്ന പൊതുമണ്ഡലമാണു പൊളിയുന്നത്. ഇന്നത്തെ സാമൂഹ്യാവസ്ഥയിൽ കുടുംബസംഗമങ്ങൾ സൂക്ഷ്മാർത്ഥത്തിൽ മത ജാതി സംഗമങ്ങൾ തന്നെയായി സങ്കോചിക്കുന്ന കാഴ്ചയാണു സർവ്വത്ര കൊഴുക്കുന്നത്. സാമൂഹ്യ രാഷ്ട്രീയ പ്രവർത്തനങ്ങളിൽ വ്യാപൃതരായ കുടുംബാംഗങ്ങളെയൊക്കെയും കൊച്ചാക്കുന്ന പ്രവർത്തനമാണു കുടുംബസംഗമങ്ങളുടെ മറവിൽ സജീവമാകുന്നത്. കുടുംബത്തിനുള്ളിലെ അസമത്വം തന്നെയാണു പുതിയൊരാധിപത്യമായി തിരിച്ചുവരുന്നത്. കുടുംബത്തിനുള്ളിലെ സമ്പന്നരും ഉദ്യോഗസ്ഥ പ്രമുഖരും കുടുംബാംഗങ്ങളുടെമേൽ 'മേൽക്കോയ്മ' സ്ഥാപിക്കുന്ന ഒരരാഷ്ട്രീയ ആഘോഷമായി കുടുംബമേളകളൊക്കെയും മാറുകയാണ്.

കുടുംബസംഗമങ്ങളുടെ മറവിൽ കേരളത്തിൽ സംഭവിക്കുന്നതു പഴയ ജാതി മത സംഗമംതന്നെയാണ്. മറ്റൊരർത്ഥത്തിൽ ജാതിമത ചട്ടക്കൂടിൽനിന്നു തെറിച്ചുപോകാൻ സാദ്ധ്യതയുള്ളവരെ മെരുക്കാനും തളച്ചിടാനുമുള്ള ഒരു പ്രത്യയശാസ്ത്ര മർദ്ദനമാണു കുടുംബ സംഗമങ്ങളുടെ മറവിൽ ശക്തിപ്രാപിച്ചു കൊണ്ടിരിക്കുന്നത്. ജാതിമതങ്ങളെ ചോദ്യംചെയ്യുന്നവരെ കുലദ്രോഹികളായി പ്രഖ്യാപിക്കാനുള്ള ഒരവസരമാണു നവ തറവാട്ടുവല്ക്കരണം വഴി ശക്തിപ്പെടുന്നത്. കുലമഹിമയിൽ കളങ്കമേല്പിച്ച കുറ്റവാളികളായി മതരഹിതരെയും മതനിരപേക്ഷ സമീപനം പുലർത്തുന്നവരെയും മുദ്രകുത്തി ശിക്ഷിക്കാനുള്ള ഒന്നാംതരം അവസരമാണ് കുടുബസംഗമംവഴി ഇപ്പോൾ കുടുംബനേതൃത്വമായി മാറുന്ന വലതുപക്ഷ ശക്തികൾക്കു ലഭിച്ചുകൊണ്ടിരിക്കുന്നത്.

കുലപരമ്പരകളുടെ പ്രതാപങ്ങളെക്കുറിച്ചോർത്തു പുളകംകൊള്ളുന്നതു വളർച്ച മുരടിച്ച നാടുവാഴിവർഗ്ഗത്തിന്റെ സ്വഭാവമാണ്. സ്വന്തം പ്രത്യേകതകളെ വളർത്തൽ ചുറ്റുപാടിന്റെ സവിശേഷതകളായി സ്വയം തിരിച്ചറിയുന്നതിനു പകരം മറ്റുള്ളവർക്കില്ലാത്ത മേന്മകളുടെ പ്രകാശനമായി അവയെകൊണ്ടാടുകയാണ് എല്ലാ സമുദായങ്ങളിലെയും യാഥാസ്ഥിതികർ പൊതുവിൽ ചെയ്തുകൊണ്ടിരിക്കുന്നത്. ഉത്തമം/അധമം; ഉൽകൃഷ്ടം/നികൃഷ്ടം എന്നിങ്ങനെയുള്ള കേവലദ്വന്ദ്വങ്ങൾക്കു വിധേയമായിട്ടാണ് പഴം കൂറ്റും; പുത്തൻ കൂറ്റുമായി പ്രതാപവും പൊങ്ങച്ചവും പൊട്ടിപ്പിളരുന്നത്. നിമിഷകവിയും സാമൂഹ്യ പരിഷ്കർത്താവും പ്രക്ഷോഭകാരിയുമായ ഉമർഖാസി മുസ്ലിങ്ങൾക്കിടയിലൊരു വിഭാഗം തറവാട്ട് മഹത്വത്തിന്റെ പേരിൽ പ്രകടിപ്പിക്കുന്ന അഹന്തയെ ആക്ഷേപിച്ചുകൊ

ണ്ടെഴുതിയ ഗാനം പ്രസിദ്ധമാണ്. 'ആഭിജാത്യം നടിക്കുന്ന ജനവിഭാഗമേ നിങ്ങളുടെ അടിസ്ഥാനം വീക്ഷിക്കുക, തീയൻ, നായർ, ആശാരി, മൂശാരി, മണ്ണാൻ, പാണൻ, കുശവൻ, ചെട്ടി, നായാടി, പറയർ മുതലായ വർഗ്ഗങ്ങളിൽ നിന്നു മുമ്പു മതപരിവർത്തനം ചെയ്തവരത്രേ നിങ്ങൾ'. ജന്മമഹത്വം മിഥ്യയാണെന്ന നവോത്ഥാന നിലപാടുകളെല്ലാം പങ്കുവയ്ക്കുന്നത് ആരും ആരുടെയും മേലേയും താഴെയുമല്ല എന്ന തുല്യതയുടെ തത്ത്വമാണ്. കുടുംബസംഗമങ്ങളുടെ മറവിൽ അരങ്ങേറുന്ന നവ തറവാട്ടുവല്കരണ ശ്രമങ്ങൾ നവോത്ഥാന മൂല്യങ്ങളുടെ ശിരസ്സാണു നിവർന്നുനിന്ന് ഒരു ജാള്യതയുമില്ലാതെ അടിച്ചു തകർക്കാൻ നോക്കുന്നത്.

ജീവിതം മരണം മൂല്യം

ഒന്ന്

മരണം ഇന്ന് മുമ്പെന്നപോലെ പ്രകൃതിയിലേക്കും 'ശൂന്യത'യിലേക്കുമുള്ള ഒരു പിൻവലിയലല്ല. 'സകലതും തീർന്നു' എന്ന പഴയ തീർപ്പുകൾ ഇപ്പോൾ പൊളിഞ്ഞ് തുടങ്ങിയിരിക്കുന്നു. ആശയവാദം സ്വപ്നം കാണുന്ന മരണാനന്തര ജീവിതത്തിന്റെ സാക്ഷാൽക്കാരം ഇപ്പോൾ സംഭവിക്കുന്നത് ശാസ്ത്രത്തിന്റെ നേതൃത്വത്തിലാണ്. മതങ്ങൾ പരേതാത്മാക്കൾക്ക് സംവരണം ചെയ്യുന്ന പരലോകങ്ങളിൽ വെച്ചല്ല, ജീവിതം തളിർക്കുന്ന ഇഹലോകങ്ങളിൽ വെച്ചാണ് പുതിയ മൃതദേഹങ്ങൾ ഇപ്പോൾ പൂക്കുന്നത്. ടി എസ് എലിയറ്റ് കവിതയിൽ പാടിയ വിധമോ, അയനസ്കോ നാടകത്തിൽ അവതരിപ്പിച്ച വിധമോ അല്ല മൃതദേഹങ്ങൾ ഇപ്പോൾ പൂക്കുകയും വളരുകയും ചെയ്യുന്നത്. മൃതദേഹങ്ങൾക്കും സാമൂഹ്യസേവനം നിർവ്വഹിക്കാൻ കഴിയും വിധം ശാസ്ത്ര സാങ്കേതിക വിദ്യകളുടെ വളർച്ച ജീവിത-മരണങ്ങളെ കീഴ്മേൽ മറിച്ചിരിക്കുന്നു. മുമ്പ് ഏതോ പരീക്ഷണശാലയിൽ മരവിച്ചിരുന്ന മൃതദേഹങ്ങളിപ്പോൾ തെരുവുകളിലൂടെ ഞങ്ങൾക്ക് ജീവിതം വിട്ട് അത്രവേഗം പഴയതുപോലെ അജൈവ 'പ്രകൃതിയുടെ ഭാഗമാവാനോ' വിശ്വാസപ്രമാണങ്ങളുടെ സങ്കല്പങ്ങളാവാനോ സാദ്ധ്യമല്ലെന്ന് തെളിയിച്ചു കഴിഞ്ഞിരിക്കുന്നു.

സാമൂഹ്യ വളർച്ചയുടെ ഒരു ഘട്ടത്തിൽ ജാതി-മത പരിഗണനകൾക്കതീതമായി രക്തം സ്വീകരിക്കുന്നതുപോലും ഒരു വിഭാഗം യാഥാസ്ഥിതികർക്ക് ആലോചിക്കാൻ കഴിയുമായിരുന്നില്ല. എന്നാലിപ്പോൾ വൃക്ക മുതൽ ഹൃദയം വരെ ജാതിമതഭേദമെന്യേ സർവ്വർക്കും സ്വീകാ

ര്യമായി മാറിയിരിക്കുന്നു. കണ്ടാലും തൊട്ടാലും ആഭിജാത്യം ആവിയായിപ്പോകുമെന്ന് പേടിച്ചവർപോലും പ്രാണൻ പിടയുന്നനേരം ആന്തരികാവയവങ്ങൾ സ്വന്തം അകത്തളത്തിൽ പ്രവേശിപ്പിക്കുന്നതിൽ ഒരു തരം അയിത്തവും പുലർത്തുന്നില്ല. ജീവൻ പോകുന്ന നേരത്തുപോലും, അയിത്തായിട്ട് ജീവിക്കുന്നതിനേക്കാൾ, ശുദ്ധമായിട്ട് മരിക്കുന്നതാണ് ഭേദം എന്ന് കരുതിയ യഥാസ്ഥിതികർപോലും ആശുപത്രിക്കിടക്കയിൽ വെച്ച് മതേതര വാദികളായി മാറുന്ന തിരക്ക്, മാറിവന്ന കാലത്തിന്റെ കുതിപ്പു തന്നെയായി ഇന്ന് നമുക്ക് തിരിച്ചറിയാനാവും. എന്നാൽ അയിത്തം അവസാനിപ്പിക്കാൻ നടന്ന സാമൂഹ്യ സമരവും, ആന്തരികാവയവങ്ങളെപ്പോലും അയിത്തവിമുക്തമാക്കിയ സാങ്കേതികവിപ്ലവവും തമ്മിൽ അടിസ്ഥാനപരമായ ഒരകലമുണ്ട്. ആദ്യത്തേത് മാനവികതയുടെ മാനിഫെസ്റ്റോയായപ്പോൾ, രണ്ടാമത്തേത് സാങ്കേതിക വിദ്യയുടെ മാത്രം സത്യവാങ്മൂലമായി തീരുകയാണുണ്ടായത്. ആദ്യത്തേത് മിശ്രഭോജനത്തിനും മിശ്രവിവാഹത്തിനും വൻതോതിൽ വഴിയൊരുക്കിയപ്പോൾ, രണ്ടാമത്തേത് സ്വന്തം ജീവിതം സുരക്ഷിതമാക്കാനുള്ള ശ്രമങ്ങൾക്കാണ് പൊതുവെ ശക്തിപകരുന്നത്. ഹിന്ദു മസ്തിഷ്കം നിലയ്ക്കുകയും ക്രിസ്ത്യൻ ഹൃദയം തുടിക്കുകയും ചെയ്യുമ്പോൾ, പുലയടിയന്തിരത്തെക്കുറിച്ച് വേവലാതിപ്പെടുകയല്ല മറിച്ച് 'സെക്കുലറായി തീരുന്ന' പുതു ശരീരഘടനയെക്കുറിച്ചോർത്ത് പുളകം കൊള്ളുകയാണ് വേണ്ടത്. ശരീരം സെക്കുലറാവുന്ന മുറയ്ക്ക്, മനസ്സ് സങ്കുചിതമായി തീരുന്നതോർത്ത് സങ്കടപ്പെടുകയാണ് വേണ്ടത്. ആരുടെയൊക്കെയോ കണ്ണും, ചോരയും, വൃക്കയും, ഹൃദയവും ഒരു മനുഷ്യനിൽ സംഗമിക്കുമ്പോൾ, മരിച്ചു പോകുന്നവർ 'ജീവിച്ചിരിക്കുന്നു' എന്ന് തിരിച്ചറിയുന്നതോടൊപ്പം, എന്തുകൊണ്ട് ജീവിത-മരണങ്ങളെ സംബന്ധിച്ച പഴയ കാഴ്ചപ്പാടുകൾ എന്നിട്ടും മരിക്കുന്നില്ല എന്നും നാം ചോദിക്കണം. മരണത്തോട് സംവദിച്ചപ്പോൾ, മുമ്പ് മതതത്ത്വശാസ്ത്രങ്ങളുടെ മുമ്പിൽ ഒരു പൂർണ്ണ മൃതദേഹമുണ്ടായിരുന്നു. മറ്റാരുടേതുമല്ലാത്ത സ്വന്തമായ ഒരു മൃതദേഹം! അതിനന്ന് സാധാരണഗതിയിൽ ചെയ്യാൻ കഴിയുമായിരുന്നത് മണ്ണിൽ സാവധാനം ലയിക്കുകയോ, തീയിൽ പെട്ടെന്ന് ദഹിക്കുകയോ മാത്രമായിരുന്നു. അതിനപ്പുറം ഒരാലോചന വികസിപ്പിക്കാൻ ആദ്യം ശ്രമിച്ചത് സാമാന്യബോധത്തിന്റെ നാട്ടുനടപ്പിനെ നിവർന്നുനിന്ന് വെല്ലുവിളിക്കുന്നതിന് നേതൃത്വം കൊടുത്ത നവോത്ഥാനപ്രസ്ഥാനമാണ്. കേരളത്തിൽ ശ്രീനാരായണ ഗുരു മൃതദേഹത്തെ ദഹിപ്പിക്കുന്നതാണോ മറവുചെയ്യുന്നതാണോ നല്ലതെന്ന ചോദ്യത്തെ നേരിട്ടത് ചക്കിലിട്ടാട്ടി വളമായെടുത്ത് കൃഷിക്കുപയോഗിക്കുന്നതല്ലേ നല്ലത്? എന്ന ഒരെതിർ ചോദ്യത്തിലൂടെയായിരുന്നു. 'അയ്യോ സ്വാമി അത് സങ്കടമാണ്' എന്ന് പ്രതികരിച്ച ശിഷ്യനോട് 'എന്താണ് നോവുമോ' എന്നത്രേ പതിറ്റാണ്ടുകൾക്കു മുമ്പ് ഗുരു ചോദിച്ചത്. എന്തായാലും മരിച്ചു ഇനി ഓരോരുത്തരുടെയും മാനസികാവസ്ഥയ്ക്കനുസരിച്ച് ഉചിതമാംവിധം സംസ്കരിച്ചാൽ പോരേ എന്ന

പ്രത്യക്ഷ പരിഹാസത്തിനൊപ്പം, മരണത്തെപ്പോലും ജനോപകാരപ്രദമാക്കാനാവുമോ എന്ന അത്ര പ്രകടമല്ലാത്ത ഒരന്വേഷണവും അതിലടങ്ങിയിരുന്നു. ആദ്യത്തേത് ശ്മശാനങ്ങളെപ്പോലും സംഘർഷകേന്ദ്രമാക്കുന്ന 'സാമാന്യബോധ'ത്തിനെതിരെയുള്ള പൊട്ടിത്തെറിയായിരുന്നെങ്കിൽ രണ്ടാമത്തേത് ശ്മശാനങ്ങളെപ്പോലും ജീവിതത്തിന്റെ ശക്തികേന്ദ്രമാക്കാനുള്ള ഒരബോധ ആവേശമായിരുന്നു. ആധിപത്യം വഹിക്കുന്ന പതിവുകൾക്കെതിരെ പ്രസ്തുത പ്രയോഗം പങ്കുവെച്ച രോഷവും പരിഹാസവും ശരിയായി തിരിച്ചറിയപ്പെട്ടപ്പോഴും, അതിൽ സന്നിഹിതമായിരുന്ന 'സർഗ്ഗാത്മകത' വേണ്ടവിധം തിരിച്ചറിയപ്പെട്ടില്ല. ഒരുപക്ഷേ, മരണാനന്തര ജീവിതങ്ങളെ ദീപ്തമാക്കുന്ന ഒരു സ്വപ്നം പോലുമായി അന്നത് സമൂഹത്തിന് ഉൾക്കൊള്ളാൻ കഴിയാതിരുന്നത് അന്ന് ശരീരാവയവങ്ങൾ കൈമാറ്റംചെയ്യുന്ന ശാസ്ത്രീയ അറിവുകൾ ഉയർന്നു വരാത്തതുകൊണ്ടു മാത്രമല്ല, അത്തരം അറിവുകളുടെ അഭാവത്തിൽപോലും, 'മതചിന്ത' ചിട്ടപ്പെടുത്തിയ പരലോകാതിർത്തിയെ മുറിച്ചുകടക്കും വിധമുള്ള സാഹസിക സ്വപ്നങ്ങൾ പിറക്കാത്തതുകൊണ്ട് കൂടിയായിരുന്നു.

ജീവിതം വ്യത്യസ്ത 'പ്രത്യയശാസ്ത്രങ്ങളുടെ' സംഘർഷാത്മക വിനിമയവേദിയാകുമ്പോഴും, 'മരണം' മിക്കപ്പോഴും മതപ്രത്യയശാസ്ത്രങ്ങളുടെ സമ്പൂർണ്ണ നിയന്ത്രണത്തിന് കീഴ്പ്പെടുന്നതുകൊണ്ടാണ് മരണാനന്തരം വികസിക്കേണ്ട ജനാധിപത്യ അന്വേഷണങ്ങൾ അലസിപ്പോവുന്നത്. തെമ്മാടിക്കുഴിക്കും പള്ളി വിലക്കുകൾക്കുമിടയിൽ തറയിൽ വീണ കുപ്പിഗ്ലാസ് കണക്ക് അതെല്ലാം പൊട്ടിച്ചിതറുന്നത്. മരണവീട്ടിലെ 'വെളുത്ത മൗനങ്ങളിൽനിന്ന്' പരലോകപ്പക്ഷികൾ മാത്രം ചിറകടിച്ചു പറക്കുന്നത്. ജന്മത്തിൽ ആഹ്ലാദമായും, വളർച്ചയിൽ അഭിനന്ദനമായും, വീഴ്ചകളിൽ വിമർശനമായും, രോഗാവസ്ഥകളിൽ സാന്ത്വനമായും, സൗഹൃദങ്ങളിൽ 'കളികളായും' കടന്നുവരുന്ന ഓരോ വ്യക്തിയുടെയും ജീവിതത്തിലെ നിത്യസാന്നിദ്ധ്യമായ 'സമൂഹം' മരണത്തിനുമുമ്പിൽ ഇന്നലെവരെ എത്തിയത് വെറുമൊരു അനുശോചനവുമായിട്ടാണ്. എന്നാലിനിമുതലത് 'അനുശോചനങ്ങളോടൊപ്പം' 'അന്വേഷണവേദികൾ' കൂടിയായി മാറേണ്ടിയിരിക്കുന്നു. 'എന്റെ അവസാനത്തെ ശ്വാസം വരെ നിങ്ങളോടൊപ്പം ഞാനുണ്ടാകുമെന്ന' പഴയ തീർപ്പുകൾ, മരണാനന്തരവും ഞാൻ നിങ്ങളോടൊപ്പം പുതുരൂപങ്ങളിൽ തുടരുമെന്ന പ്രതിജ്ഞകൾക്ക് വഴി മാറേണ്ടിയിരിക്കുന്നു. മൃതദേഹങ്ങൾക്കുപോലും സാമൂഹ്യപ്രവർത്തനം തുടരാൻ കഴിയുന്ന പുതിയ പശ്ചാത്തലത്തെ ഉള്ളിന്റെയുള്ളിൽ പ്രതിഷ്ഠിക്കാനുള്ള ശ്രമങ്ങളാണ് ആവേശപൂർവ്വം ആരംഭിക്കേണ്ടിയിരിക്കുന്നത്.

'കൊള്ളാൻ വല്ലതുമൊന്ന്, കൊടുക്കാനില്ലാതില്ലൊരു മുൾച്ചെടിയും, ഉദയക്കതിരിനെമുത്തും മാനവഹൃദയപ്പൂന്തോപ്പിൽ' എന്ന വൈലോപ്പിള്ളിയുടെ കാവ്യയുക്തിക്കുമുമ്പിൽ നിന്നാണ്, സംസ്കാരസംഘട്ടനമെന്ന

ഹണ്ടിങ്ടന്റെ മനുഷ്യവിദ്വേഷത്തിന്റെ ക്രൂരയുക്തിയുടെ നടുവിൽ നിന്നല്ല മനുഷ്യർ പുളകത്തിന്റെ പൂക്കൾ കണ്ടെടുക്കേണ്ടത്. ആന്തരികാവയവങ്ങൾ മാത്രമല്ല, പഴയ പല്ലും നഖവും തൊലിയുമടക്കം മരണശേഷം മറ്റുള്ളവർക്ക് ഉപയോഗപ്രദമാവുന്നതെന്തും എന്നിൽ നിന്നെടുത്തോളൂ എന്ന വിനയപൂർണ്ണമായ അപേക്ഷ ചരിത്രത്തിൽ സമർപ്പിക്കപ്പെടും മുറയ്ക്കാണ് മനുഷ്യരാശിയുടെ ജീവിതം ചൈതന്യ നിർഭരമാകുന്നത്. അപ്പോഴാണ് 'അവനവനാത്മസുഖത്തിന്നാചരിക്കുന്നവ അപരന്റെ സുഖത്തിനായ് മാറുന്നത്'. സാർത്രിന്റെ ഒരനുരാഗിയായ കഥാപാത്രം അത്രമേൽ തന്നെ ഇഷ്ടമായ പ്രിയപ്പെട്ടവനോട് നിനക്കെന്റെ കുടലുകൾ ഇഷ്ടമാണോ എന്ന് ചോദിച്ചത് വായിച്ചതോർമ്മയിലുണ്ട്. കുട്ടികളെ ലാളിക്കുമ്പോഴും, പ്രണയലീലകളിലേർപ്പെടുമ്പോഴും കണ്ണും മൂക്കുമടങ്ങുന്ന ബാഹ്യശരീരഭാഗങ്ങൾ വർണ്ണിക്കപ്പെടുകയും, കരൾ, ഹൃദയം തുടങ്ങിയ 'ആന്തരികാവയവങ്ങൾ' സ്നേഹസൂചകമായ സംബോധനകളായി കടന്നുവരികയും ചെയ്യും. എന്നാലപ്പോഴും വൃക്കയും, കുടലുമടക്കമുള്ള ഭാഗങ്ങൾ സ്നേഹലീലകളിൽ വിളിച്ചുണർത്തപ്പെടുകയില്ല. അതിനെ ഒന്ന് പ്രകോപിപ്പിച്ചതാവണം അന്ന് സാർത്ര്. എന്നാലിന്ന് 'ഭാവനയുടെ ഭൂപടം' തന്നെ മാറ്റിവരയ്ക്കാനവസരമൊരുക്കും വിധം അറിവുകൾ പരിവർത്തന വിധേയമായിക്കഴിഞ്ഞിരിക്കുന്നു. അപ്പോൾ ജി മുമ്പ് പാടിയപോലെ 'അറിവിൻ വെളിച്ചമേ ദൂരെപ്പോ' എന്നല്ല, 'അറിവിൻ വെളിച്ചമേ അടുത്തുവാ അടുത്തുവാ' എന്ന് തിരുത്തിപ്പാടാൻ നിർബന്ധിക്കും വിധം 'വസ്തുനിഷ്ഠാവസ്ഥകൾ' വികസിച്ചിരിക്കുന്നു. വിപ്ലവാത്മകമായ ഇത്തരമൊരു വൈജ്ഞാനികാവസ്ഥയെ സ്വന്തം ഹൃദയഭാഷയാക്കുന്നതിൽ ഇന്നും നമ്മുടെ 'ഭാവുകത്വം' വിജയിച്ചിട്ടില്ല. 'കുടൽമാലകൾകൊണ്ട് ജഗത്തിൽ നിറമാലകൾ തൂക്കാൻ മാത്രമല്ല, മറിച്ച് കുടലുകൾപോലും കൈമാറി' അയിത്തബോധത്തിന്റെ ശവപ്പെട്ടിയിൽ അവസാനത്തെ ആണികൂടി ആഞ്ഞടിക്കാൻ കഴിയും!

രണ്ട്

സർവ്വരുമൊരിക്കൽ മരണത്തിന്റെ രുചിയറിയും എന്ന അർത്ഥത്തിൽ 'മരണം' കമ്മ്യൂണിസ്റ്റാണെന്ന് പറഞ്ഞത് ഓഷോയാണ്. എന്നാൽ സാമ്രാജ്യത്വ കാലഘട്ടത്തിലെ മരണത്തിന് ഒരിക്കലും കമ്യൂണിസ്റ്റാവാനാവില്ലെന്നത് രാഷ്ട്രീയത്തിന്റെ ഒന്നാം പാഠമാണ്. ഇരമ്പുന്ന സ്വന്തം കാലത്തിലേക്ക് മാത്രമൊന്ന് കണ്ണ് തുറക്കുമ്പോൾ എത്രതരം മരണങ്ങളെയാണ് ഓരോ ദിവസവും നാം കണ്ടുമുട്ടുന്നത്. അഴുക്കുചാലിലൂടെ മനുഷ്യന്റെ വിലപിടിച്ച ചോര ഒഴുകിപ്പോകുമ്പോൾ തൊട്ടടുത്തുള്ള ആശുപത്രിയിൽ സ്വന്തം ഗ്രൂപ്പിൽപ്പെട്ട രക്തം കിട്ടാതെ മരിക്കുന്നവർ മുതൽ യുദ്ധങ്ങളിലും ദുരിതങ്ങളിലും മരിക്കുന്നവർവരെ മരണത്തിന്റെ അകമ്യൂണിസ്റ്റ് സ്വഭാവമാണ് ആവിഷ്കരിക്കുന്നത്. 'മരിക്ക സാധാരണമീ

വിശപ്പിൽ ദഹിക്കലോ നമ്മുടെ നാട്ടിൽ മാത്രം' എന്ന് വള്ളത്തോൾ. 'വിശന്ന് മരിക്കുന്ന കുഞ്ഞിനുമുമ്പിൽ നിങ്ങളുടെ പുസ്തകങ്ങൾക്ക് ഒരു വിലയുമില്ലെന്ന്' ഴാങ്പോൾ സാർത്ര്. മരണവും മരണത്തോടുള്ള മനുഷ്യരുടെ സമീപനവും സൂക്ഷ്മാർത്ഥത്തിൽ സാമൂഹ്യാവസ്ഥകളുടെ സംയുക്തമാണ്. മരണഭീതി അകംപുറമായി തീർന്ന ജീവിത ഭീതിയാണ്. ഓരോ ചരിത്രഘട്ടവും മരണത്തെയും, മരണാനന്തര ചടങ്ങുകളെയും പുനർ നിർണ്ണയിക്കുന്നതിൽ നേതൃത്വപരമായ പങ്ക് വഹിക്കുന്നുണ്ട്.

ജീവിതത്തിലെന്നപോലെ മരണത്തിലും 'വർഗ്ഗമുദ്ര' പതിയുന്നുണ്ട്. ഹിന്ദു മരണവും ഞങ്ങളുടെ മരണവും രണ്ടാണെന്ന് ദളിത് ചിന്തകനായ കാഞ്ച ഇളയ്യ പറയുന്നതും, 'സവർണ്ണ ശവങ്ങൾക്ക് ചന്ദനക്കട്ടിലിന്റെ മണം/ അവർണ്ണശവങ്ങൾക്ക് പുഞ്ചനിലത്തിന്റെ മണം' എന്ന് സച്ചിദാനന്ദൻ പാടുന്നതും, 'രാമവർമ്മയുടെ ശ്രാദ്ധം അടിയന്തിരത്തിന് കേശവദാസ് രൂപ 89,367 ചെലവാക്കിയ സ്ഥാനത്ത് ബാലരാമവർമ്മയുടെ ശ്രാദ്ധം അടിയന്തിരത്തിന് രൂപ35,257 മാത്രമാണ് മൺറോ ചെലവാക്കിയത്, അതും റാണിയുടെ നിർബ്ബന്ധംമൂലം എന്ന് കെ പി ശങ്കരൻ എഴുതുന്നതും മരണത്തിലും തുടരുന്ന ആധിപത്യ-വിധേയത്വത്തിന്റെ ഇരുണ്ട അടരുകളിലേക്കാണ് വെളിച്ചം വിതറുന്നത്. അമ്മയുടെ പൂങ്കരൾ പറിച്ചെടുത്ത് കാമുകിക്ക് സമ്മാനിക്കാൻ പോകവേ വഴിയിൽ വീണ മകനോട് മോനേ നിനക്കെന്തെങ്കിലും പറ്റിയോ എന്ന് വിളിച്ച് ചോദിച്ച അമ്മയുടെ ആ പൂങ്കരളും, മരിച്ച മനുഷ്യരുടെ തലച്ചോറ് മദ്യത്തിൽ അലിയിച്ച് കഴിച്ചാൽ ശക്തി ലഭിക്കുമെന്ന് കരുതുന്ന താന്ത്രിക് വിശ്വാസങ്ങളും തലയോടുകൊണ്ടുള്ള പാത്രം സദാ ജീവിതത്തെക്കുറിച്ചുള്ള ഒരോർമ്മക്കുറിപ്പുപോലെ കൊണ്ടുനടക്കുന്ന ബുദ്ധഭിക്ഷുക്കളും, തലയോടുകൊണ്ട് പേപ്പർ വെയിറ്റുണ്ടാക്കുന്നതിൽ പുളകംകൊണ്ട അഡോൾഫ് ഹിറ്റ്ലറും, സ്വന്തം മൃതദേഹത്തെ പഠനസൗകര്യത്തിനു വേണ്ടി സമർപ്പിക്കുന്നവരും മരണാനന്തരം അവയവദാനത്തിന് സന്നദ്ധരാകുന്നവരും, എന്നെങ്കിലും നഷ്ടപ്പെട്ടുപോയ ജീവൻ തിരിച്ച് മൃതദേഹത്തിലേക്ക് തന്നെ പ്രവേശിപ്പിക്കാൻ കഴിയും എന്ന പ്രതീക്ഷയിൽ മൃതദേഹസംരക്ഷണ സമിതിയിൽ (Cryonics Society) ലക്ഷക്കണക്കിന് ഡോളർ പ്രീമിയം നല്കി ശരീരം സൂക്ഷിക്കുവാൻ ഏർപ്പാട് ചെയ്യുന്നവരും ജീവിത-മരണത്തെക്കുറിച്ചുള്ള വ്യത്യസ്ത സമീപനങ്ങളെയാണ് പ്രതിനിധാനം ചെയ്യുന്നത്.

മൂന്ന്

'മരണത്തെ നേരിൽകാണാൻ യുദ്ധത്തിന്റെ മുഖത്തു നോക്കിയാൽ മതി....കഴുകനും കുറുക്കനും കീലം പൊട്ടിയ തേരുകൾ നക്കി ചോരകുടിക്കുമ്പോൾ മരണത്തെ കാണാം. കബന്ധങ്ങളുടെ ഭൂമിയും കറുത്ത ചിറകിട്ടടിക്കുന്ന ആകാശവും അപ്പോൾ മരണമായി മാറുന്നു.'

സി എൻ ശ്രീകണ്ഠൻ നായരുടെ ശ്രദ്ധേയമായ ലങ്കാലക്ഷ്മിയിലെ രാവണൻ പങ്കുവെക്കുന്നത് 'മരണചിന്ത'യുടെ ഡോസ് കുറച്ചധികം കലർന്ന ഗംഭീരമായ ജീവിതചിത്രമാണ്. എന്നാൽ ഇത്തരം രുധിര-ദുരിത ദൃശ്യങ്ങളെനോക്കി ചിരിക്കുന്ന ഒരു ജനകീയ കഥയുണ്ട്: കാട്ടിൽനിന്ന് പുലിയെ കണ്ട് രക്ഷപ്പെടാൻ ശ്രമിച്ച് കിണറ്റിൽ വീണ ഒരു മനുഷ്യന്റെ കഥയാണത്. കിണറ്റിൽ വാ തുറന്നു നില്ക്കുന്ന ചീങ്കണ്ണി. പുറത്ത് അമറി നിൽക്കുന്ന പുലി. ജീവിതം ഒന്ന് കൂടി പിടഞ്ഞ് കിണറ്റിലെ ഇടതൂർന്ന പൊന്തപ്പടർപ്പിലെ ഒരു വള്ളിയിൽ പിടികൂടി രക്ഷകണ്ടു. അപ്പോഴുണ്ട് രണ്ടെലികൾ രണ്ടു ഭാഗത്തുനിന്നും ആ വള്ളി കരളുന്നു. അല്പനിമിഷങ്ങൾക്കുള്ളിൽ ആ വള്ളിയും അയാളും വീഴും. അങ്ങനെ വീഴാൻ നിമിഷങ്ങൾമാത്രം ബാക്കിയായ സമയത്തുണ്ട് ആ പൊന്തപ്പടർപ്പിലെ ഏതോ പൂവിതളിൽ നിന്ന് അയാളുടെ വായിലേക്ക് തേൻതുള്ളികൾ ഉറ്റിവീഴുന്നു! അപ്പോൾ ഉറ്റുവീണത് ജീവിതത്തിന്റെ മധുരവും വെളിച്ചവുമാണ്.

'വല്ലപ്പോഴുമൊന്ന് ചിരിക്കുന്നത് നല്ലതാണ്. ആത്മഹത്യക്ക് തൊട്ടു മുമ്പ് പോലും' എന്ന് പ്രതീക്ഷയുടെ മൂന്നു കവിതകളിൽ സച്ചിദാനന്ദൻ. മരണം മുമ്പിൽ നില്ക്കുമ്പോഴും ജീവിതം ആഘോഷിക്കപ്പെടുന്നതുപോലെ ജീവിതത്തിൽ മുമ്പിൽ നില്ക്കുമ്പോൾ മരണത്തെ അഭിമുഖീകരിക്കാനും മനുഷ്യർക്ക് കഴിയുമ്പോഴാണ് 'മരണാനന്തരം' എന്തു ചെയ്യണമെന്ന ജനാധിപത്യത്തിന്റെ തീർപ്പുകൾ പ്രസക്തമാവുന്നത്. അവയവദാനത്തിന്റെ സമ്മതപത്രത്തിൽ ഒപ്പിടുമ്പോൾ കൈകൾ വിറയ്ക്കാതിരിക്കണമെങ്കിൽ ജീവിതത്തോടെന്നപോലെ മരണത്തോടും സംഭാഷണം നടത്താനുള്ള കരുത്ത് നാം ആർജ്ജിക്കണം. മസ്തിഷ്കമരണം സംഭവിച്ച കെ കെ സുകുമാരന്റെ ഹൃദയം എബ്രഹാമിന് നല്കാൻ സന്നദ്ധമായ സുകുമാരന്റെ ഭാര്യയും മക്കളും ബന്ധുക്കളും പ്രകടിപ്പിച്ച ഗംഭീരമായ 'മാനവികബോധം' പ്രബുദ്ധകേരളം എന്നും നെഞ്ചേറ്റി സൂക്ഷിക്കേണ്ട ഒരു മഹത്തായ മൂല്യമാണ്.

മസ്തിഷ്കമരണം സംഭവിച്ച സുകുമാരന്റെ ഹൃദയം അബ്രഹാമിന് നൽകിയപ്പോൾ സുകുമാരന്റെ മക്കളും ബന്ധുക്കളും പുതിയ കാലത്തിന്റെ മാർഗ്ഗദർശികളായി മാറുകയായിരുന്നു. അതിലെ ഹൃദ്യമായ സമർപ്പണം നമ്മെ വിനയാന്വിതരാക്കുമ്പോൾ, അതിൽ സന്നിഹിതമായ ആഹ്വാനം നമ്മെ ആവേശഭരിതമാക്കുകയും ചെയ്യേണ്ടതുണ്ട്. 'സുകുമാരന്റെ ഹൃദയം നിലച്ചു. അബ്രഹാം മരിച്ചു.' ഇത്തരമൊരു തലക്കെട്ട് 2003നു മുമ്പ് ഒരു മലയാളപത്രത്തിനും അച്ചടിക്കാൻ കഴിയുമായിരുന്നില്ല. 2003 മെയ് 13ന് വാഹനാപകടത്തെ തുടർന്ന് മസ്തിഷ്ക മരണം സംഭവിച്ച തെങ്ങുകയറ്റ തൊഴിലാളിയായ സുകുമാരന്റെ ഹൃദയം അബ്രഹാമിലേക്ക് മാറ്റിവെച്ചത് പ്രതിഫലംപോലും നല്കാതെയാണ്. മാനവികത പൂത്തുനിന്ന ഒരു ചരിത്ര മുഹൂർത്തത്തെയാണ് പ്രസ്തുത പത്രവാർത്ത പ്രതിനിധീകരിച്ചതെങ്കിൽ, 2003 മെയ് 13ന് സുകുമാരന്റെ ശവദാഹം. 'പുലവീട്ടൽ കർമ്മങ്ങൾ അന്ന് ഒഴിവാക്കിയിരുന്നു.' ഹൃദയം നില

യ്ക്കാത്ത അവസ്ഥയിൽ പുലകർമ്മങ്ങൾ പാടില്ലായെന്ന പുരോഹിത നിർദ്ദേശമനുസരിച്ചാണ് അന്നത് ചെയ്തത് എന്ന വിവരണം പ്രതിനിധീകരിക്കുന്നത് മാറിവന്ന വസ്തുനിഷ്ഠ അവസ്ഥയോട് പൊരുത്തപ്പെടാനാവാത്ത ഒരാത്മനിഷ്ഠ അവസ്ഥയുടെ അവികസിതാവസ്ഥയെയാണ്. സാങ്കേതികവിദ്യയുടെ വളർച്ചയും മനുഷ്യന്റെ ഭാവിയിലേക്ക് പ്രവേശിക്കാനുള്ള സന്നദ്ധതയുമാണ് 'ഭൂതകാലത്തിന്റെ ഭാരം' നിമിത്തം ഇവിടെ പ്രതിസന്ധി നേരിടുന്നത്.

അവയവ വിനിമയ വേദിയായി മാറുന്ന പുതിയ ശരീരത്തിന് സാമ്പ്രദായികാർത്ഥത്തിലുള്ള 'സമഗ്രത' അവകാശപ്പെടാനാവില്ല. പഴയ മരണാനന്തര അനുഷ്ഠാനങ്ങൾക്ക് അതുകൊണ്ടുതന്നെ ആധുനികോത്തര മൃതദേഹങ്ങളെ പഴയതുപോലെ പരിചരിക്കാനാവില്ല. പുതിയ 'മതവിധികൾ കൊണ്ട്' അവയവദാനങ്ങളെ പ്രോത്സാഹിപ്പിക്കുന്ന ജനാധിപത്യ നിലപാടുകൾ ആദരവ് അർഹിക്കുന്നു. അതേസമയം സമ്പൂർണ്ണ മൃതദേഹങ്ങളെ സംബോധന ചെയ്ത മരണാനന്തര ചടങ്ങുകൾ മാറിവന്ന പുതിയ സാഹചര്യത്തിൽ മൗലികമായ മാറ്റങ്ങൾക്ക് സ്വയം വിധേയമാകാതെ ഇനിയും ആവർത്തിക്കുന്നത് ഉചിതമല്ല. ഒരർത്ഥത്തിൽ മൃതദേഹം സംബന്ധിച്ച് വാർത്താ മാധ്യമങ്ങളിൽ ഇപ്പോൾ പ്രത്യക്ഷപ്പെടുന്ന വാർത്തകൾ ദൈവശാസ്ത്രങ്ങൾക്കും, മാനവിക സമീപനങ്ങൾക്കും മുമ്പിലുയർത്തികഴിഞ്ഞ വെല്ലുവിളികൾ അത്ര ചെറുതല്ല. മൃതദേഹങ്ങൾ ഇന്ന് ആദരവ്/ അനാദരവ് എന്നതിനപ്പുറം ആഴത്തിലുള്ള അപഗ്രഥനമാണ് ആവശ്യപ്പെടുന്നത്. ബന്ധുക്കളുടെ പരമ്പരാഗതമായ ഇഷ്ടങ്ങളിൽ വെച്ചാവരുത്. മറിച്ച്, സ്വന്തം ശരീരത്തെക്കുറിച്ച് ഓരോ മനുഷ്യനും സ്വീകരിക്കുന്ന സമീപനങ്ങളിൽ വെച്ചാവണം നമ്മുടെ മൃതദേഹപരിചരണത്തെക്കുറിച്ചുള്ള തീരുമാനങ്ങൾ രൂപംകൊള്ളേണ്ടത്. സ്വന്തം ജീവിതകാലത്ത് മാത്രമല്ല, ജീവിതശേഷവും ഓരോ മനുഷ്യന്റെയും ഇച്ഛാശക്തി സ്വന്തമായ ജീവിതം തുടരേണ്ടതുണ്ട്.

നാല്

ഒരമ്പത് കൊല്ലംമുമ്പ്, ചിലരെങ്കിലും കാല്പനികമായ അർത്ഥത്തിൽ 'ഗംഭീരം' എന്ന് മുദ്രകുത്തുന്ന പഴയ കേരളത്തിൽ ഇന്നത്തെപ്പോലെ സാമാന്യാർത്ഥത്തിൽ, 'മനുഷ്യരക്തം' പോലും വ്യാപകമായിരുന്നില്ല. രോഗബാധിതരായവർപോലും, കഴിയുന്നതും സ്വന്തം മതത്തിൽപ്പെടുന്നവരുടെ രക്തംതന്നെ കിട്ടാൻ പരസ്യമായിത്തന്നെ ശ്രമിക്കുമായിരുന്നു! ഇത്തരമൊരവസ്ഥ മറികടക്കാൻവേണ്ടി പുരോഗമന ജനാധിപത്യ പ്രസ്ഥാനങ്ങൾ അന്ന് നടത്തിയ ഇടപെടലുകളിൽ ഉയർന്ന ഒരു പ്രധാന മുദ്രാവാക്യം, അന്നത്തെ കേരളീയാവസ്ഥയെയും അതിനെതിരെയുയർന്ന അന്നത്തെ പ്രതിഷേധത്തെയും ഒരേ സമയം വിശദമാക്കാൻ പര്യാപ്തമാണ്.

'ഞങ്ങളിലില്ല ഹൈന്ദവരക്തം, ഞങ്ങളിലില്ല മുസ്ലീം രക്തം, ഞങ്ങളിലില്ല ക്രൈസ്തവരക്തം, ഞങ്ങളിലുള്ളത് മാനവരക്തം' എന്ന് ഞങ്ങളന്ന് തൊണ്ടപൊട്ടുമാറ് ഉച്ചത്തിൽ മുഷ്ടിചുരുട്ടി മുദ്രാവാക്യം വിളിച്ചത്, രക്തം വ്യത്യസ്ത ഗ്രൂപ്പുകളായിട്ടാണ് വിഭജിക്കപ്പെട്ടിരിക്കുന്നതെന്ന് അറിയാഞ്ഞിട്ടായിരുന്നില്ല. മറിച്ച് അതുപോലും ഉൾക്കൊള്ളാനാവാത്തവിധം നമ്മുടെ സമൂഹം സങ്കുചിതമായതുകൊണ്ടായിരുന്നു. എന്നാലിന്ന് മലയാളികൾ പൊതുവായി 'രക്തവിശുദ്ധി'യെക്കുറിച്ചുള്ള കാഴ്ചപ്പാടുകൾ രോഗബാധിതമാവുന്ന സമയത്തെങ്കിലും കൈയൊഴിച്ചിരിക്കുന്നു. സങ്കുചിത മതകാഴ്ചപ്പാടുകൾ പുലർത്തുന്നവർപോലും രോഗബാധിതമാകുമ്പോഴെങ്കിലും മതേതരവാദികളായി മാറിക്കൊണ്ടിരിക്കുന്നു. ജനാധിപത്യ യുവജനസംഘടനകളുടെ നേതൃത്വത്തിൽ വ്യാപകമായി 'രക്തദാന സേനകൾ' നിലവിൽ വന്നുകഴിഞ്ഞിരിക്കുന്നു. 'ഞങ്ങളിലുള്ളത് ഇസ്ലാം രക്തം, ഞങ്ങളിലുള്ളത് ഹിന്ദുരക്തം, ഞങ്ങളിലുള്ളത് ക്രൈസ്തവ രക്തം' എന്ന പഴയ കാഴ്ചപ്പാടിന്റെ 'ഫോസിലുകൾ'പോലും പൊതുജീവിതത്തിൽനിന്നെങ്കിലും അപ്രത്യക്ഷമായിരിക്കുന്നു.

എന്നാലിന്നും രക്തദാനത്തെ അപേക്ഷിച്ച് എത്രയോ എളുപ്പമായ 'നേത്രദാന'ത്തിന് ഇന്നും മലയാളികൾക്കിടയിൽ വേണ്ടത്ര സ്വാധീനം നേടാൻ കഴിഞ്ഞിട്ടില്ല. രക്തം കൊടുക്കുമ്പോൾ ഉണ്ടാകുന്ന ചെറിയ വേദനപോലും, മരണാനന്തരം കണ്ണ് കൊടുക്കുമ്പോൾ ഉണ്ടാകില്ലെന്ന് തിരിച്ചറിയാൻ പലർക്കും 'എന്തുകൊണ്ടോ' കഴിയുന്നില്ല. ഇത്തരമൊരു പശ്ചാത്തലത്തിൽനിന്ന് നോക്കുമ്പോഴാണ് ഇന്ത്യയിലെതന്നെ ആദ്യത്തെ സമ്പൂർണ്ണ നേത്രദാനഗ്രാമമായി മാറിയ കോഴിക്കോട് ജില്ലയിലെ 'ചെറുകുളത്തൂർ' ജനാധിപത്യത്തിന്റെ പ്രചോദനകേന്ദ്രങ്ങളിലൊന്നായി മാറുന്നത്. ഇന്നലെവരെ സാമൂഹ്യപ്രവർത്തകർക്ക് പറയാൻ കഴിഞ്ഞിരുന്നത്, മരണംവരെ ഞങ്ങൾ നിങ്ങൾക്കൊപ്പമുണ്ടാകുമെന്നായിരുന്നു. എന്നാലിന്ന്, മരണാനന്തരവും കാഴ്ചകളുടെ ലോകത്തിലെങ്കിലും എന്നും നിങ്ങളോടൊപ്പമുണ്ടാകുമെന്ന് പറയാൻ ഓരോ ചെറുകൂളത്തൂർകാരനും കഴിഞ്ഞിരിക്കുന്നു. എത്രമേൽ പരസ്പരം ഇടഞ്ഞാലും, 'നിന്റെ കണ്ണടിച്ച് പൊട്ടിക്കു'മെന്ന് സമ്പൂർണ്ണ നേത്രദാനഗ്രാമമായി മാറിയ ചെറുകുളത്തൂരുകാരോട് പറയാൻ, ഒരു ജനാധിപത്യവാദിക്കും കഴിയില്ല. കാരണം ആ കണ്ണുകൾ ഇനിമുതൽ മനുഷ്യരാശിയുടെ പൊതുസ്വത്താണ്. സിദ്ധാന്തവും പ്രയോഗവും ഒന്നിക്കുമ്പോഴാണ് മാതൃകകൾ പിറക്കുന്നത്.

മക്കൾക്ക് കാഴ്ചനല്കുന്നതിന് ഒരമ്മ ബലിയർപ്പിച്ചത് സ്വന്തം ജീവിതം. അന്ധരായ രണ്ട് ആൺമക്കൾക്ക് കണ്ണുകൾ ദാനം ചെയ്യുന്നതിന് സമ്മതപത്രമെഴുതിവച്ച് അമ്മ ആത്മഹത്യ ചെയ്യുകയായിരുന്നു. തമിഴ്നാട്ടിലാണ് സംഭവം. ചെന്നൈ വ്യാസർവാടി കൊടുങ്കയ്യൂർ

സെൻട്രൽ നഗർ സ്വദേശി ശങ്കറിന്റെ ഭാര്യ തമിഴ്ശെൽവി (40) ആണ് മക്കൾക്ക് വെളിച്ചമേകാൻ സ്വയം മരണത്തിന്റെ ഇരുട്ടിൽ അഭയം തേടിയത്. തന്റെ കണ്ണുകൾ കാഴ്ചയില്ലാത്ത രണ്ടാൺമക്കൾക്ക് നല്കണമെന്ന് ആത്മഹത്യാകുറിപ്പ് എഴുതിയശേഷം വെള്ളിയാഴ്ച ഉച്ചക്ക് 12 ന് വീട്ടിൽ തൂങ്ങിമരിക്കുകയായിരുന്നു....മരിച്ചാലും എന്നും നിങ്ങളോടൊപ്പം നിങ്ങളുടെ കണ്ണുകളായി ഉണ്ടാകുമെന്ന് അമ്മ എപ്പോഴും പറയുമായിരുന്നുവെന്ന് മകൻ കുമരൻ പൊട്ടിക്കരഞ്ഞുകൊണ്ട് വെളിപ്പെടുത്തി.(പത്രവാർത്ത).

കണ്ണുകൾ നല്കിയവരുടെ ബന്ധുക്കളും കിട്ടിയവരും കൂടിച്ചേർന്ന ഒരു കുടുംബസംഗമം കോഴിക്കോട്ടെ പ്രശസ്തമായ കണ്ണുരോഗാശുപത്രിയായ കോംട്രസ്റ്റിൽ നടന്നു. നേത്രദാനം വഴി കണ്ണുലഭിച്ച വെള്ളിപ്പറമ്പത്തുകാരനായ ബാബുരാജിനോട് കണ്ണുകൾ ലഭിച്ചപ്പോഴുള്ള അനുഭവം പറയാനാവശ്യപ്പെട്ടപ്പോൾ അയാൾ പൊട്ടിക്കരയുകയായിരുന്നുവത്രെ. എങ്ങനെ പറയുമതെന്ന് ചോദിച്ച് കണ്ണുകൾ കലങ്ങിയ ആ സന്ദർഭം 'നേത്രദാനത്തിന്റെ' കരുത്തും കാന്തിയുമാകുമായിരുന്നു.

അഞ്ച്

'മുൾവേലി/ പൂത്തിരിക്കുന്നു/ അതിർത്തിയെക്കുറിച്ചു/ നാം വെച്ച ഒച്ചകൾക്കെല്ലാം/ മീതെയായി' (വീരാൻകുട്ടി). അപകടത്തിൽ വിട്ടുപിരിഞ്ഞ പ്രിയപ്പെട്ട അരുൺജോർജ് ഇന്ന് അതിർത്തികൾക്കപ്പുറം പൂത്തുനില്ക്കുന്നൊരു സ്നേഹ സാന്നിദ്ധ്യമാണ്. കണ്ണീർക്കയത്തിൽനിന്ന് പൊങ്ങിവന്ന കാരുണ്യത്തിന്റെ പ്രകാശമായി, ഇന്നാജീവിതം വളരുകയാണ്. ജീവിതത്തിന്റെ ശരീരത്തിൽ 'മരണം' എഴുതുന്ന ആദ്യത്തേയും അവസാനത്തേയും കവിതയാണ് അവയവദാനം. ഇനിയൊരിക്കലും പരസ്പരം കണ്ടെത്താൻ കഴിയാത്തവരുടെ, അനുഭൂതിസാന്ദ്രമായ ഒത്തുചേരലാണത്. ഇന്നലെവരെ കാണാത്തവരും കേൾക്കാത്തവരും തമ്മിലുള്ള അസാധാരണമായ ഒരാശ്ലേഷം സംഭവിക്കുകതന്നെയാണ്. അരുൺജോർജ് പകുത്തുനല്കിയത് സ്വന്തം കണ്ണും കരളും വൃക്കകളും മാത്രമല്ല; എന്നുമെന്നും സ്പന്ദിക്കുന്ന ഉദാത്തമായൊരു മാനവിക കാഴ്ചപ്പാടാണ്. അവയവങ്ങളായി പിരിച്ചെഴുതാനാവാത്ത, ഒരു മഹാസമഗ്രതയുടെ സമർപ്പണമാണ് അരുണിന്റെ അമ്മ ത്രേസ്യാമ്മ ഫ്രാൻസിസും അച്ഛൻ ജോർജും മനുഷ്യരാശിക്കുമുമ്പിൽ നിർവ്വഹിച്ചിരിക്കുന്നത്. പറഞ്ഞറിയിക്കാനാവാത്തൊരു സ്നേഹനഷ്ടത്തിന്റെ സമുദ്രത്തിൽനിന്നും അവർ നിർവ്വചനങ്ങൾക്കൊക്കെയുമപ്പുറമുള്ള മറ്റൊരു സ്നേഹതീരത്തിലേക്കാണ് സാഹസികമായി സഞ്ചരിച്ചെത്തിയിരിക്കുന്നത്. 'മരണപ്പെട്ടാൽ അന്ത്യവിശ്രമസ്ഥാനം ഭൂമിയിൽ അന്വേഷിക്കാതിരിക്കുക; അവ മനുഷ്യഹൃദയങ്ങളിൽ കാണുക' (റൂമി).

ആറ്

മരണം ഒരനിവാര്യതയാണെങ്കിൽ, അവയവദാനവും അത്രതന്നെ ഒരനിവാര്യതയാണെന്ന് മനുഷ്യരായ മനുഷ്യർക്കൊക്കെയും ആത്മാഭിമാനത്തോടെ പറയാൻ കഴിയണം. മരണം ഒരു ജൈവയാഥാർത്ഥ്യമാണെങ്കിൽ; അവയവദാനം സാംസ്കാരികമായ ഒരാവിഷ്കാരമാണ്. 'മരണം' നമ്മുടെ അനുവാദമില്ലാതെ കടന്നുവരും. എന്നാൽ, 'അവയവദാനം' നമ്മുടെ സമ്മതംകാത്ത്, ഉമ്മറവാതിലിൽ നില്ക്കുകയാണ്! ഒരുകാര്യം അഭിനന്ദനാർഹമായി നമുക്കനുഭവപ്പെടുന്നുണ്ടെങ്കിൽ, തീർച്ചയായും അക്കാര്യം സ്വയം നിർവ്വഹിക്കാൻ അഭിമാനത്തോടെ നമ്മളും സന്നദ്ധമാവണം. ഒരു ജനസമൂഹം ആധുനികരാവുന്നത് മുമ്പാരോ തയ്യാറാക്കിവച്ച 'പാരമ്പര്യ'ത്തെ നിഷ്ക്രിയമായി സ്വയം സ്വീകരിക്കുമ്പോഴല്ല; മറിച്ച് സ്വന്തം കാലത്തിന്റെ സാദ്ധ്യതകളെ സ്വാംശീകരിച്ചുകൊണ്ട് തങ്ങളെതന്നെ സ്വയം പുതുക്കി പണിയുമ്പോഴാണ്. 'പാരമ്പര്യത്തെ ഞാൻ പുതിയതാക്കി, പാരമ്പര്യം എന്നെ പക്ഷേ, പഴഞ്ചനാക്കി' എന്ന് കെ ജി എസ് പാടിയ അവസ്ഥയിൽനിന്ന് പുറത്തുകടക്കണമെങ്കിൽ, ഓരോ കാലവും സ്വന്തം 'പാരമ്പര്യങ്ങൾ' സൃഷ്ടിക്കണം. ഭൂതത്തിന്റെ സാദ്ധ്യതകളെ സ്വന്തമാക്കുന്നതോടൊപ്പം വർത്തമാനത്തിൽ പുതിയ സാദ്ധ്യതകൾ സൃഷ്ടിക്കുകയും ചെയ്യണം. അവയവദാനത്തെ പുതിയകാലത്തിന്റെ ജ്വലിക്കുന്നൊരു പാരമ്പര്യമായി ഭാവിക്കുമുമ്പിൽ അഭിമാനപൂർവ്വം സമർപ്പിക്കാൻ നമുക്ക് കഴിയണം.

അയിത്തത്തിന്റെയും ആഭിജാത്യ സങ്കല്പങ്ങളുടെയും അന്ത്യമാണ് പുതിയ അവയവദാന പാരമ്പര്യം സാദ്ധ്യമാക്കിയിരിക്കുന്നത്. ജാതിക്കും മതത്തിനും രാഷ്ട്രാതിർത്തികൾക്കും അപ്പുറംവച്ച്, മനുഷ്യരുടെ 'അകങ്ങൾ' അടുക്കുകയാണ്, ആന്തരികാവയങ്ങൾ, കൂട് വിട്ട് കൂട് മാറുകയാണ്! 'എന്നെ തൊടല്ലേ' എന്ന് എത്ര ആഗ്രഹിച്ചാലും ആർക്കും പറയാൻ കഴിയാത്തവിധം നമ്മുടെ ശരീരത്തിന്റെ 'ഭൂമിശാസ്ത്രവും' സാമൂഹ്യശാസ്ത്രവും അടിസ്ഥാനപരമായി മാറുകയാണ്. പഴയതുപോലെ ഇനി നമുക്ക് ഒരു 'ക്ലാസിക്കൽ മൃതദേഹത്തെ'പോലും കണ്ടുകിട്ടുക പ്രയാസമാവും!

ജീവിച്ചിരിക്കുമ്പോൾ, ആ ശരീരം ആർക്കൊക്കെയോ ചോരകൊടുത്തിരിക്കും, ആരിൽനിന്നൊക്കെയോ ചോരവാങ്ങിയിരിക്കും, വൃക്കകൈമാറ്റം നടന്നിരിക്കും, കരളും പകുത്ത് കൊടുത്തിരിക്കും; 'പുറം' അങ്ങനെതന്നെ നിന്നാലും അകത്ത് ഒരു 'കുലുക്കികുത്ത്' നടന്നിരിക്കും! ആന്തരികാവയവങ്ങളെല്ലാം ഇവ്വിധം വച്ചുമാറിയ ഒരു മനുഷ്യൻ മരിക്കുന്നതോടെ, ഒരു 'പോസ്റ്റ്മോഡേൺ' മൃതദേഹം പിറന്നു കഴിഞ്ഞിരിക്കും. പഴയ' ക്ലാസിക്കൽ മൃതദേഹത്തെ' സ്വന്തം വരുതിയിൽനിർത്താൻ

കഴിഞ്ഞ മരണാനന്തര ചടങ്ങുകൾക്ക്; പോസ്റ്റ്മോഡേൺ മൃതദേഹത്തിനുമുമ്പിൽ സ്വയം വിയർക്കേണ്ടി വരും!

മനുഷ്യർ എത്രമേൽ മാറിയാലും, മനുഷ്യരിപ്പോഴും മാറിയിട്ടില്ലെന്ന് ചിലർ വാദിച്ചുകൊണ്ടേയിരിക്കും! അത് 'പഴയ പരിമിതികളെ' ഇപ്പോഴും പൂർണ്ണമായി മറികടക്കാൻ കഴിയാത്ത ഏതൊരു പുതിയ കാലത്തിന്റെയും നിസ്സഹായതയുടെ തെളിവാണ്! എങ്കിലും മുമ്പത്തേക്കാൾ നാം എത്രമാത്രം മാറി എന്നറിയണമെങ്കിൽ 'മുമ്പത്തെ' ജീർണ്ണസ്ഥിതി വീണ്ടും ഒരിക്കൽകൂടി ഒന്നോർമ്മിച്ചാൽ മതിയാകും. 'നരനു നരനശുദ്ധവസ്തുപോലും/ധരയിൽ നടപ്പതു തീണ്ടലാണുപോലും/നരകമിവിടമാണു ഹന്ത കഷ്ടം/ ഹരഹര ഇങ്ങിനെ വല്ലനാടുമുണ്ടോ?' എന്ന് ആശാനും 'ജാതി ഹാ! നരകത്തിൽനിന്നു പൊന്തിയ ശബ്ദം/ പാർതിന്നും പിശാചിന്റെ ഏട്ടിലെ രണ്ടക്ഷരം' എന്ന് വള്ളത്തോളും പാടിയത് ആ മനോഹര കാലത്തെക്കുറിച്ചാണ്! ആർക്കൊക്കെ എത്ര അസ്വാസ്ഥ്യകരമായാലും അവയവദാനത്തെക്കുറിച്ചുള്ളൊരാലോചനയിൽ, ഭൂതകാലത്തെക്കുറിച്ചൊരു അനുസ്മരണം ഒരനിവാര്യതയാണ്. 'പഴയകഥകൾ പഠിക്കണം' എന്ന പേരിൽ കക്കാട് എഴുതിയ ഒരു കവിതയിങ്ങനെ:

"സന്ധ്യയും പ്രഭാതവും ആരേയും കാത്തുനിൽക്കുന്നില്ല/ വരുമെന്ന് പറഞ്ഞവനേയും/ പോകുമെന്ന് പറഞ്ഞവനേയും/ കർമ്മം മടിച്ചുനിന്നാലും/ കാലം കാത്തുനില്ക്കില്ല-' ക്ഷോഭിച്ചിട്ട് കാര്യമില്ല/ പഴയകഥകൾ കേൾക്കണം,/ കേൾക്കാതെ ഒന്നും മനസ്സിലാകില്ല/ ഇടവപ്പാതിക്കു പാടത്തിറങ്ങാത്തവൻ/ കന്നിപ്പാടത്ത് കതിർകൊയ്യുന്നില്ല/ മുത്തശ്ശി പറഞ്ഞതാണ്.'

വൈദ്യവിദ്യാഭ്യാസത്തിൽ റാങ്കുണ്ടായിരുന്ന ഡോക്ടർ പൽപ്പുവിന് യോഗ്യതയില്ലാതിരുന്നതുകൊണ്ടല്ല, മറിച്ച് അവർണ്ണർ ചികിത്സിച്ചാൽ ആമാശയം ചീത്തയാകുമെന്ന് സവർണ്ണ പ്രത്യയശാസ്ത്രം 'കണ്ടുപിടിച്ചതുകൊണ്ടാണ്' പൊന്നുതിരുമേനിമാരുടെ അന്നത്തെ ധർമ്മരാജ്യത്തിൽനിന്ന് പൽപ്പുവിന് പുറത്തുപോകേണ്ടി വന്നത്. 1904 ൽ പാലക്കാട് മുനിസിപ്പൽ ഹോസ്പിറ്റലിൽ ഡോക്ടർ കെ കൃഷ്ണൻ എന്ന ഈഴവനെ നിയമിച്ചതിനെതിരെ മുനിസിപ്പൽ കൗൺസിൽ പ്രതിഷേധിച്ചതിന്റെ പിന്നിലും ഇതേ പ്രത്യയശാസ്ത്രംതന്നെയാണ് പ്രവർത്തിച്ചത്! 'സ്വന്തം മക്കൾ വെള്ളത്തിൽ മുങ്ങി ചത്തുപോയാലും പുലയന്റെ കൈകൊണ്ട് രക്ഷപ്പെടേണ്ട' എന്നു വാശിപിടിച്ച മാതാപിതാക്കളെക്കുറിച്ചത്രെ ഉള്ളൂർ അന്ന് പാടിയത്! 'അയിത്തായിട്ട് ജീവിക്കുന്നതിനേക്കാൾ ഭേദം ശുദ്ധായിട്ട് മരിക്കുന്നതാണ് നല്ലതെന്ന്' കാര്യത്തിൽ കൊടുങ്ങല്ലൂർ കോവിലകത്തെ പഴയ തമ്പുരാട്ടിമാരിൽ ചിലർക്ക് സംശയമേ ഉണ്ടായിരുന്നില്ല! ഒരധഃസ്ഥിതകുട്ടിയെ വിദ്യാലയത്തിൽ പ്രവേശിപ്പിച്ചു എന്ന് കേട്ടപ്പോ

ഴാണത്രേ നാട്ടുപ്രമാണിയായ ഊന്നുപാറ നായർ ബോധംകെട്ട് വീണു പോയത്!

'ഈച്ച പൂച്ച നായ നസ്രാണി എന്നിവർക്ക് അയിത്തമില്ല' എന്നുള്ളത് വലിയൊരു ആക്ഷേപമായിട്ടാണ് അന്ന് പരിഗണിച്ചിരുന്നത്. 'നാൽക്കാലികളെക്കാളും താഴെയാണോ ഇക്കാണും മാനുഷസോദരന്മാർ' എന്ന് *ജാതിക്കുമ്മി*യിൽ പണ്ഡിറ്റ് കെ പി കറുപ്പൻ സങ്കടപ്പെട്ടത് ഇവ്വിധമുള്ള അയിത്തപ്പിശാചിന്റെ അസ്സൽമുഖം കണ്ടപ്പോഴാണ്. 'അയിത്തമെന്നത് അടിമത്തത്തേക്കാൾ ബീഭത്സമാണ്' എന്ന് അംബേദ്കറും; 'ശങ്കരാചാര്യർ വലിയ ആളായിരുന്നിരിക്കാം, ജാതിയുടെ കാര്യത്തിൽ പക്ഷേ ചെറിയ ആളായിരുന്നു' എന്ന് ശ്രീനാരായണഗുരുവും സാക്ഷ്യപ്പെടുത്താൻ നിർബ്ബന്ധിതമായത്, ജാതിപ്രത്യയശാസ്ത്രം തുറന്നുവിട്ട 'അയിത്തഭൂത'ത്തിന്റെ ഭീകരത ശരിക്കും തിരിച്ചറിഞ്ഞതുകൊണ്ടായിരിക്കണം. ശ്രീനാരായണഗുരുവിനുപോലും വൈക്കം ക്ഷേത്രത്തിനുപുറത്തുള്ള വഴിയേ സഞ്ചാരം നടത്താൻ സ്വാതന്ത്ര്യം ഇല്ലെന്നറിയുന്നത് എന്നെ വേദനിപ്പിക്കുന്നു എന്ന് കെ പി കേശവമേനോൻ എഴുതിയിട്ടുണ്ട്. നാഗമയ്യയുടെ 'മാന്വലിൽ' പറഞ്ഞിരിക്കുന്നത്, ഈഴവരുടെ കൂട്ടത്തിൽ 'നാണു' എന്നൊരു യോഗ്യനുമുണ്ട് എന്നത്രെ! വൈദ്യന്മാർക്ക് ഭക്ഷണം നല്കുന്നതിനും അവരിൽനിന്ന് ഭക്ഷണം സ്വീകരിക്കുന്നതിനും പഴയ കാലത്ത് വിലക്കുണ്ടായിരുന്നുവെന്ന് കേൾക്കുമ്പോൾ ഇന്നത് നമുക്ക് വിശ്വസിക്കാൻ കഴിയില്ല! എന്നാൽ മനു അവരുടെ ഭക്ഷണത്തിൽ കണ്ടത് ചോരയും ചലവുമാണ്. വൈദ്യന്മാരെ മനു ഉൾപ്പെടുത്തിയതാവട്ടെ കള്ളന്മാർക്കും വേശ്യകൾക്കുമൊപ്പവും! തമ്പുരാക്കന്മാരുടെ കൈ 'തൃക്കൈ' ആയിരുന്നപ്പോൾ അധഃസ്ഥിതന്റെ കൈ വെറും പഴങ്കൈ! അവരുറങ്ങുന്നത് പള്ളിക്കുറുപ്പ്, അധഃസ്ഥിതരുടേത് 'നിലംപൊത്തൽ'! അവർ മൂത്രമൊഴിക്കുന്നത് 'തിരുവെള്ളം വീഴ്ത്തൽ!' മറ്റുള്ളവരുടേത് 'നാറ്റവെള്ളം വീത്തൽ!?' അങ്ങനെയാണെങ്കിൽ, ആന്തരികാവയവങ്ങളുടെ കൈമാറ്റകാലത്ത്, 'തൃവൃക്കകളും', 'പീറവൃക്കകളും', തിരുകരളുകളും, വാട്ടക്കരളുകളും, തിരുകൊടലും, തീട്ടക്കൊടലും എന്നിങ്ങനെയുള്ള വേർതിരിവുകളും മുമ്പായിരുന്നെങ്കിൽ ഭാഷയിൽ ഉണ്ടായിവരുമായിരുന്നു.

ഏഴ്

ഇന്ന് നമുക്ക് ആരെന്തുപറഞ്ഞാലും, നമ്മൾ ശ്വസിക്കുന്ന വായു ഒന്ന്, കുടിക്കുന്ന വെള്ളമൊന്ന്, മുറിഞ്ഞാൽ ഒഴുകുന്ന ചോര ഒന്ന്, വേദനിച്ചാൽ നിലവിളിക്കുന്ന ഭാഷ ഒന്ന് എന്നൊക്കെപറയാൻ ഒരു മതാചാര്യന്റെയും സമ്മതം വേണ്ട. മതമേതായാലും, എത്ര പ്രാകൃതമായി ജീവി

ച്ചാലും, ഇത്തരം പരിഷ്കൃതാശയങ്ങൾ പറയാൻ ഇപ്പോൾ നമുക്കൊരു പ്രയാസവുമില്ല. എന്നാൽ ഇങ്ങനെയൊരു 'നിരുപദ്രവചോദ്യം'പോലും മുമ്പ് സാദ്ധ്യമായിരുന്നില്ലെന്ന് മനസ്സിലാക്കാൻമാത്രം ഹിന്ദു നവോത്ഥാനനായകനായ ദയാനന്ദ സരസ്വതിയുടെ 'സത്യാർത്ഥപ്രകാശ'ത്തിൽ നിന്നുള്ള ഒരുഭാഗം എടുത്തുചേർക്കുന്നു. "ചണ്ഡാളന്റെ ശരീരം ദുർഗ്ഗന്ധപരമായ അണുക്കളെകൊണ്ട് നിറഞ്ഞിരിക്കുന്നു. ബ്രാഹ്മണാദി ജാതികളുടെ ശരീരം അങ്ങനെയുള്ളതല്ല. അമ്മ, സ്വശ്രു, സഹോദരി, പുത്രി, പുത്രഭാര്യ" എന്നിവരുടെയെല്ലാം ശരീരം ഏതുവിധത്തിൽ ചർമ്മംകൊണ്ട് ഉണ്ടാക്കിയതാണോ അതേവിധത്തിൽ ചർമ്മംകൊണ്ടുണ്ടാക്കിയതാണ് അവനവന്റെ ഭാര്യയുടെ ശരീരവും. അതുകൊണ്ട് നിങ്ങൾ ഭാര്യയോട് പെരുമാറുന്നതുപോലെ അമ്മ മുതലായവരോടും പെരുമാറുമോ? ഉത്തമമായ അന്നം കൈകൊണ്ട് എടുത്ത് വായകൊണ്ട് ഭക്ഷിക്കുന്നതുപോലെ ദുർഗ്ഗന്ധമുള്ള പദാർത്ഥങ്ങളെയും ഭക്ഷിക്കാൻ കഴിയുമെങ്കിൽ മലാദിവസ്തുക്കളെയും നിങ്ങൾ ഭക്ഷിക്കുമോ? ജാതി ഏതായാലും നമ്മളൊന്നല്ലേ എന്ന ചോദ്യത്തിനുള്ള ഉത്തരമാണിതെന്ന് ഓർക്കണം!

മുസ്ലീം നവോത്ഥാന നായകരിൽ പ്രമുഖനായ 'മക്തി തങ്ങളുടെ' ജീവചരിത്രത്തിൽ നിന്നുള്ള ഒരു ഭാഗം, ഗൗരവപൂർണ്ണമായ അന്വേഷണങ്ങൾക്കിടയിലെ ഒരു തമാശയ്ക്കുവേണ്ടിമാത്രം ഇവിടെ ചേർക്കുന്നു. ആലുവായ്ക്കടുത്ത മാഞ്ഞാരിയിൽ വച്ചു ക്രൈസ്തവപാതിരിമാരും മക്തി തങ്ങളുമായി തുറന്ന വിവാദം നടന്നു. "ക്രിസ്തു മരിച്ചവരെ ജീവിപ്പിച്ചിരുന്നു. മുഹമ്മദ് മരിച്ചവരെ ജീവിപ്പിച്ചിട്ടുണ്ടോ?" ക്രൈസ്തവ പാതിരി ചോദിച്ചു. മക്തി തങ്ങൾ സർവ്വസ്വവും ദൈവത്തിൽ അർപ്പിച്ചുകൊണ്ടിങ്ങനെ പറഞ്ഞു: "നിങ്ങൾ ഒരു മണിക്കൂറിനിടയിൽ ഒരു ശവം ഇവിടെ എത്തിച്ചാൽ ഞാൻ ജീവിപ്പിക്കും."

ക്രൈസ്തവർ പല സംഘങ്ങളായി ഒരു മനുഷ്യശവം ലഭിക്കാൻ പലഭാഗങ്ങളിലേക്കും ഓടിനോക്കി. അവർക്കു ശവം ലഭിച്ചില്ല. അവർ പരാജിതരായി. ഈ വാദം കുറച്ചു കടന്നതായിപ്പോയെന്നു തങ്ങളുടെ അഭ്യുദയകാംക്ഷികൾപോലും അഭിപ്രായപ്പെട്ടിരുന്നു. "അല്ലാഹു അവന്റെ ദീനിനെ ഒരിക്കലും പരാജയപ്പെടുത്തുകയില്ല" എന്നത്രേ അതിന് തങ്ങളവർക്ക് പ്രത്യുത്തരം നല്കിയത്. (*മക്തി തങ്ങളുടെ ജീവചരിത്രം*-കെ കെ മുഹമ്മദ് അബ്ദുൾ കരീം). അങ്ങനെയൊക്കെയുള്ള ഒരു കാലത്തിൽനിന്ന്; അവയവദാനം അടക്കം സാദ്ധ്യമായ ഇങ്ങനെയൊക്കെയുള്ള ഒരു കാലത്തെത്തുമ്പോൾ നമ്മളേറെ മാറിയിട്ടുണ്ട്. ഇനിയുമേറെ മാറേണ്ടതുണ്ട്!

1940 ൽ അമേരിക്കയിൽ റെഡ്ക്രോസ് കറുത്തവരുടെയും വെളുത്തവരുടെയും രക്തം വേറെവേറെയാണത്രേ സംഭരിച്ചത്! ഇവിടെ ഹിന്ദു രക്തത്തിന്റെയും ഇസ്ലാം രക്തത്തിന്റെയും പേരിലാണ് യാഥാസ്ഥിതി

കർ മുമ്പ് പരസ്പരം ഇടികൂടിയതെങ്കിൽ അവിടെ കറുത്തരക്തവും വെളുത്തരക്തവുമാണ് പരസ്പരം ഏറ്റുമുട്ടിയത്! രക്തബാങ്ക് സമ്പ്രദായം രൂപപ്പെടുത്തിയ ചാൾസ് ഡ്യൂ എന്ന കറുത്ത വംശജനായ ഡോക്ടർ ഈയൊരസംബന്ധ വേർതിരിവ് അവസാനിപ്പിക്കാൻ ശ്രമിച്ചപ്പോൾ, ആ വേർതിരിവ് ഇല്ലാതാക്കാനല്ല, മറിച്ച് ആ വേർതിരിവില്ലാതാക്കാൻ ശ്രമിച്ച അദ്ദേഹത്തെ ജോലിയിൽനിന്ന് പിരിച്ചുവിടുകയാണ് സർക്കാർ ചെയ്തത്! എന്നാലിത് ഒരു ചാൾസ്ഡ്യൂവിന്റെ മാത്രം അനുഭവമായിരുന്നില്ല. ശവപരിശോധന നിർവ്വഹിച്ച വെസാലിയസിനും പീഡനാനുഭവങ്ങൾ തന്നെയാണ് നേരിടേണ്ടി വന്നത്. അതിനേക്കാൾ അത്ഭുതകരമായിരുന്നു ബ്രിട്ടനിലെ കോമൺസഭയുടെ ക്രാന്തദർശിത്വം. പ്ലേഗ് എന്ന മഹാരോഗത്തിന്റെ കാരണം അവർ കണ്ടെത്തിയത് പ്രശസ്ത ചിന്തകനായ ഹോബ്സിന്റെ പുസ്തകത്തിലാണ്! അന്നത്തെ ബ്രിട്ടീഷ് രാജാവായിരുന്ന ചാൾസ് അഞ്ചാമന്റെ കൃപകൊണ്ടാണ് അദ്ദേഹം അന്ന് ഒരുവിധം രക്ഷപ്പെട്ടത്. എന്നിട്ടും 'ആധുനിക വൈദ്യശാസ്ത്രം' ഇന്ന് കാണുംവിധം അവിടെ വളർന്നു. ഇന്നത് ഹൃദയമുൾപ്പെടെയുള്ള അവയവമാറ്റത്തിൽ എത്തിനില്ക്കുന്നു. എന്നാൽ ഇന്ത്യയുടെ തദ്ദേശീയവൈദ്യങ്ങളിൽ മുഖ്യമായ ആയുർവ്വേദത്തിന് അത്തരമൊരവസ്ഥയിലേക്ക് കുതിക്കാൻ എന്തുകൊണ്ടാണ് കഴിയാതെ പോയത്? നാഡിപിടിച്ച് മൃത്യുദേവതയുടെ ചുവടുവെപ്പുകൾ തിരിച്ചറിയുന്ന *ആരോഗ്യനികേതനം* എന്ന നോവലിലെ ജീവൻമശായിയെപ്പോലുള്ള മഹാന്മാരായ നിരവധി ഭിഷഗ്വരൻമാർക്ക് ജന്മം നല്കാൻ ആയുർവ്വേദത്തിന് കഴിഞ്ഞു. അതേസമയം ശസ്ത്രക്രിയാരംഗത്ത് ആ വിധമുള്ള വൈദ്യപ്രതിഭകളെ വികസിപ്പിച്ചെടുക്കാൻ അതിന് കഴിയാതെ പോവുകയും ചെയ്തു. അവയവകൈമാറ്റത്തിലേക്ക് വളരുംവിധം ആയുർവ്വേദത്തിൽ വികസിച്ചുവരാൻ സാദ്ധ്യതയുണ്ടായിരുന്ന ശസ്ത്രക്രിയയെ 'കരിച്ചു കളഞ്ഞത്' സവർണ്ണ പ്രത്യയശാസ്ത്രമാണ്. ആയുർവ്വേദത്തിന്റെ ഇന്നത്തെ സാദ്ധ്യതയ്ക്ക് അത് കടപ്പെട്ടിരിക്കുന്നത്, സവർണ്ണ പ്രത്യയശാസ്ത്രത്തോട് നിരന്തരം എതിരിട്ട ബൗദ്ധ ഇടപെടലുകളോടാണ്. പ്രൊഫസർ വി അരവിന്ദാക്ഷൻ ഇക്കാര്യത്തെക്കുറിച്ച് എഴുതിയതിങ്ങനെ:

> വിജ്ഞാന വികാസത്തെ തടസ്സപ്പെടുത്തിയ വലിയൊരു ബാധയായിരുന്നുവോ ഹേതുവിദ്യാ നിരോധനം? നമ്മുടെ ആയുർവ്വേദത്തെ മുരടിപ്പിച്ച പ്രതിബന്ധങ്ങളിൽ ഒന്നാണത്. മറ്റൊന്ന് 'നിഷിദ്ധകർമ്മ'ത്തോടുള്ള വിരോധമായിരുന്നു. ശവംതൊടുന്നതുതന്നെ നിഷിദ്ധ കർമ്മമായിരുന്നു ബ്രാഹ്മണർക്ക്. അത് കൈകാര്യം ചെയ്യുന്നവരോ ചണ്ഡാളരായിരുന്നു. ശരീരഘടനയുടെ സൂക്ഷ്മാൽ സൂക്ഷ്മമായ വസ്തുതകൾ കണ്ടെത്താൻ ജീവനില്ലാത്ത ശരീര

ങ്ങൾ കീറിമുറിച്ച് പഠിക്കുകതന്നെ വേണം. അത് നിഷിദ്ധം തന്നെ. ശല്യതന്ത്രത്തിന്റെ ഗതിമുട്ടിപ്പോയത് ബ്രാഹ്മണമേധാവിത്വത്തിന്റെ ദുശ്ശാഠ്യംകൊണ്ടാണ്. രോഗകാരണം അന്വേഷിക്കുന്നതും നിഷിദ്ധം തന്നെ. അത് ഹേതുവിദ്യയാണല്ലോ. അതിൽ വ്യാപരിച്ചവരെ തരം താഴ്ത്തി പുരോഹിതൻ. ഇതെല്ലാം ചേർന്നപ്പോൾ ആയുർവ്വേദം ശുഷ്കിച്ചുപോയി. എന്നിട്ടും വിസ്മയകരമായ നേട്ടങ്ങൾ വൈദ്യ ശാസ്ത്രത്തിലുണ്ടായല്ലോ എന്നാണെങ്കിൽ, അതിനു നന്ദി പറ യേണ്ടത് ബൗദ്ധരോടാണ്.

(*സമന്വയവും സംഘർഷവും*)

സഹായകഗ്രന്ഥങ്ങൾ

1. അച്യുതൻ, *കെ ആർ സി കൃഷ്ണൻ* (ജീവചരിത്രം), സാഹിത്യ പ്രവർത്തകസഹകരണസംഘം (1971).
2. ആരോമലുണ്ണി, *ഇന്നലെ നടന്ന വഴികൾ*, (കേരള ചരിത്രം), വിതരണം, ആശ, തൃശൂർ, 1995.
3. ഇ എം എസ്, *ഇ എം എസിന്റെ സമ്പൂർണ്ണകൃതികൾ*, സഞ്ചിക (1927–35), ചിന്ത പബ്ലിഷേഴ്സ് 1998.
4. ഇ എം എസ്, *ഇ എം എസിന്റെ തിരഞ്ഞെടുത്ത പ്രസംഗങ്ങൾ*, (1935–95), കോട്ടയം: ഡി സി ബുക്സ്, 1996.
5. ഇ എം എസ്, *ആത്മകഥ*, ചിന്ത പബ്ലിഷേഴ്സ്, 1985.
6. ഇ എം എസ്, *നമ്മുടെ ഭാഷ*, തിരുവനന്തപുരം: കേരള ഭാഷാ ഇൻസ്റ്റിറ്റ്യൂട്ട്, 1997.
7. ഇന്ദിര കെ കെ, ഡോ. *കവിതയും സാമൂഹിക പരിവർത്തനവും*, തിരുവനന്തപുരം: കേരള ഭാഷാ ഇൻസ്റ്റിറ്റ്യൂട്ട് 1992.
8. എം ആർ ബി, *മറക്കുടയ്ക്കുള്ളിലെ മഹാനരകം*, കറന്റ് ബുക്സ് (1930), 1963.
9. ഒരു സംഘം അന്തർജ്ജനങ്ങൾ, *തൊഴിൽ കേന്ദ്രത്തിലേക്ക്*, അന്തർജ്ജനസമാജം, 1948.
10. അംബേദ്കർ, ബി ആർ ഡോ, *ഡോക്ടർ അംബേദ്കറുടെ തിരഞ്ഞെടുത്ത കൃതികൾ*, തിരുവനന്തപുരം, കേരള ഭാഷാ ഇൻസ്റ്റിറ്റ്യൂട്ട്, 1991.
11. കരിം, സി കെ ഡോ:, *കേരള ചരിത്രവിചാരം*, തിരുവനന്തപുരം: ചരിത്രം പബ്ലിക്കേഷൻസ്, 1976.

12. കറുപ്പൻ, കെ പി, പണ്ഡിറ്റ് *ജാതിക്കുമ്മിയും ഉദ്യാനവിരുന്നും*, വിതരണം എൻ ബി എൽ, 1980.

13. കുഞ്ഞുക്കുട്ടൻ, മാടമ്പ്, *ഭ്രഷ്ട്*, പൂർണ്ണാ പബ്ലിക്കേഷൻസ്, 1980.

14. കുഞ്ഞിരാമൻ, സി വി, സി വി *കുഞ്ഞുരാമന്റെ തിരഞ്ഞെടുത്ത കൃതികൾ*, (വാല്യം ഒന്ന്) സമ്പാ: പുതുപ്പള്ളി രാഘവൻ, പ്രതിഭാ പബ്ലിക്കേഷൻസ്, 1971.

15. കുഞ്ഞപ്പ മൂർക്കോത്തു, *മൂർക്കോത്തു കുമാരൻ*, (ജീവചരിത്രം), സാഹിത്യപ്രവർത്തക സഹകരണസംഘം 1975.

16. കുഞ്ഞൻപിള്ള, ഇളംകുളം, *കേരള ചരിത്രത്തിലെ ഇരുളടഞ്ഞ ഏടുകൾ*, വിതരണം, കോട്ടയം: എൻ ബി എസ് (1953), 1970.

17. കുഞ്ഞൻപിള്ള, ഇളംകുളം, *അന്നത്തെ കേരളം*, (ചരിത്രം), വിതരണം, കോട്ടയം: എൻ.ബി.എസ്. (1953), 1970.

18. കുഞ്ഞുണ്ണി, *നമ്പൂരി ഫലിതങ്ങൾ*, സാഹിത്യ പ്രവർത്തക സഹകരണ സംഘം. 1991.

19. കുമാരനാശാൻ, *കുമാരനാശാന്റെ സമ്പൂർണ്ണ പദ്യകൃതികൾ*, സാഹിത്യപ്രവർത്തക സഹകരണ സംഘം, 1981.

20. കെ ഇ എൻ, *മതേതരത്വവും ജനാധിപത്യവും*, കേരള ശാസ്ത്ര സാഹിത്യ പരിഷത്ത് 1991.

21. കെ ഇ എൻ, *കറുപ്പിന്റെ സൗന്ദര്യശാസ്ത്രം*: ചിന്താപബ്ലിഷേഴ്സ്: 1998.

22. കെ പി ജി, *കവി കാലത്തിലൂടെ*, ചിന്ത പബ്ലിഷേഴ്സ്, 1974.

23. കേശവൻ സി, *ജീവിതസമരം* (ആത്മകഥ) സാഹിത്യപ്രവർത്തക സഹകരണ സംഘം, 1964.

24. കൃഷ്ണകുമാർ, *മതവും രാഷ്ട്രീയവും*, വിവ: എം കെ ഗംഗാധരൻ, ചിന്ത പബ്ലിഷേഴ്സ്, 1990.

25. കൃഷ്ണക്കുറുപ്പ്, സി തിരുവങ്ങാട്ട്, *കേരളചരിത്രം പരശുരാമനിലൂടെ*, സാഹിത്യപ്രവർത്തക സഹകരണ സംഘം , 1962.

26. ഗംഗാധരൻ, സി കെ, *ഡോക്ടർ പൽപ്പു*, വിതരണം, എസ് എൻ ഡി പി യൂണിയൻ, 1991.

27. ഗോപാലകൃഷ്ണൻ കെ പ്രൊഫ. (സമ്പാ) *കേസരി നായനാരുടെ കൃതികൾ*, മാതൃഭൂമി, 1987.

28. ഗോർഡൻ ചൈൽഡ്, *സമൂഹവും അറിവും*, വിവ: ടി ആർ ശ്രീനിവാസൻ, ചിന്ത പബ്ലിഷേഴ്സ്, 1983.

29. ജോസഫ് എൻ കെ, *ദിവാൻ മൺറോ ഒരു പഠനം*, ഹോബി പബ്ലിക്കേഷൻസ് 1983.

30. ജോസഫ് മുണ്ടശ്ശേരി, *കൊഴിഞ്ഞ ഇലകൾ*, (ആത്മകഥ) കറന്റ് ബുക്സ്, 1978.

31. ജോർജ്ജ് ഇരുമ്പയം, ഡോ., (എഡിറ്റർ), *നാലു നോവലുകൾ*, തൃശൂർ: കേരള സാഹിത്യ അക്കാദമി, 1985.

32. തങ്കയ്യ വി: തിലക് പി കെ, ഡോ. *തെക്കൻ തിരുവിതാംകൂർ വിപ്ല വത്തിന്റെ നാട്*, ഡി സി ബുക്സ്, 1995.

33. തോമസ് പി ജെ, ഡോ. *മലയാള സാഹിത്യവും ക്രിസ്ത്യാനികളും* സാഹിത്യപ്രവർത്തക സഹകരണ സംഘം, 1935.

34. പത്മനാഭൻ, മന്നത്തു, *എന്റെ ജീവിതസ്മരണകൾ*, (ഒന്നാം ഭാഗം) എൻ എസ് എസ് പ്രസ്സ്, 1974.

35. പവിത്രൻ കെ കെ, വാഗ്ഭടാനന്ദൻ - *ആത്മീയ ഹിമാലയത്തിൽ*, (ജീവചരിത്രം), വിതരണം, ഇംപ്രിന്റ് ബുക്സ്, 1995.

36. പ്രശോഭൻ, കെ, ഡോ. *ശ്രീനാരായണഗുരുവിന്റെ സ്വാധീനത മല യാളകവിതയിൽ*, തിരുവനന്തപുരം: കേരള ഭാഷാ ഇൻസ്റ്റിറ്റ്യൂട്ട്, 1988.

37. പ്രേംജി, *പ്രേംജി പാടുന്നു*, തൃശൂർ: കേരള സാഹിത്യ അക്കാദമി, 1998.

38. പ്രേംജി, *സപത്നി അന്തർജ്ജനസമാജം*, കോഴിക്കോട്: ദേശാഭി മാനി പ്രസ്സ്.

39. ഫിലിപ്പ് ഫ്രാങ്ക്, *ശാസ്ത്രത്തിന്റെ ദർശനം*, തിരുവനന്തപുരം: കേരള ഭാഷാ ഇൻസ്റ്റിറ്റ്യൂട്ട്, 1974.

40. ബർണ്ണൽ, ജെ ഡി *ശാസ്ത്രം ചരിത്രത്തിൽ*, (വാല്യം ഒന്ന്), വിവ: എം സി നമ്പൂതിരിപ്പാട്, തൃശൂർ: കേരള സാഹിത്യ അക്കാദമി, 1963.

41. ബാലകൃഷ്ണപിള്ള, എ കേസരി, *കേസരിയുടെ സാഹിത്യ വിമർശ നങ്ങൾ*, (വിമർശനം), സാഹിത്യ പ്രവർത്തക സഹകരണ സംഘം 1984.

42. ബ്രഹ്മാനന്ദ ശിവയോഗി, *മോക്ഷപ്രദീപം*, പ്രസാ: ആലത്തൂർ നിർമ്മലാനന്ദയോഗി, 1997.

43. ഭട്ടതിരിപ്പാട്, വി ടി, *വി ടി സമ്പൂർണ്ണകൃതികൾ*, കോട്ടയം: ഡി സി ബുക്സ്, 1997.

44. ഭട്ടതിരിപ്പാട്, എം പി, *ഋതുമതികൾക്ക് പഠിച്ചാലെന്താ*, മംഗളോ ദയം പ്രസ്സ്, 1942.

45. ഭട്ടതിരിപ്പാട്, പി എൻ, *വിധവ*, പരമേശ്വരൻ ഭട്ടതിരിപ്പാട്, സി എസ് വാര്യർ, 1945.

46. ഭവത്രാതൻ നമ്പൂതിരിപ്പാട്, മുത്തിരിങ്ങോട്, *അപ്ഫന്റെ മകളും മറ്റും കൃതികളും*, ലിറ്റിൽ പ്രസ്സ്, 1984.

47. ഭാസ്കരനുണ്ണി, പി, *19-ാം നൂറ്റാണ്ടിലെ കേരളം*, തൃശൂർ കേരള സാഹിത്യ അക്കാദമി, 1988.

48. ഭാസ്കരൻ നായർ, കെ ഡോ. *സംസ്കാരലോചനം*, സാഹിത്യ പ്രവർത്തകസഹകരണ സംഘം, (1958), 1982.

49. മണി, എസ്, കുന്നുകുഴി, *പൊലയർ നൂറ്റാണ്ടുകളിൽ*, (ചരിത്രപഠനം), 1989.

50. മക്തി തങ്ങൾ, *മക്തി തങ്ങളുടെ സമ്പൂർണ്ണകൃതികൾ*, സമ്പാ: പ്രൊഫ. കമാൽ പാഷ, കേരള ഇസ്ലാമിക് മിഷൻ, 1981.

51. മാർക്സ്: എംഗൽസ്, *തിരഞ്ഞെടുത്ത കൃതികൾ* (വാല്യം 3), പ്രഭാതം പ്രിന്റിങ് ആന്റ് പബ്ലിഷിങ് കമ്പനി ലിമിറ്റഡ്, 1974.

52. മുരളി, കവിയൂർ, *ദലിത് ഭാഷ*, കറന്റ് ബുക്സ്, 1997.

53. മൊയ്തു മൗലവി, *ഇ മൗലവിയുടെ ആത്മകഥ*, സാഹിത്യപ്രവർത്തക സഹകരണ സംഘം, 1981.

54. രാമചന്ദ്രൻ നായർ, അടൂർ, *ചില കേരളചരിത്ര വിഭവങ്ങൾ*, ചരിത്രം പബ്ലിക്കേഷൻസ്, 1980.

55. മാധവൻ നമ്പൂതിരി, മേവെള്ളൂർ, *ഐതിഹ്യകഥകൾ*, സി ബി ഇ ബി എഫ് 1995.

56. ലളിതാംബിക അന്തർജ്ജനം, *തെരഞ്ഞെടുത്ത കഥകൾ*, സാഹിത്യപ്രവർത്തക സഹകരണ സംഘം, 1966.

57. ലളിതാംബിക അന്തർജ്ജനം, *ആത്മകഥയ്ക്കൊരാമുഖം*, സാഹിത്യപ്രവർത്തക സഹകരണ സംഘം, 1979.

58. ശങ്കരൻ നമ്പൂതിരിപ്പാട്, കാണിപ്പയ്യൂർ, *നായന്മാരുടെ പൂർവ്വചരിത്രം* (രണ്ട്). പഞ്ചാംഗം പുസ്തകശാല, 1962.

59. ശങ്കരൻ നമ്പൂതിരിപ്പാട്, കാണിപ്പയ്യൂർ, *എന്റെ സ്മരണകൾ* (ഒന്ന്, രണ്ട്, മൂന്ന്) പഞ്ചാംഗം പുസ്തകശാല, 1963.

60. ശങ്കുണ്ണി കൊട്ടാരത്തിൽ, *ഐതിഹ്യമാല*, കറന്റ് ബുക്സ്, 1995.

61. ശങ്കുപിള്ള കുമ്പളത്ത്, *എന്റെ കഴിഞ്ഞകാലസ്മരണകൾ* (ആത്മകഥ) സാഹിത്യപ്രവർത്തകസഹകരണസംഘം, 1985.

62. റാഫി, പോഞ്ഞിക്കര, *ചരിത്രമാനങ്ങൾ*: ഡി സി ബുക്സ്, 1985.

63. റോബിൻ ജെഫ്രി, ഡോ:, *നായർ മേധാവിത്വത്തിന്റെ പതനം* വിവ: പുതുപ്പള്ളി രാഘവൻ, ഡി സി ബുക്സ്, 1979.

64. Bertrand Russel, *The Impact of Science on Society*, London black & sons India. Ltd, (1952), 1968.

65. Booker T Washington, *Autobiography Bantan*, Books Newyork, 1956.

66. Eric Bahsbawn, *The Age of Revolution, viking*:, Penguin Books, 1995.

67. Francis Murhel (ED) *Contemporary Marxist Literary Criticism*, U K. Ltd, Longmans group 1992.

68. Frants Fanon, *A Dying Colonialism, Newyork*: Grove Press, 1965.
69. George Mathew, communa; *Road to a Secular Kerala*, New Delhi:, Concept Publishing Company, 1989.
70. Jyothi Rao Govinda Rao Phur, *Slavery*, (Vol-1) Tr. P G Patel Bombay, Edn Dep. Govt of Maharashtra, 1991.
71. Jyothi Rao Govinda Rao Phur, *Slavery*, (Vol-II) Tr. P G Patel Bombay, Edn Dep. Govt of Maharashtra, 1991.
72. Kancha Ilaiah, *Why I am a Hindu*, A Sudra Critique of Hindutwa Philosophy, Culture & Political economy, Culcutta, Samya, 1996.
73. Mohit Moitra, *A History of Indian Journalism*, Culcutta, National Book Agency, 1969.
74. Panickar, K N *Culture, Ideology & Hegemony*, Intellectuals & Social Consciousness in Colonial India, Tulika, 1995.
75. Pytor Fedosey, *Philosophy & Scientific Cognition*, Moscow, 1985.
76. Susan Sontag, *Under the sign of Saturn*, New York:, Doubleday, 1980.
77. Terry Eagleton, *The Rape of Clarisa*, England,; Basil Black Well, (1982), 1985

സഹായക പ്രസിദ്ധീകരണങ്ങൾ

1. *ഉണ്ണിനമ്പൂതിരി മാസിക* വാള്യം 5, ലക്കം 9, 1924, വാള്യം 7, നമ്പർ 8, 1101, വാള്യം 8, നമ്പർ 6, 1101.
2. *തീപ്പൊരി* വാള്യം 1, നമ്പർ7, 1934.
3. *ദേശാഭിമാനി വാരിക* (വി ടി പതിപ്പ്), 1995 നവംബർ.
4. *മാതൃഭൂമി ആഴ്ചപ്പതിപ്പ്*, (1977 ഡിസംബർ ലക്കങ്ങൾ.
5. *യോഗക്ഷേമം പ്ലാറ്റിനം ജൂബിലി പതിപ്പ്.*
6. *Studies & Memmories*, എഡിറ്റർ ശ്രീകുമാർ എ വി, പ്രസാ: മേഴത്തൂർ: വി ടി ജന്മശതാബ്ദി ആഘോഷകമ്മിറ്റി, 1977.

www.ingramcontent.com/pod-product-compliance
Lightning Source LLC
LaVergne TN
LVHW101419051026
849519LV00005BC/1817